લક્ષ્ય UPSC
યુવા IAS અધિકારીઓની પ્રેરણાદાયી કથાઓ

લેખક સજ્જન યાદવ ભારતીય વહીવટી સેવા (IAS) 1995 બેચ, એજીએમયુટી (અરુણાચલ પ્રદેશ-ગોવા-મિઝોરમ અને કેન્દ્રશાસિત પ્રદેશ) કેડરના અધિકારી છે. તેમનું અગાઉનું પુસ્તક 'ઇન્ડિયાઝ વેક્સીન ગ્રોથ સ્ટોરી: ફ્રૉમ કાઉપોક્સ ટુ વેક્સીન ફ્રેન્ડશિપ' રાષ્ટ્રીય કક્ષાએ બેસ્ટસેલર છે, જેનો સ્પેનિશ તેમજ સોળ ભારતીય ભાષાઓમાં અનુવાદ થયો છે. તેઓનું લખાણ પ્રતિષ્ઠિત રાષ્ટ્રીય અને આંતરરાષ્ટ્રીય અખબારો અને સામયિકોમાં પણ વ્યાપકપણે પ્રકાશિત કરવામાં આવ્યું છે.

યાદવે પ્રતિષ્ઠિત લંડન સ્કૂલ ઑફ હાઈજીન ઍન્ડ ટ્રોપિકલ મેડિસિન (LSHTM)માંથી જાહેર આરોગ્યમાં ડૉક્ટરેટની પદવી મેળવી છે, યુનિવર્સિટી ઑફ મિનેસોટા, યુએસમાંથી જાહેરનીતિમાં માસ્ટર ડિગ્રી અને દિલ્હી યુનિવર્સિટીની ફેકલ્ટી ઑફ મૅનેજમેન્ટ સ્ટડીઝમાંથી એમબીએ કર્યું છે.

તેઓ હાલમાં ભારત સરકારના નાણા મંત્રાલયના વ્યય વિભાગમાં અધિક સચિવ છે. યાદવને નીતિઘડતર અને અમલીકરણ તેમજ ભારત સરકાર અને રાજ્ય સરકારોમાં વરિષ્ઠ નેતૃત્વના હોદ્દા પર ત્રીસ વર્ષથી વધુનો સમૃદ્ધ અને વૈવિધ્યસભર અનુભવ છે.

કેન્દ્ર સરકારમાં નાણા મંત્રાલય ઉપરાંત, તેમણે આરોગ્ય અને પરિવાર કલ્યાણ, મહિલા અને બાળવિકાસ, ભારે ઉદ્યોગ અને જાહેર સાહસો અને કૉર્પોરેટ બાબતોનાં મંત્રાલયોમાં પણ કામ કર્યું છે. ભૂતકાળમાં લેખક દ્વારા રાષ્ટ્રીય પોષણ મિશન (પોષણ અભિયાન), રાષ્ટ્રીય ગ્રામીણ આરોગ્ય મિશનના નિયામક, દિલ્હીમાં ખાદ્ય અને પુરવઠા કમિશનર, દિલ્હી જલ બોર્ડના સીઈઓ, વેટ કમિશનર, આબકારી, મનોરંજન અને લક્ઝરી ટેક્સ કમિશનર અને પૂર્વ દિલ્હી મ્યુનિસિપલ કૉર્પોરેશનના કમિશનર તરીકે મહત્ત્વપૂર્ણ કામગીરી બજાવવામાં આવી હતી. અરુણાચલ પ્રદેશ, મિઝોરમ અને રાજસ્થાનનાં રાજ્યો સહિત કેન્દ્ર શાસિત પ્રદેશ રાષ્ટ્રીય

રાજધાની ક્ષેત્ર (NCT) દિલ્હી, દાદરા અને નગર હવેલી અને દમણ અને દીવના પ્રદેશોમાં કામ કર્યું. તેમણે અરુણાચલ પ્રદેશના પૂર્વ કામેંગ અને તવાંગ જિલ્લાઓમાં અને રાષ્ટ્રીય રાજધાની પ્રદેશ દિલ્હીના દક્ષિણ દિલ્હી જિલ્લાના મૅજિસ્ટ્રેટ/ડેપ્યુટી કમિશનર તરીકે પણ સેવા આપી છે.

લેખક સજ્જન યાદવને જાહેરસેવામાં અસાધારણ કાર્ય માટે ઘણા પુરસ્કારોથી સન્માનિત કરવામાં આવ્યા છે, જેમાં 2017-2018 માટે નેશનલ ઇ-ગવર્નન્સ ઍવૉર્ડ અને વસ્તીગણતરીની કામગીરીમાં ઉત્કૃષ્ટ કાર્ય માટે રાષ્ટ્રપતિ મૅડલનો સમાવેશ થાય છે.

પુસ્તકની પ્રશંસામાં

'આ પુસ્તકમાં સિવિલ સર્વિસના પ્રતિસ્પર્ધીઓના સંઘર્ષનું અજોડ ચિત્રણ છે. પુસ્તકના લેખકે પોતે આ માર્ગની યાતનાઓ સફળતાપૂર્વક પસાર કરી છે, તેથી તેમણે સ્પષ્ટ શબ્દોમાં સમજાવ્યું છે કે આ યુદ્ધ જીતવા માટે વ્યક્તિની અંદર કેટલી આગ હોવી જોઈએ.'

— **મનોજ કુમાર શર્મા,** *આઈપીએસ, '12th ફેઈલ' ફિલ્મના નાયક*

'આ પુસ્તક સ્પષ્ટપણે દરેક ઉમેદવારને માર્ગ બતાવે છે કે, જેણે અસુરક્ષા અને આત્મશંકાથી લઈને સુરંગના છેડે દેખાતા પ્રકાશને જોવાની હિંમત કરીને લક્ષ્ય UPSCને ભેદવાનો સંઘર્ષ કર્યો છે. ધીરજ, દઢતા, સખત મહેનત, સમર્પણ અને અદમ્ય જિજીવિષાની આ વાર્તાઓ વાચકોને પોતાની સીમાઓને આગળ વધારવા અને આગળ વધવા માટે પ્રેરણા આપશે. દરેક વ્યક્તિએ આ વાંચવું જ જોઈએ.'

— **શિવિન ચૌધરી,** *આઈઆરએસ*

'UPSCના સાત નાયકોની વાર્તા નવલકથા જેવી લાગે છે, તેથી જ તે વાંચવામાં ખૂબ જ આકર્ષક છે. વાસ્તવમાં, કેટલીક જગ્યાએ તે એટલી તીવ્ર અનુભૂતિ આપે છે કે વાચક અનાયાસે જ પાત્રોની કલ્પના કરવા લાગે છે અને તેમના અવાજો પણ સાંભળવા લાગે છે. આ પુસ્તક માત્ર UPSC ઉમેદવારોને જ નહીં, પરંતુ તે દરેકને પ્રેરણા આપી શકે એવું છે. ત્રણ શબ્દોમાં કહીએ તો, આ પુસ્તક માહિતીપ્રદ, ઊર્જાવાન અને મનોરંજક છે.' — **બાલાજી ડી. કે.,** *IAS અધિકારી અને લેખક*

'મેં પોતે તાજેતરમાં UPSC સિવિલ સર્વિસિસ પરીક્ષા પાસ કરી છે, તેથી હું વ્યક્તિગત રીતે આ પુસ્તકની એક-એક વાતને અનુભવી શકું છું. આ સાત ટોપર્સની વાર્તાઓએ તૈયારી દરમિયાનના સંઘર્ષ, શંકા અને વિજયની મારી પોતાની યાદોને તાજી કરી છે. આ પુસ્તક પ્રભાવક રીતે બતાવે છે કે પરીક્ષા કેટલી બધી ભાવનાત્મક ઊથલપાથલો સર્જી નાખતી હોય છે. રાતોની ઊંઘ હરામ થઈ જાય છે, અંતહીન પુનરાવર્તનો છે અને દરેક ક્ષણે દબાણ સર્જાતું હોય છે. જે બાબત તેને અલગ પાડે છે

તે એ છે કે આ પુસ્તક આ યાત્રાની માનવીય બાજુ દર્શાવે છે, તમને અહેસાસ કરાવે છે કે જો તમારી પાસે દૃઢતા અને નિશ્ચય હોય તો સૌથી મુશ્કેલ અવરોધોને પણ દૂર કરવા શક્ય છે. આ મુશ્કેલ માર્ગ પર ચાલવા માંગતા દરેક ઉમેદવાર માટે આ એક ખૂબ જ પ્રેરણાદાયી પુસ્તક છે.'

— **અનિરુદ્ધ યાદવ,** *IAS 2022*

'આ પુસ્તક કાશ્મીરથી કેરળ સુધીના IAS ઉમેદવારોની વૈવિધ્યસભર અને સંબંધિત મુશ્કેલીઓને પ્રતિબિંબિત કરે છે, જેઓ તેમના સમર્પણ અને નિશ્ચયને કારણે આખરે વિજયી બન્યા હતા. તેમને રસ્તામાં ઘણા પડકારોનો સામનો કરવો પડ્યો, જેમ કે કૌટુંબિક જવાબદારીઓ અને ગરીબી, શારીરિક અવરોધો અને કારકિર્દીનાં જોખમો. દરેક વાર્તા એવાં પાત્રો સાથે જીવંત બને છે, જે આપણે જાણીએ છીએ અથવા જે પરિસ્થિતિઓ સાથે આપણે સંબંધિત હોઈ શકીએ છીએ. ઉપરાંત, દરેક વાર્તાનો અંત વ્યવહારુ સલાહ અને પ્રેરણા સાથે થાય છે. મહત્ત્વપૂર્ણ બાબત એ છે કે, તે પરીક્ષા પછી જાહેરસેવાના પ્રારંભિક અનુભવ વિશે પણ જણાવે છે. મારા મતે, આ પુસ્તક દરેક વ્યક્તિએ વાંચવું જોઈએ કે જેઓ સિવિલ સર્વન્ટ બનવાની ઇચ્છા ધરાવે છે અને જેઓ પોતાની કારકિર્દીમાં અને તે પછી પણ મહત્ત્વપૂર્ણ યોગદાન આપવા માંગે છે.'

— **વિકાસ દિવ્યકીર્તિ** *સ્થાપક, દૃષ્ટિ IAS*

'આ પુસ્તક પરીક્ષા અને તેની સાથે સંકળાયેલા સંઘર્ષનું વિશિષ્ટ હૃદયંગમ દૃશ્ય આપવામાં સફળ થાય છે. સાત અવિશ્વસનીય વાર્તાઓ પર ધ્યાન કેન્દ્રિત કરીને, તે પ્રભાવક રીતે દર્શાવે છે કે ઉમેદવારોની સફળતામાં ધીરજ અને દૃઢતાએ સૌથી મહત્ત્વપૂર્ણ ભૂમિકા ભજવી હતી. હું UPSC માટે પરીક્ષા આપી રહેલા તમામ ઉમેદવારોને આ પુસ્તક વાંચવાની ભલામણ કરું છું.'

— **અનુદીપ દુરીશેટ્ટી,** IAS *અધિકારી અને લેખક*

'આ પુસ્તક સામાન્ય પરિવારોના લાખો યુવાનોને પ્રેરણા આપી શકે છે જેઓ દર વર્ષે સરકારી સેવાઓમાં પ્રવેશ કરવા માટે પ્રયત્ન કરે છે અને તે બધાએ વાંચવું આવશ્યક છે.'

— **શ્યામલાલ યાદવ,** *સિનિયર ઍસોસિયેટ એડિટર, ઇન્ડિયન એક્સપ્રેસ*

લક્ષ્ય UPSC

યુવા IAS અધિકારીઓની પ્રેરણાદાયી કથાઓ

સજ્જન યાદવ

ભાવાનુવાદઃ ચિરાગ ઠક્કર 'જય'

Published by

MANJUL

Manjul Publishing House
Corporate and Editorial Office:
•2nd Floor, Usha Preet Complex,
42 Malviya Nagar, Bhopal 462 003 - India
Sales and Marketing Office:
•C-16, Sector 3, Noida, Uttar Pradesh
201301, India
E-mail: manjul@manjulindia.com
Website: www.manjulindia.com

Distributed by

Navbharat Sahitya Mandir
•Opp Patasa Pole, Nr. Jain Derasar,
Gandhi Road, Ahmedabad - 380 001 - India
•202 Pelican House, Gujarat Chamber of
Commerce Compound,
Opp. H. K. College, Ashram Road,
Ahmedabad - 380 009 - India
Tel.: 079 - 22139253, 22132921
E-mail: info@navbharatonline.com
Website: www.navbharatonline.com

First published in India by

MANJUL

Manjul Publishing House

Corporate and Editorial Office

• 2nd Floor, Usha Preet Complex, 42 Malviya Nagar, Bhopal 462 003 – India

Sales and Marketing Office

• C-16, Sector 3, Noida, Uttar Pradesh 201301 – India

E-mail: manjul@manjulindia.com Website: www.manjulindia.com

Distributed by

Navbharat Sahitya Mandir

•Opp Patasa Pole, Nr. Jain Derasar, Gandhi Road, Ahmedabad - 380 001 - India
•202 Pelican House, Gujarat Chamber of Commerce Compound,
Opp. H. K. College, Ashram Road, Ahmedabad - 380 009 - India
Tel.: 079 - 22139253, 22132921 E-mail: info@navbharatonline.com
Website: www.navbharatonline.com

Gujarati language translation of *Scaling Mount UPSC* by Sajjan Yadav

This Gujarati edition first published in 2025

ISBN 978-93-7317-507-2

Translation by Chirag Thakkar 'Jay'

Printed and bound in India by Repro India Limited

મારી જીવનસંગિની સુનીતા,
મારી પ્રિય પુત્રી સિયા
અને
મારા પ્રેમાળ પુત્ર કરણ માટે

મારાં સ્વર્ગસ્થ માતાપિતા
સ્વ. સાવિત્રી દેવી અને સૂબેદાર મેજર (નિવૃત્ત) રઘુબીર સિંહની
પ્રેમાળ સ્મૃતિમાં,
જેમનાં જીવનમૂલ્યો અને સમજદારી મને પ્રતિદિન માર્ગદર્શન આપે છે.

અનુક્રમણિકા

આમુખ

ભારતના યુવાનોમાં અપાર ક્ષમતા, સેવા કરવાની ઊંડી મહત્ત્વાકાંક્ષા અને પ્રતિકૂળતાઓથી ઉપર ઊઠવાનો સંકલ્પ છે. આનું સૌથી સ્પષ્ટ ઉદાહરણ IASની તૈયારી કરી રહેલા ઇચ્છુકો છે જેઓ વિશ્વની સૌથી પડકારજનક પરીક્ષાઓમાંની એક - UPSC સિવિલ સર્વિસીસ પરીક્ષા - ઉત્તીર્ણ કરવા માટે દર વર્ષે અપાર પ્રતિબદ્ધતા દર્શાવે છે. આ પુસ્તક સાત યુવાનોની અસાધારણ સફરનું વર્ણન કરે છે જેમણે આ અત્યંત મુશ્કેલ અને યાદગાર પડકારને પાર કર્યો.

IAS એ માત્ર કારકિર્દી નથી; આ રાષ્ટ્રનિર્માણનું આહ્‌વાન છે, આ મહાન દેશના લોકોની સેવા કરવાની તક છે અને કાયાકલ્પકારી પરિવર્તન લાવવાની તક પણ છે. જે ઉમેદવારો સિવિલ સર્વિસ પરીક્ષાની કઠિન યાત્રા કરવાની હિંમત કરે છે તેઓનું એક જ સપનું છે - ભારતના વિકાસમાં યોગદાન આપવાનું અને આપણા દેશના ભવિષ્યને આકાર આપતી ઇકોસિસ્ટમનો અભિન્ન ભાગ બનવાનું. આ સાત વાર્તાઓ કોમળતા, દૃઢતા અને બલિદાનની ભાવના દર્શાવે છે.

આ પુસ્તકની દરેક વાર્તા માનવભાવનાની શક્તિનો પુરાવો છે. આ સફળ યુવાનોએ આર્થિક મુશ્કેલીઓ અને સામાજિક અવરોધો સહન કર્યા, વ્યક્તિગત સુખ-સુવિધાઓનું બલિદાન આપ્યું અને અસફળતાઓને સહન કરી. તેમની વાર્તાઓ પ્રેરણાદાયી સંદેશો આપે છે કે જો જુસ્સા અને ધૈર્ય સાથે મળીને કામ કરીએ તો કોઈ પણ સ્વપ્ન એટલું મોટું નથી કે તેને સાકાર ન કરી શકાય. તેઓ આપણને યાદ અપાવે છે કે સફળતા માત્ર રેન્ક હાંસલ કરવા માટે નથી. યાત્રા મહત્ત્વની છે, તેમાં

શીખેલા બોધપાઠ મહત્ત્વના છે અને સૌથી અગત્યનું છે જ્યારે પણ તમે પડો ત્યારે ફરી વારંવાર ઊભા થવાની હિંમત.

ભારત 21મી સદીમાં વૈશ્વિક નેતા બનવાની અણી પર છે અને IAS આ પરિવર્તનમાં સૌથી આગળ છે. આપણા રાષ્ટ્રનું ભાવિ એવા નિર્ધારિત વ્યક્તિઓના હાથમાં છે જેઓ લોકોની સેવામાં પોતાનું જીવન સમર્પિત કરવા તૈયાર છે. નવીનતા લાવવા, સુધારા લાવવા અને નીતિઓ લાગુ કરવાની તેમની ક્ષમતા ભારતને 2047 સુધીમાં વિકસિત રાષ્ટ્ર અને 30 ટ્રિલિયન ડૉલરની અર્થવ્યવસ્થા તરફ દોરી જશે.

મને આશા છે કે આ પુસ્તક અસંખ્ય લોકોને પ્રેરણા આપશે જેઓ દેશની સેવા કરવાનું સ્વપ્ન જુએ છે. મિન્નૂ પી.એમ., સત્યમ ગાંધી, ભરત સિંહ, લવિશ ઓર્ડિયા, અંજલિ શર્મા, વસીમ અહેમદ ભટ અને શ્રુતિ શર્માની વાર્તાઓ દરેક વાચકને સ્પર્શશે અને તેમના પસંદ કરેલા માર્ગમાં શ્રેષ્ઠતા માટે પ્રયત્ન કરવા પ્રોત્સાહિત કરશે.

આ પુસ્તકને પસંદ કરનાર કોઈ પણ સંભવિત ઉમેદવારને હું એક વાત કહેવા માગું છું: યાદ રાખો કે, સફળતાનો માર્ગ ઘણીવાર પડકારોથી ભરેલો હોય છે. પરંતુ જો તમારી પાસે અતૂટ નિશ્ચય, શિસ્ત અને આત્મવિશ્વાસ હોય તો કઠિનમાં કઠિન પહાડને પણ જીતી શકાય છે - UPSCનું લક્ષ્ય પણ.

22 ઑક્ટોબર, 2024

અમિતાભ કાન્ત
IAS (નિવૃત્ત)
G-20, શેરપા અને ભૂતપૂર્વ CEO,
નીતિ આયોગ
ભારત સરકાર

ટૂંકાક્ષરોની સૂચિ

AIEEE	અખિલ ભારતીય એન્જિનિયરિંગ પ્રવેશ પરીક્ષા
AIIMS	અખિલ ભારતીય આયુર્વિજ્ઞાન સંસ્થા
ATI	પ્રશાસનિક પ્રશિક્ષણ સંસ્થાન
BDO	ખંડ વિકાસ અધિકારી
BDS	બેચલર ઑફ ડેન્ટલ સાયન્સ
BIPARD	બિહાર લોકપ્રશાસન અને ગ્રામીણ વિકાસ સંસ્થા
BPSC	બિહાર લોકસેવા આયોગ
CAD	કમ્પ્યુટર એડેડ ડીઝાઇન
CAPF	કેન્દ્રીય સશસ્ત્ર પોલીસ બળ
CASRAE	ઓટોમોટિવ એન્જિનિયરિંગમાં ઉન્નત અધ્યયન અને સંશોધન કેન્દ્ર
CAT	સામાન્ય પ્રવેશ પરીક્ષા
CBSE	કેન્દ્રીય માધ્યમિક શિક્ષણ બોર્ડ
CGM	મુખ્ય મહાપ્રબંધક
CPI	સંચયી પ્રદર્શન સૂચકાંક
CSAT	સિવિલ સેવા યોગ્યતા પરીક્ષણ
CSE	પ્રશાસનિક સેવા પરીક્ષા
CV	બાયોડેટા
DAR	વિસ્તૃત અરજીપત્રક
DG	મહાનિર્દેશક

DTC	દિલ્હી પરિવહન નિગમ
DTU	દિલ્હી ટેક્નોલૉજિકલ યુનિવર્સિટી
EWS	આર્થિક રીતે નબળો વર્ગ
GS-I	સામાન્ય અધ્યયન-1
GS-II	સામાન્ય અધ્યયન-2
HSC	હમદર્દ સ્ટડી સર્કલ
IAS	ભારતીય પ્રશાસનિક સેવા
IFS	ભારતીય વન સેવા
IGNOU	ઇન્દિરા ગાંધી રાષ્ટ્રીય મુક્ત વિશ્વવિદ્યાલય
IIM	ભારતીય પ્રબંધન સંસ્થા
IIT-JEE	ભારતીય પ્રૌદ્યોગિકી સંસ્થા - સંયુક્ત પ્રવેશ પરીક્ષા
IMechE	(ઇન્સ્ટિટ્યૂશન ઑફ મિકેનિકલ એન્જિનિયર્સ) મિકેનિકલ એન્જિનિયર્સ સંસ્થા
IPS	ભારતીય પોલીસસેવા
Interview	વ્યક્તિત્વ પરીક્ષણ
JNU	જવાહરલાલ નેહરુ વિશ્વવિદ્યાલય
LBSNAA	લાલ બહાદુર શાસ્ત્રી રાષ્ટ્રીય પ્રશાસન અકાદમી
MH	આધુનિક ઇતિહાસ
MPPSC	મધ્ય પ્રદેશ પ્રાંતીય સિવિલ સેવા
NAB	નેશનલ ઍસોસિયેશન ફૉર ધ બ્લાઇન્ડ
NABARD	રાષ્ટ્રીય કૃષિ તથા ગ્રામીણ વિકાસ બેંક
NCERT	રાષ્ટ્રીય શૈક્ષણિક સંશોધન અને પ્રશિક્ષણ પરિષદ
NHAI	ભારતીય રાષ્ટ્રીય રાજમાર્ગ પ્રાધિકરણ
NIT	રાષ્ટ્રીય પ્રૌદ્યોગિકી સંસ્થા
ORN	ઑલ્ડ રાજેન્દ્ર નગર

PG	પેઇંગ ગેસ્ટ
PHQ	પોલીસ મુખ્યાલય
PIB	પ્રેસ સૂચના બ્યૂરો
PWD	લોકનિર્માણ વિભાગ
RBI	ભારતીય રિઝર્વ બેંક
RCA	આવાસીય કોચિંગ અકાદમી
RDO	ગ્રામીણ વિકાસ અધિકારી
RML	ડૉ. રામ મનોહર લોહિયા હૉસ્પિટલ
SDM	ઉપ-વિભાગીય મૅજિસ્ટ્રેટ
UGC	વિશ્વવિદ્યાલય અનુદાન આયોગ
SSB	સેવા પસંદગી બોર્ડ
SDGs	સતત વિકાસ લક્ષ્ય
UIDAI	ભારતીય વિશિષ્ટ ઓળખાણ પ્રાધિકરણ
UPSC	સંઘ લોકસેવા આયોગ કેન્દ્રીય જાહેરસેવા આયોગ
VSSC	વિક્રમ સારાભાઈ અંતરિક્ષ કેન્દ્ર
YASHADA	યશવંતરાવ ચૌહાણ વિકાસ પ્રશાસન અકાદમી

પ્રસ્તાવના

વિશ્વની સૌથી કઠિન પરીક્ષાના નાયક

મા, હું કલેક્ટર બની ગયો/ગઈ છું

દર વર્ષે, એક લાખથી વધુ ભારતીય યુવાનો જુસ્સાથી પોતાનું એક સ્વપ્ન સાકાર કરવાનો પ્રયાસ કરે છે: તેઓ પ્રતિષ્ઠિત વહીવટી સેવાઓ પરીક્ષા (CSE) પાસ કરવા માંગે છે; તેઓ પ્રતિષ્ઠિત ભારતીય સનદી સેવા (IAS) અને અન્ય પ્રમુખ સિવિલ સેવાઓમાં અધિકારી બનવા માંગે છે. આ સ્વપ્ન સાકાર કરવું સરળ નથી, કારણ કે કેન્દ્રીય જાહેરસેવા આયોગ (UPSC) દ્વારા લેવામાં આવતી આ પરીક્ષા વિશ્વની સૌથી વધુ સ્પર્ધાત્મક, વ્યાપક અને મુશ્કેલ પરીક્ષાઓમાંની એક છે.

ત્રણ દાયકા પહેલાં મેં પણ આ જ સ્વપ્ન સાકાર કરવા પ્રયાસ કર્યો હતો. ત્યારે હું UPSC પાસ કરવાની તૈયારી કરી રહ્યો હતો. આમાં સફળ થવા માટે વ્યાપક અને ગહન તૈયારી જરૂરી છે. હરિયાણાની મારી સાધારણ પૃષ્ઠભૂમિ હોવા છતાં, હું મારા શાળાના દિવસોથી જ IAS અધિકારી બનવાનું સપનું જોતો હતો. હું યુનિવર્સિટીમાં ગોલ્ડ મેડાલિસ્ટ હતો, તેથી મારો આત્મવિશ્વાસ આસમાને હતો. તેમ છતાં, હું ખૂબ જ અસ્વસ્થ હતો, કારણ કે એવી વાતો સાંભળવામાં આવતી કે ભારતીય પ્રૌદ્યોગિકી સંસ્થા (IIT)માંથી નીકળેલા પ્રતિભાશાળી એન્જિનિયર વૈકલ્પિક વિષયોમાં ખૂબ ઊંચા ગુણ મેળવી રહ્યા છે.

UPSC સાથે મારો પ્રથમ પરિચય 1993માં થયો. આ યાત્રાની શરૂઆત સારી રીતે થઈ હતી, કારણ કે મેં પ્રથમ બે પડાવ પાર કર્યા હતા અને મહત્ત્વપૂર્ણ વ્યક્તિત્વ પરીક્ષણ (ઇન્ટરવ્યૂ) માટે નવી દિલ્હીમાં UPSC મુખ્યાલય, ધૌલપુર હાઉસમાં પ્રવેશવાની તક મળી હતી. પરંતુ જીવન ઘણીવાર આપણને યાદ અપાવે છે તેમ, સફળતા ઉતાર-ચઢાવથી ભરેલી છે. મારો શરૂઆતનો ઉત્સાહ અચાનક સમાપ્ત થઈ ગયો. જ્યારે મને વિજેતાઓની યાદીમાં મારું નામ ન હતું. કહેવાની જરૂર નથી કે મને આનાથી ઊંડો આઘાત લાગ્યો હતો.

એ કહેવાની આવશ્યકતા નથી કે આશ્વાસનસભર વાત એ હતી કે આ હારથી મારી ભાવના નબળી પડી નહોતી, પરંતુ મારો નિશ્ચય પહેલાં કરતાં બમણો મજબૂત બન્યો હતો. દૃઢ સંકલ્પ સાથે, મેં મારી વ્યૂહરચનાનું ફરીથી મૂલ્યાંકન કર્યું અને 1994ની પ્રિલિમ્સની તૈયારીમાં મારી જાતને પ્રવૃત્ત કરી દીધી. સામાન્ય અધ્યયન અને નિબંધલેખનનાં ક્ષેત્રોમાં સુધારો કરવાની જરૂર હતી, કારણ કે હું અગાઉની પરીક્ષામાં આ ક્ષેત્રોમાં નબળો હતો. મેં આના પર સઘન ધ્યાન કેન્દ્રિત કરવાનું નક્કી કર્યું.

હું નિર્ણાયક ક્ષણની ખૂબ જ અપેક્ષા સાથે રાહ જોઈ રહ્યો હતો. 22 જૂન, 1995ની સાંજે, મારી કૉલેજની હોસ્ટેલમાં એક આનંદસભર અવાજ સંભળાયો: મેં સીએસઈ 1994માં છવ્વીસમો રેન્ક મેળવ્યો હતો. આનંદ એટલો હતો કે તે વ્યક્ત કરી શકાય તેમ નથી. સફળતાનો તે મીઠો સ્વાદ હજુ પણ મારામાં તાજો હતો જ્યારે હું તરત જ હરિયાણા રોડવેઝની બસમાં બેસીને મસૂરીના મોહક શહેરમાં સ્થિત પ્રતિષ્ઠિત લાલ બહાદુર શાસ્ત્રી રાષ્ટ્રીય પ્રશાસન અકાદમી (એલબીએસએનએએ)ની કલ્પનાશીલ યાત્રા માટે રવાના થયો.

કેટલાંક વર્ષોથી, UPSCએ પરીક્ષા પ્રણાલીમાં નોંધપાત્ર ફેરફારો કર્યા છે, જે આ પ્રચંડ પડકારને વધુ મુશ્કેલ બનાવે છે. પ્રિલિમ્સમાં સિવિલ સર્વિસિસ એપ્ટિટ્યૂડ ટેસ્ટ (CSAT) અને મેઇન્સમાં એથિક્સ પેપરના ઉમેરા સાથે, પ્રક્રિયા પહેલાં કરતાં વધુ જટિલ બની ગઈ છે. જોકે, વૈકલ્પિક વિષયોની સંખ્યા બેથી ઘટીને એક થઈ ગઈ છે. પણ લખવામાં આવતા

નિબંધોની સંખ્યામાં વધારો થયો છે. જો કે, આ સમયગાળા દરમિયાન ભારતીય અર્થતંત્રના ઉદારીકરણને કારણે, યુવાનો માટે વૈવિધ્યસભર અને આકર્ષક કારકિર્દીની તકોના ઘણા દરવાજા ખૂલ્યા છે, પરંતુ આ ફેરફારો અને વૈકલ્પિક તકો હોવા છતાં UPSC સિવિલ સેવા પરીક્ષાનું આકર્ષણ વધ્યું છે અને સ્પર્ધા વધુ તીવ્ર બની છે.

2023માં 10,16,850 ઉમેદવારોએ સીએસઈ માટે અરજી કરી હતી, જેમાંથી 5,92,141એ પ્રિલિમિનરી પરીક્ષા એટલે કે પ્રિલિમ્સમાં હાજરી આપી હતી. આટલા ઉમેદવારોમાંથી માત્ર 14,624 ઉમેદવારો જ આગળના તબક્કામાં પહોંચી શક્યા. આમાંથી પણ, માત્ર 2,855 મેઇન્સમાં સફળ થયા હતા અને વ્યક્તિત્વ કસોટી માટે પ્રતિષ્ઠિત કોલ લેટર મેળવવામાં સફળ થયા હતા. આખરે માત્ર 1,016 ઉમેદવારો જ શિખર સુધી પહોંચ્યા, જેમાંથી માત્ર 180ને IAS ઑફિસર બનવાની ભલામણ કરવામાં આવી.

સફળતાનો દર ઘણો નિમ્ન હોવા છતાં, એવું શું છે, જે લોકોને આ મુશ્કેલ પડકાર સ્વીકારવા માટે પ્રેરણા આપે છે? જવાબ IASના આકર્ષણમાં રહેલો છે - એક વ્યવસાય જે વિવિધ ક્ષેત્રોમાં કામ કરવાની, અસંખ્ય પડકારોનો સામનો કરવા અને જાહેરસેવાના ઉત્સાહ અને સંતોષનો અનુભવ કરવાની અનન્ય અવસરો પ્રદાન કરે છે. IAS સાથે સંકળાયેલ સત્તા, આદર અને પ્રભાવની આભા સીએસઈને રાષ્ટ્રીય જુસ્સામાં ફેરવે છે. કઠિન પડકારના આ મહાસાગરમાં ઉમેદવારો સ્વેચ્છાએ કૂદી પડે છે. તેઓ પોતાની અંદરની પ્રજ્વલિત ઇચ્છાથી પ્રેરિત હોય છે, જેથી એક દિવસ તેઓ ગર્વથી જાહેર કરી શકે, 'મા, હું કલેક્ટર બની ગયો/ગઈ છું.'

UPSCનું માઉન્ટ એવરેસ્ટ

પ્રચંડ સીએસએ પર વિજય મેળવવાની યાત્રામાં ત્રણ કઠિન તબક્કાઓનો સમાવેશ થાય છે: સિવિલ સેવા પ્રાથમિક પરીક્ષા (પ્રિલિમ્સ), સિવિલ સેવાની મુખ્ય લેખિત પરીક્ષા (મેઇન્સ) અને વ્યક્તિગત પરીક્ષણ (ઇન્ટરવ્યૂ). મેરેથોનની શરૂઆત દર વર્ષે ફેબ્રુઆરીમાં પ્રિલિમ માટે અરજીઓ મંગાવતી

UPSC જાહેરાતના પ્રકાશન સાથે થાય છે. પરીક્ષામાં સખત સ્પર્ધા છે અને સફળતાનો દર 1 ટકાથી ઓછો છે. પરીક્ષાની રૂપરેખા નીચેની આકૃતિમાં બતાવવામાં આવી છે:

સિવિલ સેવા પરીક્ષા રૂપરેખા

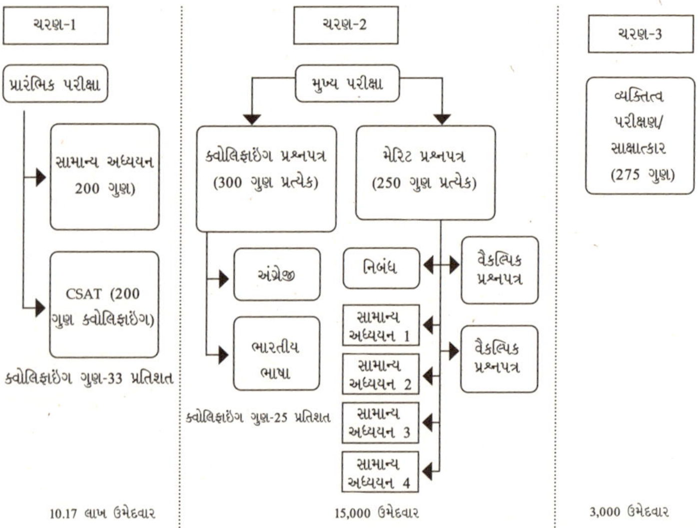

પ્રિલિમ્સમાં બે ફરજિયાત વસ્તુનિષ્ઠ પ્રકારના પ્રશ્નો હોય છે, જેમાંથી દરેક બે કલાક ચાલે છે અને 200 ગુણ ધરાવે છે. સામાન્ય અભ્યાસ-1 (GS-1) વર્તમાન ઘટનાઓ, ભારતીય ઇતિહાસ, ભૂગોળ, રાજકારણ, અર્થતંત્ર, પર્યાવરણ અને સામાન્ય વિજ્ઞાન જેવા ઘણા વિષયોને આવરી લે છે. નકારાત્મક માર્કિંગની જોગવાઈ છે, જેમાં દરેક ખોટા જવાબ માટે એક તૃતીયાંશ ગુણ કાપવામાં આવે છે. જીએસ-2 અથવા સીએસએટી પેપર ક્વૉલિફાઇંગ છે જેમાં ઉમેદવારોએ ઓછામાં ઓછા 33 ટકા માર્ક્સ મેળવવાની જરૂર છે. તે ઉમેદવારની સમજ, તર્ક, નિર્ણય લેવાની ક્ષમતા, સામાન્ય માનસિક ક્ષમતા અને મૂળભૂત સંખ્યાત્મક જ્ઞાનનું મૂલ્યાંકન કરે છે.

પ્રિલિમ્સ એ મેઇન્સ માટે યોગ્ય ઉમેદવારોને પસંદ કરવા માટે એક સ્ક્રીનિંગ ટેસ્ટ છે. ધ્યાનમાં રાખો કે, અંતિમ મેરિટ લિસ્ટ તૈયાર કરતી વખતે પ્રિલિમ્સમાં મેળવેલા ગુણને ધ્યાનમાં લેવામાં આવતા નથી. પ્રિલિમ્સમાં પસંદ થયેલા ઉમેદવારોની સંખ્યા ખાલી જગ્યાઓની કુલ સંખ્યા કરતાં લગભગ બાર-તેર ગણી છે.

મેઇન્સ વર્ણનાત્મક છે અને ઉમેદવારની સમજણની ઊંડાઈ, વિશ્લેષણાત્મક વિચાર અને લેખન કૌશલ્યનું મૂલ્યાંકન કરે છે. આમાં, ઉમેદવારો પાસે અપેક્ષા રાખવામાં આવે છે કે વૈચારિક સ્પષ્ટતા અને ત્રુટિરહિત ક્રમબદ્ધતાની સાથે વિવિધ સામાજિક-આર્થિક વિષયો પર પોતાના વિચારો વ્યક્ત કરે.

મુખ્ય પરીક્ષામાં નવ પેપર હોય છે, જેમાંથી બે - અંગ્રેજી અને એક ભારતીય ભાષા - ક્વૉલિફાઇંગ પેપર છે. ઉમેદવારો બંધારણની આઠમી અનુસૂચિમાં સૂચિબદ્ધ ભાષાઓમાંથી પોતાની ભારતીય ભાષાને પસંદ કરે છે. આ દરેક ફરજિયાત પેપર, મેટ્રિક અથવા સમકક્ષ ધોરણ પર નિર્ધારિત કરવામાં આવે છે, જેમાં મહત્તમ 300 ગુણ હોય છે. પાસ થવા માટે, ઉમેદવારોએ દરેકમાં ઓછામાં ઓછા 25 ટકા ગુણ પ્રાપ્ત કરવા આવશ્યક છે. આ ફરજિયાત પેપર્સ ખૂબ જ મહત્ત્વપૂર્ણ છે, કારણ કે જો કોઈ ઉમેદવાર ફરજિયાત પેપરમાં યોગ્યતાના માપદંડોને પૂર્ણ કરતો નથી, તો UPSC બાકીના સાત પેપરના ગુણને અવગણે છે.

બાકીના સાત પેપર (પેપર-1 થી પેપર-7) 250 માર્ક્સ ધરાવે છે અને અંતિમ રેન્કિંગમાં ફાળો આપે છે. આ પેપર નીચે મુજબ છે :

- નિબંધ
- સામાન્ય અભ્યાસ-1: ભારતીય વારસો અને સંસ્કૃતિ, વિશ્વ અને સમાજનો ઇતિહાસ અને ભૂગોળ
- સામાન્ય અભ્યાસ-2: શાસન, બંધારણ, રાજકારણ, સામાજિક ન્યાય અને આંતરરાષ્ટ્રીય સંબંધો
- સામાન્ય અભ્યાસ-3: ટેક્નોલૉજી, આર્થિક વિકાસ, જૈવ વિવિધતા, પર્યાવરણ, સુરક્ષા અને આપત્તિ વ્યવસ્થાપન

- સામાન્ય અભ્યાસ-4 નીતિશાસ્ત્ર, સત્યનિષ્ઠા અને યોગ્યતા
- વૈકલ્પિક વિષય પ્રશ્નપત્ર-1
- વૈકલ્પિક વિષય પ્રશ્નપત્ર-2

ઉમેદવારો UPSC દ્વારા પૂરા પાડવામાં આવેલ વિષયોની સૂચિમાંથી કોઈ પણ એક વૈકલ્પિક વિષય પસંદ કરી શકે છે. દરેક પેપરનો સમયગાળો ત્રણ કલાકનો હોય છે.

સીએસઈની યાત્રાની પરાકાષ્ઠા એ ઇન્ટરવ્યૂ/વ્યક્તિત્વ કસોટી છે, જે 275 ગુણનો મહત્ત્વપૂર્ણ તબક્કો છે. સામાન્ય રીતે, ઇન્ટરવ્યૂ માટે બોલાવવામાં આવેલા ઉમેદવારોની સંખ્યા લગભગ વર્ષની પરીક્ષા માટે ખાલી જગ્યાઓની સંખ્યાથી બમણી હોય છે. આ તબક્કામાં ઉમેદવારો પોતાના માનસિક કૌશલ્ય, વ્યક્તિગત યોગ્યતા અને જાહેરસેવામાં કારકિર્દી માટે નેતૃત્વની સંભાવનાનું મૂલ્યાંકન કરવા માટે ઇન્ટરવ્યૂ બોર્ડનો સામનો કરે છે.

પંદર મહિનાની કઠિન યાત્રા અનિશ્ચિતતા, તીવ્ર દબાણ અને ક્યારેક નિરાશાથી ભરેલી હોય છે. આ પ્રવાસ દરમિયાન, ઉમેદવારો સામાજિક, ભૌતિક અને આર્થિક અવરોધોનો સામનો કરે છે, બલિદાન આપે છે અને જોખમ લે છે. મહિનાઓ સુધી ઉમેદવારો વ્યક્તિગત અને સામાજિક પ્રવૃત્તિઓ છોડી દે છે અને સખત અભ્યાસમાં ડૂબી જાય છે. જ્યારે કેટલાક લોકો પ્રથમ પ્રયાસમાં સફળતા હાંસલ કરે છે, જ્યારે અન્ય લોકોને વિજયનો સ્વાદ ચાખતા પહેલાં વારંવાર નિષ્ફળતાનો સામનો કરવો પડે છે. દરેક વિજયી ઉમેદવાર પાસે સપના, સંઘર્ષ, નિષ્ફળતા, અતૂટ નિશ્ચય અને અંતે વિજય હાંસલ કરવાની વાર્તા હોય છે.

આ પુસ્તક સાત નોંધપાત્ર વ્યક્તિઓના સફળ જીવન વિશે જણાવે છે જેમણે પ્રતિષ્ઠિત IASમાં જોડાવા માટે છેલ્લાં પાંચ વર્ષમાં પ્રચંડ લક્ષ્ય UPSCના પર્વત પર વિજય મેળવ્યો છે. આ પુસ્તકમાં નાયકો દ્વારા સામનો કરવામાં આવતા અસંખ્ય પડકારો અને આ અગ્નિપરીક્ષાના દરેક તબક્કાને પાર કરવા માટે અપનાવેલી સરળ વ્યૂહરચનાઓને પણ પ્રકાશ પાડવામાં આવ્યો છે. દરેક પ્રસંગ સખત મહેનત, સમર્પણ અને અતૂટ આત્મવિશ્વાસની શક્તિનો પુરાવો છે.

આપણા સાત નાયકો

મિન્નૂ પી.એમ. તે કેરળ પોલીસમાં જુનિયર ક્લાર્ક હતાં, પરંતુ UPSCના પ્રચંડ લક્ષ્યને જીતવા માટે તેમણે પાંચ વર્ષ સુધી અથાક લડાઈ લડી હતી. જ્યારે તે બારમા ધોરણમાં હતી ત્યારે પિતાના દુ:ખદ અવસાનને કારણે મિન્નૂને ભારે પડકારોનો સામનો કરવો પડ્યો હતો. વહેલાં લગ્ન કર્યાં પછી, તેણે બે વર્ષના બાળકની જવાબદારી, ઘરની જવાબદારીઓ અને કઠિન નોકરીની સાથે આ પરીક્ષાની તૈયારી કરવાની હતી. વર્ષોથી શિક્ષણની દુનિયાથી દૂર રહ્યા બાદ મિન્નૂની સફળ યાત્રા અનુકરણ કરવા માટે એક આદર્શ ઉદાહરણથી ઓછી નથી. પ્રિલિમ્સમાં ત્રણ વખત નિષ્ફળ અને એક વખત ઇન્ટરવ્યૂના તબક્કે અસફળ થવા છતાં, તેમની અદમ્ય ભાવના ક્યારેય નબળી પડી નથી.

સત્યમ ગાંધી બિહારના સમસ્તીપુર જિલ્લાના એક ગામડાના 21 વર્ષીય યુવક હતા અને તેમણે પહેલા જ પ્રયાસમાં તમામ અવરોધોને પાર કરીને નિશાન સાધ્યું હતું. આઈઆઈટી-જીઈમાં નાપાસ થયા પછી અને રાષ્ટ્રીય રક્ષા અકાદમીમાંથી રિજેક્ટ થયા પછી, સત્યમની ધીરજ અને નિશ્ચય ફળ્યા. તેનાં માતાપિતા તેના અભ્યાસ માટે ખૂબ ઊંચા વ્યાજદરે લોન લે છે તે જાણીને, સત્યમે પોતાના ગ્રેજ્યુએશનના અંતિમ વર્ષમાં UPSC માટે તૈયારી કરવાનું શરૂ કર્યું. ખરાબ ખોરાક, આર્થિક સંકડામણ, પ્રોફેસરોના ટોણા, માંદગી અને કોવિડ-19 સહન કરીને, તેણે સારી રીતે વિચારીને અભ્યાસની યોજના બનાવી. આ યોજનાને અનુસરીને, તેણે દરરોજ ચૌદ કલાક અભ્યાસ કર્યો અને સીએસઈ-2020માં દસમો રેન્ક મેળવ્યો.

ભરત સિંહની અત્યંત પ્રેરણાદાયી યાત્રા IAS અધિકારીઓના સર્વન્ટ ક્વાર્ટર્સમાં રહેવાથી શરૂ થઈ અને આખરે તેઓ પોતે IAS અધિકારી બન્યા. તેમનો સંઘર્ષ ત્યારે શરૂ થયો જ્યારે તેમનાં માતાપિતા તેમને હિન્દી માધ્યમની સરકારી શાળામાંથી ધોરણ-6માં અંગ્રેજી માધ્યમની શાળામાં લઈ ગયા. ભરતે શાળાએ જવા માટે દરરોજ ચાર કલાકની સખત મહેનત સહન કરી અને પોતાની હીનતા અને એકલતા પર કાબૂ મેળવ્યો. મિકેનિકલ એન્જિનિયર બન્યા પછી અને નોકરી મેળવ્યા પછી,

ભરતે એક મહત્ત્વપૂર્ણ નિર્ણય લીધોઃ તેણે ટાટા મોટર્સમાં તેની આકર્ષક નોકરી અને તેના નવા સ્થાન અને પ્રતિષ્ઠાને IAS બનવાના સપનાને અનુસરવા માટે છોડી દીધાં. વિજયી બનવા માટે તેમને ચાર વર્ષ સુધી ઘણી નિષ્ફળતાઓ, નાણાકીય તણાવ અને માનસિક કસોટીઓનો સામનો કરવો પડ્યો હતો.

અંજલિ શર્મા સિક્કિમના એક ફેક્ટરી વર્કરની દીકરી હતી. 10મા ધોરણમાં તેમની આંખોની રોશની ગુમાવી દેતાં તેનું જીવન અંધકારમાં ડૂબી ગયું હતું. તેમ છતાં, આ આપત્તિએ UPSC પ્રત્યે તેમનો દૃષ્ટિકોણ ખૂબ જ સ્પષ્ટ કરી દીધો હતો. દૃષ્ટિહીન લોકો માટેની સહાયતાઓથી અજાણ, અંજલિએ તમામ અવરોધો સામે લડત આપી અને સ્નાતક થયા પછી તરત જ યુ-ટ્યૂબની મદદથી ફક્ત સ્વ-અભ્યાસ પર આધાર રાખીને સીએસઈ માટે તૈયારી કરવાનું શરૂ કર્યું. ખરાબ લેખકો (સ્ક્રાઇબ) સાથે સંઘર્ષ, ગુણવત્તાયુક્ત વાચનસામગ્રીનો અભાવ, ગંભીર સ્વાસ્થ્ય સમસ્યાઓ અને વારંવાર નિષ્ફળતાઓનો સામનો કર્યા પછી, પોતાના નિશ્ચય અને સખત મહેનતે આખરે તેમને પોતાના સ્વપ્નને સાકાર કરવામાં મદદ કરી.

વસીમ અહેમદ ભટ જમ્મુ અને કાશ્મીરના અનંતનાગના મધમાખી ઉછેરનારનો પુત્ર હતો, જે એક સમયે એન્જિનિયરિંગ તરફ આકર્ષાયો હતો. યુવાન કાશ્મીરી IAS અધિકારીઓ શાહ ફૈઝલ અને અતહર આમિરની યાત્રાએ તેમને કૉલેજ પછી તેમના IAS સ્વપ્નને આગળ વધારવા માટે પ્રેરણા આપી. આકર્ષક નોકરીની ઑફર નકારીને વસીમ દિલ્હીના ઑલ્ડ રાજેન્દ્ર નગરમાં રહેવા ગયો, જે IAS ઉમેદવારોના મક્કા તરીકે ઓળખાય છે. તેમનું ઝીણવટભર્યું નોંધ-લેખન, અત્યાધુનિક લેખનશૈલી અને ચૌદ કલાકના સઘન અભ્યાસનું ફળ મળ્યું જ્યારે તેમણે CSC-2022માં સાતમો ક્રમ મેળવ્યો.

શ્રુતિ શર્મા એક સામાન્ય નમ્ર છોકરી હતી અને જ્યારે સીએસસી-2021માં ટોચ પર હતી ત્યારે લાખો લોકો માટે આશા અને પ્રેરણાનું પ્રતીક બની હતી. ઉત્તર પ્રદેશના બિજનૌર ગામમાં શરૂ થયેલી તેની યાત્રા દૃઢતા અને સંકલ્પના મર્મસ્પર્શી ચડાવ-ઉતાર છે. આકસ્મિક રીતે

પરીક્ષાનું ખોટું માધ્યમ પસંદ કરવાથી માંડીને પ્રિલિમ્સમાં નિષ્ફળતાના ડર અને ઇન્ટરવ્યૂમાં નબળા પ્રદર્શન સુધી, શ્રુતિનો માર્ગ બિલકુલ સરળ નહોતો. તેમના સંઘર્ષને તેમની માતા અને પ્રિય અમ્મા દ્વારા ટેકો મળ્યો, જેમના બલિદાન અને પ્રોત્સાહને તેનો માર્ગ મોકળો કર્યો.

લવિશ ઓર્ડિયા આઈઆઈટી બૉમ્બેનો સ્નાતક હતો અને હ્યુસ્ટન, અમેરિકામાં વૈભવી જીવન જીવતો હતો. તેણે આરામદાયક એપાર્ટમેન્ટ, મોંઘી એસયુવી, એરોપ્લેનમાં બિઝનેસ ક્લાસની મુસાફરી અને ઊંચા પગારનો આનંદ માણ્યો, પરંતુ IASનો પોકાર કૉર્પોરેટ ગ્લેમર કરતાં વધુ મજબૂત હતો. આ સુખ-સુવિધાઓ પાછળ છોડીને, તે દિલ્હીની એક હોસ્ટેલમાં ભાગીદારીના, નોન-એસી રૂમમાં રહેવા ગયો. કુશળ આયોજન, સખત અભ્યાસ કાર્યક્રમ અને લક્ષ્યોના સખત પાલન સાથે, લવિશે તેના પ્રથમ પ્રયાસમાં જ અઢારમો ક્રમ મેળવ્યો.

પુસ્તકનું અંતિમ પ્રકરણ 'IAS અધિકારી બનવું છે? તો આ રહ્યા સફળતાના મંત્ર' સાત સફળ યુવાઓની પ્રેરણાદાયી વાર્તાઓ પર આધારિત છે. આ પ્રકરણ 'લક્ષ્ય UPSC' પર વિજય મેળવવા માટે એક વ્યાપક માર્ગદર્શિકા પ્રદાન કરે છે.

વિવિધ પૃષ્ઠભૂમિ અને પડકારો ધરાવતી સાત વ્યક્તિઓના જીવનની આ રસપ્રદ વાર્તાઓ લાખો IAS ઉમેદવારોને માત્ર પ્રેરણા અને પ્રોત્સાહિત જ નહીં કરે, પરંતુ તેમને UPSCના કઠિન પડકારને પહોંચી વળવા અને તેમના IASનું સ્વપ્ન સાકાર કરવા માટે અમૂલ્ય માર્ગદર્શન પણ પૂરું પાડશે.

Ms. Minnu P M , IAS

અધ્યાય 1

કારકુનથી કલેક્ટર : એક 'મા'ની યાત્રા

પોલીસના વેશમાં દેવદૂત

કેરળના તિરુવનંતપુરમમાં તે ઑગસ્ટની સવાર યુવાન જુનિયર ક્લાર્ક મિન્નૂ પી.એમ. માટે સામાન્ય દિવસો જેવી જ હતી. રાજ્યમાં ચોમાસું પૂરજોશમાં હતું - વરસાદનાં ટીપાંનો લયબદ્ધ અવાજ સંભળાતો હતો અને આકાશના વાદળો ઘણા નીચે દેખાતા હતા. હવામાં ભીની માટીની માદક સુગંધ હતી.

પણ મિન્નૂએ આ બધા પર બહુ ધ્યાન ન આપ્યું. તેમણે જાડી સોનેરી બોર્ડરવાળી ક્રીમ સાડી પહેરી હતી અને તેનું સંપૂર્ણ ધ્યાન અધિક પોલીસ મહાનિર્દેશક સૂર્યકાંત પાંડા (નામ બદલ્યું છે) પર હતું, જેમની વાત તે ધ્યાનથી સાંભળી રહી હતી.

મિન્નૂએ ગઈકાલે સાંજે ગૃહ મંત્રાલય માટે એક મહત્ત્વપૂર્ણ નોંધ અને પત્ર તૈયાર કર્યો હતો. કામના કારણે તેને ઑફિસમાં મોડા સુધી રહેવું પડતું હતું, જેના કારણે તેના સાસરિયાંઓ થોડાં ગુસ્સે થયાં હતાં. પાંડા સરે પત્ર ધ્યાનથી વાંચ્યો, તેમના ચહેરા પર સંતોષની લાગણી દેખાઈ અને તેમણે તરત જ પત્ર પર સહી કરી દીધી.

'શા માટે ક્લાર્ક બનીને જીવન બરબાદ કરો છો? તમારે સીએસઈ પરીક્ષા આપવાનું અને ઑફિસર બનવાનું વિચારવું જોઈએ', પાંડાએ સ્મિત સાથે સૂચન કર્યું અને મોટી ફાઈલ મિન્નૂને આપી.

પાંડાના સ્મિત અને ટિપ્પણીથી મિન્નૂને રાહત મળી. આખરે પોતે એક રાત પહેલાં કરેલી અનેક કલાકોની મહેનત ફળીભૂત થઈ. આ પહેલીવાર નહોતું કે જ્યારે તેના કામની પ્રશંસા કરવામાં આવી હોય, પરંતુ આ વખતે બાબત અલગ હતી. પાંડાના શબ્દોએ મિન્નૂની અંદર કેટલીક અલગ લાગણીઓ જગાવી. તે ખૂબ જ ઉત્સાહિત થઈ ગઈ, જોકે તેના હૃદયના કોઈ ખૂણામાં શંકાની છાયા પણ હતી.

'મને નથી લાગતું કે હું આવું કરી શકીશ, સાહેબ,' મિન્નૂએ અચકાતાં કહ્યું. પાંડા સર જે રસ્તો બતાવી રહ્યા હતા તે ઘણો દૂરનો અને અવાસ્તવિક લાગતો હતો. 'કેમ નહીં? તમે યુવાન, બુદ્ધિશાળી અને મહેનતુ છો, પોસ્ટ ગ્રેજ્યુએટ છો અને યુનિવર્સિટીમાં રેન્કધારક છો. મેં ફાઈલો પર તમારી ઉત્તમ નોંધો જોઈ છે', પાંડા સરે ખાતરીપૂર્વક કહ્યું.

મિન્નૂએ અચકાતાં કહ્યું, 'પણ સાહેબ, આ પરીક્ષા ખૂબ જ અઘરી છે અને તેની તૈયારીમાં ઘણાં વર્ષો લાગે છે. મને નથી લાગતું કે મારી પાસે હવે કોઈ તક છે.'

'બેટા, પોતાની ક્ષમતાઓને ઓછી ન આંક. હું પરીક્ષાની તૈયારી માટે રજા મંજૂર કરી આપીશ,' પાંડા સર ગંભીર હતા.

'હું આ વિશે ગંભીરતાથી વિચારીશ. ધન્યવાદ સાહેબ', મિન્નૂ આગળ દલીલ કરી શકી નહીં. તેણે ઝડપથી પાંડા સરના ટેબલ પરથી પોતાની ફાઇલ ઉપાડી અને તેમના રૂમમાંથી બહાર આવી. પરત ફરતી વખતે તેનું હૃદય એકદમ ઝડપભેર ધબકતું હતું

પાંડા સરના કાર્યાલયથી પોતાના વિભાગ સુધીની યાત્રા માત્ર ત્રીસ પગથિયાંની હતી, પરંતુ આ દરમિયાન મિન્નૂ પોતાની એક અલગ જ દુનિયામાં પહોંચી ગઈ. પાંડા સરના શબ્દોએ IAS ઑફિસર બનવાના તેના જૂના સપના પર પડેલી ધૂળના જાડા પડને દૂર કરી દીધાં હતાં. 2012માં, તેણે સીએસઈ પ્રારંભિક પરીક્ષા આપીને પોતાની યોગ્યતાની પણ કસોટી કરી હતી.

પોલીસ મુખ્યાલયમાં એક છોકરી

નિયતિવશાત મિન્નૂ પોલીસ હેડક્વાર્ટર્સમાં જુનિયર ક્લાર્ક બની ગઈ. તેના પિતા કેરળ પોલીસમાં કૉન્સ્ટેબલ હતા અને 2007માં તેમના મૃત્યુ પછી, મિન્નૂને અનુકંપા નિમણૂકના નિયમ હેઠળ આ નોકરી મળી. અનુકંપા નિમણૂક થવાને લીધે શરૂઆતમાં, મિન્નૂને તેના સાથીદારોએ વધુ મહત્ત્વ આપ્યું ન હતું, પરંતુ મીન્નૂએ સખત મહેનત અને સમર્પણ દ્વારા પોતાની યોગ્યતા સાબિત કરી અને વરિષ્ઠ IPS અધિકારીઓની પ્રશંસા મેળવી, જેનાથી તેના સાથીદારો ઈર્ષ્યા કરતા હતા.

જ્યારે મિન્નૂ પોતાના વિભાગમાં પાછી આવી, ત્યારે તે શાંત થવા પોતાની ખુરશી પર બેઠી. તેણે ધીમેથી પોતાના ડેસ્કની ઠંડી સપાટી પર પોતાનું માથું ટેકવ્યું, પોતાની આંખો બંધ કરી અને ધીમા, ઊંડા શ્વાસ લીધા. તેણે સ્ટાફ મિટિંગને યાદ કરી, જે થોડા મહિના પહેલાં કાર્યાલયમાં જોડાયા પછી પહેલા જ દિવસે પાંડા સાહેબે બોલાવી હતી. તેમણે દરેકને પોતાનો પરિચય આપવા અને તેમની પૃષ્ઠભૂમિ જણાવવા કહ્યું હતું.

'એક છોકરી અહીં શું કરી રહી છે?' મિન્નૂનો વારો આવ્યો ત્યારે પાંડા સર હસતાં હસતાં બોલ્યા. મિન્નૂ તેની વાસ્તવિક ઉંમર કરતાં નાની દેખાતી હતી. આનાથી આખા ઓરડામાં હળવા હાસ્યની લહેર ફેલાઈ ગઈ.

'સર, હું મિન્નૂ પી.એમ. છું. હું કેરળ યુનિવર્સિટીમાંથી બાયોકેમિસ્ટ્રીમાં પોસ્ટ ગ્રેજ્યુએટ છું. હું શસ્ત્રો અને બાંધકામનું કામ સંભાળું છું', શરમાતા-શરમાતાં મિન્નૂએ જવાબ આપ્યો.

મિટિંગ પછી, પાંડા સરે મિન્નૂને એક પડકારજનક કાર્ય સોંપ્યું. 'મિન્નૂ, મને હાલમાં ચાલી રહેલી તમામ બાંધકામ પરિયોજનાના વ્યાપક આંકડા અને કેરળ પોલીસમાં હથિયારો વિશેની વિગતવાર માહિતી જોઈએ છે. તમે મને આ માહિતી ક્યારે આપી શકશો?'

ગભરાયેલી મિન્નૂએ ખચકાટથી તેના તત્કાલીન બૉસ, મદદનીશ પોલીસ મહાનિરીક્ષક શ્યામ શર્મા (નામ બદલ્યું છે) તરફ જોયું.

'સર, અમે આવતી કાલ સુધીમાં વિગતો તૈયાર કરીશું' શર્માએ મિન્નૂને બચાવતાં કહ્યું.

'મારે આજે આ કામ જોઈએ છે. કાલ જેવી કોઈ ચીજ નથી હોતી', પાંડા સરે કડકાઈથી કહ્યું.

'હા સર, હું આજે જ વિગતો તૈયાર કરી દઈશ', મિન્નૂએ કહ્યું અને તે પોતે પણ પોતાના દૃઢ નિશ્ચયથી દંગ રહી ગઈ.

કામ અઘરું હતું, પરંતુ IPS અધિકારીઓ ઘણી વખત ચુસ્ત સમયમર્યાદા નક્કી કરતા હતા અને મિન્નૂને તેની આદત હતી. તરત જ મિન્નૂ જરૂરી માહિતી સંકલિત કરવા દોડવા માંડી. કલાકોની અથાક મહેનત પછી તેણે વિગતવાર નોંધ તૈયાર કરી. પાંડા સર કદાચ તેમની મહેનત જોયા વિના જ ચાલ્યા જશે એવી ચિંતાથી મિન્નૂ ઝડપથી તેમની ઑફિસે પહોંચી ગઈ, પણ તે સમયે તેઓ મિટિંગમાં હતા. દૃઢ નિશ્ચય સાથે, મિન્નૂ નજીકના વિભાગમાં રાહ જોવા લાગી.

મિન્નૂ સુપરિન્ટેન્ડેન્ટ સાથે વાત કરી રહી હતી. પછી અચાનક તેને એક ક્રોધિત અવાજ સંભળાયો, 'મિન્નૂ, તું અહીં શું કરવા આવી છો? મેં તને આજે સવારે તૈયાર કરવા કહ્યું હતું તે નોંધનું શું થયું?' મિન્નૂએ પાછળ ફરીને જોયું. પાંડા સાહેબ ઑફિસમાં આવી રહ્યા હતા.

'સાહેબ, તૈયાર છે', મિન્નૂએ કહ્યું; તેનો અવાજ થોડો ધ્રૂજતો હતો અને તેણે પોતાના હાથમાં ચુસ્તપણે પકડેલા ફોલ્ડર તરફ ઇશારો કર્યો.

'ખરેખર! ચાલો, એક નજર નાખી જોઈએ,' પાંડા સરને અપેક્ષા હતી કે મિન્નૂ લક્ષ્ય ચૂકી જવા બદલ માફી માંગશે, પણ મિન્નૂની વાત સાંભળીને તેઓ પણ આશ્ચર્યચકિત થઈ ગયા.

નોંધ વાંચીને પાંડાના કડક ચહેરા પર આનંદનો ભાવ ઊભરી આવ્યો. તેને એક યુવાન કારકુન પાસેથી આવી સંપૂર્ણ અને વિશ્લેષણાત્મક નોંધની અપેક્ષા નહોતી. 'જોરદાર', સ્પષ્ટપણે પ્રભાવિત થઈને પાંડાએ પ્રશંસા કરી.

ઝંઝાવાત આવેગ, ઉપદ્રવ?

આંખો બંધ કરીને, મિન્નૂએ પાંડા સર સાથેની પોતાની અગાઉની વાતચીત વિશે વિચાર્યું અને IAS બનવાના તેમના સૂચન પર વિચાર કર્યો. મિન્નૂને હંમેશાં લાગતું હતું કે ક્લાર્ક બનવું એ પોતાનું ખરું કામ નથી. જો કે, જીવને તેને લગ્નની જવાબદારીઓમાં ગૂંચવી દીધી હતી. તેનું સ્વપ્ન

રોજની અઢળક જવાબદારીઓ નીચે દબાઈ ગયું હતું: પોતાના પતિ અને સાસરિયાંઓની સંભાળ રાખવી, નોકરી કરવી, ઘર ચલાવવું અને પોતાના નાનકડા પુત્રનો ઉછેર કરવો.

શું હું ખરેખર આ કરી શકું? શું હું યુવા ઉમેદવારોની આટલી સ્પર્ધા છતાં આ કરી શકું? શું મારા પતિ જોશી આ વિચારને સમર્થન આપશે? અમ્મા અને અપ્પાનું વલણ કેવું હશે? તેના મનમાં જવાબો કરતાં વધુ પ્રશ્નો હતા.

જ્યારે તે આ વિચારોમાંથી પસાર થઈ રહી હતી, ત્યારે એક પરિચિત અવાજે તેની સમાધિ તંદ્રા તોડી નાખી. 'મિન્નૂ, બધું બરાબર છે ને? શું પાંડા સરે તમને ઠપકો આપ્યો?' તેની સહકર્મી બાજુના ડેસ્કમાંથી ઝૂકીને પૂછી રહી હતી.

'ના, ચેચી (બહેન), પાંડા સાહેબે મારા કામનાં ખૂબ વખાણ કર્યાં. તે ખરેખર મારી કારકિર્દી વિશે ચિંતિત છે અને તેમણે મને સીએસઈ પરીક્ષા આપવા અને અધિકારી બનવાનું સૂચન કર્યું', મિન્નૂએ કહ્યું અને તેના ચહેરા પર સ્મિત પ્રગટ્યું.

તેના સહકર્મીની ચિંતિત અભિવ્યક્તિ પ્રોત્સાહક સ્મિતમાં ફેરવાઈ ગઈ. તેણે પાંડા સરની સલાહને સમર્થન આપ્યું. તેણે મિન્નૂના ખભા પર હાથ મૂકી અભિનંદન આપતાં કહ્યું. 'બિલકુલ, મારી પ્રિય પરી, તારે ગંભીરતાથી વિચારવું જોઈએ,'

મિન્નૂ પાંડા સરની સલાહ પોતાના પતિ સુધી પહોંચાડવા માટે ખૂબ જ ઉત્સુક હતી. જ્યારે તે સાંજે 5 વાગ્યે ઑફિસથી નીકળવા તૈયાર થઈ, ત્યાં કેરળ પોલીસમાં કાર્યરત પિતરાઈ ભાઈ દિધીશ આવ્યો. મિન્નૂ તેને જોઈને ખૂબ ખુશ થઈ અને બોલી, 'દિધીશ, મારે એક અગત્યની વાત કરવી છે. જોશી નીચે મારી રાહ જોઈ રહ્યા છે. ચાલો, આપણા મનપસંદ ચાના સ્થળે જઈએ.'

મિન્નૂના પતિ જોશી તિરુવનંતપુરમના વિક્રમ સારાભાઈ અંતરિક્ષ કેન્દ્ર (VSSC)માં ટેક્નિશિયન હતા. મિન્નૂ તેને પ્રેમથી ચેટ્ટન કહેતી હતી.

'ચેટ્ટન, ઘરે જતાં પહેલાં માનવીયમ-વીદિહી પર ઊભા રહીએ. આજનો દિવસ બહુ જ કામમાં ગયો અને હું તમને બધું કહેવા માટે

મરી રહી છું,' મિન્નૂએ કહ્યું. તેનો અવાજ ઉત્તેજનાથી ધ્રૂજતો હતો. તેણ હેલ્મેટ બાંધી જોશીની બાઇકની પાછળની સીટ પર બેસી ગઈ. દધીશ પણ તેની પાછળ-પાછળ ગયો.

એક કપ ચા હોય તો ઘણુંબધું થઈ શકે છે

શહેરનો સાંસ્કૃતિક કોરિડોર માનવીયમ-વીદિહી તેની કલાકૃતિઓ, સાંસ્કૃતિક કાર્યક્રમો અને ખાણી-પીણીની જગ્યા માટે ખૂબ જ પ્રખ્યાત છે. ત્રણેય પોતપોતાની મનગમતી જગ્યાએ બેઠાં. જેવા ગરમ કપ તેઓના ટેબલ પર પહોંચ્યા, મિન્નૂએ ઉત્સાહપૂર્વક દિવસની ઘટનાઓ - પાંડા સરને મળવું, તેઓની સીએસઈની તૈયારી બાબતે અણધારી સલાહ અને અન્ય IPS અધિકારીઓની પ્રશંસા કહી સંભળાવી. મિન્નૂએ રમતિયાળ હાસ્ય સાથે પૂછ્યું, 'તમે બંને શું વિચારો છો? શું મારે સીએસઈ આપવાનો પ્રયાસ કરવો જોઈએ?' આ પૂછતી વખતે મિન્નૂના મનમાં મિશ્ર લાગણી હતી.

'કેમ નહીં? હું જાણું છું કે તમે આના કરતાં ક્યાંય વધારે યોગ્યતા ધરાવો છો. મને યાદ છે, જેરેમિયાના જન્મ પહેલાં આપણે સીએસઈના માર્ગદર્શન માટે કોચિંગ એકેડેમીમાં ગયાં હતાં. પછી આપણે આ વિચાર છોડી દીધો હતો, કારણ કે અમ્માને તરત જ પૌત્ર જોઈતો હતો', જોશીએ તરત જ જવાબ આપ્યો; પત્નીના વખાણ કરતા તેની આંખો ભીની થઈ ગઈ.

જોશીની વાત સાંભળીને મિન્નૂનું હૃદય ખુશ થઈ ગયું, પણ થોડી જ વારમાં આશંકાની લહેરમાં એ ઉત્સાહ ડૂબી ગયો.

'પણ બે વર્ષના બાળકને ઉછેરવાની ભારે જવાબદારી મારા પર છે. હું મારા સપના પાછળ મહેનત કરવા માટે એક ક્ષણ માટે પણ તેની ઉપેક્ષા કરવાનું વિચારી ન શકું', મિન્નૂની માતૃત્વ વૃત્તિ પાછી જાગૃત થઈ.

'હવે તો તમે પણ કાર્યાલયમાં ઘણો સમય વિતાવો છો અને જોશીનાં માતાપિતા આનંદપૂર્વક તેની સંભાળ રાખે છે. જો તમે તેમને સમજાવશો, તો તેઓ થોડો વધુ સહકાર આપવા તૈયાર થશે', દિધીશે કહ્યું.

મિન્નૂ ચિંતાતુર અને મૂંઝવણમાં હતી; તેનો અવાજ તેના મનમાં થઈ રહેલી ઊથલપાથલને પ્રતિબિંબિત કરતો હતો. 'પરીક્ષા ખૂબ જ મુશ્કેલ છે અને તેમાં ત્રણ તબક્કા હોય છે. વર્ષોની સખત મહેનત પછી પણ, હું પહેલા તબક્કામાં પડી જઉં એવું પણ બને.' મિન્નૂએ પોતાનો ઊંડો ડર વ્યક્ત કર્યો.

જોકે, આશંકાના આ ચક્રવ્યૂહમાં મિન્નૂ એકલી ન હતી. તમામ IAS ઉમેદવારો સમાન અનિશ્ચિતતાઓ સાથે સંઘર્ષ કરે છે, કારણ કે આ પરીક્ષામાં સફળતાનો દર માત્ર 0.01 ટકા છે.

મિન્નૂના નોંધપાત્ર બલિદાનને જોઈને જોશીએ તેને પ્રોત્સાહિત કરવાનું ચાલુ રાખ્યું. મિન્નૂએ કારકિર્દી બનાવતાં પહેલાં લગ્ન કરી લીધાં હતાં અને પરિવારને પ્રાધાન્ય આપવા માટે પોતાની સીએસઈની આકાંક્ષાઓને રોકી દીધી હતી. જોશીના હૃદય પર આ એક ભાર સમાન હતું. તેઓ તેમની આકાંક્ષાઓને ટેકો આપવા માટે મક્કમ હતા.

'મિન્નૂ, આગામી પ્રિલિમ્સ સુધી તમારી પાસે લગભગ એક વર્ષ છે. રજા લો અને તૈયારી શરૂ કરો. મને ખાતરી છે કે તમે તે કરી શકશો,' જોશીએ મિન્નૂને ખાતરી આપી અને દિધીશે પણ સંમતિમાં માથું ધુણાવ્યું.

મિન્નૂ અને જોશી ઘર તરફ ચાલ્યા. આ પડકારજનક યાત્રા માટે જોશીનાં માતાપિતાનો ટેકો મહત્ત્વનો હતો. રાત્રિભોજનમાં અપ્પમ અને સ્ટૂનો આનંદ માણતી વખતે, જોશીએ તેનાં માતાપિતાને બધું કહ્યું. જોશીએ કહ્યું કે, વરિષ્ઠ IPS અધિકારીઓએ મિન્નૂના કામની પ્રશંસા કરી હતી અને તેને સીએસઈ આપવા માટે પ્રોત્સાહિત કરી હતી.

મિન્નૂની ભૂખ તો ઊડી ગઈ હતી; તે તો ગભરાઈને તેઓની પ્રતિક્રિયાની રાહ જોઈ રહી હતી.

'મોલ (દીકરી), ખરેખર તું આ જ ઇચ્છે છે? તેં બરાબર બધું વિચારી લીધું છે?' જોશીના પિતાએ અચાનક સામે આવેલા મુદ્દા પર ધ્યાન કેન્દ્રિત કરવા માટે ખાવાનું અટકાવીને પૂછ્યું.

'કૉલેજના દિવસોથી જ આ મારી મહત્ત્વાકાંક્ષા છે, અપ્પા. પોસ્ટ-ગ્રેજ્યુએશન કરતી વખતે પણ મેં એક વાર પ્રયત્ન કર્યો હતો,' મિન્નૂએ

આદરપૂર્વક જવાબ આપ્યો; તેની આંખોમાં તેનો દૃઢ નિશ્ચય સ્પષ્ટ દેખાતો હતો.

'અપ્પા, મિન્નૂ હંમેશાં અભ્યાસમાં ટોપ કરે છે. તેણે નાની ઉંમરે લગ્ન કરી લીધાં હતાં, પરંતુ આ ક્લાર્કની નોકરી તેની લાયકાત મુજબની નથી,' જોશીએ વાતચીતને આગળ વધારતાં કહ્યું; તે ઇચ્છતો ન હતો કે તેના પિતા તેને તરત જ આ વાતને નામંજૂર કરી દે.

'આ ખૂબ જ પડકારજનક પરીક્ષા છે અને તેની તૈયારી કરવા માટે લાંબા સમયની રજાની જરૂર પડશે. પૈસાનો મેળ કેવી રીતે કરશો, કેવી રીતે ચાલશે ઘર?' જોશીના પિતાએ પૂછ્યું; તે આ પરીક્ષાની કઠિનતા બરાબર સમજતા હતા.

'અપ્પા, થોડાક મહિનાની રજા તો લેવી જ પડશે. આપણને થોડા સમય માટે નાણાકીય મુશ્કેલીઓનો સામનો કરવો પડી શકે છે, પરંતુ આપણી બચતથી કામ ચાલી જશે. છતાં મેળ નહીં પડે તો તે પાછી નોકરીમાં જોડાઈ જશે', જોશીએ ઉત્સાહપૂર્વક વ્યક્ત કર્યું.

'જો તે મક્કમ હોય તો તેને તેના સપનાં પૂરાં કરવા દો. મને મિન્નૂની ક્ષમતા પર વિશ્વાસ છે. અમે ઘર અને અમારા પૌત્ર મુથે (મોતી)ને સંભાળી લઈશું', મિન્નૂની સાસુ, જે શાંતિથી જમતી હતી, તેણે સહાયક સ્મિત સાથે ઘોષણા કરી. જોશીનાં માતાપિતા પ્રેમથી જેરેમિયાને મોતી કહેતા.

મિન્નૂનું દિલ આનંદથી ભરાઈ ગયું. જોશીની માતા પ્રત્યેની તેની પ્રશંસા સ્પષ્ટ હતી. સંપૂર્ણ રીતે ખાતરી ન હોવા છતાં, મિન્નૂને લાગ્યું કે તેની સાસુ મહિલા શિક્ષણ અને સશક્તીકરણને મહત્ત્વ આપે છે, તેથી તે તેના નિર્ણયને સમર્થન આપશે.

સુવર્ણ અગ્નિપરીક્ષા

મિન્નૂ બાળપણથી જ જિજ્ઞાસુ, મહેનતુ અને તેજસ્વી હતી. પોતાના શાળા-કૉલેજના દિવસો દરમિયાન, તેણે વિવિધ ક્વિઝ, નિબંધ અને વક્તવ્ય સ્પર્ધાઓ જીતી હતી. તેના પિતા પોલ રાજ વિશ્વભરની જાણકારી રાખવાના મહત્ત્વ પર ભાર મૂકતા હતા. તેમની સાધારણ આવક હોવા છતાં, તેઓ મિન્નૂ માટે અખબારો, પુસ્તકો અને સામયિકો ખરીદતાં,

જેનાથી તેનામાં વાચનનો શોખ જાગ્યો હતો. જ્યારે તેના સહાધ્યાયીઓ પાઠ્યપુસ્તકના વિષયો પર ચર્ચા કરી રહ્યા હતા, ત્યારે મિન્નૂ વર્તમાન વિશ્વની ઘટનાઓ તરફ આકર્ષાતી હતી, જેના કારણે તેના મિત્રોએ કહ્યું હતું કે, 'તું એક દિવસ કલેક્ટર બનીશ.'

ભાગ્યનો અણધાર્યો વળાંક જુઓ; તે કલેક્ટરને બદલે ક્લાર્ક બની ગઈ. IAS અધિકારી બનવાનું તેનું સ્વપ્ન રોજની જવાબદારીઓ હેઠળ દટાઈ ગયું; તે માત્ર ઉદાસ કરનાર એક નિસાસો બની ગયું હતું.

એ રાતે મિન્નૂ પડખાં ફરી રહી હતી. UPSCના પર્વત ચડવાના વિચારોથી તેનું મન ઉત્સાહિત હતું. અભ્યાસની દુનિયામાં ફરી પ્રવેશવું અને કોચિંગ એકેડેમીમાં જોડાયા વિના અને પોતાનો સમય પૂરો સમર્પિત કર્યા વિના જરૂરી વિશાળ જ્ઞાન મેળવવું અશક્ય હતું.

બીજા દિવસે સવારે મિન્નૂએ મોટો નિર્ણય લીધો અને નોકરીમાંથી ત્રણ મહિનાની રજા માટે અરજી કરી. તે જ દિવસે મિન્નૂ જોશી સાથે ખાનગી કોચિંગ એકેડેમીમાં ગઈ. તે એક સાધારણ સંસ્થા હતી, જ્યાં વિવિધ સ્પર્ધાત્મક પરીક્ષાઓ આપનારા વિવિધ પ્રકારના વિદ્યાર્થીઓ ભણતા હતા. એકેડેમીના નિર્દેશક મિન્નૂને પ્રવેશ આપવા માટે સંમત થયા, પરંતુ 25,000 રૂપિયાની ફી માંગી. જોશીએ કહ્યું કે, તે તેની ઑફિસમાંથી લોન લેશે, પરંતુ મિન્નૂએ તેની સોનાની બંગડીઓ ગિરવે રાખવાનો આગ્રહ કર્યો.

નવેસરથી ઉત્સાહ સાથે, મિન્નૂએ સાવચેતીપૂર્વક સમયપત્રક બનાવ્યું અને શિક્ષણના ક્ષેત્રમાં ફરીથી પ્રવેશ કર્યો. તે સવારે 8 થી રાતના 8 વાગ્યા સુધી એકેડેમીના ક્લાસમાં જતી. તે ઘણા સમયથી શૈક્ષણિક અભ્યાસથી દૂર હતી, તેથી તેણે રાષ્ટ્રીય શૈક્ષણિક સંશોધન અને પ્રશિક્ષણ પરિષદ (NCERT)ના પુસ્તકો વાંચીને મજબૂત પાયો બનાવ્યો. તેણે ધોરણ 6 થી 12 સુધીના એક પછી એક એનસીઈઆરટીનાં પાઠ્યપુસ્તકો વાંચ્યાં.

ઇતિહાસ, ભૂગોળ, અર્થશાસ્ત્ર અને રાજનીતિશાસ્ત્ર પ્રત્યે મિન્નૂના જુસ્સાએ તેને પરીક્ષાની તૈયારીમાં આગળ ધપાવી. માનવતા પ્રત્યેનો આ પ્રેમ હાઈસ્કૂલમાં જાગ્યો હતો, પરંતુ તેનાં માતાપિતા ઇચ્છતાં હતાં કે

તે એન્જિનિયર કે ડૉક્ટર બને. એક સાંજે તેમની સાથે છત પર ઉગ્ર દલીલ થઈ હતી, પરંતુ તેમની સહાયક દાદીની મધ્યસ્થી હોવા છતાં, તેમનાં માતાપિતા આખરે જીતી ગયાં.

મિન્નૂ ખંતપૂર્વક દરરોજ બે અખબારો વાંચતી, મહત્ત્વપૂર્ણ માહિતી કાઢતી, પુષ્કળ નોંધો બનાવતી હતી અને પોતાની નોંધના રજિસ્ટરમાં સંપાદકીય, મહત્ત્વપૂર્ણ સમાચારના અંશો અને સુંદર તસવીરો સાચવતી.

સિવિલ સર્વિસિસ એપ્ટિટ્યૂડ ટેસ્ટ (CSAT) એ નોંધપાત્ર પડકાર હતો. મિન્નૂએ પોતાની શક્તિઓ અને નબળાઈઓનું વિશ્લેષણ કર્યું. ગણિત તેને પરેશાન કરતું હતું, પરંતુ અંગ્રેજીની સમજણ તેનું મજબૂત પાસું હતું. તેથી તેણે અંગ્રેજી પર ધ્યાન કેન્દ્રિત કરવાનું નક્કી કર્યું, પરંતુ તે તેને આગળ લઈ જવા માટે પૂરતું ન હતું. તેથી તેણે પોતાના તર્ક અને મૂળભૂત ગણિતકૌશલ્ય પર પણ કામ કર્યું.

પોતાના સમર્પણ અને મહેનતને કારણે મિન્નૂનો આત્મવિશ્વાસ વધવા લાગ્યો. સમય વીતતો ગયો અને તેને ખ્યાલ આવે તે પહેલાં ઑગસ્ટ 2016માં પ્રિલિમ્સનો કઠિન પડકાર આવ્યો. જો કે મિન્નૂ આ પ્રથમ પડકારને સિદ્ધ કરી શકી નહીં, જેથી જોશી અને તેમનો પરિવાર નિરાશ થયો. બીજી તરફ, મિન્નૂ નિષ્ફળ જવા છતાં અવિચલિત રહી.

'તે ખૂબ જ નજીકની બાબત હતી. મેં સીએસએટીમાં સફળતા મેળવી લીધી છે અને સામાન્ય અધ્યયનમાં સારા માર્ક્સ મેળવ્યા છે. હું મારા આગામી પ્રયાસમાં ચોક્કસપણે સફળ થઈશ', તેણે સંતોષી સ્મિત સાથે જાહેર કર્યું; તેનો નિશ્ચય અતૂટ હતો.

તે વર્ષ પછી, મિન્નૂ જોશી અને તેનાં માતાપિતા સાથે હોલી લેંડ(ઈસા મસીહથી સંબંધિત પવિત્ર સ્થળો જેમ કે બેથલેહમ, નજારથ, જેરુસલમ અને અન્ય સ્થળોને ઈસાઈ જગતમાં ધ હોલી લૅન્ડ કહેવામાં આવે છે) ની યાત્રા પર ગઈ, જેનાથી કેરળની બહાર તેની ક્ષિતિજો વ્યાપક બની ગઈ. પવિત્ર સ્થળ મોટાભાગે ઇઝરાયલ અને પેલેસ્ટાઇનનાં આધુનિક રાજ્યોમાં ફેલાયેલ છે. આનાથી તેની અંદર એક નવી ચિનગારી પ્રજ્વલિત થઈ, IAS અધિકારી બનવાની અને સમગ્ર વિશ્વની સુંદરતાનું અન્વેષણ કરવાની તેની ઇચ્છાઓને વેગ મળ્યો.

'મને આ મુશ્કેલ યાત્રામાં માર્ગદર્શન આપવા માટે વિશ્વસનીય તાલીમ એકેડેમીની જરૂર છે', મિન્નૂએ વિચાર્યું; તેનો નિશ્ચય દિવસે ને દિવસે વધુ મજબૂત થતો જતો હતો.

દિવ્ય ઉપહાર

પવિત્ર ભૂમિ પરથી પાછા ફર્યાના થોડા સમય પછી, મિન્નૂને તેની મિત્ર શેરીન (નામ બદલ્યું છે) દ્વારા દિવ્ય ઉપહાર મળે છે. 'દીદી, તમારા માટે એક રોમાંચક સમાચાર છે,' શેરીને અખબારની જાહેરાત લહેરાવતા કહ્યું. 'ચેન્નાઈની પ્રખ્યાત IAS એકેડેમી અહીં તિરુવનંતપુરમમાં તેની શાખા ખોલી રહી છે.'

આ એકેડેમીના વખાણ સાંભળીને મિન્નૂની આંખોમાં આશાના ચમકારા આવી ગયા. જો કે, અનિશ્ચિતતાનાં વાદળોએ તેની ખુશીને ક્ષણભર માટે ક્ષીણ કરી નાખી. 'પણ શેરીન, આ સંસ્થા ખૂબ પ્રખ્યાત છે અને હું તેની ફી ચૂકવી શકીશ નહીં,' તેણે પોતાની ઉત્તેજના પર નિયંત્રણ રાખતાં કહ્યું.

શેરીને તરત જ મિન્નૂની ચિંતા દૂર કરી. 'બહેન, ધ્યાનથી વાંચો. તેઓ "ટેસ્ટ સિરીઝ"થી શરૂ કરી રહ્યાં છે, જે ખૂબ સસ્તી છે. રીડિંગ રૂમ પણ હશે.'

શેરીનના આશ્વાસન છતાં મિન્નૂ આર્થિક બોજને લઈને ચિંતિત હતી. રાત્રે જમ્યા પછી તેણે જોશી સમક્ષ પોતાની ચિંતા વ્યક્ત કરી. 'ચિંતા ન કર, મિન્નૂ. ઈશુએ પૈસાની વ્યવસ્થા કરી નાખી છે. મને આજે પગારના જૂના એરિયર મળ્યા છે', જોશીએ હસતાં હસતાં કહ્યું, જેનાથી મિન્નૂને ઘણી રાહત થઈ.

મિન્નૂએ 1 ડિસેમ્બર, 2016ના રોજ એકેડેમીમાં ટેસ્ટ સિરીઝ માટે નોંધણી કરાવી, તેની આગામી પ્રિલિમ પરીક્ષા માટે સખત તૈયારી શરૂ કરી. દરરોજ ઑફિસેથી પાછા ફર્યા પછી, તેણે પોતાની જાતને તેના અભ્યાસમાં સમર્પિત કરી અને ઘણીવાર સવાર સુધી અભ્યાસ ચાલુ રાખ્યો. સપ્તાહાંત અને રજાઓ પણ સંપૂર્ણ રીતે અભ્યાસમાં તે પૂર્ણપણે સમર્પિત હતી.

તેના અગાઉના અભ્યાસની દિનચર્યાથી વિપરીત, આ વખતે મિન્નૂનો અભિગમ માત્ર વાચન પૂરતો મર્યાદિત ન હતો, પરંતુ તેનાથી ઘણો આગળ વધી ગયો હતો. તેઓએ એકેડેમીની ટેસ્ટ સિરીઝ, પાછલાં વર્ષોના પ્રશ્નપત્રો અને વિવિધ કોચિંગ સંસ્થાઓની વેબસાઇટ પર પોસ્ટ કરેલા પ્રશ્નોના ખંતપૂર્વક જવાબ મેળવ્યા. તેની તૈયારીની ટોચ પર, મિન્નૂએ દરરોજ 10-11 કલાક તેના અભ્યાસ માટે ફાળવ્યા.

પરંતુ પુત્ર સાથે વધુ સમય વિતાવી ન શકવાની લાગણી તેને સતત સતાવતી હતી. તે તેને સૂવાના સમયે વાર્તાઓ કહેવા, તેને ખવડાવવા, ઘરે પાછા ફર્યા પછી તેની સાથે રમવાની અને તેના પ્લે સ્કૂલના કાર્યક્રમોમાં ભાગ લેવા જેવા સરળ આનંદની ઝંખના કરતી હતી. તે કીમતી ક્ષણોની ઝંખના કરતી હતી, જે તેની આંગળીઓમાંથી સરકી રહ્યાં હતાં.

બલિદાનોની વચ્ચે, મિન્નૂએ એ હકીકતથી દિલાસો લીધો કે પરીક્ષણના દરેક રાઉન્ડ સાથે તેનું પ્રદર્શન સુધરી રહ્યું છે. સમય જતાં તેણે સતત વધુ ગુણ મેળવ્યા, ઘણી વખત ટેસ્ટ શ્રેણીમાં ટોચનું સ્થાન મેળવ્યું, જેણે તેનો આત્મવિશ્વાસ વધાર્યો. જોશી તેના આધારસ્તંભ હતા: ભાવનાત્મક અને નાણાકીય સહાય પૂરી પાડવી, કુટુંબની જવાબદારીઓ સંભાળવી, તેમના બાળકની સંભાળ રાખવી, મિન્નૂને સામાજિક દબાણોથી બચાવવી અને તણાવ અને આત્મ-શંકાની ક્ષણોમાં તેના પ્રોત્સાહક તરીકે કામ કરવું.

મિન્નૂએ 2017ની પ્રિલિમ પરીક્ષા પછી જોશીને કહ્યું, ‘ચેટ્ટન, મેં આન્સર કી થકી મારા જવાબો સારી રીતે ચેક કર્યા છે. મને વિશ્વાસ છે કે હું પ્રિલિમ્સ ક્લિયર કરીશ’, તેમનો ઉત્સાહ સ્પષ્ટ હતો.

મિન્નૂની આગાહી ત્યારે સાચી પડી જ્યારે તેણે મેઇન્સ માટે પસંદ થયેલા સફળ ઉમેદવારોની યાદીમાં પોતાનો રોલ નંબર જોયો. સમગ્ર જોશી પરિવારમાં આનંદ છવાયો હતો.

અનપેક્ષિત પ્રવેશ દિલ જીતી લે છે

બીજે દિવસે સવારે એક નવા પ્રચંડ પડકારની વાસ્તવિકતા - મેઇન્સ - સામે આવીને ઊભી રહી હતી. મિન્નૂને ભૂગોળ પ્રત્યે ઊંડો પ્રેમ

હતો અને તેણે તેને વૈકલ્પિક વિષય તરીકે પસંદ કર્યો હોવા છતાં, તેણે હાઈસ્કૂલથી તેના પર ધ્યાન આપ્યું ન હતું.

તેણે સવારની કૉફીની ચૂસકી લેતાં ઉત્સાહપૂર્વક કહ્યું, 'ચેટ્ટન, મુખ્ય પરીક્ષામાં મારે લાંબા જવાબો લખવાના છે, જેના માટે વિષયનું બહોળું અને ઊંડું જ્ઞાન જરૂરી છે. મારે નિષ્ણાત શિક્ષકના માર્ગદર્શન હેઠળ જવાબ-લેખનની પ્રેક્ટિસ કરવાની જરૂર છે', તેના ચહેરા પર ચિંતાના ભાવ હતા.

'મિન્નૂ ચિંતા ન કરીશ, આપણે તારી તૈયારી માટે એક પ્રતિષ્ઠિત એકેડેમી શોધીશું,' જોશીએ તેને હળવેથી થપથપાવીને તેની ચિંતાઓ દૂર કરવાનો પ્રયાસ કર્યો.

ખૂબ સંશોધન કર્યા પછી, મિન્નૂ અને જોશીએ તિરુવનંતપુરમમાં એક એકેડેમી પર ધ્યાન કેન્દ્રિત કર્યું. એક સાથી ઉમેદવારે આ સંસ્થાના ઉત્તમ ભૂગોળ અધ્યાપકોની પ્રશંસા કરી હતી.

એકેડેમી પહોંચ્યા પછી, મિન્નૂ અને જોશીનું તેના એક સહ-સ્થાપક દ્વારા સ્વાગત કરવામાં આવ્યું. જોકે તેમનું વર્તન આવકારદાયક હતું, તેમ છતાં પડકારની વિકરાળતા વિશે નિખાલસ હતા. 'તમે શાળામાંથી ભૂગોળનો અભ્યાસ કર્યો નથી અને મુખ્ય પરીક્ષાને માત્ર ત્રણ મહિના બાકી છે. અભ્યાસક્રમ આવરી લેવો અત્યંત મુશ્કેલ રહેશે,' તેમણે મિન્નૂ અને જોશીને નિરાશ કરનારી ચેતવણી આપી હતી.

જો કે, આશાનું કિરણ ત્યારે ઊભરી આવ્યું જ્યારે તેણે સૂચન કર્યું, 'તમારી જવાબ-લેખન કૌશલ્યની ચકાસણી કર્યા પછી હું તમને લેવાનું વિચારી શકું છું.'

મિન્નૂએ તે જ દિવસે જવાબ-લેખન સત્રમાં ભાગ લીધો હતો. તેની ઉત્તમ લેખનશૈલીથી પ્રભાવિત થઈને ફેકલ્ટી તેમને પ્રવેશ આપવા સંમત થઈ. એકદમ વિશાળ પાઠ્યક્રમ પૂર્ણ કરવા માટે સંસ્થાએ અત્યંત સખત કાર્યક્રમની સલાહ આપી હતી - દરરોજ બે સત્રો, એક સવારે 6 થી 8 અને બીજું સાંજે 4.30 થી 6.30 સુધી.

નવી દિનચર્યાએ માત્ર મિન્નૂ માટે જ નહીં, પણ જોશી માટે પણ પડકારો ઊભા કર્યા. જોશી પર મિન્નૂને એકેડેમીમાં મૂકવા અને તેની

નોકરી પર જતા પહેલા સાંજે તેને પરત લાવવાની જવાબદારી હતી. મિન્નૂ તેના બે ભૂગોળ સત્રો વચ્ચે સંસ્થાના રીડિંગ રૂમમાં અભ્યાસ કરતી અને આખો દિવસ એકેડેમીમાં જ રહેતી.

મિન્નૂએ મુખ્ય પરીક્ષામાં વિષયો અને પેપરોના ચક્રવ્યૂહને પાર કરવા માટે એક વ્યાપક વ્યૂહરચના તૈયાર કરી. ભાષાના બે ક્વૉલિફાઇંગ પેપરમાંથી અંગ્રેજીમાં કોઈ મુશ્કેલી ન હતી. પરંતુ મલયાલમ પર તેને પકડ મજબૂત કરવાની જરૂર હતી, જેનો તેણે શાળામાં અભ્યાસ કર્યો ન હતો. તેની માતા મલયાલમ શિક્ષિકા હતી અને તેણે મિન્નૂને ભણાવવાની અને તેના જવાબો તપાસવાની જવાબદારી લીધી.

સામાન્ય અભ્યાસ માટે, મિન્નૂએ એવા વિષયોથી શરૂઆત કરી હતી જેનો તેણે પ્રારંભિક પરીક્ષામાં અભ્યાસ કર્યો ન હતો. તેના મર્યાદિત ધ્યાનના સમયગાળાને દૂર કરવા માટે તેણે મિશ્ર અભિગમ અપનાવ્યો અને દરરોજ તમામ પ્રશ્નપત્રોનો અભ્યાસ કર્યો.

મિન્નૂએ તેના વૈકલ્પિક વિષય માટે વ્યૂહાત્મક યોજના બનાવી. પ્રથમ પેપરમાં તેણે માનવ ભૂગોળના શક્ય તેટલા પ્રશ્નોના જવાબ આપવા પર ધ્યાન કેન્દ્રિત કર્યું, કારણ કે તેને તે બીજા ભાગ, ભૌતિક ભૂગોળ કરતાં વધુ ગમતું હતું. બીજું પેપર ભારતીય ભૂગોળ પર કેન્દ્રિત હતું, જ્યાં UPSCએ સામાન્ય પ્રશ્નો પૂછ્યા હતા. બીજા પેપરના જવાબોને સમૃદ્ધ બનાવવા માટે મિન્નૂએ ચતુરાઈપૂર્વક પ્રથમ પેપરના સૈદ્ધાંતિક ખ્યાલો લાગુ કર્યા.

તેણે પોતાના તમામ સોશિયલ મીડિયા એકાઉન્ટ્સ બંધ કરી દીધા, મિત્રો સાથે ચેટિંગ અથવા ગપસપ કરવાનું બંધ કરી દીધું, સામાજિક મેળાવડા છોડી દીધા, બહાર ખાવાનું બંધ કર્યું અને થોડા સમય માટે પોતાની કાર્યાલયની જવાબદારીઓ ભૂલી ગઈ. જેવી રીતે મહાભારતની વાર્તામાં, અર્જુનને જે પક્ષીની આંખને વીંધવાનું કહેવામાં આવ્યું હતું તેના પર તેણે સંપૂર્ણ ધ્યાન કેન્દ્રિત કર્યું હતું, તેવી જ રીતે મિન્નૂનું ધ્યાન તેની મેઇન્સ પર સંપૂર્ણ રીતે કેન્દ્રિત હતું; બાકીની દુનિયા તેના માટે થોડા સમય માટે અદૃશ્ય બની ગઈ હતી.

તેની અથાક મહેનત રંગ લાવી અને મિન્નુએ મેઇન્સ પાસ કરી. તે

મિત્ર અને તેના પરિવાર માટે એક મહત્ત્વપૂર્ણ પ્રસંગ હતો અને કલાકો સુધી ઉજવણી ચાલુ રહી.

મિન્નૂએ તેની સાસુને ગર્વ સાથે કહ્યું, 'અમ્મા, મને વિશ્વાસ નથી આવતો કે હું ઇન્ટરવ્યૂના સ્ટેજ પર પહોંચી ગઈ છું. આ તો કોઈ ગ્રાન્ડ સ્લેમની ફાઇનલમાં પહોંચેલી વાઇલ્ડ કાર્ડ એન્ટ્રી જેવું છે'

સુનામીનો સામનો

તે રાત્રે પિતાની ગેરહાજરીથી મિન્નૂનું હૃદય ખૂબ જ વ્યથિત હતું. તે તેની સાથે ખૂબ જ જોડાયેલી હતી અને હજુ પણ આશ્ચર્ય પામી રહી હતી કે તેઓ પોતાને આટલી જલદી છોડીને કેમ ચાલ્યા ગયા. તે મિન્નૂના નાયક હતા: શક્તિ અને રક્ષણનું પ્રતીક.

'આજે તે જીવતા હોત તો ગર્વ અને આનંદથી ફૂલ્યા ન સમાતા હોત', મિન્નૂએ વિચારવાનું શરૂ કર્યું. તેની અંદર લાગણીઓનું પૂર ઊભરાયું, જેનાં મોજાં તેની આંખોમાંથી બહાર આવ્યાં. જૂન 2007માં જ્યારે તેના પિતા દુ:ખદ રીતે તેમના જીવનની લડાઈ ડિપ્રેશન સામે હારી ગયા, ત્યારે મિન્નૂની યાદો તેના મનમાં છલકાવા લાગી.

જે દિવસે મિન્નૂને તેની શૈક્ષણિક શ્રેષ્ઠતા માટે ચર્ચ દ્વારા સન્માનિત કરવામાં આવી, તે દિવસે તેણે ઉત્સાહપૂર્વક તેના પિતા સાથે ખરીદી કરવા જવાનું આયોજન કર્યું હતું. તેઓને ક્યાં ખબર હતી કે આ તેમની છેલ્લી યાત્રા હશે.

'હું ડૉક્ટર પાસે જઈને મેડિકલ સર્ટિફિકેટ મેળવી લઈશ' પોલ રાજે મિન્નૂને ઘરે મૂકતા કહ્યું. પરંતુ તેઓ પરત ન આવતા પરિવારજનો ભારે ચિંતિત બન્યા હતા. બીજા દિવસે તેમના મૃત્યુના વિનાશક સમાચાર આવ્યા, જેનાથી પરિવાર બરબાદ થઈ ગયો. આ અસહ્ય વ્યથાની વચ્ચે, કકળાટ અને ટોણા મિન્નૂને પરેશાન કરી રહ્યા હતા, જેના દ્વારા લોકો મિન્નૂને તેના પિતાના મૃત્યુ માટે જવાબદાર ઠેરવી રહ્યા હતા.

રસ્તા પર ચાલતી વખતે મિન્નૂ પેલા દુ:ખદાયી કકળાટમાંથી બચી ન શકી: 'જુઓ, આ એ જ છોકરી છે, જે તેના પિતાના મૃત્યુનું કારણ

બની છે.' બસ સ્ટોપ પર યુવકના ક્રૂર ટોણાએ તેની વેદનામાં વધુ વધારો કર્યો. 'હવે તારી સંભાળ કોણ રાખશે? આવો અને અમારી સાથે રહો', તેઓ મજાકમાં કહી રહ્યા હતા.

પરંતુ વાવાઝોડા વચ્ચે, મિન્નૂને તેના દાદીના અડગ સમર્થન અને અંકલ જ્હોનની દિલાસો આપનારી હાજરીથી આશ્વાસન મળ્યું. તેમના પ્રેમે મિન્નૂને દુનિયાની કઠોરતામાંથી બચાવી.

જેમ જેમ મિન્નૂનું ગ્રેજ્યુએશન નજીક આવ્યું તેમ તેના લગ્નની વાતો હવામાં વહેવા લાગી. મિન્નૂ વિશેની અફવાઓથી ચિંતિત, તેના પરિવારને લાગ્યું કે તેના વહેલા લગ્ન કરવાથી તેનું રક્ષણ થશે. મિન્નૂ પણ તે ઘરમાંથી ભાગી જવા માંગતી હતી, જે તેના પિતાના મૃત્યુ બાદ તેને ભરખી જવાની કોશિશ કરી રહ્યું હતું. તેથી 2011માં, જ્યારે જોશીએ લગ્નનો પ્રસ્તાવ મૂક્યો, ત્યારે મિન્નૂ બહુ વિચાર્યા વિના રાજી થઈ ગઈ.

ક્રિસમસનો ઉપહાર

કેરળ સરકારની સેવામાં રહેલા પોલ રાજના અવસાન પછી, અનુકંપા નિમણૂકના નિયમે તેમના પરિવારના સભ્યને ગ્રુપ-C સરકારી નોકરી લેવાની તક પૂરી પાડી હતી. તેમના પરિવારે મિન્નૂને આ પદ માટે નામાંકિત કરી હતી. અંકલ જ્હોનના માર્ગદર્શન હેઠળ, તેણે અરજીની પ્રક્રિયા શરૂ કરી.

'મિન્નૂ, તું કઈ નોકરી માટે અરજી કરવા માંગે છે? પોલીસ કૉન્સ્ટેબલ કે કારકુન?' જ્હોને વિકલ્પો સમજાવતાં પૂછ્યું.

મિન્નૂ વિચારવા લાગી, તેના મગજમાં તેના પિતાની યાદો જીવંત થઈ રહી હતી. 'કૉન્સ્ટેબલ બનવા માટે શારીરિક શક્તિ અને અનિયમિત કલાકોની જરૂર પડે છે,' તેણે વિચાર્યું.

જ્હોને હકારમાં માથું ધુણાવ્યું, 'સાચું, પણ ક્લાર્કની પોસ્ટ માટે વેઇટિંગ લિસ્ટ લાંબું છે. કૉન્સ્ટેબલની પોસ્ટ ઘણીવાર વધુ ઝડપથી આવે છે.'

પોલીસની સખત તાલીમ વિશે ચિંતિત મિન્નૂએ અચકાતાં કહ્યું, 'હું ક્લાર્કની પોસ્ટની રાહ જોઈશ અને મારા અભ્યાસમાં ધ્યાન આપીશ.'

રમૂજી કટાક્ષ સાથે, જ્હોને ચીડવતાં કહ્યું, 'હું જાણું છું, તું પોલીસ બનવા માટે ખૂબ આળસુ છો.'

આમ, અનુકંપા નિમણૂક માટેના ઉમેદવારોની લાંબી યાદીમાં મિન્નૂનું નામ જોડાય છે. સૂચિ ગોકળગાયની ગતિએ આગળ વધી અને પ્રક્રિયા અનંત લાગતી હતી. દરેક પસાર થઈ રહેલા મહિને મિન્નૂની આશાઓ ઓછી થવા લાગી. જોશીએ તેને સતત પ્રોત્સાહિત કરી અને ખાતરી આપી કે ટૂંક સમયમાં તેનો નિમણૂક પત્ર તેમના હાથમાં આવશે.

સપ્ટેમ્બર 2012માં, મિન્નૂએ બાયોકેમિસ્ટ્રીમાં પોસ્ટ ગ્રેજ્યુએશન પૂર્ણ કર્યું અને યુનિવર્સિટીમાં બીજો ક્રમ મેળવ્યો. આખરે, ડિસેમ્બરના પ્રથમ સપ્તાહમાં, કેરળ પોલીસમાં ક્લાર્કની નોકરી માટે લાંબા સમયથી જેની રાહ જોવાતી હતી તેનો ઑફર લેટર આવ્યો. મિન્નૂને 26 ડિસેમ્બર, 2012ના રોજ પોલીસ મુખ્યાલય (PHQ એટલે કે પોલીસ હેડક્વાર્ટર્સ)માં હાજર રહેવાનું જણાવવામાં આવ્યું હતું.

તે દિવસે મિન્નૂ તેના પિતાને યાદ કરીને ભાવુક બની ગઈ હતી. તેની માતાની પણ આંખોમાં આંસુ હતાં. મિન્નૂ સવારે વહેલા ઊઠી, ચર્ચમાં ગઈ અને ઑફિસમાં પોતાના પ્રથમ દિવસની તૈયારી કરી.

'તમે નસીબદાર છો. તમારી નિમણૂક ફક્ત પીએચક્યૂમાં કરવામાં આવી છે. કાગજી કાર્યવાહી પૂર્ણ કરવા માટે પહેલા માળે રૂમ નંબર 121 પર જાઓ.' પીએચક્યૂ રિસેપ્શન પરની એક આધેડ વયની મહિલાએ મિન્નૂને કહ્યું.

મિન્નૂનું હૃદય આનંદથી ઊછળી ઊઠ્યું. તેની સૌથી ઊંડી ઇચ્છા તિરુવનંતપુરમમાં અથવા તેની આસપાસ નિમણૂક મેળવવાની હતી. પછીનાં ત્રણ વર્ષ સુધી, મિન્નૂએ પીએચક્યૂમાં પોતાની નોકરીમાં પૂરા દિલથી કામ કર્યું. તે સંપૂર્ણપણે સમર્પિત હતી. તેનો માર્ગ નક્કી થઈ ગયો હતો જ્યાં સુધી પાંડા સરની સલાહે તેની દિશા ન બદલી નાખી.

માયાવી શિખર સંમેલન

હવે ચાલો, માર્ચ 2018 પર પાછા ફરીએ.

મિન્નૂએ સીએસઈ-2017 મુખ્ય પરીક્ષાના પરિણામની જાહેરાતની

ઉજવણીમાં એક દિવસ વિતાવ્યો અને પછી ઉત્સાહપૂર્વક ઇન્ટરવ્યૂની તૈયારી શરૂ કરી. અંતિમ પડકારનો સામનો કરવા માટે, તેણી જોશી સાથે નવી દિલ્હી જતી કેરળ એક્સપ્રેસમાં ચડી ગઈ.

ઇન્ટરવ્યૂના દિવસે મિન્નૂ રોજ કરતા વહેલા જાગી ગઈ હતી. ચિંતાને કારણે તે નાસ્તો કરી શકી નહીં. તેણે ઝડપથી પોતાની પ્રોફાઇલ અને સિદ્ધિઓની સમીક્ષા કરી અને સવારનું છાપું વાંચ્યું. તેઓ કેરળ હાઉસમાં રોકાયા હતા. મિન્નૂએ ત્યાંથી જોશી સાથે રિક્ષા પકડી અને બંનેએ શાહજહાં રોડ પર સ્થિત UPSCની ભવ્ય ઑફિસ ધૌલપુર હાઉસ તરફ પ્રયાણ કર્યું.

મિન્નૂ ધૌલપુર હાઉસની ભવ્યતા જોઈને દંગ રહી ગઈ. સુરક્ષા તપાસ પછી, તેણે એક વિશાળ વેઇટિંગ હૉલમાં પ્રવેશ કર્યો, જે તેના સાથી ઉમેદવારોથી ભરેલો હતો. UPSCના એક અધિકારીએ તેમને શુભેચ્છા પાઠવી અને ઇન્ટરવ્યૂ પ્રક્રિયા વિશે માહિતી આપી.

ચિંતાથી ઘેરાયેલી, મિન્નૂ મોટાભાગે મૌન રહી અને અન્ય ઉમેદવારો સાથે ભાગ્યે જ વાતચીત કરી. લાંબી રાહ જોયા બાદ આખરે બપોરના ભોજન પહેલા તેનો વારો આવ્યો.

તે અંદર પહોંચી કે તરત જ બૉર્ડ અધ્યક્ષે મોડું થઈ ગયું છે એમ વાત કરીને તેનું સ્વાગત કર્યું. 'બપોરના ભોજનનો સમય લગભગ થઈ ગયો છે, તો ચાલો, આ ટૂંકમાં પતાવીએ. મહેરબાની કરીને તમારો પરિચય આપીને શરૂઆત કરો,' તેમણે કહ્યું.

હસતાં હસતાં મિન્નૂએ પોતાની યાત્રા વિશે જણાવવાનું શરૂ કર્યું. અધ્યક્ષે ધ્યાનથી સાંભળ્યું, પણ પછીના પ્રશ્ને મિન્નૂને આશ્ચર્ય થયું. 'શું એવું કંઈ છે જે તમે ઉમેરવા માગો છો જેનો તમારા વિગતવાર અરજી પત્ર (DAF)માં ઉલ્લેખ નથી?' તેઓએ પૂછ્યું.

આ સવાલનો જવાબ આપવાનો પ્રયાસ કરતી વખતે મિન્નૂ ગભરાઈ ગઈ. 'સાહેબ, આનાથી વધુ કંઈ નથી. હું એક વાચક અને પ્રવાસી છું', તેણે ખચકાતાં કહ્યું.

'પણ આ તમારા ડીએએફમાં એ પહેલેથી જ લખેલું છે; તેને પુનરાવર્તિત કરવાની જરૂર નથી,' તેમણે મિન્નૂની ચિંતા વધારતાં કહ્યું.

ઇન્ટરવ્યૂમાં તેમની નોકરી અને શૈક્ષણિક પસંદગીઓની ચર્ચા કરવામાં આવી હતી, જેમાં કેરળ પોલીસની હથિયાર લાઇસન્સ મંજૂર કરવાની સત્તા વિશેના પ્રશ્નો અને જીવવિજ્ઞાનની પૃષ્ઠભૂમિ હોવા છતાં વૈકલ્પિક વિષય તરીકે ભૂગોળ પસંદ કરવાના તેમના નિર્ણયનો સમાવેશ થતો હતો.

બોર્ડના એક સભ્યએ પૂછ્યું, 'લાંબા સમયથી તિરુવનંતપુરમમાં રહેતાં, શું તમે ક્યારેય શહેરની બહાર જવાનું વિચાર્યું છે?'

મિન્નૂને પ્રશ્નો યાદચ્છિક લાગ્યા; મોટાભાગના પ્રશ્નો તે વિષયો પર કેન્દ્રિત ન હતા જેના માટે તેણે તેના ડીએએફમાંથી કાળજીપૂર્વક તૈયારી કરી હતી. ઇન્ટરવ્યૂ 15 મિનિટથી પણ ઓછા સમય સુધી ચાલ્યો, જેના કારણે મિન્નૂ નિરાશ થઈ ગઈ.

ઇન્ટરવ્યૂ પછી તેણે કાળજીપૂર્વક પોતાના પ્રદર્શનનું વિશ્લેષણ કર્યું અને ઘણી નબળાઈઓ જોઈ: તેને પોતાની બોડી લેંગ્વેજ વિશે શંકા હતી; કેરળ મૉક ઇન્ટરવ્યૂમાં નકારાત્મક પ્રતિસાદને કારણે ઓછો આત્મવિશ્વાસ; દિલ્હીમાં દેશભરના ઉમેદવારોને જોયા પછી આત્મવિશ્વાસ વધુ ઓછો થયો; વધુમાં, તેને દરેક પ્રશ્નનો જવાબ આપવાનું વલણ હતું, પછી ભલે તેને જવાબ ખબર હોય કે ન હોય.

બધાં સપનાં ચકનાચૂર થઈ ગયાં

27 એપ્રિલ, 2018ના રોજ, મિન્નૂને નિરાશાજનક ક્ષણોનો સામનો કરવો પડ્યો. ટેલિગ્રામ એપ ગ્રુપમાં અફવાઓ ઊડી રહી હતી કે પરિણામ આવવાનું છે. તેને તેના કામ પર ધ્યાન કેન્દ્રિત કરવું મુશ્કેલ લાગ્યું અને તે વારંવાર તેનો ફોન ચેક કરતી. અંતે, સાંજે સફળ ઉમેદવારોના નામ ધરાવતી PDF દેખાઈ. મિન્નૂએ ધીમા શ્વાસે સૂચિ પર નજર નાખી; તેનું હૃદય બેસી ગયું, કારણ કે તેમાં તેનું નામ દેખાતું ન હતું.

ભોજનના ટેબલ પર નિરાશા સ્પષ્ટ હતી, જ્યાં તેનો પરિવાર એકત્ર થયો હતો. તેઓની આંખોમાં આંસુ હતાં. પરંતુ નિરાશા છતાં મિન્નૂ હિંમત ન હારી અને તેને સાંત્વના આપવાનો પ્રયત્ન કરી રહી હતી. 'આટલા પરેશાન ન થાઓ. હું ઇન્ટરવ્યૂ સ્ટેજ સુધી પહોંચી ગઈ એ

કંઈ નાનીસૂની વાત નથી. આવતા વર્ષે મારું નામ ચોક્કસપણે અંતિમ યાદીમાં હશે,' તેણે ખાતરી આપી.

જો કે, ભગવાન તેના નિશ્ચય અને માનસિક શક્તિની વધુ કસોટી કરવાના હતા. પરિણામ પહેલાં તે એટલી ચિંતિત હતી કે તે અભ્યાસ કરી શકતી ન હતી અને પરિણામ આવ્યા પછી નિષ્ફળતાની નિરાશા એટલી બધી હતી કે તે વધુ કંઈ કરી શકતી ન હતી. આગળની પ્રિલિમ્સ માત્ર બે અઠવાડિયાં પછી યોજાવાની હતી, જેના માટે તે પૂરતી તૈયારી કરી શકી ન હતી.

જોકે પ્રિલિમ્સ-2018માં તેનું પ્રદર્શન બહુ સારું નહોતું, છતાં મિન્નૂ હજુ પણ આશાવાદી હતી કે તે મેઇન્સના તબક્કા સુધી પહોંચશે. મેઇન્સ માટે પસંદ કરાયેલા ઉમેદવારોની યાદીમાં તેનું નામ ન મળતાં તે ચોંકી ઊઠી હતી. જ્યારે માર્ક્સ પ્રકાશિત થયા ત્યારે તેને ખબર પડી કે તેણે સામાન્ય અધ્યયનમાં સારા ગુણ મેળવ્યા છે, પરંતુ તે સીએસએટી પાસ કરી શકી નથી.

નિરાશા અને ડરના બોજ સાથે ઝઝૂમી રહેલી મિન્નૂ પોતે સ્તબ્ધ થઈ ગઈ. આ નિષ્ફળતા પછી તે તેના સહકર્મીઓનો સામનો કેવી રીતે કરી શકે! ઑફિસે પાછા ફરવાના ભયંકર ભયે તેને ઘર સુધી જ સીમિત રાખી. જોશીના શ્રેષ્ઠ પ્રયાસો છતાં, મિન્નૂ નિરાશાના ગૂંચવાડામાં અટવાયેલી રહી.

આખરે, જોશીના મજબૂત સમર્થને તેને ધીમે ધીમે મેદાનમાં પાછા લાવી. મિન્નૂ અનિચ્છાએ ઑફિસમાં પાછી ફરી અને પોતાના સહકર્મીઓની ટીકાત્મક નજરથી બચવા માટે પોતાની જાતને સજ્જડ બનાવી. તેમ છતાં દરેક પસાર થતા દિવસ સાથે તેને લોકોના ટોણાઓ છતાં અવિચલિત રહેવાની તાકાત મળી, જે તેની અદમ્ય ભાવનાનો પુરાવો હતો.

તેણે રજા માટે અરજી કરવાની અને પ્રિલિમ્સ-2019નો સામનો કરવાની તાકાત એકઠી કરી. પરંતુ નિયતિએ તેમને વધુ એક ક્રૂર ફટકો આપ્યો, કારણ કે સીએસએટીએ ફરી એકવાર તેમની યોજનાઓને બરબાદ કરી દીધી.

રોગચાળાએ જીવનને સુંદર બનાવ્યું

12 ફેબ્રુઆરી, 2020ના રોજ, મિન્નૂએ સીએસઈ-2020 પરીક્ષા માટે UPSCની જાહેરાત જોઈ. આ જોઈને તેની અંદર ઉત્તેજના, ઉદાસી, આશા અને નિરાશાની મિશ્ર લાગણીઓ ઊભી થઈ. તેણે ઑફિસમાંથી બહાર આવીને જાહેરાતની ફોટોકૉપી કરાવી. કારમાં બેસીને તેણે જોશીને બતાવી.

'મારે પ્રયત્ન કરવો જોઈએ? જો હું ફરીથી નિષ્ફળ જાઉં તો?' મિન્નૂએ આંખોમાં આંસુ સાથે પૂછ્યું.

'સફળતા માત્ર સમયની વાત છે, મિન્નૂ. રજા લો અને પૂરા દિલથી તૈયારી કરો. મારા માટે આ પ્રયાસ કરવા બાબતે વિચાર કર', જોશીએ તેનો હાથ હળવેથી પકડીને તેને આશ્વાસન આપ્યું.

'મેં પહેલેથી જ ઘણુંબધું ગુમાવ્યું છે, જેમાં ડૂડલ (જેરેમિયા)ના મોટા થવાની કીમતી પળોનો સમાવેશ થાય છે. હું અનિશ્ચિત સમય માટે જુગાર ન રમી શકું. આ મારો છેલ્લો પ્રયાસ હશે', એમ તેણે નિશ્ચિતપણે જાહેર કર્યું.

બીજા દિવસે સવારે મિન્નૂએ નવા દઢ નિશ્ચય સાથે તૈયારીઓ શરૂ કરી, પરંતુ ટૂંક સમયમાં કોવિડ-19 રોગચાળાને કારણે તેની પ્રગતિ અટકી ગઈ. વાયરસના ફેલાવાને રોકવા માટે, કેરળ સરકારે 8 માર્ચ, 2020ના રોજ કોચિંગ સંસ્થાઓને બંધ કરવાનો આદેશ આપ્યો અને પરીક્ષાઓ અનિશ્ચિત સમય માટે મુલતવી રાખવામાં આવી.

અબજો અન્ય લોકોની જેમ પોતાના ઘર સુધી મર્યાદિત મિન્નૂએ તેના જીવનનાં ઘણાં પાસાંઓના મહત્ત્વનું પુનઃમૂલ્યાંકન કર્યું. તેમના પતિ જોશી સૌથી મહત્ત્વપૂર્ણ વ્યક્તિ તરીકે ઊભરી આવ્યા હતા.

'હું માનતી હતી કે અમારાં લગ્ન સફળ રહ્યાં, કારણ કે અમે એકબીજાને ઓછા મળતાં હતાં, પણ હું ખોટી હતી. લૉકડાઉન દરમિયાન અમે હંમેશાં સાથે રહ્યાં હતાં. અમે સાથે રાંધ્યું, ટીવી જોયું, કલાકો સુધી વાત કરી અને એકબીજાની કંપનીનો આનંદ માણ્યો. હું ખરેખર હવે જોશીને સમજી શકી છું.' મિન્નૂએ ઝૂમ કોલ પર પોતાની બેસ્ટફ્રેન્ડ સામે કબૂલ્યું હતું.

જોશીના મિત્રો વારંવાર મિન્નૂની IAS પરીક્ષા માટેના તેમના સમર્થન પર સવાલ ઉઠાવતા હતા.

'તમારી પત્ની IAS ઑફિસર બનશે ત્યારે તમે કેવી રીતે સહન કરશો? તમે માત્ર એક ટેક્નિશિયન છો. તમે તેનાથી ઘણા નીચા રેન્ક પર હશો. તે કારમાં જશે, બંગલામાં રહેશે, તેની પાસે ઘણી શક્તિ હશે,' તેઓએ પૂછપરછ કરી.

એક દિવસ જોષીએ મજાકમાં મિન્નૂને પૂછ્યું, 'પરીક્ષા પાસ કરીને IAS ઑફિસર બન્યા પછી પણ તું મારી પાછળ બાઇક પર બેસશે?'

મિન્નૂ ખૂબ હસી અને જોશીને ગળે લગાડી લીધા. ત્યારે તેણે જવાબ આપ્યો, 'હું માત્ર મારો વ્યવસાય બદલીશ, મારી જાતને નહીં. મને તમારી સાથે બાઇક પર બેસવામાં ક્યારેય કોઈ વાંધો નહીં હોય.'

કોચિંગ એકેડેમીનો ઉપહાર

મિન્નૂએ કોવિડ-19 રોગચાળા દરમિયાન ઝૂમ પર પોતાની બેસ્ટફ્રેન્ડ અશ્વથી (નામ બદલ્યું છે) સાથે અભ્યાસ કર્યો. એક દિવસ અશ્વથીએ પૂછ્યું, 'મિન્નૂ, તને ખબર છે કે અમારી કોચિંગ એકેડેમી પાસે એકેડેમીનો ફ્લૅટ પણ છે? તું સેન્ટર ઇન્ચાર્જને પરીક્ષાની તૈયારી માટે આપણને ત્યાં રહેવા દે એ માટે કેમ નથી કહેતી? તું ટેસ્ટ શ્રેણીમાં શ્રેષ્ઠ પ્રદર્શનકર્તા છો, તેથી તેઓ તારી વિનંતી સ્વીકારી શકે છે.'

આ વિચારથી મિન્નૂની આંખો ચમકી ગઈ, પણ પછી મહિનાઓ સુધી પુત્ર અને પતિથી દૂર રહેવાના વિચારથી તેની આંખોની ચમક ઝાંખી પડી ગઈ. તેણે આ દિશામાં આગળ ન વધવાનું નક્કી કર્યું. પણ જોશીએ આ વાત સાંભળી લીધી હતી અને તેણે મિન્નૂને આ માટે મનાવી લીધી હતી. તેણે મિન્નૂને કહ્યું, 'જો તું અશ્વથી સાથે શિફ્ટ થઈશ તો તું તારા અભ્યાસમાં વધુ સારી રીતે ધ્યાન કેન્દ્રિત કરી શકીશ.' બીજા દિવસે મિન્નૂએ સેન્ટર ઇન્ચાર્જ સાથે વાત કરી, જેઓ તરત જ સંમત થયા.

મિન્નૂએ પોતાનો સામાન બાંધ્યો કે તરત જ તેની નસોમાં ઉત્સાહ દોડવા માંડ્યો. છતાં જેમ જેમ વિદાયની ક્ષણ નજીક આવતી ગઈ તેમ

તેમ ઉદાસી તેને ઘેરવા લાગી. મહિનાઓ સુધી પુત્ર અને જોશીથી અલગ રહેવાના વિચારે તેના હૃદયને અસહ્ય પકડમાં જકડી લીધું.

તે રાત્રે, જ્યારે તેના રૂમમાં અંધારું હતું, ત્યારે મિન્નૂની આંખોમાંથી ઊંઘ ભુલાઈ ગયેલી સ્મૃતિની જેમ ગાયબ થઈ ગઈ. તેના બદલે તેનું મન યાદોની ઝાંખી બની ગયું હતું, દરેક ફ્રેમ તેના પુત્રના તેજસ્વી સ્મિત અને જોશીની દિલાસો આપતી હાજરીથી શણગારેલી હતી. ચુપચાપ તેના ગાલ પરથી આંસુ વહી ગયાં.

બીજા દિવસે સવારે નાસ્તો કર્યા પછી મીન્નૂએ તેની સૂટકેસ કારની ડેકીમાં રાખી. તેનો પુત્ર તેને વળગી રહ્યો; તેના હાથ તેની માતાના ગળામાં ચુસ્તપણે વીંટળાયેલા હતા. મિન્નૂએ તેને ચુંબન કર્યું, દરરોજ વિડિયો કૉલ કરવાનું આશ્વાસન આપ્યું, વચન આપ્યું કે તે જલદી પરત આવશે અને પછી પોતાનાં આંસુ છુપાવીને કારમાં બેસી ગઈ. UPSC પાસ કરવાનું દબાણ હવે વધી ગયું હતું.

એપાર્ટમેન્ટમાં પગ મૂકતાંની સાથે જ મિન્નૂ અને અશ્વથીએ નવા ઉત્સાહ સાથે અભ્યાસ શરૂ કર્યો. સમય બચાવવા માટે તે બે દિવસમાં એક વખત ભોજન બનાવતી હતી. એપાર્ટમેન્ટની અઠવાડિયામાં એકવાર સફાઈ કરવામાં આવતી હતી. આકરી તૈયારીઓ વચ્ચે દરરોજ પોતાના સંબંધિત પરિવારોને ફોન કરવો એ જીવનરેખા સમાન હતું.

પ્રિલિમ્સની પરીક્ષા આખરે 4 ઑક્ટોબર, 2020ના રોજ થઈ. સારી તૈયારી હોવા છતાં, મિન્નૂને સીએસએટીથી ડર લાગતો હતો. 'ચેટ્ટન, મને સામાન્ય અધ્યયન બાબતે વિશ્વાસ છે, પણ મને સીએસએટીમાં નાપાસ થવાનો ડર લાગે છે,' તેણે પરીક્ષા કેન્દ્ર તરફ જતા સમયે ઉત્સાહપૂર્વક કહ્યું.

'મારી પાસે એક યુક્તિ છે જેનાથી તું સીએસએટી પાસ કરી શકીશ. પણ એ હું તને સામાન્ય અધ્યયનના પેપર પછી કહીશ', જોશીએ હસતાં હસતાં તેને ખાતરી આપી.

જોશીએ મિન્નૂના અગાઉના પ્રયાસોમાં એક પેટર્ન જોઈ હતી. સામાન્ય અધ્યયનના પેપર પછી અને સીએસએટી પહેલાં મિન્નૂ પોતાના ફોન અને પ્રશ્નપત્ર સાથે કારમાં બેસીને પોતાની જવાબવહી ચકાસતી. થોડા

ખોટા જવાબો આવવાથી તેનો મૂડ બગડી જતો અને સીએસએટી પહેલા જ તેનો આત્મવિશ્વાસ ડગમગી જતો.

મિન્નૂના સામાન્ય અધ્યયનના પેપર પછી જોશીએ કડકાઈથી પ્રશ્નપત્ર અને મિન્નૂનો ફોન પોતાની પાસે રાખ્યો હતો. 'આ સીએસએટી પાસ કરવાની યુક્તિ છે જેની અગાઉ મેં વાત કરી હતી. જ્યાં સુધી તું તારું સીએસએટી પેપર નહીં આપ ત્યાં સુધી તને તારો ફોન અને પ્રશ્નપત્ર પાછું મળશે નહીં,' તેણે ભારપૂર્વક કહ્યું.

પરિણામ એ આવ્યું કે તેણે સીએસએટીમાં સારો એવો વિજય પ્રાપ્ત કર્યો, જેનાથી તે આગળના રાઉન્ડમાં પહોંચી ગઈ.

અંતિમ યુદ્ધ

પ્રિલિમ્સના પરિણામની રાહ જોયા વિના, મિન્નૂ અને અશ્વથીએ મેઇન્સની તૈયારી શરૂ કરી દીધી. મિન્નૂએ 2017માં આપેલી છેલ્લી મુખ્ય પરીક્ષામાં તેના પ્રદર્શનનું વિશ્લેષણ કર્યું. ત્યાર બાદ તેણે પોતાનાં નબળા ક્ષેત્રો પર કામ કર્યું, દરેક પેપરની ટેસ્ટ શ્રેણીમાં ભાગ લીધો અને સઘન જવાબ-લેખનના અભ્યાસમાં વ્યસ્ત રહી. તેઓએ તેમના જવાબોને સુધારવા માટે મૂલ્યાંકનકર્તાઓના પ્રતિસાદનો સારો ઉપયોગ કર્યો.

તેઓને સખત મહેનત ફળીભૂત થઈ; મિન્નૂ અને અશ્વથી બંને મુખ્ય પરીક્ષામાં સફળ થયા હતા.

તિરુવનંતપુરમમાં ઇન્ટરવ્યૂનું કોચિંગ બહુ સારું નથી એ જાણીને મિન્નૂએ અશ્વથી સાથે એક મહિના માટે દિલ્હી જવાનું નક્કી કર્યું. તેણે દિલ્હીમાં ઘણા મૉક ઇન્ટરવ્યૂ આપ્યા, જેના પછી મિન્નૂનો આત્મવિશ્વાસ ઘણો વધી ગયો.

મિન્નૂ અને અશ્વથીએ એકબીજાની સામે મૉક ઇન્ટરવ્યૂ પણ આપ્યા હતા. અશ્વથીના ઇન્ટરવ્યૂ પછી મિન્નૂની માતા પણ તેની સાથે દિલ્હી આવી હતી. તેની માતાની સામે મૉક ઇન્ટરવ્યૂ આપીને મિન્નૂએ તેની નમ્રતા અને અભિવ્યક્તિ પર અમૂલ્ય પ્રતિભાવ મેળવ્યો.

પોતાના ઇન્ટરવ્યૂની એક સાંજ પહેલા, મિન્નૂએ IPS અધિકારી પાંડા સર પાસેથી માર્ગદર્શન માંગ્યું, જેમણે તેને પરીક્ષા આપવા માટે પ્રેરણા

આપી હતી. તેમની સલાહ સરળ પણ ગહન હતી: 'ઇન્ટરવ્યૂ બોર્ડની સામે ખૂબ જ આરામથી બોલો, જાણે તમે મારી સાથે વાત કરી રહ્યાં હો. તમે લાયક છો, બસ પોતાના મૂળ સ્વરૂપને જાળવી રાખો.' આ શબ્દોએ મિન્નૂનો આત્મવિશ્વાસ વધાર્યો.

21 સપ્ટેમ્બર, 2021ના રોજ, સુંદર લીલી સાડી પહેરેલી મિન્નૂ, ફરી એકવાર પોતાના વ્યક્તિત્વ પરીક્ષણ (ઇન્ટરવ્યૂ) માટે UPSC કેન્દ્રીય હૉલમાં પહોંચી, જેને લોકપ્રિય ભાષામાં ઇન્ટરવ્યૂ કહેવામાં આવે છે. લંચ પછી તેનો ઇન્ટરવ્યૂ થવાનો હતો. પોતાના વારાની રાહ જોતી વખતે, તે શાંત અને સ્વસ્થ રહી અને પોતાના સાથી ઉમેદવારો સાથે મૈત્રીપૂર્ણ વાતચીત કરી. સાંજે 5.30 વાગ્યે સંદેશવાહક આવ્યો અને તેને ઇન્ટરવ્યૂ રૂમમાં લઈ ગયો.

રૂમમાં પ્રવેશતાની સાથે જ બોર્ડના એક સભ્યે અનૌપચારિક રીતે કહ્યું, 'મારી પૌત્રીનું નામ પણ મિન્નૂ છે', વાતાવરણ હળવા હાસ્ય અને હૂંફ સાથે ખુશમિજાજી બની ગયું. આ હળવી ક્ષણે મિન્નૂને સહજ બનાવી દીધી અને તે ખૂલીને હસી.

બોર્ડે તેના ડીએએફનાં વિવિધ પાસાંઓ પર પ્રશ્નો પૂછ્યા, જેમાં બાયોકેમિસ્ટ્રી, ભૂગોળ અને તેમના પોલીસ દળના અનુભવનો સમાવેશ થતો હતો. તેઓએ ભારત અને વિદેશમાં તેની યાત્રાઓ અને અનુભવો વિશે પણ પૂછ્યું. પ્રશ્નો તીક્ષ્ણ હતા, પરંતુ ભારે ન હતા.

મિન્નૂએ પોતાના પ્રદર્શન પર વિચાર કર્યો જ્યારે તેણે ભવ્ય ધૌલપુર હાઉસ છોડ્યું. તેણે વિચાર્યું, 'આ કાં તો બહુ સારું નીકળશે કે કાં તો બહુ ખરાબ.' અલબત્ત, આ મારો છેલ્લો પ્રયાસ હશે. મારી UPSC યાત્રા અહીં પૂરી થાય છે.

રાણીનો રાજ્યાભિષેક

24 સપ્ટેમ્બર, 2021ના રોજ, મિન્નૂ આસપાસના વાતાવરણ વિશે કુતૂહલ અનુભવતી પોતાની ઑફિસમાં પ્રવેશી. વૉટ્સએપ અને ટેલિગ્રામ પર ઘણીબધી પોસ્ટ કહી રહી હતી કે સીએસઈ-2020નું પરિણામ ટૂંક સમયમાં જાહેર થવાનું છે. મિન્નૂ અન્ય કોઈ વાત પર ધ્યાન આપી શકી

નહીં અને સતત તેનો ફોન ચેક કરતી રહી. આ તણાવ વચ્ચે સવારે લગભગ 11 વાગે મિન્નૂને જોશીનો ફોન આવ્યો.

'મિન્નૂ, તારો બીજો કોવિડ-19 રસીનો શૉટ આજે વીએસસીસી ખાતે લેવાનો છે. તું આવી જઈશ કે હું તને લેવા આવું?' જોશીએ પૂછ્યું.

ચિંતાતુર મિન્નૂએ જવાબ આપ્યો, 'ડાર્લિંગ, હું આજે બસમાં નહીં આવી શકું. લોકો કહી રહ્યા છે કે પરિણામ આવવાનું છે. મને ખૂબ જ બીક લાગે છે. પ્લીઝ, મને લેવા આવી જા.'

જોશીએ તેને આશ્વાસન આપ્યું, 'મિન્નૂ, હું હમણાં જ આવું છું. કોઈ પણ પ્રકારની ચિંતા કરીશ નહીં; આ વખતે તું ચોક્કસ સફળ થઈશ', જોશીના શબ્દોએ તેને દિલાસો આપ્યો.

રસી લીધા પછી, જોશીએ તેણે ઑફિસમાં પાછા મૂકવા આવવાનો પ્રસ્તાવ મૂક્યો, પરંતુ મિન્નૂ જોશી સાથે રહેવા માંગતી હતી. 'ચેટ્ટન, હું ખૂબ ચિંતામાં છું. ચાલો, અડધા દિવસની રજા લઈએ અને બીચ પર જઈએ', તેણે સૂચવ્યું.

તેની ચિંતા સમજીને જોશી તરત જ સંમત થયા. તેઓ બીચ તરફ ગયા, પરંતુ ગરમીને કારણે કારની અંદર જ રહ્યા. તણાવને કારણે, થોડી રાહત આપી શકે તેવા ખોરાકની મિન્નૂની તૃષ્ણા વધવા માંડી, જે જોશીએ ખુશીથી પૂરી કરી.

જેમ જેમ દિવસ આગળ વધતો ગયો તેમ તેમ મિન્નૂની ચિંતાઓ પણ વધતી ગઈ. અચાનક તેણે કહ્યું, 'ચેટ્ટન, મારે અશ્વથીને મળવું છે. ચાલો, તેને લઈને પાછા બીચ પર આવીશું.'

તેઓ અશ્વથીને લઈને બીચ પર પાછાં આવ્યાં. પરિણામ અંગેના સંદેશાઓના પૂરના કારણે તણાવ વધી ગયો હતો. છેવટે, સાંજે 7 વાગ્યાની આસપાસ, ટેલિગ્રામ પર પરિણામ પત્રકોનાં ચિત્રો દેખાયાં.

ચુપચાપ પ્રાર્થના કરીને, ધબકતા હૃદય સાથે, મિન્નૂ અને અશ્વથીએ ફોટા ડાઉનલોડ કર્યા. પછી તેણે ધ્રૂજતી આંગળીઓ વડે તેને સ્ક્રોલ કર્યા. અશ્વથીની વિજયી ચીસોએ મૌન તોડ્યું: 'અભિનંદન, મિન્નૂ, તું સફળ થઈ! નંબર 150.' એકદમ આનંદમાં આવીને જોશીએ કહ્યું,

'મિન્નૂ, તારી મહેનત સફળ થઈ છે. હું બહુ આનંદની અને ગર્વની લાગણી અનુભવું છું!'

મિન્નૂએ તેનું નામ અને રોલ નંબર જોઈને પુષ્ટિ કરી. તણાવ દૂર થઈ ગયો અને તેની આંખોમાં તેજસ્વી સ્મિત અને આનંદનાં આંસુ દેખાયાં. તેમ છતાં તેની નજર યાદી પર સ્થિર રહી અને તે અશ્વથીનું નામ શોધતી રહી. તેઓ બંને સાથે મળીને પોતાની સફળતાની ઉજવણી કરવા આતુર હતા.

તેણે વારંવાર સૂચિને સ્ક્રોલ કરી. પરંતુ અશ્વથીનું નામ ક્યાંય મળ્યું ન હતું. મિન્નૂની સફળતાનો આનંદ તેના પ્રિય મિત્રની પસંદગી વિના ફિક્કો પડી ગયો હતો. તેમની પાંચ વર્ષની યાત્રા ઉતાર-ચઢાવથી ભરેલી હતી; પણ હવે મિન્નૂને એકલા ઉજવણી કરવી અધૂરી લાગતી હતી.

એક તારાનો જન્મ

અશ્વથીની વિનંતી પર તેઓ તેને ઘરે મૂકી આવ્યા. મિન્નૂનો ફોન સતત રણકતો હતો અને જોશી આવનારા ફોન કોલ્સ સંભાળી રહ્યા હતા. મિન્નૂએ જ્યારે તેની આંખો બંધ કરી ત્યારે તેને ખાલીપણાની લાગણી અનુભવાઈ; સફળતા સંપૂર્ણપણે અંદર સમાઈ રહી નહોતી. તેને લાગ્યું કે તે સપનું જોઈ રહી છે. તેણે જોશીને ઘણી વખત ચીંટિયો ભરવા કહ્યું; તે ખાતરી કરવા માંગતી હતી કે આ ખરેખર સત્ય છે.

'મિન્નૂ, આ કોચિંગ એકેડેમીમાંથી તારા ભૂગોળવાળા સરનો ફોન છે.' જોશીએ ફોન તેને આપતાં કહ્યું. મિન્નૂને આનંદની લહેર અનુભવાઈ.

'અભિનંદન મિન્નૂ, તેં અમને બધાને ગૌરવ અપાવ્યું છે,' ફોન પરના તેના ઉષ્માભર્યા શબ્દો સંભળાયા, જેનાથી મિન્નૂને સિદ્ધિનો અહેસાસ થયો.

'કૃપયા તરત જ એકેડેમી આવી જાઓ,' તેણે મિન્નૂને કહ્યું.

વધુ વિચાર્યા વિના, તેઓ એકેડેમી તરફ ગયા, જ્યાં તમામ ફેકલ્ટી અધ્યાપકગણ તેમના સ્વાગત માટે દ્વાર પર રાહ જોઈ રહ્યા હતા.

'સર, તમારો ખૂબ ખૂબ આભાર,' મિન્નૂએ તેના ભૂગોળના શિક્ષક અને માર્ગદર્શકનો આભાર વ્યક્ત કર્યો અને તેના ગાલ પર આંસુ વહી રહ્યાં હતાં.

એકેડેમીની અંદર, મિન્નૂને એક સુખદ આશ્ચર્ય થયું. અકાદમીના સ્થાપકે તેમની સિદ્ધિની ઉજવણી કરવા માટે એક કાર્યક્રમનું આયોજન કર્યું હતું, જેમાં એક અગ્રણી મંત્રીએ પણ હાજરી આપી હતી. આ ક્ષણને કેદ કરવા માટે મીડિયાકર્મીઓની ભીડ પણ એકઠી થઈ હતી; તેમના કૅમેરા ચમકી રહ્યા હતા. મિન્નૂ પરિણામ પછી થોડીવારમાં જ ચર્ચામાં આવી ગઈ. તેના નવા સ્ટારડમે તેને હચમચાવી નાખી હતી.

જોશી આ દૃશ્ય જોઈને ખૂબ ખુશ થયા. તેને લાગ્યું કે જાણે તે પોતે IAS ઑફિસર બની ગયો હોય. તેમણે છેલ્લાં છ વર્ષમાં મિન્નૂના અથાક કાર્ય અને અસંખ્ય બલિદાનોને યાદ કર્યાં. મિન્નૂને તેના બાળકથી દૂર રહેવાની પીડા યાદ કરીને તેની આંખો ભીની થઈ ગઈ.

એક કલાક પછી, અસંખ્ય પત્રકારો સાથેના ઇન્ટરવ્યૂના વાવાઝોડા વચ્ચે, મિન્નૂએ તેના પતિને એક ખૂણામાં ચુપચાપ ઊભેલા જોયા. જોશી અભિમાનથી ભરપૂર સ્મિત સાથે તેની સામે જોઈ રહ્યા. મિન્નૂની આસપાસની ઊથલપાથલ એક ક્ષણ માટે ફિક્કી પડી ગઈ અને તે તેના પતિને મળતાં જ તેની અંદર પ્રેમ અને કૃતજ્ઞતાની લહેર ઊઠવા લાગી. તેણે જોશીની આંખોમાં તે જ ગૌરવ અને ટેકો જોયો જે તેના પિતાએ દર્શાવ્યો હતો, જ્યારે મિન્નૂએ પોતાના યુવાનીના દિવસોમાં સફળતા હાંસલ કરી હતી.

ઘડિયાળમાં રાતના 10.30 વાગ્યા હતા. ત્યારે છેક મિન્નૂ અને જોશી આખરે ઘરે પાછા ફર્યા. તેમના પુત્ર અને માતાપિતાએ તેમનું સ્વાગત કર્યું; તેની આંખમાંથી ખુશીનાં આંસુ વહી રહ્યાં હતાં. સગાંસંબંધીઓ અને મીડિયાકર્મીઓની હાજરીથી ઘર ગુંજી ઊઠ્યું હતું.

પોતાનાં માતાપિતાને જોઈને જેરેમિયા દોડ્યો અને તેણે મિન્નૂને ગળે લગાડી લીધી. તે તેની માતાના સંઘર્ષ અને સફળતા વિશે મીડિયાના પ્રશ્નોના જવાબ આપી રહ્યો હતો. અત્યાર સુધીમાં તેને ખબર પડી ગઈ હતી કે તેની માતાએ ખરેખર કંઈક મહાન કર્યું છે. મિન્નૂની માતાએ ગાઢ આલિંગન સાથે કહ્યું, ‘કાશ, તારા પિતા આજે આપણી સાથે ઉજવણી કરવા જીવતા હોત,’ અને તેણે મિન્નૂને હૃદયસરસી ચાંપી લીધી.

મિન્નૂનું હૃદય માત્ર તેની સિદ્ધિ માટે જ નહીં, પરંતુ પોતાના પરિવાર માટે ખુશી અને ગર્વની મિશ્ર લાગણીથી ઊભરાઈ ગયું હતું. ઉજવણીઓ વચ્ચે, તે તેના પિતાના મૃત્યુ પછી તેની માતાની મુશ્કેલીઓને યાદ કરવાથી પોતાને રોકી શકી ન હતી, જેને લીધે લાંબા સમયથી દબાવી રાખેલી લાગણીઓનું પૂર બહાર આવ્યું હતું.

સમુદ્રતટની છોકરી હિમાલયમાં

પછીના બે મહિના સમારંભો, ઇન્ટરવ્યૂ અને હળવા-મળવામાં આંખના પલકારામાં પસાર થઈ ગયા. 30 નવેમ્બર, 2021ના રોજ, મિન્નૂ દિલ્હી જવા માટે ફ્લાઇટમાં બેસવા માટે તૈયાર થઈ. તેઓએ, છેલ્લા કેટલાક દિવસોમાં, લાલ બહાદુર શાસ્ત્રી રાષ્ટ્રીય પ્રશાસન એકેડેમી (LBSNAA), મસૂરી દ્વારા જરૂરી વસ્તુઓની મોટી સૂચિની ખરીદી કરી લીધી હતી. જોશીએ કારની ડેકીમાં વસ્તુઓ મૂકી કે તરત જ અશ્વથી પુષ્પગુચ્છ લઈને આવી પહોંચી. તેણે મિન્નૂને ગળે લગાડીને તેને શુભેચ્છા પાઠવી. મિન્નૂ લાગણીવશ થઈ ગઈ. 'હું તમને આવતા વર્ષે એકેડેમીમાં ઑફિસર ટ્રેઇની તરીકે જોવાની આતુરતાથી રાહ જોઈ રહી છું', મિન્નૂએ અશ્વથીને હૂંફથી ગળે લગાવતાં કહ્યું.

1 ડિસેમ્બર, 2021ના રોજ, મિન્નૂ અન્ય સફળ ઉમેદવાર મિથુન સાથે નવી દિલ્હીથી મસૂરી જવા માટે ટેક્સીમાં સવાર થઈ. ત્યાં પહોંચીને મનોહર હિલ સ્ટેશને તેને આશ્ચર્યચકિત કરી દીધી. એલબીએસએનએએની પ્રથમ ઝલકે લાગણીઓનું તોફાન લાવ્યું અને તેના છ વર્ષનો સંઘર્ષ તેના મગજમાં ફિલ્મની જેમ ચાલવા લાગ્યો. તેણે તે ભાગ્યશાળી દિવસે પાંડા સર સાથે કરેલી ટૂંકી વાતચીતને યાદ કરી, જેણે તેના જીવનનો માર્ગ બદલી નાખ્યો.

ટૂંક સમયમાં જ મિન્નૂ નર્મદા છાત્રાલયમાં સોંપેલ રૂમમાં પહોંચી. અંદર પગ મૂકતાંની સાથે જ ઉષ્માભર્યા અને મૈત્રીપૂર્ણ ચહેરા ને તેજસ્વી સ્મિત સાથે તેમનું સ્વાગત કરાયું. 'સ્વાગત છે, મિન્નૂ. હું તમને મળવા માટે ઉત્સુક છું', ભારતીય માહિતી સેવા માટે પસંદ કરાયેલી તેની સહનિવાસીએ કહ્યું. મિન્નૂએ હસીને તેને ગળે લગાડી.

'તમે મારા કરતા મોટા છો. હું તમને "અક્કા" કહીશ, જેનો તમિલમાં અર્થ થાય છે મોટી બહેન' તેણે કહ્યું.

મિન્નૂએ નમ્રતાથી અને પ્રેમથી જવાબ આપ્યો, 'મને તમારા અક્કા બનવાનું ગમશે.'

પ્રથમ દિવસ તે દિવસે એલબીએસએનએએમાં આવેલા અધિકારીઓને મળવામાં પસાર થયો હતો. સાંજે તેઓ જમવા માટે મેસમાં ગયાં હતાં. હોસ્ટેલમાંથી ઉપર ચઢતી વખતે મિન્નૂને શ્વાસ લેવામાં તકલીફ થઈ રહી હતી. તેણે ખૂબ જ ઓછું ખાધું, કારણ કે તે થાકેલી હતી, માથાનો દુખાવો હતો અને ખોરાક પસંદ ન હતો. પરંતુ તે ઘણા યુવાન અને ખુશખુશાલ અધિકારીઓને મળીને ખુશ હતી. તે તેના લાંબા સમયથી પ્રિય સ્વપ્નને સાકાર કરવા માટે અત્યંત ઉત્સાહિત હતી.

મસૂરીની કઠિન આબોહવા મિન્નૂ જેનાથી ટેવાયેલી હતી એવી ગરમીથી ઘણી દૂર હતી. શરૂઆતમાં, મિન્નૂને તેની ખરાબ તબિયત અને કોવિડ-19 ફાટી નીકળવાના કારણે તેના હોસ્ટેલના રૂમ સુધી સીમિત રાખવામાં આવ્યા. જો કે, ગણતંત્ર દિવસ 2022થી, તેની દુનિયા એકેડેમીમાં ઉજ્જ્વળ થવા લાગી. તેણે તેના સાથીદારો સાથે જોડાવાનું શરૂ કર્યું, કાર્યક્રમોમાં ભાગ લેવાનું શરૂ કર્યું અને દરેક ક્ષણનો આનંદ માણ્યો. જાણે તેના કૉલેજના દિવસો પાછા ફર્યા હોય તેવું લાગ્યું.

જિલ્લા તાલીમમાં યુક્તિઓ શીખવી

જ્યારે મિન્નૂને તેના ફાઉન્ડેશન કોર્સ દરમિયાન કેડરની ફાળવણી કરવામાં આવી, ત્યારે તેણે આશ્ચર્ય અને સંતોષની મિશ્ર લાગણી અનુભવી. મહારાષ્ટ્ર તેમની બીજી પસંદગી હતી અને હવે આ તેમનું નવું ઘર બનવાનું હતું. પુણેમાં યશવંતરાવ ચવ્હાણ એકેડેમી ઑફ ડેવલપમેન્ટ એડ્મિનિસ્ટ્રેશન (YASHADA) ખાતે તાલીમના ટૂંકા ગાળા પછી, મિન્નૂ અને તેના સાથીદારોને આ ગતિશીલ રાજ્યનો પરિચય કરાવવા માટે 'મહારાષ્ટ્ર દર્શન' પર લઈ જવામાં આવ્યાં હતાં.

આ પછી તેમને તાલીમ માટે વાશીમ જિલ્લો ફાળવવામાં આવ્યો, જ્યાં કલેક્ટર શનમુગરાજન એસ.એ તેમનું ઉષ્માભર્યું સ્વાગત કર્યું. તેઓ એક અદ્ભુત ગુરુ સાબિત થયા.

મિન્નૂએ સ્થાનિક સંસ્કૃતિ અપનાવી અને મરાઠી શીખવાનો પ્રયાસ કર્યો. તૂટેલા પણ ગંભીર વાક્યોમાં ભાષા બોલવાના તેમના પ્રયત્નોથી તેમના કર્મચારીઓ અને સ્થાનિક લોકોના ચહેરા પર સ્મિત આવી ગયું.

વિવિધ સરકારી કચેરીઓ સાથે જોડાયા બાદ મિન્નૂને ચીફ ઑફિસર, મ્યુનિસિપલ કાઉન્સિલ, વાશીમની જવાબદારી સોંપવામાં આવી હતી. આ ભૂમિકામાં બે અઠવાડિયાં રહ્યા પછી, મિન્નૂને શનમુગરાજને બોલાવી.

'શહેરમાં અતિક્રમણને કારણે ઘણી સમસ્યા છે. રસ્તાઓ ઓળખવા મુશ્કેલ બન્યા છે, જેના કારણે લોકોને ભારે અગવડ પડી રહી છે. આ અતિક્રમણો દૂર કરવા માટે તાત્કાલિક ઝુંબેશ શરૂ કરો.' શનમુગરાજન સીધા મુદ્દા પર આવ્યા.

મિન્નૂને અસ્વસ્થતા અનુભવાઈ; અતિક્રમણને સમાપ્ત કરવાનો અર્થ એ થયો કે ઘણા લોકો તેમના ઘર-બાર અને આજીવિકા ગુમાવશે. તે પોતાની નરમ અને મૈત્રીપૂર્ણ જાહેર છબીના સંભવિત નુકસાન વિશે પણ ચિંતિત હતી. માનવતાવાદી પાસા પર ભાર મૂકતાં તેણે કહ્યું, 'પણ સાહેબ, આનાથી હજારો લોકોને ભારે મુશ્કેલી પડશે અને ઘણા પરિવારો તેમની આજીવિકા ગુમાવશે.'

પરંતુ શનમુગરાજન અડગ રહ્યા. તેમણે કડક શબ્દોમાં કહ્યું, 'આ ગેરકાયદેસર બાંધકામો છે જેણે રસ્તા પર અતિક્રમણ કર્યું છે. વિચારો કે આ અતિક્રમણોને કારણે કેટલા લોકોને મુશ્કેલીનો સામનો કરવો પડી રહ્યો છે અને તેમની હાલત કેટલી ખરાબ છે.'

મિન્નૂએ બચવાનો રસ્તો શોધવા હિંમત ભેગી કરી અને વિનંતી કરી, 'હું સંમત છું, સર. પરંતુ આ કાયમી અને અર્ધ-કાયમી બાંધકામો ખૂબ જ ગાઢ છે. તેમને દૂર કરવા ખૂબ જ મુશ્કેલ કાર્ય હશે અને જો નિયમિત વરિષ્ઠ અધિકારી તેને સંભાળે તો તે વધુ સારું રહેશે.'

કલેક્ટર મક્કમ રહ્યા, 'હું સમજું છું કે કામ અઘરું છે. પરંતુ તમારા જેવા યુવા અધિકારી જ આવા મુશ્કેલ અને જટિલ કામ કોઈ પણ ડર

કે પક્ષપાત વિના કરી શકે છે. આ અનુભવ તમારા માટે પણ અમૂલ્ય હશે અને ભવિષ્યમાં કઠિન પડકારોનો સામનો કરવામાં તમને મદદ કરશે,' તેણે મિન્નૂને પ્રોત્સાહિત કરવાનો પ્રયાસ કર્યો.

'આ અભિયાન માટે તમને જરૂરી તમામ મદદ હું આપીશ. તરત જ તૈયારી શરૂ કરો. મને આશા છે કે આ કામ બે અઠવાડિયાંમાં પૂર્ણ થઈ જશે.'

કલેક્ટરની સ્પષ્ટ સૂચનાઓ અને અતિક્રમણને કારણે નાગરિકોને પડતી અસુવિધાઓ ઘટાડવાના નિર્ધાર સાથે, મિન્નૂ સમુદાયનો સૌહાર્દપૂર્ણ ચહેરો બનવાને બદલે, હવે એક પ્રચંડ શક્તિમાં ફેરવાઈ ગઈ.

પડકારો ઊભરી આવ્યા, જેમાંથી સૌથી તાત્કાલિક કાનૂની લડાઈ હતી. ડિસ્ટ્રિક્ટ કોર્ટમાં તેમની અને કલેક્ટર સામે આશ્ચર્યજનક 150 કેસ દાખલ કરવામાં આવ્યા હતા. મિન્નૂ પ્રિન્સિપલ ડિસ્ટ્રિક્ટ જજને મળી. તેમની જોરદાર દલીલો બાદ તમામ અરજીઓ ટૂંકમાં ફગાવી દેવામાં આવી હતી.

જો કે, અન્ય ઘણા પડકારો હતા, જેમાં સૌથી મોટો સ્થાનિક નેતાઓનું રાજકીય દબાણ હતું. અતિક્રમણ હટાવો ઝુંબેશના દિવસે, ભારે ભીડ એકઠી થઈ, જેણે સૂત્રોચ્ચાર કર્યા અને કેટલાકે તો પથ્થરમારો પણ કર્યો. પરંતુ મિન્નૂએ મક્કમતાથી જવાબ આપ્યો અને સંભવિત અસ્થિર પરિસ્થિતિઓને શાંત કરી દીધી.

આખરે અતિક્રમણ હટાવવામાં આવ્યું ત્યારે મિન્નૂ શહેરનું બદલાયેલું રૂપ જોઈને આશ્ચર્યચકિત થઈ ગઈ. વાશીમના લોકો પણ પોતાની આંખો પર વિશ્વાસ કરી શકતા ન હતા. પ્રથમ વખત, તેઓ તેમના શહેરની સહજ સુંદરતાને સાચા અર્થમાં સમજી શક્યા. પહોળા રસ્તાઓ અને સુંદર ફુવારાઓ, જે અતિક્રમણ દ્વારા છુપાયેલા હતા, તે એક એવા શહેરને ઉજાગર કરી રહ્યા હતા જેનું વિચારપૂર્વક અને સુંદર આયોજન કરવામાં આવ્યું હતું.

મિન્નૂની જિલ્લા તાલીમ ઑગસ્ટ 2022માં પૂર્ણ થઈ હતી. આ પછી, મિન્નૂએ વાશીમ છોડવાનું શરૂ કર્યું કે તરત જ, તેને વિદાય આપવા માટે સર્કિટ હાઉસ પર મોટી ભીડ એકઠી થઈ. તેનો ડ્રાઇવર અને

પીએસઓ પરિવાર તેની યાત્રા માટે બપોરનું ભોજન પેક કરી લાવ્યાં હતાં. મિન્નૂ ભાવુક થઈ ગઈ. આભાર વ્યક્ત કર્યા પછી, તે પોતાની કારમાં બેસી ગઈ અને એક નવા જિલ્લાની યાત્રા પર નીકળી, જ્યાં તે નવા પડકારોનો સામનો કરવા તૈયાર હતી.

મિન્નુના જીવનસંઘર્ષમાંથી મળતો મહત્ત્વનો બોધપાઠ

1. **તમારા IAS સ્વપ્નને દફનાવશો નહીં:** ભારતમાં ઘણી સ્ત્રીઓ લગ્ન કરે છે અથવા માતા બન્યા પછી, તે IAS બનવાનું સપનું છોડી દે છે. મિન્નૂની યાત્રા બતાવે છે કે જો તમે દૃઢ નિશ્ચય ધરાવો છો, તો તમે ઘર અને ઑફિસમાં તમારી કૌટુંબિક જવાબદારીઓ અને અન્ય કઠિન પડકારોને સંતુલિત કરીને તમારું IAS બનવાનું સ્વપ્ન સાકાર કરી શકો છો.
2. **ઉંમર માત્ર એક સંખ્યા છે:** તમે UPSC દ્વારા નિર્ધારિત વય-મર્યાદાની અંદર છો. તમે કોઈ પણ ઉંમરે તમારું IAS બનવાનું સ્વપ્ન સાકાર કરવાની યાત્રા શરૂ કરી શકો છો. તમારે યુવા ઉમેદવારો સાથે સ્પર્ધા કરવી પડશે એવું વિચારીને નિરાશ ન થાઓ. જો તમે સખત મહેનત કરો અને શિસ્તબદ્ધ અભ્યાસ કાર્યક્રમને અનુસરો, તો તમે દરેક સ્પર્ધાને પાર કરી શકો છો. તમારી ઉંમર અને જીવનના અનુભવોને ફાયદાકારક તકો તરીકે ધ્યાનમાં લો, અવરોધો નહીં.
3. **નિષ્ફળતાને સીડીનાં પગથિયાં તરીકે ગણો:** સીએસઈમાં નિષ્ફળતા મળવી સામાન્ય બાબત છે અને તેને શીખવાના અનુભવ તરીકે જોવી જોઈએ. એક વર્ષ તમામ તબક્કા પાસ કર્યા પછી પણ બીજા વર્ષે પ્રિલિમ્સમાં ફેલ થવાય છે. આ સ્થિતિમાં નિરાશ થશો નહીં. તમારા સંકલ્પને મજબૂત કરવા, તમારા નિશ્ચયને વેગ આપવા અને તમારા આગલા પ્રયાસમાં ઊંચો કૂદકો મારવા માટે નિષ્ફળતાને શસ્ત્રો તરીકે વાપરો.
4. **સીએસએટીને ગંભીરતાથી લો:** સીએસએટી એ ક્વોલિફાઈંગ પેપર છે, પરંતુ તે હજુ પણ મહત્ત્વપૂર્ણ છે. દર વર્ષે ઘણા ઉમેદવારો સામાન્ય અધ્યયનમાં સારો દેખાવ કરવા છતાં

સીએસએટીમાં નિષ્ફળતાને કારણે પોતાના IASના સપનાને ચકનાચૂર થતાં જુએ છે. તમારી શક્તિઓ અને નબળાઈઓનું વિશ્લેષણ કરો અને તે મુજબ સીએસએટીમાં સમયનું રોકાણ કરો. સીએસએટી પેપર આપતા પહેલાં આરામ કરો, તમારા સામાન્ય અધ્યયનવાળા પેપરમાં તમારા પ્રદર્શન પર ધ્યાન કેન્દ્રિત કરશો નહીં. તમારા મનને શાંત અને કેન્દ્રિત રાખો.

5. **પ્રતિસ્પર્ધાથી ડરશો નહીં, ન હીનતા અનુભવો :** સ્પર્ધાથી ડરશો નહીં અને દિલ્હી કે અન્ય મેટ્રોપોલિટન શહેરોના ઉમેદવારોથી પોતાની જાતને નબળી ન સમજો. તમારી મહેનત, શિસ્ત અને દૃઢતા સૌથી મહત્ત્વની બાબત છે. તમારી જાત સાથે હરીફાઈ કરો, સુધારો કરતા રહો અને હીનતાના સંકુલને તમારા પર હાવી ન થવા દો.

6. **ઇન્ટરવ્યૂમાં શાંત, આત્મવિશ્વાસુ અને પ્રામાણિક બનો:** ઇન્ટરવ્યૂ માત્ર તમારા જ્ઞાનની કસોટી નથી; આ તમારા વ્યક્તિત્વનું પ્રતિબિંબ દર્શાવે છે. આત્મવિશ્વાસ, પ્રામાણિકતા અને શાંત વર્તન સાથે તેનો સામનો કરો. જ્યારે તમને જવાબ ખબર ન હોય, તો ડર્યા વિના કહો. ઇન્ટરવ્યૂ બોર્ડ પ્રમાણિકતાને જ્ઞાન જેટલું મહત્ત્વ આપે છે. તમારા ઇન્ટરવ્યૂને વાતચીત તરીકે જુઓ, જેવા છો એવા જ દેખાઓ અને તમારા સાચા વ્યક્તિત્વને ચમકવા દો.

અધ્યાય 2

પ્રથમ પ્રયાસે સટીક નિશાન

રેગરપુરા હર્ષોલ્લાસથી ગૂંજી ઊઠ્યું

24 સપ્ટેમ્બર, 2021. મધ્ય દિલ્હીના કરોલ બાગમાં રેગરપુરાની શેરીઓમાં સૂર્યાસ્તના જોશીલા રંગો ફેલાઈ રહ્યા હતા. રંગો અને અવાજોનું તે ખૂબ જ આનંદદાયક દૃશ્ય હતું. સ્થાનિક કાફે અને રસ્તાની બાજુની ખાણીપીણીની દુકાનો સંગીત અને ભીડના અવાજથી ધમધમતી હતી.

રેગરપુરા એક સમયે ચામડાની ફેક્ટરીઓનું કેન્દ્ર હતું. હવે તેમાં નોંધપાત્ર ફેરફાર થયો છે અને તે એક ચહલપહલયુક્ત વિસ્તાર બની ગયો છે. આજે તો અહીં દુકાનો અને પેઇંગ ગેસ્ટ (PG) આવાસોની ભરમાર છે. તુલનાત્મક રીતે સસ્તા આવાસ અને નજીકની ઘણી જાણીતી કોચિંગ ઇન્સ્ટિટ્યૂટોની હાજરીએ રેગરપુરાને સિવિલ સેવાના ઉમેદવારો માટે પસંદગીના સ્થાનમાં ફેરવી દીધું છે.

સાંજે 6.45 આસપાસ. તે સાંજે, ભીડભાડવાળા વિસ્તારમાં એક ચાર માળની ઇમારત આનંદના અવાજોથી ગુંજી ઊઠી. તેની અંદરથી જાણે લાગણીઓનું વાવાઝોડું આવી રહ્યું હતું.

અચાનક થયેલા હલ્લાથી ગભરાઈને એક જ માળમાં રહેતા ત્રણ છોકરાઓ હલ્લો જ્યાં થયો તે કેન્દ્ર તરફ દોડ્યા. એ એક નાનકડો ઓરડો હતો, જેમાં સત્યમ ગાંધી નામનો એકલો યુવાન રહેતો હતો.

તે દોઢ વર્ષ પહેલાં આ બિલ્ડિંગમાં રહેવા આવ્યો હતો અને ભાગ્યે જ બહાર જતો હતો.

ઉત્સાહિત થઈને એક છોકરાએ દરવાજાને ધક્કો માર્યો. આશ્ચર્યજનક રીતે તે કોઈ પણ પ્રયાસ વિના ખૂલી ગયું. એક નયનરમ્ય દૃશ્યે તેમને અંદર આવકાર્યા. પચાસ ચોરસ ફૂટની નાની જગ્યા પુસ્તકો, અખબારો અને પત્રિકાઓથી ભરેલી હતી. અવ્યવસ્થાની છાપ દરેક ઉપલબ્ધ સપાટી પર સ્પષ્ટપણે દેખાતી હતી - ટેબલ, ફ્લોર અને બેડ પર પણ.

આ હલ્લા વચ્ચે તેમણે સત્યમ ગાંધીને ખૂબ જ ઉત્સાહિત જોયો. તે બાળકોની જેમ ઉત્સાહિત થઈને પોતાના પલંગ પર કૂદતો હતો. તેના અવાજમાં ચીસો અને રડવાનું મિશ્રણ હતું. 'મેં કરી બતાવ્યું! મને વિશ્વાસ નથી થતો કે હું પ્રથમ પ્રયાસમાં સફળ થઈ ગયો!' તે ચીસો પાડતો હતો.

એક છોકરાએ જિજ્ઞાસાથી પૂછ્યું, 'ભાઈ, શું થયું?'

ત્રણેયના અચાનક આગમનથી સત્યમ શરમાઈને હસવા લાગ્યો. 'હું IAS બની ગયો છું. મેં પ્રથમ પ્રયાસમાં જ દસમો રેન્ક મેળવ્યો છે.' તેણે ધ્રૂજતા હાથે વચ્ચે-વચ્ચે આનંદનાં આંસુ લૂછતાં કહ્યું.

છોકરાઓને ખ્યાલ હતો કે સત્યમ આઈએએસની તૈયારી કરી રહ્યો છે, જે રીતે તે હંમેશાં પોતાના રૂમની અંદર રહેતો હતો તે રીતનું તેમણે તેનું બલિદાન જોયું હતું. જો કે, સત્યમની વિશાળ સિદ્ધિએ તેમને આશ્ચર્યચકિત કરી દીધા. તેમને આશા નહોતી કે તેનો યુવાન પાડોશી IASમાં આટલો ઊંચો રેન્ક મેળવી શકશે.

'આ અવિશ્વસનીય છે, ભાઈ, અમને તમારા પર ખૂબ ગર્વ છે,' છોકરાઓએ એકસાથે કહ્યું, તેમના અવાજમાં અવિશ્વાસની નોંધ હતી. છોકરાઓએ સત્યમ સાથે કસીને હાથ મિલાવ્યા, ઉષ્માભર્યું આલિંગન કર્યું અને હાર્દિક અભિનંદન પાઠવ્યાં. પછી જ્યાં થોડી જગ્યા હતી ત્યાં બેસી ગયા. સત્યમ તેના ફોનમાં વ્યસ્ત થઈ ગયો, જે સતત અભિનંદન સંદેશાઓથી ગુંજી રહ્યો હતો. નાના ઓરડામાં અવાજ સ્પષ્ટ રીતે સંભળાતો હતો, જેનાથી તે બધા વાતચીત સાંભળી શકતા હતા.

'પપ્પા, મેં UPSC પાસ કરી છે. દસમો રેન્ક મેળવ્યો', તેમણે ફોન પર સત્યમને આનંદથી સમચાર આપતાં સાંભળ્યો.

'અરે વાહ દીકરા! મને તારા પર પૂરો ભરોસો હતો', તેમના પિતાએ ખૂબ ગર્વ સાથે કહ્યું.

'સાંભળોજી, તમારો દીકરો IAS ઑફિસર બની ગયો છે,' સત્યમના પિતાએ રસોડામાં વ્યસ્ત તેની પત્નીને કહ્યું. તેણે ઝડપથી રસોઈ બંધ કરી અને તેના પતિના હાથમાંથી ફોન છીનવી લીધો.

'મા, ભગવાને તારી પ્રાર્થના સાંભળી લીધી છે,' સત્યમે કહ્યું; માનો અવાજ સાંભળતાં જ સત્યમના ચહેરા પરથી આંસુ વહેવા લાગ્યાં.

છોકરાઓ સત્યમની માતાને આનંદ અને કૃતજ્ઞતાથી રડતા સાંભળી શક્યા. થોડીવાર પછી માતાએ પોતાની જાતને સંભાળતાં કહ્યું, 'ભગવાન શિવે આજે આપણને આશીર્વાદ આપ્યા છે. શાબાશ દીકરા, તેં અમને ગૌરવ અપાવ્યું છે.'

આ દરમિયાન સત્યમનો કૉલેજ મિત્ર નતાંશ નાની કેક લઈને આવી પહોંચ્યો. સત્યમે વિધિપૂર્વક કેક કાપતાંની સાથે જ તેમણે દરેક ટુકડાને ચાખતા પહેલાં સત્યમના ચહેરા પર લગાવી દીધી.

'ચાલો બહાર જઈને ઉજવણી કરીએ', નતાંશે સૂચન કર્યું.

સત્યમ પાસે ભવ્ય પાર્ટી કરવા માટે પૈસા નહોતા. તેથી તે કરોલ બાગમાં નજીકના ગુરુ ગોવિંદ સિંહ બજારમાં એક સાદી ચાના સ્ટોલ પર ગયો. ચા અને લાડુની આરામદાયક હૂંફ સાથે અસાધારણ સફળતાની સાદી ઉજવણી કરી.

દિઘરાના પ્રથમ ગાંધી

સત્યમ બિહારના સમસ્તીપુર જિલ્લાના દિઘરા નામના નાના ગામનો રહેવાસી હતો. તેમના પિતા અખિલેશ કુમાર નજીકના પુસામાં રાજેન્દ્ર કૃષિ યુનિવર્સિટીના શેરડી વિભાગમાં સહાયક હતા. સત્યમની માતા મંજુ દેવી કુશળતાપૂર્વક ઘર ચલાવતી હતી.

તેના શરૂઆતનાં વર્ષોમાં સત્યમે એક અનોખી સિદ્ધિ હાંસલ કરી હતી - તે 'ગાંધી'ના બિરુદથી સન્માનિત થનાર તેના ગામમાં પ્રથમ વ્યક્તિ બન્યો હતો. આ કેવી રીતે થયું?

શાળાની રજાઓ અને પોતાનાં માતાપિતાની દેવઘરની તીર્થયાત્રા દરમિયાન, સત્યમ અને તેનો ભાઈ શિવમ મુઝફ્ફરપુરમાં તેમના મામા પ્રેમ રંજન અને મામી સિદ્ધિ સાથે રહેતા હતા.

'સત્યમ ખૂબ જ શાંત બાળક છે. ગાંધીજીની જેમ, તે અહિંસાના પ્રતીક સમાન છે અને ખુશીથી દરેકને પોતાના મનપસંદ રમકડાં અને મીઠાઈઓ આપે છે.' એક સાંજે સિદ્ધિએ જણાવ્યું હતું.

'હું સહમત છું. તમે તેને જે પણ આપશો, તે ખુશીથી ખાઈ લે છે, ભલે પછી તે કારેલા જ કેમ ન હોય', પ્રેમ રંજને રૂમના એક ખૂણામાં રમતા સત્યમને જોતાં હસતાં-હસતાં કહ્યું.

'તેથી મેં તેને ગાંધી, આપણા ગાંધીબાબા કહેવાનું શરૂ કર્યું છે,' સિદ્ધિએ હસીને કહ્યું.

અને આ રીતે સત્યમ હવે સત્યમ ગાંધી બની ગયો. તેમના પિતાએ આ શીર્ષક એટલા પ્રેમથી સ્વીકાર્યું કે જ્યારે તેમણે 2005માં રાજેન્દ્ર યુનિવર્સિટીમાં કેન્દ્રીય વિદ્યાલય માટે પ્રવેશફૉર્મ ભર્યું, ત્યારે તેમણે સત્તાવાર રીતે તેમના પુત્રનું નામ સત્યમ કુમારથી બદલીને સત્યમ ગાંધી રાખ્યું.

સત્યમને 'ગાંધી' ઉપનામ પણ ગમ્યું. શાળામાં ફેન્સી ડ્રેસ સ્પર્ધામાં તેણે ખુશીથી મહાત્મા ગાંધીનો વેશ ધારણ કર્યો.

સત્યમ પોતાના ગામની અગ્રણી વ્યક્તિ સચ્ચિદાનંદ રાયનો લાડલો પૌત્ર હતો. સચ્ચિદાનંદ રાય રાજેન્દ્ર યુનિવર્સિટીમાં સહાયકના પદ પરથી નિવૃત્ત થયા હતા. રોજ સાંજે પડોશના બાળકો સચ્ચિદાનંદના ઘરે ભેગા થતા અને તેઓ તેમને તેમના અભ્યાસમાં મદદ કરતા. તેઓ બાળકોને પ્રેરણાદાયી વાર્તાઓ અને ઘટનાઓ પણ સંભળાવતા હતા.

'જ્યારે અમારા ગામમાં ટેલિવિઝન આવ્યું, ત્યારે લોકોને લાગ્યું કે કોઈ તેની અંદર બેસીને વાત કરી રહ્યું છે', તેમણે કહ્યું; તેની આંખોમાં હાસ્ય દેખાતું હતું.

'અને જ્યારે કોઈ પ્રથમ ટૉર્ચ લાવ્યું, ત્યારે લોકોએ વિચાર્યું કે તે તેમના હાથને બાળી નાખશે, તેથી તેઓ તેને સ્પર્શ કરવામાં ડરતા હતા,' તે અન્ય આનંદકારક ટુચકાને યાદ કરીને હસ્યો.

સત્યમના દાદા સત્યમને દરરોજ વાંચવા માટે અખબારનું એક પાનું

આપતા, જેનાથી તેમનામાં વાચન પ્રત્યેનો રસ પહેલેથી જ જાગ્યો. ગામડાંની મુલાકાત લેતા અને સ્થાનિક પ્રશ્નોના નિરાકરણ લાવતા કલેક્ટરની વાર્તાઓએ સત્યમને આકર્ષિત કર્યો, જેના કારણે આ પ્રભાવશાળી વ્યક્તિઓની ઓળખ વિશે તેની ઉત્સુકતા વધી.

એક સાંજે તે તેની જિજ્ઞાસાને કાબૂમાં રાખી શક્યો નહીં અને તેણે પોતાના દાદાજીને પૂછ્યું કે, 'કલેક્ટર શું કરે?'

'બેટા, કલેક્ટર જિલ્લામાં સરકારનો વડો હોય છે. ફક્ત IAS અધિકારીઓ જ કલેક્ટર બની શકે છે,' દાદાજીએ સમજાવ્યું; સત્યમ ધ્યાનથી સાંભળી રહ્યો હતો.

આંખોમાં આશાની ચમક સાથે દાદાએ કહ્યું, 'આપણો આટલો મોટો પરિવાર છે. મને આશા છે કે મારો એક પૌત્ર IAS ઑફિસર બનશે.'

'દાદાજી, હું તમારી ઇચ્છા પૂરી કરીશ અને એક દિવસ કલેક્ટર બનીશ', સત્યમે કહ્યું; દઢ નિશ્ચય અને વચનબદ્ધતાથી તેની આંખો ચમકી રહી હતી.

તે જ ક્ષણથી સત્યમના મનમાં IAS ઑફિસર બનવાની ઇચ્છા જાગી. તેમના દાદા 85 વર્ષના હોવાને કારણે તેણે આ કામ ખૂબ જ ઝડપથી પૂરું કરવાનું હતું.

ઘસવાથી જ હીરો ચમકે છે

જ્યારે સત્યમનાં માતાપિતા દિઘરામાં તેમના એક ઓરડાના સાધારણ મકાનમાં રહેતા હતા, ત્યારે તેમનો દિવસ ક્ષિતિજ પર સૂર્યોદય થતો હોય ત્યારે જ શરૂ થઈ જતો હતો. મંજુ દેવી ભોજન બનાવતી હતી અને સત્યમ અને તેના ભાઈ શિવમને હળવેથી જગાડતી, જેઓ તેઓની નાની ઢંકાયેલી બાલ્કનીમાં સૂતાં.

અખિલેશ પોતાનું વાહન તૈયાર કરતો - એક જૂની સાઇકલ જેમાં બે ટુવાલ તેની ઉપરની નળીની આસપાસ બાંધેલા હતા. આ ટુવાલ સત્યમ અને શિવમ માટે સીટ તરીકેનું કામ કરતા હતા. પ્રતિષ્ઠિત આગળની સીટ મેળવવા માટે દરરોજ ઝઘડો થતો હતો. ગામથી શાળા સુધીની તેમની પાંચ કિલોમીટર લાંબી યાત્રા સવારે 6.30 વાગ્યે શરૂ થતી.

સત્યમ એક તેજસ્વી અને ઉત્સાહી વિદ્યાર્થી હતો. ચર્ચાઓ, સામાન્ય જ્ઞાનસ્પર્ધાઓ અને વિજ્ઞાન પ્રદર્શનો પ્રત્યેનો તેમનો જુસ્સો સ્પષ્ટ કરતો હતો કે તેની બુદ્ધિ કેટલી તીવ્ર હતી. ધોરણ-10માં પૂસામાં જળવાયુ પરિવર્તન દર્શાવતા તેમના મૉડેલે તેમને રાષ્ટ્રીય સ્તરની ચિલ્ડ્રન્સ સાયન્સ કૉંગ્રેસમાં સ્થાન અપાવ્યું હતું.

કિશોરાવસ્થા દરમિયાન, લોકો ઘણીવાર ઘણા પ્રકારની કારકિર્દીનાં સપનાં જોતાં હોય છે. IAS અધિકારી બનવાની તેમની રુચિ ઉપરાંત, સત્યમ સશસ્ત્ર દળો, ખાસ કરીને ભારતીય વાયુસેના (આઈએએફ) પ્રતિ આકર્ષાયો હતો. તેણે ફાઇટર પ્લેનમાં ઊંચી ઉડાન ભરવાનું અને સાહસિક દાવપેચ કરવાનું સપનું જોયું હતું. ઇન્ટરનેટ પર સંશોધન દ્વારા તેને ખબર પડી કે ધોરણ-12 પછી રાષ્ટ્રીય રક્ષા અકાદમી (NDA)ની પરીક્ષામાં ઉચ્ચ રેન્ક મેળવવો એ ભારતીય વાયુસેનામાં જોડાવાનું પ્રવેશદ્વાર હતું.

જ્યારે ધોરણ-10નું પરિણામ જાહેર થયું ત્યારે આખો પરિવાર આનંદથી ઊછળી પડ્યો હતો. સત્યમના ઉત્કૃષ્ટ 10/10 જીપીએને કારણે 'હલવા' મિજબાનીનું આયોજન કરવામાં આવ્યું હતું. ખુશીના વાતાવરણમાં અખિલેશ કુમારે પોતાના પુત્રને એન્જિનિયર બનાવવાનું સપનું જોયું, જે ઘણાં માતાપિતાનું સપનું હોય છે.

'મંજુજી, તમે ટૂંક સમયમાં તમારા પુત્રને એન્જિનિયર બનતાં જોશો', અખિલેશ કુમારે ગરમાગરમ હલવો ચાખતાં આનંદથી કહ્યું.

'પણ પપ્પા, મને માનવીય વિષયો (હ્યુમેનિટીઝ) ગમે છે અને હું આર્ટ્સ સ્ટ્રીમમાં આગળ વધવા માગું છું,' સત્યમે અણધારી જાહેરાતથી દંગ રહીને અનિચ્છાથી પોતાની ઇચ્છા વ્યક્ત કરી.

'ના, તારે સાયન્સ જ ભણવું જોઈએ. જે બાળકોનું શિક્ષણ નબળું હોય અથવા સમર્પણનો અભાવ છે તે જ બાળકો આર્ટ્સ પસંદ કરે છે.' અખિલેશે નિરાશાજનક રીતે ભવાં ચડાવ્યાં.

અખિલેશ કુમારનો નિર્ણય અને તેનો અમલ કઠિન અથવા અયોગ્ય લાગી શકે છે છતાં તે ભારતના ઘણા ભાગોમાં પ્રવર્તમાન વાસ્તવિકતાને પ્રતિબિંબિત કરે છે, જ્યાં બાળકો વારંવાર પોતાનાં માતાપિતા દ્વારા લાદવામાં આવેલી શૈક્ષણિક પસંદગીઓનો બોજ સહન કરે છે.

સત્યમે વિજ્ઞાન પ્રવાહ પસંદ કર્યો. બાદમાં જ્યારે તે બારમા ધોરણમાં હતો ત્યારે તેના પિતાએ ફરી એકવાર તેના પર દબાણ કર્યું. આ વખતે તેણે સત્યમને ભારતીય પ્રૌદ્યોગિકી સંસ્થા (IIT)માં પ્રવેશ માટે સંયુક્ત પ્રવેશ પરીક્ષા (JEE) આપવા કહ્યું. તેને એન્જિનિયરિંગમાં રસ નહોતો અને તેની પાસે પૂરતી તૈયારી પણ નહોતી, તેથી તેણે ટેલિફોન નંબર જેવો દેખાતો છ અંકનો રેન્ક હાંસલ કર્યો.

જો કે, બેપરવાહ સત્યમની નજર દિલ્હી યુનિવર્સિટી પર ટકેલી હતી.

એક સ્વપ્ન તૂટી ગયું

2017માં સપ્ટેમ્બરની ઠંડી સાંજે, બેંગલુરુની કરિઅપ્પા કૉલોનીમાં 17-સેવા ચયન બોર્ડ (SSB) કેમ્પસની અંદર ચાલીસ યુવાન છોકરાઓના હૃદયમાં એક તોફાન ફૂંકાઈ રહ્યું હતું. 18 થી 20 વર્ષની ઉંમરના આ છોકરાઓ એનડીએમાં જોડાવાના અને સશસ્ત્ર દળોમાં સાધિકાર મેળવવાનાં સપનાં સાથે એકત્ર થયા હતા.

સફળતાની સામૂહિક ઇચ્છા સમગ્ર વાતાવરણમાં વ્યાપક હતી. તેઓ બધા કૉન્ફરન્સ રૂમમાં ધ્યાનથી બેઠા હતા. તેમની અંદરની તાણ અને ઉગ્ર આશા બંને સ્પષ્ટ દેખાતાં હતાં. ખરેખર તેઓ પરિણામની જાહેરાતની આતુરતાથી રાહ જોઈ રહ્યા હતા. છેલ્લા સાત દિવસોમાં પરીક્ષણો અને ઇન્ટરવ્યૂના અવિશ્વસનીય ઉશ્કેરાટમાં તેમના મનોવૈજ્ઞાનિક ગુણો, બુદ્ધિમત્તા, શારીરિક તંદુરસ્તી, સર્જનાત્મક વિચારસરણી, સંદેશાવ્યવહાર કૌશલ્ય અને નેતૃત્વક્ષમતાઓનું મૂલ્યાંકન કરવામાં આવ્યું હતું.

એસએસબીના અધ્યક્ષ એક મહત્ત્વપૂર્ણ કાગળ લઈને પ્રવેશ્યા ત્યારે તણાવ અનેકગણો વધી ગયો. બધા ઊભા થઈને તેમનું સ્વાગત કરવા લાગ્યા.

'ગૂડ ઈવનિંગ, છોકરાઓ. મને લાગે છે કે આ રૂમમાં ઘણી ચિંતા વ્યાપેલી છે. હું પરિણામો કેવી રીતે કહી શકું - આડેધડ કે નંબર અનુસાર?' તેણે પૂછ્યું.

'આડેધડ રીતે, સાહેબ!' જોરથી અવાજ આવ્યો.

'બહુ સારું, છોકરાઓ. ધ્યાનથી સાંભળો. જે ઉમેદવારોની પસંદગી

કરવામાં આવી છે તે ચેસ્ટ નંબર ઓગણચાલીસ, પાંચ, અગિયાર અને અઠ્ઠાવીસ છે.'

'ચેસ્ટ નંબર અગિયાર'ની જાહેરાત યુવાન સત્યમના કાનમાં મધુર સંગીતની જેમ ગુંજી રહી હતી. અવિશ્વાસે તેને એક ક્ષણ માટે જકડી લીધો - શું તેણે ખરેખર પોતાના પ્રથમ પ્રયાસમાં એસએસબીમાં વિજય પ્રાપ્ત કર્યો હતો? પરંતુ ટૂંક સમયમાં તે સાતમા આકાશમાં પહોંચી ગયો. ભારતીય વાયુસેનામાં જોડાવાનું અને પાઇલટ બનવાનું તેનું સપનું હવે પૂરું થવાનું હતું.

બીજા દિવસે સવારે પસંદ કરાયેલા ચાર ઉમેદવારો પોતાની વિસ્તૃત તબીબી તપાસ માટે બેંગલુરુની કમાન્ડ હૉસ્પિટલમાં હતા. આ પાંચ દિવસ સુધી ચાલેલા પરીક્ષણોમાં ઉમેદવારોનાં તબીબી પરિણામો અને ફિટનેસની કાળજીપૂર્વક તપાસ કરવામાં આવી હતી.

મેડિકલ તપાસનો છેલ્લો દિવસ આંખની તપાસ માટે અનામત રાખવામાં આવ્યો હતો. આત્મવિશ્વાસથી ભરપૂર, સત્યમને ખાતરી હતી કે તે આંખની પરીક્ષા સારી રીતે પાસ કરશે. તે ટ્રેનમાં બેસી અને પોતાના ગામમાં પાછા ફરવા આતુર હતો, જ્યાં તે તેમના પરિવાર સાથે ઉજવણી કરવા માંગતો હતો. તેના મનમાં તે કલ્પના કરી રહ્યો હતો કે તે યુનિફોર્મ પહેરીને વિશાળ વાદળી આકાશમાં ફાઇટર જેટમાં મુસાફરી કરી રહ્યો છે અને કેટલાય મનોહર યુદ્ધાભ્યાસ કરી રહ્યો છે.

દિવસની શરૂઆત આંખની કસોટીથી થઈ અને સત્યમે આ પડકારને સરળતાથી પાર કર્યો. આગળ, તેઓને રહસ્યમય 'લાલટેન પરીક્ષણ' માટે ઝાંખા પ્રકાશવાળા રૂમમાં લઈ જવામાં આવ્યા. તેઓ વિવિધ રંગોની એલઇડી લાઇટોથી ઘેરાયેલા હતા. તેણે આત્મવિશ્વાસપૂર્વક પરીક્ષકને દરેક રંગ વિશે જણાવ્યું. પરંતુ બાકીના ત્રણ ઉમેદવારોનું જોરદાર હાસ્ય સાંભળીને તે દંગ રહી ગયો. 'તેઓ કેમ હસે છે?' સત્યમે આશ્ચર્ય વ્યક્ત કર્યું.

'ઠીક છે, સત્યમ! ચાલો બીજી કસોટી કરીએ. અમે આને ઇશિહારા પરીક્ષણ કહીએ છીએ', ડૉક્ટરે જાહેરાત કરી. તેઓ બાજુના રૂમમાં જાય છે, જ્યાં ડૉક્ટર સત્યમને એક પુસ્તક આપે છે. પુસ્તકના દરેક પાના પર ગાઢ ટપકાંની છણાવટ કરેલી હતી.

ડૉક્ટરે સૂચના આપી, 'દરેક પાનાને ધ્યાનથી જુઓ અને મને કહો કે તેના પર કયો અંક લખેલો છે.'

સત્યમે કાળજીપૂર્વક પાનાં ફેરવ્યાં અને છુપાયેલા આંકડાઓને સમજવાનો પ્રયત્ન કર્યો. આ પછી તેણે કબૂલાત કરી, 'સર, મને કોઈ પેજ પર કોઈ નિશાન દેખાતું નથી. માત્ર બિંદુઓ જ દેખાય છે.' તેની અભિવ્યક્તિ પર મૂંઝવણનાં વાદળ સ્પષ્ટ હતાં.

ડૉક્ટરે ભારે આઘાત સાથે જાહેર કર્યું, 'તમે સશસ્ત્ર દળોમાં જોડાવા માટે યોગ્ય નથી.'

સત્યમને શબ્દો સમજાયા નહીં. 'તેઓ શું કહે છે? તેઓ આવું કેમ કહી રહ્યા છે?' ઘટનાઓના અચાનક અને અણધાર્યા વળાંક સાથે ઝઝૂમતા તેનું મગજ દોડવા લાગ્યું.

'સાહેબ, મહેરબાની કરીને આવું ના બોલો. હું સંપૂર્ણ સ્વસ્થ છું. જો કોઈ નાની સમસ્યા હશે તો હું તેનો ઇલાજ કરાવીશ', સત્યમે આજીજી કરી; તેનો અવાજ આંસુ અને ચિંતાથી દબાઈ ગયો હતો.

'તમને રંગ અંધત્વ છે, સત્યમ. તમે વિવિધ રંગો વચ્ચે તફાવત કરી શકતા નથી.' તેમણે ચિંતાતુર સત્યમને જાણ કરી.

'સર, હું તેની સારવાર કરાવીશ. તેના ઇલાજ માટે કોઈ દવા કે સર્જરી હોવી જોઈએ,' સત્યમે વિનંતી કરી અને તેના અવાજમાં હતાશા દેખાતી હતી.

'કમનસીબે, તે આનુવંશિક સમસ્યા છે અને તેનો કોઈ ઇલાજ નથી. તે માત્ર દુર્ભાગ્ય છે,' ગ્રુપ કેપ્ટને સત્યમને આશ્વાસન આપતાં કહ્યું.

તે રાત્રે સત્યમ ખુલ્લેઆમ રડ્યો. 'મારી સાથે જ કેમ આવું થયું? આમાં મારી ભૂલ ક્યાં છે?' તેણે વિચાર્યું.

ધીરે ધીરે સત્યમ પર લાગણીઓનો બોજ ઓછો થવા લાગ્યો. સશસ્ત્ર દળોના દરવાજા હવે તેના માટે નિશ્ચિતપણે બંધ હતા. એ કડવું સત્ય જાણ્યા પછી તેની અંદર એક શાંત સંકલ્પે આકાર લીધો.

'મારા પરિવારની પ્રગતિ અને સારું જીવન સુરક્ષિત કરવા માટે માત્ર એક જ દરવાજો બાકી છે. કદાચ આ ભગવાનની નિશાની છે કે મારું નસીબ સશસ્ત્ર દળોમાં નહીં, પણ IASમાં છે,' તેણે પોતાની જાતને કહ્યું.

રોલ મૉડલ માટેની શોધ

સત્યમ રાજ્યશાસ્ત્રમાં BA (ઑનર્સ) માટે દિલ્હી યુનિવર્સિટીની દયાલસિંહ કૉલેજમાં જોડાયો. તેના પ્રથમ વર્ષના અંતે, તેણે કૉલેજના નોટિસ બોર્ડ પર એક આકર્ષક જાહેરાત જોઈ: રાંચી કલેક્ટરની ઑફિસમાં અવેતન ગ્રીષ્મકાલીન ઇન્ટર્નશિપ. તેણે તરત જ અરજી કરી અને થોડા દિવસો પછી તેની પસંદગીનો સંદેશો મળતાં આનંદ થયો.

કલેક્ટરની ઑફિસમાં પગ મૂકતાંની સાથે જ તે બાર એપ્રેન્ટિસના જૂથ સાથે જોવા મળ્યો. કલેક્ટર મહિમાપત રેની અધ્યક્ષતામાં એક ઓરિએન્ટેશન ક્લાસ તેમની રાહ જોઈ રહ્યો હતો. સત્યમ પ્રથમ વખત કલેક્ટરને મળી રહ્યો હતો, તેથી આ મિટિંગે તેનામાં ઉત્તેજના અને ઉત્સુકતાની સુખદ મિશ્ર લાગણી ભરી દીધી.

રેની તીક્ષ્ણ બુદ્ધિ અને પ્રગતિશીલતાએ સત્યમને પ્રભાવિત કર્યો. તેમણે તાલીમાર્થીઓ માટે તેમની અપેક્ષાઓની રૂપરેખા આપી: સરકારની ગ્રામીણ વિકાસ યોજનાઓના અમલીકરણનો અભ્યાસ કરો અને તેમની અસર પર અહેવાલ તૈયાર કરો.

દરેક તાલીમાર્થીને ચોક્કસ બ્લોક સોંપવામાં આવ્યો હતો અને સત્યમને પશ્ચિમ બંગાળની સરહદ પર સ્થિત સિલ્લી બ્લોક ફાળવવામાં આવ્યો હતો. અહીં તેમણે ખંડ વિકાસ અધિકારી (બીડીઓ)નાં રોજિંદાં કાર્યો વચ્ચે દોઢ મહિનો વિતાવ્યો. યોજનાની અસરોનું મૂલ્યાંકન કરવા ઉપરાંત, સત્યમે એક અનોખા પ્રોજેક્ટ ‘લીડર્સ ઑફ લાઇટ’માં ભાગ લીધો. તેનો ઉદ્દેશ મહિલા સ્વ-સહાય જૂથો (HSG)ને સૌર લેમ્પ કેવી રીતે એસેમ્બલ કરવો તે શીખવીને સશક્તીકરણ કરવાનો હતો.

આ અનુભવથી સત્યમને અપાર સંતોષ મળ્યો. એક IAS અધિકારીના કામની વિવિધતા અને પ્રભાવશાળી સ્વભાવ, જેનો તેણે ઇન્ટર્નશિપ દરમિયાન અનુભવ કર્યો હતો, તેનામાં આ પદ માટે ઊંડો જુસ્સો જગાડ્યો હતો.

ઇન્ટર્નશિપના છેલ્લા દિવસે, રેએ તેના વિશાળ બંગલામાં તમામ ઇન્ટર્ન માટે રાત્રિભોજનનું આયોજન કર્યું હતું. સૌહાર્દપૂર્ણ વાતાવરણમાં, તેમણે દરેકને પોતાના અનુભવો શેર કરવા પ્રોત્સાહિત કર્યા. સત્યમને રેમાં પોતાના રોલ મૉડેલ મળી ચૂક્યા હતા.

લાજપતનગરમાં એક બરસાતી

સત્યમનો દિલ્હી એનસીઆરમાં શરૂઆતનો પ્રવાસ તેને નોઈડાના સેક્ટર 62માં તેના મામાના ઘરે લઈ ગયો. ગામમાંથી આવીને તે દિલ્હીની ઊંચી ઇમારતો, વિશાળ મેટ્રો ટ્રેન અને લોકોની ભીડ જોઈને દંગ રહી ગયો. જો કે થોડા મહિનાઓમાં જ તેને સમજાયું કે નોઈડાથી દયાલસિંહ કૉલેજ સુધીની મુસાફરી ન તો કાયમી હતી કે ન તો સસ્તી હતી અને તેમાં દરરોજ ત્રણ કલાકથી વધુ સમય લાગતો હતો.

જેમ જેમ તેનું બીજું વર્ષ શરૂ થયું તેમ, સત્યમે પોતાની કૉલેજ પાસે આવાસ શોધવાનું શરૂ કર્યું. ઘણી મહેનત પછી, તે લાજપતનગરની એક જગ્યાએ 7,000 રૂપિયાના માસિક ભાડા પર રહેવા લાગ્યો. દિલ્હીમાં તેમનું પહેલું ઘર સાધારણ બરસાતી હતું, જે એક ઇમારતની છત પર બાંધેલી નાની ઝૂંપડી હતી, જેના પર ટીનની છત હતી. પલંગ ખરીદવામાં અસમર્થ હોવાને કારણે, તેણે એક ગાદલું અને રસોઈ માટે નાનો ગૅસ સ્ટવ રાખ્યો.

તેમ છતાં, ભોજન માટેના પડકારો તીવ્ર હતા. બહાર જમવાનું ખૂબ જ મોંઘું પડતું હતું, જ્યાં ભોજનની કિંમત 100 રૂપિયા હતી. ખર્ચ ઘટાડવા માટે, સત્યમે ભોજન છોડવાનું શરૂ કર્યું. આ એક બલિદાન હતું જેણે તેના સ્વાસ્થ્ય પર નકારાત્મક અસર કરી હતી. બીજા વર્ષના અંત સુધીમાં તેનું વજન 65 કિલોથી ઘટીને 52 કિલો થઈ ગયું.

પ્રતિકૂળ સંજોગોએ જ તેને IAS ઑફિસર બનીને પોતાના પરિવારની સમસ્યાઓ હલ કરવાના તેના દૃઢ સંકલ્પને પ્રેરણા આપી. તેમણે સિવિલ સર્વિસ પરીક્ષા (CSE)ની જરૂરિયાતો અને તૈયારી માટેની સૌથી અસરકારક વ્યૂહરચનાઓને સમજવા માટે વ્યાપક સંશોધન કર્યું. 'ધ હિન્દુ' અખબાર વાંચવું એ રોજની આદત બની ગઈ.

કૉલેજમાં, સત્યમને કમલ નયન ચૌબે અને પ્રકાશ જેવા અમૂલ્ય ગુરુઓ મળ્યા. જોકે, તેને ઘણા ફેકલ્ટી સભ્યોનો પણ સામનો કરવો પડ્યો હતો જેમણે તેને તેના ધ્યેયથી વિમુખ કરવાનો પ્રયાસ કર્યો હતો; કેટલાકે તેમને આઈએએસને બદલે શિક્ષક બનવાની સલાહ આપી.

સત્યમ પોતાના સંકલ્પ પર અડગ રહ્યો. સ્નાતકના બીજા વર્ષથી,

તેણે પોતાના શૈક્ષણિક અભ્યાસ અને સીએસઈ તૈયારી બંને પર ધ્યાન કેન્દ્રિત કર્યું. આ પ્રારંભિક પ્રતિબદ્ધતાએ તે જે ગંભીર યાત્રા શરૂ કરવાનો હતો તેના માટે પાયો નાખ્યો.

વધતું જતું કૌટુંબિક દેવું વહેલી શરૂઆત કરવા મજબૂર કરે છે

સત્યમના ખર્ચાઓને પહોંચી વળવા માટે, તેના પિતાએ સ્થાનિક શાહુકાર બટુકદેવ પાસેથી ઊંચા વ્યાજ દરે નાણાં ઉછીનાં લીધાં હતાં, જેનો બોજ સત્યમને સતત પરેશાન કરતો હતો. આ નાણાકીય પડકારને પહોંચી વળવા, તેણે સ્નાતકના અંતિમ વર્ષમાં પોતાના લક્ષ્યાંક UPSC સુધી પહોંચવા માટે પોતાની ગતિને વેગ આપવાનો સંકલ્પ કર્યો. એપ્રિલ 2019માં સીએસઈ પ્રિલિમ્સ 2020 માટે ગંભીર તૈયારી શરૂ કરીને, તે કરોલ બાગમાં એક લોકપ્રિય કોચિંગ એકેડેમીમાં જોડાયો. લાજપત નગરથી દરરોજ આવવા-જવામાં કીમતી સમય વેડફાતો હતો તેથી નાછુટકે સત્યમને તેની નાની બરસાતીને અલવિદા કહેવાની ફરજ પડી હતી.

રેગરપુરાના એક નાનકડા ઓરડામાં તેની રહેઠાણની શોધ પૂરી થઈ. ચાર માળની ઇમારતમાં 10 ફૂટ બાય 5 ફૂટની આ નાની જગ્યામાં એક પથારી, એક નાનું સ્ટડી ટેબલ અને ખુરશી માંડ માંડ આવી શકે. ત્યાં કોઈ કબાટ ન હોવાથી સત્યમે પોતાનાં પુસ્તકો ફ્લોર અને પલંગ પર રાખવા પડ્યાં. તુલનાત્મક રીતે ઓછા ભાડા સિવાય રૂમનો સૌથી મોટો ફાયદો એ હતો કે તેનું કોચિંગ સેન્ટર નજીકમાં હતું.

પરિવારની અસ્થિર આર્થિક સ્થિતિને કારણે, સત્યમે પોતાનું માસિક બજેટ 12,000 રૂપિયા સુધી મર્યાદિત કર્યું, જેમાંથી 8,000 રૂપિયા રૂમના ભાડામાં ગયા. આનાથી તેના ખાદ્યપદાર્થોના બજેટમાં ગંભીર ઘટાડો થયો. તેને રોજના બે ભોજનની સાધારણ ટિફિન સેવા પસંદ કરવાની ફરજ પડી હતી, જેમાં એક ભોજનનો ખર્ચ 65 રૂપિયા થતો.

સાંજે 5.30 થી 7.30 દરમિયાન કોચિંગ ક્લાસ થતા હતા. સત્યમે શરૂઆતમાં સવારે કૉલેજ અને સાંજે કોચિંગ વચ્ચે સંતુલન જાળવવાનો પ્રયાસ કર્યો હતો. જો કે, આ પીડાદાયક દિનચર્યાએ તેને સીએસઈની

તૈયારી માટે બહુ ઓછો સમય આપ્યો. કૉલેજ આવવા-જવાનો ખર્ચ પણ તેની આર્થિક તંગી વધારી રહ્યો હતો. તેથી તેણે મુશ્કેલ નિર્ણય લીધો કે તે ફક્ત પરીક્ષા આપવા અને અસાઇમેન્ટ સબમિટ કરવા માટે જ કૉલેજમાં જશે.

સત્યમના આ નિર્ણયથી તેના ઘણા શિક્ષકો નારાજ થયા, જેમણે તેની લાંબી ગેરહાજરી પર નારાજગી પણ વ્યક્ત કરી. સત્યમ જ્યારે કૉલેજમાં જતો ત્યારે ઘણી વખત તેના કેટલાક શિક્ષકો તેને 'કલેક્ટર સાહેબ' કહીને બોલાવતા હતા, તેઓ સત્યમને શરમાવવા માંગતા હતા. કેટલાક શિક્ષકો તેને વર્ગમાં ખૂબ જ કઠિન પ્રશ્નો પૂછતા હતા અને જ્યારે તે જવાબ ન આપી શકતો ત્યારે તેની મજાક ઉડાવીને તેને અપમાનિત કરવાનો પ્રયાસ કરતા હતા.

જો કે આ અપમાનોએ સત્યમના સંકલ્પને વધુ મજબૂત બનાવ્યો. તેણે પોતાના પ્રયત્નો બમણા કર્યા, સખત અભ્યાસ કર્યો અને પોતાના અભ્યાસ પર સંપૂર્ણ ધ્યાન કેન્દ્રિત કરવા માટે તેના રૂમમાં જ રહ્યો.

સમય પ્રબંધનની યુક્તિઓ

સમય પ્રબંધન સત્યમની પરીક્ષાની તૈયારીનું મહત્ત્વનું લક્ષણ બની ગયું. દરરોજ રાત્રે સૂતાં પહેલાં તે કાળજીપૂર્વક તપાસ કરતો કે તે દિવસ દરમિયાન વિવિધ પ્રવૃત્તિઓમાં કેટલો સમય વિતાવે છે. તે દરેક મિનિટની નોંધ રાખતો. તે આ પૃથક્કરણને એક કાગળના ટુકડા પર લખતો, જે તેને એ જોવામાં મદદ કરતો કે તેનો સમય ક્યાં વેડફાયો છે. આનાથી ધીમે ધીમે તેનામાં શિસ્તની ભાવના પેદા થઈ. બે મહિનામાં આ અભ્યાસ તેની આદત બની ગઈ, જેના પરિણામે તેના અભ્યાસનો સમયગાળો વધતો ગયો.

કૉલેજ આવતી-જતી વખતે પણ સત્યમે પોતાના સમયનો સદુપયોગ કર્યો. તે પોતાની સાથે સ્ટડી મટીરિયલ લઈને મેટ્રો ટ્રેનમાં અભ્યાસ કરતો હતો. 'વર્ગો દરમિયાન પણ' તે દરેક ફાજલ મિનિટનો ઉપયોગ કરતો હતો. તે કોચિંગ ક્લાસમાં વહેલો પહોંચી જતો, જેથી તે આગળની હરોળમાં બેસી શકે. જ્યારે અન્ય ઉમેદવારો વાતચીત કરતા આસપાસ

ઊભા રહેતા, ત્યારે સત્યમ પોતાની નોંધો વાંચીને સમયનો સદ્ઉપયોગ કરતો.

સત્યમે ચતુરાઈપૂર્વક એ હકીકતને ઓળખી લીધી કે કોચિંગ એકેડેમીના ઘણા વર્ગો ઉપયોગી નથી અને તે એક તૃતીયાંશ સમયમાં જાતે જ એ વિષયોનો પૂરેપૂરો અભ્યાસ કરી શકે છે. તેણે 1.6 લાખ રૂપિયા ફી ચૂકવી, એટલે કે એક વર્ગ માટે લગભગ 500 રૂપિયા, તેમ છતાં તેણે હિંમતપૂર્વક પૈસા કરતાં તેના સમયને પ્રાથમિકતા આપી. આથી, તેણે તેને કઠિન લાગતા વિષયો માટે જ કોચિંગ ક્લાસમાં જવાનું નક્કી કર્યું.

સોશિયલ મીડિયા, રીલ્સ અને ટૂંકા વિડિયોઝના સમય-વપરાશને સમજીને, સત્યમે તેના તમામ સોશિયલ મીડિયા એકાઉન્ટ્સ નિષ્ક્રિય કર્યાં. આમાં તેનું પ્રિય ઇન્સ્ટાગ્રામ પણ સામેલ હતું, જ્યાં તે તેની ફોટોગ્રાફીની કુશળતા દર્શાવતો હતો. આનાથી તેને પોતાના અભ્યાસ પર સંપૂર્ણ ધ્યાન કેન્દ્રિત કરવામાં મદદ મળી.

સમયની નોંધપાત્ર પ્રતિબદ્ધતાને ઓળખીને, સત્યમે તેના મોટાભાગના મિત્રોથી અંતર જાળવવાનું ઇરાદાપૂર્વક પસંદ કર્યું. કોઈ પણ ભોગે સમય બગાડવો નહીં એ સિદ્ધાંતને ધ્યાનમાં રાખીને તેણે વિચાર્યું કે જો મિત્રો સાચા હશે તો થોડો સમય વિયોગ સહન કરશે.

તેણે માત્ર બે મિત્રો હર્ષ અને નતાંશ સાથે સંપર્ક જાળવી રાખ્યો હતો. નતાંશ તેનો કૉલેજનો મિત્ર હતો, જ્યારે સત્યમ હર્ષને કોચિંગ સેન્ટરમાં મળ્યો હતો. તે પોતાની શંકા દૂર કરવા અને આર્થિક ખ્યાલોને સમજવા માટે મધરાતે પણ હર્ષનો સંપર્ક કરી શકે એમ હતો.

કુશળ વ્યૂહરચનાકાર

પોતાની તૈયારી શરૂ કરતા પહેલાં, સત્યમે વ્યાપક સંશોધન કર્યું, IAS ટોપર્સના વિડિયો જોયા અને તેમના બ્લોગ્સ અને જવાબપત્રકો વાંચ્યા. એક મહત્ત્વપૂર્ણ પાઠ તે શીખ્યો કે પુસ્તકો અને નોંધોનું વારંવાર પુનરાવર્તન કરવું મહત્ત્વપૂર્ણ છે. વધુમાં, તેને શ્રેષ્ઠ સંસાધનોની સંખ્યામાંથી પસંદગીપૂર્વક અભ્યાસ કરવાનું મહત્ત્વપૂર્ણ લાગ્યું.

સત્યમે છ મહિનાના સમયગાળામાં પોતાની તૈયારીઓનું આયોજન

કરવાની નોંધપાત્ર ક્ષમતા દર્શાવી. તેણે તેનાં લક્ષ્યોને સાપ્તાહિક અને દૈનિક ધ્યેયોમાં વિભાજિત કર્યા. તેણે આ સમય દરમિયાન કેટલાં પાનાં કે પ્રકરણો પૂરાં કરશે તે લખ્યું. તેનું દૃઢપણે માનવું હતું કે સ્પષ્ટ ધ્યેય વિના માત્ર અભ્યાસના કલાકો લખવાથી સફળતા મળશે નહીં. તેના બદલે, વ્યક્તિએ દૈનિક લક્ષ્યોને પ્રાપ્ત કરવાનો પ્રયાસ કરવો જોઈએ.

શરૂઆતના થોડા મહિનામાં, સત્યમે દરરોજ બધા વિષયો વાંચ્યા. તેણે દરરોજ રાત્રે સૂતા પહેલાં તેનાં રોજિંદાં લક્ષ્યોને પૂર્ણ કરવા માટે શ્રેષ્ઠ પ્રયાસ કર્યો. તેણે કોઈ પણ ખામીને દૂર કરવા માટે રવિવારને વ્યૂહાત્મક દિવસ તરીકે નક્કી કર્યો. કડક વ્યૂહરચના અને સખત મહેનતને કારણે, તે પ્રિલિમ્સ પહેલાં દરેક વિષયનું અનેકાધિક વખત પુનરાવર્તન કરવામાં સફળ રહ્યો.

તદુપરાંત, સત્યમે પરીક્ષામાં કયા ટોપિક અથવા વિષયો આવવાની વધુ સંભાવના છે તે જાણવા માટે કાળજીપૂર્વક વિશ્લેષણ કર્યું. તેણે જોયું કે કેટલાક ઉમેદવારોએ વિશ્વ ઇતિહાસ અથવા સ્વતંત્રતા પછીના ઇતિહાસ જેવા વિષયોનો અભ્યાસ કરવામાં ઘણો સમય પસાર કર્યો હતો, પરંતુ આ રોકાણના બદલામાં તેમને બહુ થોડું વળતર મળ્યું હતું. તેનાથી વિપરીત, રાજકારણ, મધ્યયુગીન ઇતિહાસ, અર્થશાસ્ત્ર અને ભૂગોળ જેવા વિષયો પર વધુ ધ્યાન આપવામાં આવે તો તે વધુ ફાયદાકારક લાગતું હતું, કારણ કે તેના પ્રશ્નો વધારે અને વારંવાર આવતા હતા. અભ્યાસના મર્યાદિત સમયને જોતાં આ વ્યૂહરચના વધુ અસરકારક હતી.

તેમની વ્યૂહરચનાનું બીજું મુખ્ય તત્ત્વ એ હતું કે તેમણે કોચિંગ અભ્યાસ અને સ્વ-અભ્યાસને અલગ રાખ્યા હતા. સત્યમનું માનવું હતું કે ઘરે કોચિંગ સામગ્રીની સમીક્ષા કરવી પ્રતિકૂળ છે. તેના બદલે, તેણે કોચિંગમાં આગળ ભણાવવાના વિષયોનો અગાઉથી અભ્યાસ કરવાનો વિપરીત અભિગમ અપનાવ્યો. આનાથી તેને કોચિંગ સત્રો દરમિયાન શંકા દૂર કરવામાં અને ઊંડી સમજણ મેળવવામાં મદદ મળી.

નવીનતમ વર્તમાન બાબતો સાથે તાલમેલ રાખવા માટે, સત્યમે સવારે 'ધ હિન્દુ' અને રાત્રે સૂતા પહેલા 'ઇન્ડિયન એક્સપ્રેસ' વાંચવાની ટેવ

પાડી. જોકે શરૂઆતમાં તે આખું અખબાર વાંચતો હતો, પરંતુ પછીથી તેણે પસંદગીનો અભિગમ અપનાવવાનું શરૂ કર્યું. મુખ્ય પરીક્ષાના સમયગાળા દરમિયાન આવતા માનસિક થાકને ઓળખીને, સત્યમે પહેલેથી જ પોતાના કમ્ફર્ટ ઝોનને વિસ્તારી દીધો હતો.

સત્યમે વ્યવસ્થિત રીતે પોતાની નબળાઈઓને દૂર કરવાનું કામ કર્યું. આ માટે તેણે પોતાનું 'અનુકૂલન સૂત્ર' લાગુ કર્યું, જે 'તૈયારી-પરીક્ષણ-નબળાઈઓની ઓળખ-તૈયારી'ના ક્રમમાં હતું. તે શોધી કાઢતો હતો કે તેને કયા ક્ષેત્રમાં ઓછા માર્ક્સ આવ્યા છે. એવા વિષયોમાં જ્યાં ભૂલો વારંવાર થતી હતી, તેણે પોતાની ભૂલોનાં મૂળ કારણોને ઓળખવા અને સુધારવા માટે મૂળભૂત બાબતો પર ધ્યાન કેન્દ્રિત કર્યું.

જો કે, તેણે સમજદારીપૂર્વક એવી સામાન્ય ભૂલ કરી ન હતી જે ઘણા ઉમેદવારો કરે છે - પોતાની તૈયારીની યાત્રામાં ખૂબ વહેલા મૉક ટેસ્ટ આપવાનું. તેના બદલે તેણે પોતાની જાતને ચકાસતા પહેલા જ્ઞાનનો નક્કર પાયો નાખવા પર ધ્યાન કેન્દ્રિત કર્યું.

એકીકૃત દષ્ટિકોણના ફાયદા

સત્યમે એક એકીકૃત દષ્ટિકોણ અપનાવ્યો. આ હેઠળ, તેણે પોતાની પ્રારંભિક અને મુખ્ય પરીક્ષાઓની એક સાથે તૈયારી કરી. તેનું માનવું હતું કે પ્રિલિમ્સમાં મજબૂત પાયાગત તૈયારી મેઇન્સમાં સફળતાનો પાયો રચે છે.

મેઇન્સ માટે મૂળભૂત પુસ્તકો પૂરતાં નથી. આ મર્યાદાને ઓળખીને, સત્યમે વાજીરામની પૂરક સામગ્રી જેમ કે યેલો બુક અને વિઝન IASની સામગ્રી વાંચી. પોતાની નોંધોની ગુણવત્તા વધારવા માટે, તે એકસાથે બે પુસ્તકો વાંચતો, બંને બાજુએ એક પુસ્તક રાખતો અને દરેક વિષય માટે એકીકૃત નોંધો તૈયાર કરતો. જો કે આ ટેક્નિક સમય માંગી રહી હતી, પરંતુ તેનાથી તેના અભ્યાસની ઊંડાઈમાં ઘણો વધારો થયો.

સત્યમે સપ્ટેમ્બર 2020માં UPSC મેઇન્સના અભ્યાસક્રમને ધ્યાનથી જોયો. તેણે તેને એ-4 શીટ પર લખીને પોતાના અભ્યાસ ટેબલની બરાબર સામે લગાવી દીધો. આનાથી તેને વિષયોનું વ્યાપક પરિદૃશ્ય મળ્યું, જેથી તે માત્ર સંબંધિત વિષયોનો જ અભ્યાસ કરે.

શરૂઆતમાં તે બાઉન્ડ રજિસ્ટરમાં નોંધ બનાવતો હતો. પરંતુ જેમ જેમ તૈયારીઓ આગળ વધતી ગઈ, સત્યમને ટૂંક સમયમાં સમજાયું કે તે પછીથી તેમાં નોંધો ઉમેરી શકશે નહીં. પરિણામે તેણે A-4 પેપર પર નોટો બનાવવાનું શરૂ કર્યું. આનાથી તેને અખબારો અને સામયિકોમાંથી મેળવેલા મુદ્દાઓને નોંધોમાં ઉમેરવામાં વધુ સગવડતા થઈ.

કોવિડ-19ને કારણે ધ્યેયથી ભટકી જવું

માર્ચ 2020માં, એક અનિચ્છનીય અને ખતરનાક મહેમાન કોવિડ-19એ ભારતના દરવાજા ખખડાવ્યા. સત્યમને અન્ય દેશોમાં વાઇરસની તબાહી વિશે વાંચીને પરિસ્થિતિની ગંભીરતાનો અહેસાસ થયો. 15 માર્ચ, 2020 સુધીમાં, દિલ્હીમાં માત્ર દસ કેસ નોંધાયા હતા, પરંતુ તેને સમજાયું કે પરિસ્થિતિ વધુ વણસી શકે તેમ છે. તે એકલો રહેતો હતો, તેથી તેણે ચિંતિત થઈને ટ્રેનની ટિકિટ બુક કરાવી અને ઝડપથી પોતાના પુસ્તકો બે મોટી બેગમાં પેક કર્યા. બીજા દિવસે તે પોતાના ગામ તરફ જવા રવાના થયો. તે વિચારી રહ્યો હતો કે પરિસ્થિતિ ટૂંક સમયમાં કાબૂમાં આવશે, તેથી તેણે પોતાનો પીજી રૂમ ખાલી ન કર્યો. ચંદીગઢમાં ભણતો તેનો ભાઈ શિવમ પણ તેની સાથે હતો.

સત્યમ અને શિવમ પુસ્તકોથી ભરેલી ભારે થેલી લઈને ઝડપથી પુસામાં ઊતર્યા. જ્યારે તેઓ વિચારી રહ્યા હતા કે પ્લૅટફૉર્મની બહાર આટલી ભારે બેગ કેવી રીતે લઈ જવી, બે પોલીસકર્મીઓ તેમની તરફ આગળ વધ્યા. આ જોઈને બંને ભાઈઓ ડરી ગયા.

'આ ભારે થેલીઓમાં તમે શું લઈ જાઓ છો? તેને તરત જ ખોલો', એક પોલીસકર્મીએ આદેશ આપ્યો.

'સાહેબ, અંદર પુસ્તકો છે; બીજું કંઈ નથી. તમે જોઈ શકો છો', શિવમે બેગની ચેન ખોલતાં કહ્યું.

તેમ છતાં પોલીસકર્મીઓને સંતોષ ન થયો. તેમાંથી એકે કડક અવાજે કહ્યું, 'અમે મૂર્ખ નથી. બધાં પુસ્તકો કાઢીને બતાવો. મને ખાતરી છે કે તમે તેમની નીચે દારૂ છુપાવીને લઈ જઈ રહ્યા છો.'

બિહારમાં સંપૂર્ણ દારૂબંધી અમલમાં હતી, તેથી દારૂની તસ્કરીની ઘટનાઓ સામાન્ય બની ગઈ હતી. આ કારણોસર આ બંને યુવાનો અંગત લાભ માટે પરિસ્થિતિનો લાભ લેવાનો પ્રયાસ કરી રહ્યા હોવાની પોલીસને સંપૂર્ણ શંકા હતી.

સત્યમ અને શિવમે પોતાની બેગમાંથી એક-એક પુસ્તક ખોલ્યું અને શંકાસ્પદ પોલીસકર્મીઓને બતાવ્યું.

પ્રિલિમ્સ 30 મે, 2020ના રોજ યોજાવાની હતી, પરંતુ રોગચાળાને કારણે 4 ઑક્ટોબર, 2020 સુધી મુલતવી રાખવામાં આવી હતી. વ્યાપક લૉકડાઉન અને અનિશ્ચિતતાને કારણે, UPSCએ ઉમેદવારોને પરીક્ષા કેન્દ્ર બદલવાની મંજૂરી આપી. સંજોગોને ધ્યાનમાં રાખીને સત્યમે તેનું પરીક્ષા કેન્દ્ર દિલ્હીથી બદલીને પટના કરી દીધું.

જો કે, સત્યમને ટૂંક સમયમાં સમજાયું કે ઘરે અભ્યાસ કરવો પડકારજનક છે. તેથી, ગંભીર જોખમ લઈને, તે કોવિડ-19 રોગચાળા વચ્ચે જુલાઈ 2020માં દિલ્હી પાછો ફર્યો. રોગચાળો તૈયારી માટે વધારાનો સમય પૂરો પાડતો હતો, જે સત્યમ માટે વરદાન સાબિત થયો હતો, કારણ કે તે વ્યાપક નોંધો બનાવી શકતો હતો અને અગાઉ ન વાંચેલા વિષયો તૈયાર કરી શકતો હતો.

જો કે ટૂંક સમયમાં જ તેના સંકલ્પની કસોટી થઈ. જેમ જેમ પરીક્ષાઓ નજીક આવી, સત્યમને તાવ આવ્યો, જે 30 સપ્ટેમ્બર, 2020ના રોજ 104 ડિગ્રીએ પહોંચ્યો. સ્થિતિ ગંભીર હતી, પરંતુ તે હૉસ્પિટલમાં જવા માંગતો ન હતો, કારણ કે તે તેના અભ્યાસમાં અવરોધ ઊભો કરે એમ હતો. તેના બદલે તેણે સ્થાનિક કેમિસ્ટ પાસેથી પેરાસિટામોલ અને મલ્ટીવિટામિન્સ ખરીદીને પોતાની સારવાર કરવાનું પસંદ કર્યું.

તેનું પરીક્ષા કેન્દ્ર પટનામાં હતું અને સ્થળ બદલવાનો કોઈ વિકલ્પ ન હતો તે જોઈને સત્યમ ખૂબ તાવ હોવા છતાં ટ્રેનમાં પટના ગયો. પરીક્ષા પછી, તેણે કોચિંગ સંસ્થાઓ દ્વારા બહાર પાડવામાં આવેલી આન્સર કી સાથે તેના જવાબોની તુલના કરી, જેણે તેને વિશ્વાસ આપ્યો કે તે મેઇન્સ પરીક્ષામાં સફળ થશે. બે દિવસના ટૂંકા વિરામ બાદ તેણે મેઇન્સની પૂરજોશમાં તૈયારી શરૂ કરી.

બીજા અવરોધ પર કાબૂ મેળવવો

પ્રિલિમ્સ પછીના પ્રારંભિક મહિનામાં, સત્યમે દરરોજ ઓછામાં ઓછા બાર કલાક અભ્યાસ કર્યો અને બાકીના વિષયો માટે નોંધો તૈયાર કરી. સાવચેતીપૂર્વક આયોજન કરીને તેણે વિવિધ વિષયોના અભ્યાસ અને જવાબ-લેખનની પ્રેક્ટિસ વચ્ચે સારું સંતુલન સાધ્યું.

જો કે, એક પ્રચંડ નાણાકીય અવરોધ ઊભો થયો. સત્યમ સામાન્ય અધ્યયન અને એથિક્સના પ્રશ્નપત્રો માટે ટેસ્ટ સિરીઝ ખરીદવા માગતો હતો. વધુમાં, તે રાજકીય વિજ્ઞાન અને આંતરરાષ્ટ્રીય સંબંધોમાં ક્રેશ કોર્સ કરવા માંગતો હતો. આના માટે અંદાજે રૂ. 1 લાખની જરૂર હતી, જે તેના પરિવાર માટે મોટા આર્થિક બોજ સમાન હતું.

એક દિવસ સત્યમ કોચિંગ ક્લાસમાં ચિંતિત દેખાઈ રહ્યો હતો ત્યારે તેના મિત્ર હર્ષે તેની ચિંતાનું કારણ પૂછ્યું. હર્ષનો પરિવાર સમૃદ્ધ હતો. હર્ષ સત્યમ માટે હંમેશાં પ્રેરણાનો સ્રોત રહ્યો હતો, કારણ કે તેની પાસે સમર્પણ અને સમયના કાર્યક્ષમ ઉપયોગના ઉત્તમ ગુણો હતા.

તે દિવસ પછી, સત્યમને હર્ષના પિતાનો ફોન આવે છે, જેમાં તેઓ ઉદારતાથી સત્યમની ટેસ્ટ શ્રેણી અને ક્રેશ કોર્સ માટેની ફી કવર કરવાની ઑફર કરે છે. સત્યમ આભારી હતો, પરંતુ પ્રથમ તો તેણે ખચકાટ સાથે ના પાડી, પરંતુ સતત આગ્રહ કર્યો એટલે સંમત થયો. તેણે કહ્યું કે, તે પૈસા પછી પાછા આપી દેશે. તેના જવાબ-લેખન કૌશલ્યને વધારવામાં ટેસ્ટ શ્રેણી અમૂલ્ય સાબિત થઈ.

નિબંધ પ્રકારના પ્રશ્નો માટે, સત્યમે દુરુશેટ્ટીનું 'ફંડામેન્ટલ્સ ઑફ એસે ઍન્ડ આન્સર રાઇટિંગ' નામનું પુસ્તક વાંચ્યું. આની પૂર્તિ માટે તેણે સમાચાર વાર્તાઓ, અન્ય પુસ્તકો અને કોચિંગ નોંધોમાંથી ટીપ્સનો ઉપયોગ કર્યો. શરૂઆતમાં સંભવિત ભાષાકીય અવરોધો વિશે ચિંતિત હોવા છતાં, તેને એ જાણીને આનંદ થયો કે સારી પ્રવાહિતા અને જ્ઞાનની ઊંડાઈ સાથે, તે સામાન્ય અંગ્રેજી સાથે પણ સારા ગુણ મેળવી શકે છે. સત્યમે સતત અભ્યાસ, વ્યાપક વાચન, રેટર્સના પ્રતિસાદનું નજીકનું વિશ્લેષણ અને ચોક્કસ સુધારણા પ્રયાસો દ્વારા પોતાના અંગ્રેજી

કુશળતામાં પણ સુધારો કર્યો. તેણે પોતાના નિબંધોમાં સમાવવા માટે યાદગાર અવતરણોનો ભંડાર પણ એકત્રિત કર્યો.

એથિક્સ પેપર માટે, સત્યમની તૈયારી અખબારો, ટોપર્સના વીડિયો, ટેસ્ટ સિરીઝ અને મૂલ્યવર્ધિત સામગ્રી અને કોચિંગ સેન્ટરના માર્ગદર્શન પર આધારિત હતી. વાસ્તવિક-વિશ્વનો સંદર્ભ ઉમેરવા માટે તે વાસ્તવિક જીવનનાં ઉદાહરણોને કાળજીપૂર્વક એકત્રિત કરતો હતો.

પરીક્ષામાં સારા હસ્તાક્ષર અને ઝડપની મહત્ત્વની ભૂમિકાને ઓળખીને સત્યમે બંને પર ધ્યાન કેન્દ્રિત કર્યું. અગાઉના ટોપર્સની સલાહ એ હતી કે કોઈ પણ પ્રશ્ન જવાબ વગરનો ન છોડો અને તેને નિર્ધારિત સમયમાં પૂર્ણ કરો, કારણ કે આનાથી મેઇન્સમાં સફળતાની શક્યતાઓ નોંધપાત્ર રીતે વધી જાય છે. આ સલાહ તેના દિમાગમાં ગુંજતી રહી.

શરૂઆતમાં, સત્યમે પોતાના રાજકીય વિજ્ઞાન અને આંતરરાષ્ટ્રીય સંબંધોના વૈકલ્પિક વિષયોની અવગણના કરી, તેની ગંભીર સંલગ્નતાને નવેમ્બર સુધી મુલતવી રાખી. પુસ્તક વાંચીને જ તે વિષય સમજી શકે તેમ માનીને તેણે અનૌપચારિક અભિગમ અપનાવ્યો અને નોંધો તૈયાર ન કરી. જો કે, જ્યારે તેણે પ્રથમ મૉક ટેસ્ટ આપી ત્યારે કઠિન વાસ્તવિકતાએ તેને ચોંકાવી દીધો. પોતાની ગંભીર બેદરકારીને ઓળખીને, તેણે ઝડપથી લિબજેનમાંથી પુષ્કળ નોંધો અને પુસ્તકો ડાઉનલોડ કર્યાં, તેને એક પ્રખ્યાત કોચિંગ શિક્ષકની નોંધો સાથે જોડ્યા અને વ્યક્તિગત નોંધોનો એક વ્યાપક સેટ તૈયાર કર્યો.

નર્વસ બ્રેકડાઉન

સત્યમ સઘન અભ્યાસમાં ડૂબી ગયો હતો અને પોતાની તૈયારી માટે દરરોજ 12 કલાકથી વધુ સખત કલાકો ફાળવતો હતો. શરૂઆતમાં તે 11 વાગે અભ્યાસ પૂરો કર્યા બાદ સૂવાની આદતને અનુસરતો હતો. પરંતુ તેને તરત જ ખ્યાલ આવ્યો કે રાત્રિના કલાકો શાંત હોય છે અને વાતાવરણ એકાગ્રતા માટે વધુ અનુકૂળ હોય છે. તેથી તેણે આખી રાત અભ્યાસ કરવાનો, સવારે 8 વાગ્યે સૂવાનો અને બપોરે 3 વાગ્યે જાગવાનો બિનપરંપરાગત નિત્યક્રમ અપનાવ્યો.

સત્યમ જાણતો હતો કે પોતાના પરિવાર માટે ઉપલબ્ધ નાણાકીય સંસાધનો મર્યાદિત છે. તેથી જ તે સમયની ટીક-ટીક સ્પષ્ટ રીતે સાંભળી શકતો હતો; તે જાણતો હતો કે તે આ પરીક્ષા વધુ વખત આપી શકશે નહીં. જેમ જેમ મુખ્ય પરીક્ષાઓ નજીક આવતી ગઈ તેમ તેમ અભ્યાસક્રમની વિશાળતા અને લાંબા સમય સુધી અભ્યાસ કર્યો ન હોય એવા રહી ગયેલા વિષયોએ દબાણ અને ચિંતામાં વધારો કર્યો. આ કારણે, 29 ડિસેમ્બર, 2020ના રોજ મેઇન્સના થોડા દિવસો પહેલાં તેને નર્વસ બ્રેકડાઉન થવાનું શરૂ થયું.

રોજિંદી દિનચર્યા મુજબ તેણે રાત્રે 9 વાગે ઘરે ફોન કર્યો હતો. તેની માતાએ ફોનનો જવાબ આપતા જ સત્યમ જોરજોરથી રડવા લાગ્યો હતો. તેની માતા ગભરાઈ ગઈ. 'શું થયું દીકરા, રડવાનું બંધ કરીને મને કહે.' તેણે પૂછ્યું.

'મા, મને માફ કર. હું જાણું છું કે તમે મારા કોચિંગ માટે ઘણી લોન લીધી છે, પરંતુ હું આ વખતે પરીક્ષા પાસ કરી શકીશ નહીં. મને વધુ તૈયારી કરવા દો અને આગલી વખતે પ્રયાસ કરવા દો. હું માત્ર 21 વર્ષનો છું અને મારી પાસે ઘણા પ્રયત્નો બાકી છે', સત્યમે રડતાં કહ્યું.

તેની માતા હંમેશની જેમ તેના સમર્થનમાં હતી. 'હું સમજી ગઈ, દીકરા. તેં તારા પ્રથમ પ્રયાસમાં જ પ્રિલિમ ક્લિયર કરીને અમને ગર્વ અપાવ્યું છે. તારે પૈસાની ચિંતા કરવાની જરૂર નથી. શાંત થા, તારો સમય લે અને આવતા વર્ષે પ્રયત્ન કરજે.' સત્યમના પિતાએ પણ તેનો સાથ આપ્યો.

થોડીવાર પોતાનાં માતાપિતા સાથે વાત કર્યા બાદ સત્યમે ફોન કટ કરી દીધો. આનાથી તેને ઘણી શક્તિ મળી અને તેણે પોતાના પ્રથમ પ્રયાસમાં જ IAS અધિકારી બનવાના પોતાના સંકલ્પનો પુનરુચ્ચાર કર્યો. તેથી તેણે પોતાની જાતને પુસ્તકોમાં લીન કરી અને સવારે 8 વાગ્યા સુધી અભ્યાસ કર્યો. પછી તેણે પોતાનો ફોન સ્વીચ ઑફ કરી દીધો અને સૂઈ ગયો.

જ્યારે તે બપોરે 3 વાગ્યે જાગ્યો અને તેણે પોતાનો ફોન ચાલુ કર્યો, ત્યારે તે તેનાં માતાપિતાના 60 મિસ્ડ કોલ જોઈને ગભરાઈ ગયો. તેણે

તરત જ ઘરે ફોન કર્યો અને હેલ્લો બોલતાની સાથે જ તેણે તેની માતાનો અવાજ સાંભળ્યો, જેમાં રડવાનું અને ચીસોનું મિશ્રણ હતું.

'સત્યમ ક્યાં હતો? તારો ફોન કેમ બંધ હતો? તું ઠીક છે, દીકરા? ગઈકાલે રાત્રે તારી સાથે વાત કર્યા પછી અમે ખૂબ ચિંતિત હતાં. અમે તારી પરિસ્થિતિને સંપૂર્ણપણે સમજીએ છીએ અને જો તું પરીક્ષા નહીં આપે તો અમને કોઈ વાંધો નથી. પણ નકારાત્મક વિચારીશ નહીં કે તારી જાતને દુઃખી કરીશ નહીં', મમ્મીએ એકીશ્વાસે કહી દીધું.

સત્યમને તેનાં માતાપિતાને સમજાવવામાં મુશ્કેલી પડી કે તે ઠીક છે અને તેના માટે બપોરે 3 વાગ્યે જાગવું સામાન્ય હતું.

સત્યમને ખૂબ જ અપરાધભાવ અનુભવાયો, પરંતુ તેને ધન્યતા પણ અનુભવાઈ કે તેના પરિવારે તેની ખૂબ કાળજી લીધી. તેને સમજાયું કે IAS ઑફિસર બનવાનું સપનું માત્ર તેનું જ નહીં, પરંતુ સમગ્ર પરિવારનું હતું.

પોતાની એકલતા અને હતાશાનો સામનો કરવા સત્યમે નજીકની લાઇબ્રેરીમાં જવાનું શરૂ કર્યું. તે તેની આસપાસના લોકોને જોઈને ખુશ થયો અને બદલાયેલ વાતાવરણ તેને ગમ્યું. તેણે પોતાનું સમયપત્રક બદલ્યું અને ચાર કલાકની ઊંઘ અને છ કલાક અભ્યાસનું ચક્ર અપનાવ્યું. પ્રિલિમ્સથી લઈને મેઇન્સ સુધી તેણે વાળ નહીં કપાવવાનું નક્કી કર્યું હતું, તેથી તેના વાળ લાંબા થઈ ગયા હતા. જાડા, લાંબા વાળવાળા, દાઢીવાળા સત્યમને તેનો કૉલેજનો કોઈ મિત્ર ઓળખી શક્યો નહીં.

એડમિટ કાર્ડગાથા

7મી જાન્યુઆરી, 2021નો દિવસ હતો. આ દિવસે, મેઇન્સનું પ્રથમ પેપર નિબંધલેખનનું હતું. સત્યમે મોડી રાત સુધી અભ્યાસ કર્યો હતો અને જ્યારે તે જાગ્યો ત્યારે સવારના 7 વાગ્યા હતા. તે ઝડપથી તૈયાર થઈ ગયો અને તેનું એડમિટ કાર્ડ અને આધાર કાર્ડ શોધવાનું શરૂ કર્યું, જે પરીક્ષાખંડમાં લઈ જવું ફરજિયાત હતું. પરંતુ તે મળતાં નહોતાં. તેણે હાંફળા-ફાફળા થઈને આખા રૂમમાં શોધ્યું. તેણે ટેબલ પર, ફ્લોર પર અને પલંગ પર પુસ્તકોના ઢગલા વચ્ચે બધે શોધ કરી. બંને દસ્તાવેજોની

નકલો તેના ફોનમાં સાચવવામાં આવી હતી, પરંતુ કમનસીબે પરીક્ષા ખંડની અંદર ફોનને મંજૂરી આપવામાં આવી ન હતી.

તે ગભરાયેલી હાલતમાં રૂમમાંથી બહાર આવ્યો. બહાર કડકડતી ઠંડી હતી; દિલ્હીમાં શિયાળો ચરમસીમાએ હતો. ચારે બાજુ ગાઢ ધુમ્મસ હતું.

તે દસ્તાવેજો ડાઉનલોડ કરવા અને પ્રિન્ટ કરવા માટે નજીકના કરોલ બાગ માર્કેટમાં દોડ્યો, પરંતુ તમામ દુકાનો બંધ હતી. તેણે દુકાનના સાઇનબોર્ડ પર લખેલા મોબાઇલ નંબર પર અનેક દુકાન માલિકોને ફોન કરીને મદદ માટે વિનંતી કરી. પરંતુ તેમાંથી કોઈએ તેના શબ્દો પર ધ્યાન આપ્યું નહીં. નિઃસહાય અને નિરાશ, તે ફૂટપાથ પર બેસી ગયો અને જોરથી રડવા લાગ્યો. તેના સપનાના ભાર અને તે ક્ષણના દબાણે તેને દબાવી દીધો અને તે ઠંડી, ઝાકળવાળી સવારે આંસુ વહાવી રહ્યો હતો.

અચાનક તેની ઘડિયાળ પર નજર પડી - સવારના 8 વાગ્યા હતા. અડધા કલાકમાં પરીક્ષાખંડમાં પ્રવેશ શરૂ થવાનો હતો. હતાશાની સ્થિતિમાં, તેણે પોતાની જાતને સંભાળી, એક રિક્ષા પકડી અને તેણે પરીક્ષાકેન્દ્ર પર જવાનું નક્કી કર્યું. રસ્તામાં તે ભગવાનને ચમત્કાર માટે પ્રાર્થના કરતો રહ્યો.

સદ્ભાગ્યે, તેની વિનંતીઓ મંજૂર કરવામાં આવી હતી અને અપવાદ તરીકે કેન્દ્રના ઇન્ચાર્જે તેને ફોન અંદર લઈ જવાની અને સુપરવાઇઝરને તેના દસ્તાવેજો બતાવ્યા પછી ફોન લઈ જવાની મંજૂરી આપી હતી. છતાં સવારની ઘટનાઓએ તેની એકાગ્રતા પર ઘણી અસર કરી હતી. તે બધાં અવતરણો અને ફકરાઓ ભૂલી ગયો જે તેણે નિબંધ પેપર માટે ખૂબ મહેનતથી યાદ કર્યા હતા. તેની સ્મૃતિમાંથી ઘણી હકીકતો, આંકડાઓ અને વિગતો પણ ભૂંસાઈ ગઈ હતી. જો કે, તે બંને નિબંધો સંપૂર્ણ રીતે લખવામાં સફળ રહ્યો હતો.

ત્યાર પછીની સામાન્ય અધ્યયન અને વૈકલ્પિક વિષયની પરીક્ષાઓમાં તેણે સારું પ્રદર્શન કર્યું અને કોઈ પ્રશ્નનો જવાબ છોડ્યો નહીં. પરીક્ષા પૂરી થયા પછી, સત્યમે આત્મવિશ્વાસ અનુભવ્યો અને અનુમાન લગાવ્યું કે તેની મેઇન્સ પાસ થવાની 90 ટકા શક્યતાઓ છે.

રસ્તા પર નૃત્ય

મેઇન્સ આપ્યા બાદ સત્યમે પોતાના સ્વાસ્થ્યને પ્રાથમિકતા આપવાનું નક્કી કર્યું. તેણે પોતાની દિનચર્યામાં જોગિંગ અને જિમ સેશનનો સમાવેશ કર્યો હતો. તેણે તેના પરિવારની મુલાકાત લીધી અને ટ્રેકિંગ પણ કર્યું.

24 માર્ચ, 2021ના રોજ, તેની કોચિંગ એકેડેમીનું ટેલિગ્રામ જૂથ મુખ્ય પરીક્ષાના પરિણામની જાહેરાતની અપેક્ષા ધરાવતા સંદેશાઓથી ભરેલું હતું. આખો દિવસ બેચેન સત્યમે રાહ જોયા પછી જીમ જવાનું નક્કી કર્યું. તેના વર્કઆઉટની મધ્યમાં તેણે પોતાના ફોન પર નજર નાખી અને તેના હૃદયના ધબકારા વધી ગયા. કોઈએ મુખ્ય પરીક્ષાના પરિણામની PDF પોસ્ટ કરી હતી.

જીમમાંથી બહાર આવીને તેણે ઝડપથી PDF ડાઉનલોડ કરી અને પોતાનો રોલ નંબર શોધવા માટે સર્ચ ફંક્શનનો ઉપયોગ કર્યો. પોતાનો રોલ નંબર જોતાં જ તે ખૂબ જ ઉત્સાહિત થઈ ગયો અને આનંદથી ઊછળી પડ્યો. જીમની બહાર પોતાની મુઠ્ઠીઓ ઊંચી કરી તે રસ્તામાં ઉત્સાહપૂર્વક નાચતાં-નાચતાં બૂમો પાડવા માંડ્યો. જિમની અંદરની વિશાળ કાચની બારીમાંથી જોનારા આશ્ચર્યચકિત થઈ ગયા હતા અને સામે થતા આ અસાધારણ દશ્યને સમજવાનો પ્રયત્ન કરવા લાગ્યા.

તેના આનંદની વચ્ચે, સત્યમને અચાનક સમજાયું કે તે એક જાહેર સ્થળે છે, જ્યાં મોટી સંખ્યામાં લોકો તેની ભવ્ય ઉજવણીનો આનંદ માણી રહ્યા હતા. શરમ અનુભવતા, તે તરત જ જીમની અંદર ગયો, જ્યાં તે વિચિત્ર લોકોથી ઘેરાયેલો હતો. રસ્તાના કિનારે તેના આનંદ પાછળનું કારણ જાણવા તેઓ બધા ઉત્સુક હતા.

તેણે આ સમાચાર જણાવતાં જ ટોળામાં અવિશ્વાસ અને આશ્ચર્યની લહેર દોડી ગઈ. તેમાંથી કેટલાક સિવિલ સર્વિસીસની પરીક્ષા આપી રહ્યા હતા, જેણે પ્રિલિમ્સનો ઘણી વખત અસફળ પ્રયાસ કર્યો હતો અને તેઓ પોતાના આશ્ચર્યને છુપાવી શક્યા ન હતા. સામૂહિક લાગણી વ્યક્ત કરતાં, તેમાંથી એકે ટિપ્પણી કરી, 'તમે પ્રથમ વર્ષના કૉલેજના વિદ્યાર્થી જેવા લાગો છો. તમે આટલી મુશ્કેલ પરીક્ષા કેવી રીતે પાસ કરી?'

પુનર્જન્મ

ઇન્ટરવ્યૂ 31 મે, 2021ના રોજ થવાનો હતો. પરંતુ સત્યમનું વિશ્વ ફરી એકવાર કોવિડ-19 રોગચાળાના અનિચ્છનીય રીતે પરત ફરવાથી ખોરવાઈ ગયું. આ વખતે તેનો ડેલ્ટા વેરિઅન્ટ સમગ્ર ભારતમાં તબાહી મચાવી રહ્યો હતો. 10 એપ્રિલ, 2021ના રોજ, સત્યમને તાવ અને સતત ઉધરસ આવી હતી. તેણે પરીક્ષણ કરાવવાનું નક્કી કર્યું, જેમાં દુર્ભાગ્યે જાહેર થયું કે તેને COVID-19 છે.

દિલ્હીમાં સ્થિતિ ગંભીર હતી. હૉસ્પિટલમાં બેડ મેળવવો લગભગ અશક્ય હતો અને ઑક્સિજનનો પુરવઠો ઘણો ઓછો હતો. પોતાના નાના રૂમમાં એકલા વાયરસનો ભોગ બનવાનો વિચાર સત્યમને સતાવી રહ્યો હતો. તબીબી મદદ લેવાનું નક્કી કરીને તે ડૉ. રામ મનોહર લોહિયા (RML) હૉસ્પિટલમાં ગયો.

ત્યાં પહોંચ્યા પછી, તેણે એક ભયાનક દશ્ય જોયું - એમ્બ્યુલન્સની કતારો, ઑક્સિજનના સહારે નિર્ભર દર્દીઓ અને પ્લાસ્ટિકની કોથળીઓમાં મૃતદેહો વહન કરવામાં આવતાં કરુણ દશ્ય. ચિંતાતુર, સત્યમે હિંમત એકઠી કરી અને નજીકની બી.એલ. કપૂર હૉસ્પિટલ તરફ ગયો. ત્યાંની સ્થિતિ આરએમએલ જેવી જ હતી. તેમ છતાં તેણે સંજોગોનો સામનો કર્યો અને લાંબી રાહ જોયા પછી આખરે કોરિડોરમાં ડૉક્ટર સુધી પહોંચવામાં સફળ રહ્યો.

એક ભયાવહ અરજીમાં તેણે તેની નબળી સ્થિતિ અને હકીકત કહી કે તે એકલો છે. તેને ત્યાં દાખલ કરી દેવા માટે વિનંતી કરી. ડૉક્ટર જોરથી હસવા લાગ્યા. 'તમે યુવાન છો અને સ્વસ્થ લાગો છો. શું તમે જોતા નથી કે એવા સેંકડો ગંભીર દર્દીઓ છે જેમને તમારા કરતાં વધુ પથારીની જરૂર છે,' તેણે કહ્યું અને ચાલ્યો ગયો.

પરાજિત પરંતુ નિરાશ, સત્યમ તેના રૂમમાં પાછો ફર્યો. રસ્તામાં, તેણે કેટલીક દવાઓ ખરીદી - પેરાસિટામોલ, ઝિંક, એઝિથ્રોમાસીન, મલ્ટીવિટામિન્સ અને પલ્સ ઓક્સિમીટર - વોટ્સએપ પર ફરતા પ્રિસ્ક્રિપ્શનના આધારે. તેણે નિયમિત દવાઓ લીધી અને પોતાના ઑક્સિજનના સ્તરનું નિરીક્ષણ કર્યું. જ્યારે ત્રીજા દિવસે ઑક્સિજનનું

પ્રમાણ ઘટીને 88 થઈ ગયું ત્યારે તેની ચિંતા વધી ગઈ. તેને વધુ ઘટાડાનો ડર સતાવી રહ્યો હતો, પરંતુ સદ્નસીબે તે વધુ ઘટ્યો ન હતો.

આટલી રાહત હોવા છતાં, સત્યમને શારીરિક પીડા થતી હતી, શ્વાસ લેવામાં તકલીફ પડી રહી હતી અને તે એકલતા અને ભયના ભારે બોજથી દબાયેલો હતો. એમ્બ્યુલન્સના સતત સાયરનથી ત્યાંનું નિર્જન વાતાવરણ ગુંજી ઊઠ્યું હતું. જેના કારણે તેની અંદર એકલતાની લાગણી વધી રહી હતી. તેનાં માતાપિતા અને ભાઈઓ તેના માટે ખૂબ જ ચિંતિત હતા.

તેની સામાન્ય ટિફિન સેવા પણ બંધ થઈ ગઈ હતી, જેના કારણે તેની ચિંતા વધી ગઈ હતી. જીવન ટકાવી રાખવાના પડકારનો સામનો કરતા, તેને એ સમય યાદ આવ્યો જ્યારે તેઓ લાજપતનગરમાં બરસાતી ઘરમાં રહેતા હતા તે સમયે નાના ગૅસ સ્ટવ પર જમવાનું રાંધતા હતા. એ આશા સાથે તેણે સ્ટવ સાફ કર્યો અને તેને યોગ્ય રીતે કામ કરતો જોઈને રાહત થઈ. પછી તેણે કોઈક રીતે નજીકની કરિયાણાની દુકાનમાંથી ચોખા લાવીને જેમ-તેમ ખાવાની વ્યવસ્થા કરી.

તાવ ધીમે ધીમે ઓછો થતો ગયો એટલે સત્યમ ગંભીર મુશ્કેલીમાંથી બચી ગયો. જીવંત હોવાની અનુભૂતિ પુનર્જન્મ જેવી હતી. તેમ છતાં, તેની છાતીમાં ભાર હતો જે તેને બેચેન રાખતો હતો. સ્વસ્થ થવા માટે અનુકૂળ વાતાવરણની શોધમાં, સત્યમ નોઈડામાં તેના મામાના ઘરે રહેવા ગયો. જોકે, બીમારીએ તેને ત્રણ મહિના સુધી પથારીવશ રાખ્યો હતો. તેનો ઇન્ટરવ્યૂ મૂળ રીતે મે મહિનામાં થવાનો હતો, પરંતુ રોગચાળાને કારણે તે સદ્નસીબે સપ્ટેમ્બર 1, 2021 સુધી મુલતવી રાખવામાં આવ્યો હતો. આનાથી સત્યમને સ્વસ્થ થવા તેમજ ઇન્ટરવ્યૂની તૈયારી કરવાનો સમય મળ્યો હતો.

સત્યમે તેના વિગતવાર અરજી ફોર્મ (DAF)થી ઉદ્ભવતા સંભવિત પ્રશ્નો માટે તૈયારી કરી. તેણે ઇન્ટરવ્યૂ માટે પોતાનો આત્મવિશ્વાસ વધારવા અને પોતાની અંગ્રેજીની કુશળતામાં સુધારો કરવા માટે ઘણી ઑનલાઇન અને ઑફલાઇન મૉક ટેસ્ટ લીધી. તેણે યુ-ટ્યૂબ પર પાછલા વર્ષના ટોપર્સના મૉક ઇન્ટરવ્યૂ પણ જોયા, ખાસ કરીને જેમણે ઇન્ટરવ્યૂમાં 200થી વધુ

માર્ક્સ મેળવ્યા હતા. પોતાની ભાષાકીય કુશળતા વધારવા માટે, તેણે અંગ્રેજી નાટકો જોયા અને ફિક્શન અને નોન-ફિક્શન પુસ્તકો વાંચ્યાં.

મૉક ઇન્ટરવ્યૂમાં સકારાત્મક પ્રતિસાદથી તેનો આત્મવિશ્વાસ વધ્યો. ઇન્ટરવ્યૂઅરોએ તેને ભમરની હલનચલન અને હાથના હાવભાવ ઘટાડવા, અવાજનો નરમ અને વધુ નમ્ર સ્વર અપનાવવા અને આર્મી ઑફિસર જેવી ટટ્ટાર મુદ્રા જાળવવા કહ્યું. જો કે, જવાબ ભૂલી જવાના જોખમ સાથે સુધારણાની જરૂરિયાતને સંતુલિત કરીને, સત્યમે પોતાના અભિગમમાં માફકસરના ફેરફારની પસંદગી કરી.

દુર્લભ વખાણ

ઇન્ટરવ્યૂ કૉલ સત્યમ માટે પણ નોંધપાત્ર નાણાકીય બોજ હતો. આ માટે તેણે એક નવો શર્ટ, સૂટ, ટાઈ અને જૂતાંની એક જોડી ખરીદવાની હતી, જેમાં 10,000 રૂપિયા ખર્ચાયા હતા. આ માટે બટુકદેવ પાસેથી ઊંચા વ્યાજે વધારાની લોન લેવી જરૂરી બની હતી.

1લી સપ્ટેમ્બર, 2021ના શુભ દિવસે, સવારે 11 વાગ્યાની આસપાસ, સત્યમ સૂટ અને ટાઈ પહેરીને તૈયાર થયો. ફેસ શિલ્ડ, માસ્ક અને મોજા પહેરીને તેણે અરીસામાં પોતાનું પ્રતિબિંબ જોયું. તેનો દેખાવ જોઈને તે હસી પડ્યો, કારણ કે તેને લાગતું હતું કે તે પરમાણુ રિએક્ટરમાં પ્રવેશવા જઈ રહ્યો છે. એક ક્ષણ માટે પ્રાર્થના કર્યા પછી અને તેના મામા અને મામી પાસેથી આશીર્વાદ લીધા પછી, સત્યમે ભોજન પછીના સત્રમાં નિર્ધારિત ઇન્ટરવ્યૂ માટે UPSC બિલ્ડિંગ તરફ પ્રયાણ કર્યું.

જ્યારે સત્યમ UPSC બિલ્ડિંગના સેન્ટ્રલ હૉલમાં પ્રવેશ્યો ત્યારે ત્યાં અન્ય 50-60 ઉમેદવારો જુદી જુદી હરોળમાં બેઠા હતા. તેમણે આપેલા મૉક ઇન્ટરવ્યૂ કરતાં આ વાતાવરણ સ્પષ્ટ રીતે અલગ હતું. ઇન્ટરવ્યૂ રૂમ પણ અલગ હતો. કેમેરાથી સજ્જ વિશાળ હૉલથી વિપરીત, આ રૂમ સરકારી ઑફિસ જેવો લાગતો હતો, જેમાં નાની જગ્યામાં ઘોડાની નાળના આકારમાં ટેબલની આસપાસ પાંચ લોકો બેઠા હતા. શરૂઆતમાં તે આશ્ચર્યચકિત થઈ ગયો અને એક ક્ષણ માટે તેણે વિચાર્યું કે કદાચ તે બીજા ઓરડામાં આવી ગયો છે.

અખબારોએ સવારે ત્રિમાસિક જીડીપીના આંકડા પ્રકાશિત કર્યા હતા. સત્યમને ચિંતા હતી કે તેને અર્થશાસ્ત્રના પ્રશ્નો પૂછવામાં આવશે, જે તેના નબળા ક્ષેત્રોમાંનું એક હતું. પરંતુ આશ્ચર્યની વાત એ છે કે તેમને આવો કોઈ પ્રશ્ન પૂછવામાં આવ્યો ન હતો.

જ્યારે સત્યમ ઇન્ટરવ્યૂ રૂમમાં પ્રવેશ્યો ત્યારે અધ્યક્ષે તેને તેનું ફેસ-શીલ્ડ દૂર કરવા ઇશારો કર્યો. આ પછી તેમણે સત્યમને પોતાનો પરિચય આપવા વિનંતી કરી. આ પછી, તેના ડીએએફ (વિગતવાર અરજી ફોર્મ)ને લગતા પ્રશ્નો પૂછવામાં આવ્યા હતા. પેનલે એનડીએ માટે એસએસબીમાં તેમના અનુભવો બાબતે પૃચ્છા કરી. તેમાંથી એકે પૂછ્યું, ‘તમે કયા પુસાથી છો? મૂળ બિહારના છો કે દિલ્હીના ડુપ્લિકેટ?’ તેનાથી વાતાવરણ હળવું થઈ ગયું. તેની પ્રતિક્રિયાએ કેટલાક લોકો હસવા લાગ્યા.

આ પછી ઇન્ટરવ્યૂમાં બિહાર અને ઝારખંડના વિકાસલક્ષી પડકારો અંગે ચર્ચા કરવામાં આવી હતી. કૉલેજમાં ફોટોગ્રાફી સોસાયટી અધ્યક્ષ તરીકેની તેમની ભૂમિકા કેન્દ્રમાં રહી, જેમાં પેનલે તેમના દ્વારા લેવામાં આવેલી લાયકાત અને પહેલની ચર્ચા કરી. ચર્ચા એકીકૃત રીતે ભારતમાં ફિલ્મોના ભાવિ તરફ આગળ વધી.

સત્યમે કહ્યું હતું કે, તેને સાયન્સ ફિક્શન વાંચવાનો શોખ છે. તેથી એક સભ્યએ ભારતમાં અવકાશ ક્ષેત્રની સ્થિતિ વિશે પૂછપરછ કરી અને પ્રશ્ન કર્યો કે તે વધુ અદ્યતન કેમ નથી. જેમ જેમ પેનલ ચર્ચા વાસ્તવિક દુનિયામાં થઈ રહેલી ભાવિ ફિલ્મની વાર્તા તરફ વળી, વાતચીત સરળતાથી અટકળોના મેદાનમાં ફેરવાઈ ગઈ.

ગિયર્સ બદલતા ચર્ચા વડા પ્રધાન દ્વારા ચેમ્પિયન કરાયેલ ‘સ્થાનિક વિશે અવાજ’ (વોકલ અબાઉટ લોકલ) તરફ વળે છે. ઇન્ટરવ્યૂમાં ભારત અને ચીનની તુલનાત્મક વિકાસની સ્થિતિને વિગતવાર સમજાવવા વિનંતી કરવામાં આવી હતી. પેનલના એક સભ્ય સત્યમના જવાબોથી અસંતુષ્ટ દેખાયા અને પોતાનો અસંતોષ વ્યક્ત કર્યો. આંખનો સંપર્ક સ્થાપિત કરવાના સત્યમના પ્રયાસો છતાં, સભ્યોએ અનિશ્ચિતતાનું વાતાવરણ ઊભું કરીને બારી બહાર જોવાનું ચાલુ રાખ્યું. સત્યમે આને તેની માનસિક

શક્તિની કસોટી તરીકે જોયું. દરમિયાન, કિનારે બેઠેલા એક મેડમે સત્યમના સંયમ અને બોલવાની રીતને ધ્યાનથી જોઈ.

ઇન્ટરવ્યૂ પછી સત્યમને તેની સફળતા કે નિષ્ફળતા વિશે ખાતરી નહોતી. તેઓ અસ્પષ્ટતા અને અનિશ્ચિતતાની સ્થિતિમાં હતા. જો કે, જ્યારે તે ઇન્ટરવ્યૂ રૂમમાંથી બહાર આવ્યો ત્યારે બોર્ડના એક સભ્ય, જેમણે અગાઉ બિહાર અને ઝારખંડના વિકાસને લગતા પ્રશ્નો પૂછ્યા હતા, તેણે અણધારી રીતે તેની પ્રશંસા કરતાં કહ્યું, 'તમે ખૂબ સારું પ્રદર્શન કર્યું છે.'

બોર્ડના સભ્યો તરફથી આ પ્રકારનો સકારાત્મક પ્રતિસાદ મળવો સામાન્ય નથી. આનાથી સત્યમ ખુશ થયો અને તેના આત્મવિશ્વાસમાં વધારો થયો, કારણ કે તે પરિણામોની રાહ જોવાના અસ્પષ્ટ તબક્કામાં પ્રવેશ્યો હતો.

બેગ પેક કરીને : મસૂરી કે દિઘરા?

સત્યમ જાણતો હતો કે તેનો પરિવાર આર્થિક દબાણ હેઠળ હતો અને તે હવે દિલ્હીમાં તેના રોકાણ અને કોચિંગનો ખર્ચ ઉઠાવી શકે તેમ નથી. દરેક પસાર થતા દિવસ સાથે ખર્ચ અને બટુકદેવનું દેવું વધી રહ્યું હતું. તેનાં માતાપિતા પર ઊંચા વ્યાજે લીધેલી લોનનો બોજ સત્યમ પર ભારે પડ્યો. આ નાણાકીય કટોકટીનો સામનો કરીને, તેમણે પસંદગી કરવાનો નિર્ણય કર્યો: કાં તો IASમાં જોડાવા માટે મસૂરીમાં લાલ બહાદુર શાસ્ત્રી નેશનલ એકેડેમી ઑફ એડમિનિસ્ટ્રેશન (LBSNAA)માં જાઓ અથવા પછીના પ્રયાસ માટે અભ્યાસ કરવા માટે તેમના ગામ દિઘરા પાછા ફરો.

24 સપ્ટેમ્બર, 2021ના રોજ સત્યમ ખૂબ જ નર્વસ હતો, કારણ કે UPSC પરિણામ જાહેર થવાનું હતું. વોટ્સએપ અને ટેલિગ્રામ પર મૅસેજનું પૂર આવ્યું હતું, જેનાથી જબરદસ્ત માહોલ સર્જાયો હતો. વધતા તણાવને કારણે સત્યમે બપોરે 3 વાગ્યે અભ્યાસ બંધ કરી દીધો હતો. સાંજે 6.15 વાગ્યે તણાવ તેની ટોચ પર પહોંચ્યો, જ્યારે ટેલિગ્રામ પર એક PDF ફાઇલ સામે આવી.

પોતાની આંખોથી પરિણામ જોવાના દૃઢ સંકલ્પ સાથે સત્યમે PDF ડાઉનલોડ કરી, પોતાનો ફોનમાં ફ્લાઇટ મોડ એક્ટિવેટ કર્યો, મનમાં

પ્રાર્થના કરી અને ટોચના ક્રમાંકિત નામો વાંચવાનું શરૂ કર્યું. ત્યારે તેના આશ્ચર્યની કોઈ સીમા ન રહી, જ્યારે તેને પોતાનું નામ પહેલા પાના પર દેખાયું. તે અવિશ્વાસથી ભરાઈ ગયો, તેણે તેની ખાતરી કરવા માટે રોલ નંબરને બે વાર ચેક કર્યો. હજુ પણ સાવચેતીપૂર્વક તેણે જોયું કે કોઈ મજાક ન હોય. આ પછી તેણે પોતાનો ફોન સ્વીચ ઑન કર્યો અને અભિનંદન સંદેશાઓનું પૂર આવ્યું, જેનાથી કોઈ પણ પ્રકારની શંકા દૂર થઈ.

જેમ જેમ તે વાસ્તવિકતા પર વિશ્વાસ કરવા લાગ્યો, તેને સમજાયું કે તેણે માત્ર તેના જીવનનો માર્ગ જ નહીં, પણ તેના પરિવારનું ભાગ્ય પણ બદલ્યું છે. તે અત્યંત ખુશ હતો કે તેણે તેના દાદાજીની ઇચ્છા પૂરી કરી અને તેનાં માતાપિતાનાં સપનાં સાકાર કર્યાં.

આ દરમિયાન મીડિયાકર્મીઓ દિઘરામાં સત્યમના ઘરે પહોંચવા લાગ્યા. તેની ગેરહાજરીમાં તેનાં માતાપિતાએ નમ્રતાપૂર્વક તેના પ્રશ્નોના જવાબ આપ્યા. રસપ્રદ વાત એ છે કે, IAS વરની શોધમાં, સંભવિત દુલ્હનનાં માતાપિતા પણ એકત્રિત થવા લાગ્યા. એક સમાચાર વિડિયો જોયા પછી તે ખુશ થયા વિના રહી શક્યો નહીં, કારણ કે તેમની માતાએ તેના ફોટા પર વિધિપૂર્વક 'તિલક' લગાવ્યું હતું. તેમના જીવનમાં પરિવર્તનનો પવન નિર્વિવાદપણે ફૂંકાઈ રહ્યો હતો.

સિતારાની ઘરવાપસી

આટલા ઊંચા હોદ્દા સાથે IAS ઑફિસર બનવું બિહાર માટે મોટી વાત હતી, જેના કારણે સત્યમના ઘરે શુભેચ્છકોની ભીડ એકઠી થઈ ગઈ હતી. તે તેના પરિવાર સાથે થોડો સમય શાંતિથી પસાર કરવા માંગતો હતો. તેથી, કાળજીપૂર્વક વિચાર્યા પછી, તેણે 19 ઑક્ટોબર, 2021 માટે ટ્રેનની ટિકિટ બુક કરાવી. જોકે તેણે પાછા ફરવાની સાધારણ ઇચ્છા વ્યક્ત કરી હતી, પરંતુ વાસ્તવિકતા તદ્દન અલગ હતી.

રેલ્વે સ્ટેશન પર ઊતર્યા પછી માત્ર તેનાં માતાપિતા અને ભાઈ દ્વારા જ નહીં, પણ તેને પુષ્પમાળા પહેરાવા આતુર લોકોની મોટી ભીડ દ્વારા તેનું સ્વાગત કરવામાં આવ્યું હતું. ખાસ ફૂલોથી શણગારેલી કાર

સહિત વાહનોનો કાફલો સ્ટેશનની બહાર તેની રાહ જોઈ રહ્યો હતો. જ્યારે તે પહોંચ્યો, ત્યારે તેને ફૂલોના હાર પહેરાવવામાં આવ્યા હતા અને પ્લૅટફૉર્મ ઉત્સાહથી ગૂંજતું હતું.

જ્યારે તે પોતાના ગામ પહોંચ્યો ત્યારે સ્વાગતની ભવ્યતાએ તેને અભિભૂત કરી નાખ્યો. ગામના પ્રવેશદ્વાર પર એક ઊંચો સ્વાગત દરવાજો બનાવવામાં આવ્યો હતો. તે જે પણ રસ્તેથી પસાર થતો હતો ત્યાં એક સરખું દૃશ્ય જોવા મળતું હતું. ગામમાં તેમના ફોટાવાળા સ્વાગત પોસ્ટરો લગાવવામાં આવ્યા હતા. ફૂલોની પાંખડીઓ તેમના પર પડી રહી હતી, જે ઉત્સવનું વાતાવરણ સર્જી રહી હતી. આખું ગામ ઉજવણીમાં ડૂબી ગયું હતું, તેનાં માતાપિતા અને દાદાજીને ઘણો આનંદ થયો.

સત્યમને વ્યર્થ ખર્ચનો શોખ ન હોવા છતાં, તેની માતાએ તેના માટે ગામના પ્રેમ પર ભાર મૂકીને તેને સાંત્વના આપી. 'બેટા, ગુસ્સો ન કર. તારા પ્રત્યેનો પ્રેમ વ્યક્ત કરવાની આ ગામલોકોની રીત છે. તું હવે સમાજ માટે રોલ મૉડલ બની ગયો છે.' તેમણે સલાહ આપી. 'તેમને એવું વિચારવાની તક ન આપતો કે તું હવે અહંકારી બની ગયો છે.'

તેમના ઘરની બહાર એક જાહેર કાર્યક્રમનું આયોજન કરવામાં આવ્યું હતું, જેમાં ગામના અગ્રણી નાગરિકોએ હાજરી આપી હતી. ભાષણો આપવામાં આવ્યાં હતાં અને સત્યમ દિવસના અંત સુધીમાં થાકી ગયો હોવા છતાં, તેને બોલવા માટે આમંત્રણ આપવામાં આવ્યું હતું.

થોડા દિવસો પછી, તેની શાળામાં મુખ્ય મહેમાન તરીકે નિમંત્રણ મળવા પર તે આનંદવિભોર થઈ ગયો. બરાબર ત્રણ વર્ષ પહેલાં તે શાળાના વાર્ષિક દિવસે અને સ્પોર્ટ્સ ડે દરમિયાન, લોકો જિલ્લા મેજિસ્ટ્રેટ અને અન્ય મહાનુભાવોનું સ્વાગત કરવા અને તેમના ભાષણો સાંભળવા માટે કતારોમાં ઊભો રહ્યો હતો. હવે તે મુખ્ય અતિથિ બની ગયો હતો અને વિદ્યાર્થીઓ પાસેથી પણ તે જ આવકાર અનુભવી રહ્યો હતો. તે ખૂબ જ નોંધપાત્ર અને સંતોષકારક અનુભવ હતો.

ગામમાં રહેતો સત્યમ સતત લોકોથી ઘેરાયેલો રહેતો હતો. ઘણા સારા-નરસા લોકો પોતાની દીકરીઓ માટે લગ્નના પ્રસ્તાવ લઈને આવ્યા હતા. સૂકામેવા અને મીઠાઈઓના વિશાળ બૉક્સ લઈને લક્ઝુરિયસ

કારમાં આવતા લોકોને જોઈને તેનાં માતાપિતા આશ્ચર્યચકિત થઈ ગયાં હતાં. તેના ઘરની બહાર સંબંધીઓની એક કતાર રચાઈ હતી, જેમાંથી કેટલાકે તેની સાથે અગાઉ ક્યારેય વાત પણ કરી ન હતી.

સત્યમને શરૂઆતમાં બિહાર કેડર મળવાનો વિશ્વાસ હતો. જો કે તેની આશા પર પાણી ફરી વળ્યું જ્યારે તેને વોટ્સએપ ગ્રુપ પર ખબર પડી કે અન્ય બે ઉમેદવારો બિહારના છે, જે 1 અને 7માં ક્રમે છે, તેથી તેને બિહાર કેડર મળવાની કોઈ આશા નહોતી.

કેડર એલોટમેન્ટમાં એવું બહાર આવ્યું કે સત્યમને મહારાષ્ટ્ર કેડર મળી, જેણે માત્ર તેના પરિવારને જ નહીં, પરંતુ સમગ્ર ગામને નિરાશ કર્યું. લગ્નબજારમાં ઉત્સાહ ઓસરી ગયો અને અનેક લોકોની હૂંફ પણ પૂરી થઈ ગઈ.

પુસ્તકીય કીડાનું રૂપાંતરણ

સત્યમે એલબીએસએનએએમાં ફિટનેસ માટેનો જુસ્સો વિકસાવ્યો. વર્ગો પછી તે ઘોડેસવારી શીખવા માટે દોઢ કલાક ફાળવીને રાઇડિંગ ગ્રાઉન્ડ પર જતો. આ પછી તે જિમ જતો, રમતો અને સવારે દોડવા જતો. વીકએન્ડમાં તે તેના નજીકના મિત્રો સાથે ટ્રેકિંગ કરવા જતો હતો.

વધારે ખાનાર તરીકે તેની પ્રતિષ્ઠા હોવા છતાં, સત્યમ તેની કડક દિનચર્યાને કારણે પાંચ કિલો વજન ઘટાડવામાં સફળ રહ્યો, તેણે તેનું વજન 72 કિલોથી ઘટાડીને 67 કિલો કર્યું. જો કે તેને સ્વિમિંગ શીખવાની ઇચ્છા હતી, પરંતુ પાણીમાં ગભરામણ અને અગવડતાના અનુભવને કારણે તેણે અનિચ્છાએ આ પ્રયાસ છોડી દીધો.

તેનાથી વિપરીત, તેના સહનિવાસી અભિષેકની દિનચર્યા સંપૂર્ણપણે અલગ હતી. સવારે જ્યારે સત્યમ ફિઝિકલ ટ્રેનિંગમાંથી પાછો આવ્યો ત્યારે પણ અભિષેક ગાઢ ઊંઘમાં જોવા મળતો હતો. અભિષેકને જગાડવાના પ્રયાસમાં સત્યમ સવારે 8.55 વાગ્યે ટૂથબ્રશ અને ટૂથપેસ્ટ તૈયાર રાખતો હતો અને તેને પથારીમાંથી ઉઠાડતી વખતે કહેતો હતો, 'ભાઈ, પ્લીઝ ઊઠો. જો તમે તમારા સવારે 9 વાગ્યાના ક્લાસ માટે મોડા પહોંચશો, તો તમને ખુલાસો માંગતી નોટિસ મળશે જેમાં કારણ માંગશે.'

ધુલેમાં બાળલગ્નનો સામનો

સત્યમને 2014 બેચના IAS અધિકારી જલજ શર્માના માર્ગદર્શન હેઠળ જિલ્લા તાલીમ માટે મહારાષ્ટ્રના ધુલે જિલ્લો ફાળવવામાં આવ્યો હતો. શર્માજીનું વર્તન નારિયેળ જેવું હતું - બહારથી કડક, પરંતુ અંદરથી દયાળુ, તેઓ હંમેશાં તેમના તાલીમાર્થીઓને ટેકો આપતા હતા. શરૂઆતમાં સત્યમને સભાઓમાં વપરાતી ભાષા સમજવામાં તકલીફ પડતી હતી, પરંતુ ધીમે ધીમે તે આદત પડી ગઈ.

સત્યમના મનમાં બીજી ચિંતા જાગી - તે બહુ નાનો હતો. તે વિચારવા લાગ્યો કે તે વરિષ્ઠ અધિકારીને કેવી રીતે સંભાળશે. આશ્ચર્યજનક રીતે તેની ચિંતાઓ નિરાધાર સાબિત થઈ, કારણ કે તેણે ખંડ વિકાસ અધિકારી (બીડીઓ), તહસીલદાર અને ઉપ-વિભાગીય મૅજિસ્ટ્રેટ (એસડીએમ) તરીકે સ્વતંત્ર ચાર્જ કુશળતાથી સંભાળ્યો હતો.

રાજકારણીઓ સાથે ટેલિફોન પર વાત કરવાની અને રાજકીય વહીવટી તંત્ર અને નેતાઓ સાથે સંકળાયેલાં દબાણોને દૂર કરવાની કળા પણ તેણે શીખી.

આદિવાસી વિસ્તારનો એક ભાગ હોવાને કારણે, ધુલેના આગવા પોતાના પડકારો હતા. ત્યાં બાળલગ્નો પ્રચલિત હતા; કુલ થયેલાં લગ્નોમાંથી લગભગ 40 ટકા બાળલગ્નો હતાં. સત્યમે ધુલેમાં બાળલગ્નનો સામનો કરવા માટે ખૂબ જ પ્રયત્નો કર્યા. તેમણે આદિવાસી ગામોમાં ઘણી યાત્રાઓ યોજી હતી, જેનો હેતુ સમુદાયોને તેમની પુત્રીઓના સ્વાસ્થ્ય પર બાળલગ્નની હાનિકારક અસરો વિશે શિક્ષિત કરવાનો હતો. તેઓએ 1098 ટોલ-ફ્રી નંબરનો પણ સક્રિયપણે ઉપયોગ કર્યો અને તેના મહત્ત્વ વિશે જાગૃતિ કેળવી. આ સિવાય, તેઓએ વિધિઓ પૂર્ણ થાય તે પહેલાં જ લગ્નસ્થળો પર દરોડા પાડ્યા હતા.

આ દખલગીરીઓ દરમિયાન સત્યમને તેની દૃષ્ટિ અને સ્થાનિક વસ્તીના દૃષ્ટિકોણ વચ્ચે ઊંડી અસમાનતાનો સામનો કરવો પડ્યો. ગરીબી અને શિક્ષણની મર્યાદિત પહોંચને કારણે સ્થાનિક લોકોનું વલણ અલગ હતું. એટલા માટે ઘણા લોકો માનતા ન હતા કે પંદર વર્ષની છોકરી સાથે લગ્ન કરવું ગેરકાયદેસર છે. તેઓ તેને કમાઉ જમાઈની

સુરક્ષાના બહાના હેઠળ છોકરીનું કલ્યાણ સુનિશ્ચિત કરવાનું એક સાધન માનતા હતા.

સત્યમે તેમના પરિપ્રેક્ષ્યને સમજવાની અને તે સ્વીકારવાની જરૂરિયાત વ્યક્ત કરી કે પરિવર્તન ફક્ત નીતિઓ અને કાયદા દ્વારા જ થઈ શકતું નથી. પાયાના સ્તરે લોકોને સમજાવવા, તેઓ જે સમજે છે તે ભાષા અને દૃષ્ટિકોણનો ઉપયોગ કરીને સમજાવવા એ પડકારરૂપ છે, પરંતુ ઇચ્છિત સામાજિક પરિવર્તન લાવવા માટે જરૂરી છે.

સત્યમના જીવનસંઘર્ષમાંથી મળતો મહત્ત્વનો બોધપાઠ

1. **પ્રથમ પ્રયાસમાં ટોચનો ક્રમ મેળવવો શક્ય છે :** UPSCમાં પ્રવેશ મેળવવો અને તમારા પ્રથમ પ્રયાસમાં જ ટોચનો ક્રમ મેળવવો સંભવ છે. સુઆયોજિત વ્યૂહરચનાનું પાલન કરીને, શિસ્તબદ્ધ દિનચર્યા જાળવીને, સમયમર્યાદાને અનુસરીને અને તમારી જાતને સંપૂર્ણપણે સમર્પિત કરીને, તમે સ્નાતક થયા પછી તરત જ સફળતા પ્રાપ્ત કરી શકો છો.
2. **નિષ્ફળતાને સફળતાનાં સોપાનમાં રૂપાંતરિત કરો :** નિષ્ફળતાઓ અને નિરાશાઓથી દુઃખી ન થાઓ. જ્યારે એક દરવાજો બંધ થાય છે, ત્યારે બીજો ખૂલે છે, જે ઘણીવાર મહાન તકો તરફ દોરી જાય છે. તમારા સંકલ્પને મજબૂત કરવા નિષ્ફળતાઓમાંથી પ્રેરણા લો, ફરી પ્રયાસ કરો અને તમારા લક્ષ્ય પર ફરીથી ધ્યાન કેન્દ્રિત કરો. દરેક આંચકાને એક પાઠ તરીકે ધ્યાનમાં લો જે તમને આગલી વખતે તમારા ધ્યેયને હાંસલ કરવાની નજીક લઈ જાય છે.
3. **પરીક્ષાના દિવસના તણાવને ઘટાડવા માટે આયોજનબદ્ધ રહો :** પરીક્ષા હોલ માટે જરૂરી તમામ દસ્તાવેજો અગાઉથી તૈયાર રાખો, જેથી તેઓ સરળતાથી મળી જાય. આ વસ્તુઓને સ્થાનની બહાર રાખવાથી બિનજરૂરી તણાવ પેદા થાય છે અને પરીક્ષાની સવારે તમારું ધ્યાન વિચલિત થાય છે, જે તમારા પ્રદર્શનને અસર કરે છે. પરીક્ષાના દિવસની શાંતિપૂર્ણ શરૂઆત સુનિશ્ચિત કરવા માટે, એક રાત પહેલાથી તૈયારી કરો જેથી તમે તમારા કામ પર સંપૂર્ણ ધ્યાન કેન્દ્રિત કરી શકો.
4. **સમય વ્યવસ્થાપનમાં નિષ્ણાત બનો :** તમારા સમયનું કાળજીપૂર્વક સંચાલન કરો. તમારી દૈનિક પ્રવૃત્તિઓનો રેકોર્ડ રાખો. આ તમને કઠિન યોજનાને અનુસરવામાં, શિસ્તબદ્ધ

બનવામાં અને સમયનો બિનઉત્પાદક ઉપયોગ અટકાવવામાં મદદ કરે છે. તમારી જાતને અભ્યાસમાં ડુબાડવાથી, મિત્રો સાથેની ક્રિયાપ્રતિક્રિયા મર્યાદિત કરીને અને સોશિયલ મીડિયા પર ઓછો સમય પસાર કરવાથી તમારી ઉત્પાદકતા વધશે.

5. **તમારા વૈકલ્પિક વિષયને અવગણશો નહીં :** તમારા વૈકલ્પિક વિષયને અવગણશો નહીં, ભલે તમે તે વિષયનો કૉલેજમાં અભ્યાસ કર્યો હોય. અભ્યાસક્રમને અનુસરતાં પુસ્તકો અને પરીક્ષકોની અપેક્ષાઓ અલગ-અલગ હોય છે. વૈકલ્પિક વિષયોમાં ઉચ્ચ ગુણ ફક્ત તમારી સમયસર સફળતા માટે જ નહીં પરંતુ તમારી ઇચ્છિત સેવા અને કેડરને સુરક્ષિત કરવા માટે પણ મહત્ત્વપૂર્ણ છે.

6. **ઉપહાસ અને અપમાન થાય છતાં તમારું ધ્યાન લક્ષ્ય પર રાખો:** ઉપહાસ અને અપમાનથી નિરાશ ન થાઓ. તમારી સફળતા વિશે વિચારીને ઘણા લોકોને ઈર્ષ્યા થઈ શકે છે. તમારું ધ્યાન અને એકાગ્રતા જાળવી રાખો. જાણો કે તેમની નકારાત્મકતાનો શ્રેષ્ઠ પ્રતિસાદ તમે સફળ થઈને બતાવો.

પ્રકરણ 3

સર્વન્ટ ક્વાર્ટર્સથી બંગલા સુધીની છલાંગ

'હું એક દિવસ બંગલામાં રહીશ'

2001માં ડિસેમ્બરની ઠંડી સવારે, દિલ્હીની સિવિલ લાઇન્સમાં એક ભવ્ય બંગલો હૃદયસ્પર્શી મુકાબલાનો મંચ બની ગયો. લોકનિર્માણ વિભાગ (PWD)ના અધિકારીઓ બંગલાની પાછળ સ્થિત સર્વન્ટ ક્વાર્ટર્સના રહેવાસીઓ સાથે ઉગ્ર દલીલ કરી રહ્યા હતા. દ્વાર પર દર્શકોની ભીડ જામી હતી.

થોડા સમય પહેલાં સુધી દિલ્હીના મુખ્ય સચિવ શ્રી પી. વી. જયકૃષ્ણન આ વૈભવી આવાસમાં રહેતા હતા. બંગલા સાથે જોડાયેલા સર્વન્ટ ક્વાર્ટર્સમાં રહેતા ત્રણ પરિવારોએ શ્રીમાન અને શ્રીમતી જયકૃષ્ણનને આંસુભરી વિદાય આપી. તેમાં ઉમાનો પણ સમાવેશ થતો હતો, જે હવે તેમની સામૂહિક ચિંતાનો અવાજ બની ગઈ હતી.

ઉમા છેલ્લાં છ વર્ષથી પોતાના પતિ ટિકમ સિંહ અને બાળકો, આઠ વર્ષની ડોલી અને છ વર્ષના ભરત સાથે આ જગ્યાને પોતાનું ઘર માનતી હતી. ટિકમ કમલા નગરમાં એક દુકાનમાં કામ કરતો હતો. અહીં જ ભરતનો જન્મ થયો હતો. હવે પીડબ્લ્યુડીના અધિકારીઓ, સહાયક એન્જિનિયરની આગેવાની હેઠળ, મુખ્ય બંગલો ખાલી કરવાનો હવાલો આપતા હતા અને તેમની પાસેથી સર્વન્ટ ક્વાર્ટર્સ ખાલી કરાવવા માટે મક્કમ હતા.

તેમને બહાર કાઢવાના પ્રયાસનો વિરોધ કરતાં ઉમાએ વિનંતી કરી, 'સાહેબ, તમે અમને ક્વાર્ટર્સ ખાલી કરવા શા માટે દબાણ કરો છો? અમે આટલાં વર્ષોથી અહીં રહીએ છીએ.'

સહાયક એન્જિનિયરે કડક શબ્દોમાં કહ્યું, 'જો બંગલો ખાલી હોય તો અમે લોકોને સર્વન્ટ ક્વાર્ટર્સમાં રહેવાની પરવાનગી આપી શકીએ નહીં.'

ગંગા નામના અન્ય રહેવાસી આગળ વધ્યાં, તેની આંખો આજીજીથી ભરેલી હતી. 'સાહેબ, દયા કરો. આ કડકડતી શિયાળાની ઠંડીમાં અમે અમારાં નાનાં બાળકો સાથે ક્યાં જઈશું?'

એન્જિનિયરનો જવાબ કડવો હતો, 'શું અમારે તમને સો વાર કહેવું પડશે? નિયમો તમને હવે અહીં રહેવાની પરવાનગી આપતા નથી.'

ઉમાના અવાજમાં નિરાશા વધુ ઘેરી બની, જ્યારે તેણે હાથ જોડીને છેલ્લો પ્રયાસ કર્યો. 'સર, નવા મુખ્ય સચિવ ટૂંક સમયમાં આવી રહ્યા છે અને અમે બધા તેમની સેવા કરીશું. થોડા દિવસોની જ તો વાત છે. મહેરબાની કરીને અમને રહેવા દો.'

સહાયક એન્જિનિયરે અંતિમ નિર્ણય ફરમાવતાં કહ્યું, 'અમે તમને પહેલેથી જ કહી દીધું છે કે, આ શક્ય નથી. તેથી અમારો સમય બગાડો નહીં અને આવતીકાલ સુધીમાં તમારો સામાન લઈ લો. અન્યથા અમે તેને બહાર ફેંકી દેવાની ફરજ પાડીશું', તેણે જાહેરાત કરી, ઉમાને બાજુ પર ધકેલી દીધી અને પોતાની ટીમ સાથે બહાર નીકળી ગયો.

ત્રણેય પરિવાર આઘાતમાં ગરકાવ થઈ ગયા હતા. ભારે શિયાળો હતો અને તેમની પાસે રહેવાની કોઈ વૈકલ્પિક વ્યવસ્થા નહોતી. આટલા ઓછા સમયમાં નજીકના બંગલાના સર્વન્ટ ક્વાર્ટર્સમાં રૂમ મળવો અશક્ય લાગતો હતો. ઓછી આવકના કારણે નજીકના ગરીબોના આવાસમાં રૂમ ભાડે લેવો, પણ આર્થિક રીતે મુશ્કેલ હતો. તે રાત્રે તેઓને ઊંઘ ન આવી.

મક્કમ ઉમાએ બીજા દિવસે પીડબ્લ્યુડી અધિકારીઓને બીજી મજબૂત અપીલ કરવાનું નક્કી કર્યું. પરંતુ તેની અરજીઓ અવગણવામાં આવી હતી. આ વખતે અધિકારીઓ પોલીસકર્મીઓ અને મજૂરો સાથે પહોંચ્યા અને નિર્દયતાથી તેમનો સામાન બહાર ફેંકી દીધો.

જેમ જેમ ઉમાએ પોતાની નજીવી ઘરવખરીનો સામાન રિક્ષામાં નાખ્યો, તેમ તેમ તેનું હૃદય નિરાશા અને અવજ્ઞાના મિશ્રણથી પીડાઈ રહ્યું હતું. બંગલાના સંકુલમાંથી બહાર નીકળતી વખતે તેણે પોતાના બાળકોને ચુસ્તપણે ગળે લગાડ્યાં, આવા અચાનક થયેલા વિસ્થાપન અને લોકનિર્માણ વિભાગના અધિકારીઓના કઠિન વર્તનની કડવાશ તેના હૃદયને વીંધી રહી હતી. તેનો ચહેરો આંસુઓથી ભીનો થઈ ગયો હતો જ્યારે તેણે મનમાં જ પ્રતિજ્ઞા કરી લીધી કે, 'મારા બાળકો ઑફિસર બનશે અને હું એક દિવસ બંગલામાં રહીશ.'

અસ્તિત્વ માટે સંઘર્ષ

હતાશામાં, ઉમા તેના મોટા ભાઈ રાજેશ ચૌહાણ પાસે ગઈ, જે દિલ્હી જલ બોર્ડ (DJB)માં ડ્રાઇવર હતો. રાજેશ પોતાની પત્ની અને બે દીકરીઓ સાથે ડીજેબીના ચંદ્રવાલ વૉટર વર્ક્સમાં એક રૂમના ક્વાર્ટર્સમાં રહેતો હતો. જગ્યા ઓછી હતી, પરંતુ તેમ છતાં તેમણે પ્રતિકૂળ સંજોગોમાં મદદ માટે હાથ લંબાવ્યો હતો.

રાજેશનું સામાન્ય ઘર બંને પરિવાર માટે બહુ નાનું હતું. ઉમા અને ટિકમને બહુ જલદી જ ખ્યાલ આવી જાય છે કે તેમના કારણે રાજેશના પરિવારને કેટલી મુશ્કેલીનો સામનો કરવો પડી રહ્યો છે. આથી તેણે ઘરની છત પર બનેલી નાની એવી બરસાતી (નાનકડી ઝૂંપડી) માં જવાની જીદ કરી.

તેમની બરસાતીમાં માંડ 80 ચોરસ ફૂટ જગ્યા હતી, જેમાં ખાલી દીવાલો અને નીચી, ટપકતી ટીનની છત હતી. જો કે તે અત્યંત અસ્વસ્થતાભરી હતી અને સૂર્ય કે વરસાદથી કોઈ રક્ષણ પણ મળે એમ નહોતું, તેમ છતાં તેમની પાસે એક વર્ષ સુધી ત્યાં રહેવા સિવાય બીજો કોઈ વિકલ્પ નહોતો. તેઓની ઘરની શોધ ત્યારે સમાપ્ત થઈ જ્યારે તેમને નજીકના IAS અધિકારીના બંગલાના સર્વન્ટ ક્વાર્ટર્સમાં જગ્યા મળી.

તેમના નવા અને મોટા રહેઠાણમાં જીવન સરળ બન્યું, જ્યાં ઉમાને ઘરેલું મદદગાર તરીકે નોકરી મળી. જો કે આ રાહત ક્ષણિક સાબિત થઈ, કારણ કે સંજોગોએ તેને એક વર્ષમાં આ નવું ઘર છોડવાની ફરજ

પાડી. આ પછી, ઉમાને નજીકના શ્યામનાથ માર્ગ પર દિલ્હી ટ્રાન્સકોના એક ફ્લૅટમાં નોકરી મળી, જેના કારણે પરિવાર હવે ફ્લૅટ સાથે જોડાયેલા સર્વન્ટ ક્વાર્ટર્સમાં રહેવા ગયો.

નવું સંકુલ એક નાની વસાહત જેવું લાગતું હતું, જેમાં સળંગ 14 સર્વન્ટ ક્વાર્ટર્સ હતા. દરેક ફ્લૅટ સાથે બે સર્વન્ટ ક્વાર્ટર્સ જોડાયેલાં હતાં. ટિકમના નાના ભાઈ અમરસિંહનો પરિવાર પણ એક ક્વાર્ટર્સમાં રહેતો હતો. ડોલી અને ભરત ખુશ હતા, કારણ કે તેઓની શાળા રસ્તાની પેલે પાર હતી અને તેની સાથે રમવા માટે તેની ઉંમરનાં ઘણાં બાળકો હતાં.

જો કે, ઉમા અને ટિકમને ટૂંક સમયમાં સમજાયું કે વસાહતનું વાતાવરણ તેમના બાળકોના વિકાસ માટે અનુકૂળ નથી. અન્ય બાળકો આખો સમય રમતા રહેતા અને અપશબ્દો બોલતા. ડોલી અને ભરતના ભવિષ્ય વિશે ડરીને તેઓએ તેઓનું અન્ય બાળકો સાથે રમવાનું બંધ કરાવી દીધું. જ્યારે પણ ઉમા અને ટિકમ બહાર જતા ત્યારે તેઓ પોતાના બાળકોને ઘરની અંદર બંધ કરી દેતા. બિચારા ડોલી અને ભરતને ખૂબ જ ખરાબ લાગતું, જ્યારે તેઓ પોતાના મિત્રોને તેમની નાની બારીમાંથી રમતા જોતા.

તેમના ઘરમાં કોઈ કેબલ કનેક્શન ન હતું, તેથી ડોલી અને ભરત માટે ઉપલબ્ધ એકમાત્ર ટીવી ચૅનલ દૂરદર્શન હતી. તદુપરાંત, જ્યારે શાળાની પરીક્ષાઓ નજીક આવતી ત્યારે ઉમા ટેલિવિઝન અને એન્ટેના કાઢી લેતી અને તેને ચાદરમાં લપેટી લેતી.

જીવનને બદલનારો પ્રસંગ

2003માં એક સાંજે, ટિકમ મીઠાઈના બૉક્સ સાથે કામ પરથી પાછો ફર્યો અને તેનો ચહેરો ઉત્સાહથી ચમકતો હતો. 'મને સંસ્કૃતિ સ્કૂલ, ચાણક્યપુરીમાં નોકરી મળી છે.' તેણે જાહેરાત કરી અને બૉક્સ ખોલ્યું ત્યારે તેની આંખો ગર્વથી ચમકી ઊઠી.

'પણ ચાણક્યપુરી બહુ દૂર છે. શું તમારા માટે દરરોજ મુસાફરી કરવી અઘરી નહીં પડે?' ઉમાએ ચિંતા વ્યક્ત કરી.

'શાળા એકદમ પ્રતિષ્ઠિત છે, ઉમા. IAS અધિકારીઓ, સેનાના અધિકારીઓ અને મંત્રીઓના બાળકો ત્યાં અભ્યાસ કરે છે. ઉપરાંત, પગાર પણ ઘણો વધારે છે.' ટિકમે તેને આશ્વાસન આપ્યું અને વિચાર્યું કે આ સાંભળીને તેની પત્નીની ચિંતા ઓછી થશે.

ઉમા પોતાનું સપનું કહેતા પોતાને રોકી ન શકી, 'હું આશા રાખું છું કે એક દિવસ ડોલી અને ભરત પણ સંસ્કૃતિ સ્કૂલમાં ભણશે.'

કેટલીકવાર, હૃદયની ઇચ્છાઓ સીધી ભગવાન સુધી પહોંચે છે, જ્યાં તેને ધ્યાનપૂર્વક સાંભળવામાં આવે છે અને અંતે તે પૂર્ણ થાય છે.

બે વર્ષ પછી, જ્યારે ટિકમ એક સાંજે ઘરે પાછો આવ્યો, ત્યારે તેનો ચહેરો ખુશીથી ચમકતો હતો. ઉમાએ તેને પાણી પીવડાવતાં જ તે પોતાની ઉત્તેજનાને કાબૂમાં રાખી શક્યો નહીં,. 'ભરત માટે આ જીવન બદલનારી તક છે. તે સંસ્કૃતિ શાળામાં અભ્યાસ કરી શકે છે', તેણે કહ્યું અને તેની આંખોમાં આશાની ચમક હતી.

ઉમા ખૂબ ખુશ હતી, પણ તેના મનમાં શંકા પણ હતી. 'પણ આ કેવી રીતે શક્ય છે? શું સંસ્કૃતિ શાળા વરિષ્ઠ IAS અને સિવિલ સર્વિસ અધિકારીઓના બાળકો માટે આરક્ષિત નથી?'

'રાઇટ ટુ એજ્યુકેશન એક્ટને કારણે હવે શાળાઓ માટે ગરીબ પરિવારોના કેટલાક બાળકોને પ્રવેશ આપવો ફરજિયાત બની ગયો છે. સંસ્કૃતિ શાળા ટૂંક સમયમાં એક પરીક્ષા યોજશે, જેમાં શાળાના સ્ટાફના બાળકોને પ્રાધાન્ય આપવામાં આવશે', ટિકમે તેના પ્રશ્નનું અનુમાન લગાવતા સ્પષ્ટતા કરી.

પરંતુ આર્થિક ચિંતાઓએ ઉમાની શરૂઆતના આનંદને ધૂંધળો કરી દીધો. 'શાળાની ફી ખૂબ ઊંચી હશે અને પુસ્તકો અને ગણવેશ માટે વધારાનો ખર્ચ થશે,' તે ચિંતિત હતી.

'ચિંતા કરશો નહીં. આપણા જેવા ગરીબ પરિવારના બાળકોની ફી માફ કરવામાં આવશે. આ ઉપરાંત, શાળા મફત પુસ્તકો અને ગણવેશ પણ પ્રદાન કરશે', ટિકમે તેને ખાતરી આપી.

ભરત તેમની વાત ચુપચાપ સાંભળી રહ્યો હતો અને મિશ્ર લાગણીઓ અનુભવતો હતો. જો કે તે સંસ્કૃતિ શાળામાં અભ્યાસ કરવાની સંભાવનાથી

ઉત્સાહિત હતો, પરંતુ તેના મિત્રોને સરકારી શાળામાં પાછળ છોડી દેવાના વિચારે તે દુઃખી થઈ ગયો.

થોડા દિવસો પછી, ભરતે સંસ્કૃતિ શાળામાં ધોરણ 6ની પ્રવેશ પરીક્ષા આપી. કેટલાક અન્ય ઉમેદવારો સાથે તે પણ શ્વાસ રોકીને પરિણામોની રાહ જોઈ રહ્યો હતો. બીજે દિવસે સાંજે ટિકમ પુસ્તકોથી ભરેલી નવી સ્કૂલ બેગ અને શાનદાર યુનિફોર્મ લઈને ઘરે પાછો ફર્યો.

તેની આંખોમાં આનંદના આંસુ હતાં અને તેણે ગર્વથી જાહેરાત કરી કે ભરતને સંસ્કૃતિ શાળામાં પ્રવેશ મળી ગયો છે.

ગરીબ પૃષ્ઠભૂમિ ધરાવતાં માતાપિતા માટે, તેમના બાળક હવે ટોચના અમલદારો અને રાજકારણીઓના બાળકોની સાથે અભ્યાસ કરશે તેવું જાણવું, એના કરતાં વધુ ગૌરવ અને આનંદનો બીજો કોઈ સ્રોત હોઈ શકે નહીં.

સુમેળ ન સાધી શકવાનું દુઃસ્વપ્ન

બીજા જ દિવસે ભરતના જીવનમાં નાટકીય વળાંક આવ્યો. તેણે ક્યારેય કલ્પના કરી ન હતી કે તેની શૈક્ષણિક ક્ષમતા, શારીરિક સહનશક્તિ, સામાજિક સ્વીકૃતિ અને ભાવનાત્મક મનોબળને ચકાસવા માટે તેને અવિરત સંઘર્ષની દુનિયામાં ધકેલી દેવામાં આવશે.

પ્રથમ મુશ્કેલ કાર્ય શાળા સુધી પહોંચવા માટે દૈનિક સંઘર્ષ હતો. ઉમા તેને સવારના અંધારામાં 4.30 વાગે જગાડતી હતી, જ્યારે મોટાભાગના બાળકો આરામથી સૂતા હોય. ટિકમને વર્ગો શરૂ થવાના એક કલાક પહેલા શાળાએ પહોંચવાનું હોવાથી, ભરત પાસે તેની સાથે જવા સિવાય કોઈ વિકલ્પ નહોતો. તેની યાત્રા સવારે 5 વાગ્યે સતત ત્રણ ભીડવાળી દિલ્હી પરિવહન નિગમ(DTC)ની બસોમાં સવાર થઈને શરૂ થતી હતી.

દિવસ છેલ્લા વર્ગની ઘંટડીથી આગળ લંબાઈ જતો હતો. ટિકમના કામનો સમય સાંજે 4 વાગ્યા સુધીનો હતો, તેથી ભરતને રાહ જોવી પડતી હતી. યાત્રામાં પરત ફરતી વખતે, તેને ડીટીસી બસોનો ધસારો સહન કરવો પડતો હતો, જેના કારણે તેનો થાક ખૂબ વધી જતો. તે સાંજે 6 વાગ્યે જ ઘરે પહોંચી શકતો હતો. થોડી જ વારમાં, ભરતને

ટ્યૂશન ક્લાસમાં દોડવું પડતું, જે રાત્રે 8 વાગ્યે પૂરું થતું. ક્યારેક ડોલી ભરતને ટિફિન આપવા બસ સ્ટોપ પર પહોંચી જતી, જેથી તે સીધો ટ્યૂશનમાં જઈ શકે. રાત સુધીમાં તે એટલો થાકી જતો કે મિત્રો સાથે રમવાનો કે વાત કરવાનો પ્રશ્ન જ ન હતો.

નવી શાળામાં ભરતનો પ્રથમ દિવસ અગ્નિપરીક્ષા સમાન સાબિત થયો, તે સ્પષ્ટ કરે છે કે ત્યાં તાલમેલ બેસાડવો કઠિન હતો. સવારની સભા દરમિયાન અંગ્રેજીમાં સૂચનાઓ આપવામાં આવી હતી, જે ભરતને સમજવામાં મુશ્કેલી પડી હતી. મદદ માટે પૂછવું નિરર્થક હતું, કારણ કે જવાબો પણ અંગ્રેજીમાં જ આપવામાં આવતા હતા.

વર્ગખંડે બીજો પ્રચંડ પડકાર રજૂ કર્યો. આર્થિક રીતે નબળા વિભાગ (EWS), પંકજ, સુશીલ, હીના અને ગુરમીતના અન્ય ચાર છોકરાઓ સાથે ભરત એકલો પડી ગયો હતો. બાકીના સહપાઠીઓ સમૃદ્ધ હતા, જેણે સ્પષ્ટ તફાવત સર્જ્યો હતો. ચોક્કસ જૂથે, તેમના તેલ પાયેલા વાળ, મેસના લપેડાં, નબળું અંગ્રેજી અને કથિત હીનતા માટે તેઓની મજાક ઉડાવી હતી. પાતળો ભરત પણ અપમાનનો સરળતાથી નિશાન બની ગયો હતો.

સંસ્કૃતિ શાળા અને તેમની અગાઉની સરકારી શાળા વચ્ચેનું શૈક્ષણિક અંતર એકદમ સ્પષ્ટ બન્યું હતું. પોતાની જૂની શાળામાં ટોપર હોવા છતાં ભરતને આગળ રહેવા માટે સંઘર્ષ કરવો પડ્યો. વાતચીત કરવામાં અવરોધો વધ્યા, ખાસ કરીને શિક્ષકો અંગ્રેજીમાં શિક્ષણ આપતા હતા તેના કારણે. ભરત દરેક મૌખિક પરીક્ષાથી ડરતો હતો, કારણ કે તેને અંગ્રેજીમાં જવાબ આપવાનું મુશ્કેલ લાગતું હતું.

મદદ કરવા માટે, શાળાએ ઈડબ્લ્યુએસ વિદ્યાર્થીઓ માટે સમાંતર વર્ગોનું આયોજન કર્યું. અહીં આશિયા મેમ ભરતની શિક્ષક અને માર્ગદર્શક બની હતી. તેઓએ તેને તેનું અંગ્રેજી સુધારવામાં અને ધીમે ધીમે તેનો આત્મવિશ્વાસ વધારવામાં મદદ કરી.

પોતાના અથાક પ્રયત્નો છતાં, ભરતે પરીક્ષામાં સારા માર્ક્સ મેળવવા માટે સંઘર્ષ કરવો પડ્યો. પોતાને ઠપકો અને પોતાના માતાપિતાની નિરાશાથી બચાવવા માટે, તેણે પોતાના ગ્રેડ છુપાવવાનું શરૂ કર્યું. એ અલગ વાત છે કે ટિકમ હંમેશાં પેરેન્ટ્સ-ટીચર મિટિંગમાં ભરતના અભ્યાસ

વિશે જાણતો રહેતો, જેના કારણે ભરતને ગુસ્સો પણ સહન કરવો પડતો અને ક્યારેક થપ્પડ પણ ખાવી પડતી હતી. ભરત પોતાની જૂની શાળામાં પાછા ફરવા આતુર હતો. આ અસંતોષે તેના આત્મસન્માનને હચમચાવી નાખ્યું અને તેની હીન ભાવનામાં વધારો કર્યો.

સંસ્કૃતિ સ્કૂલમાં પ્રારંભિક ત્રણ વર્ષ ભરત માટે દુઃસ્વપ્ન સમાન બની ગયા. જોકે જેવો તેણે ધોરણ 9માં પ્રવેશ કર્યો, તેનામાં સ્થિરતાની ઝલક દેખાવા માંડી. અવરોધોને તોડીને, તેણે 'ભદ્ર વર્ગ' સાથે હળવામળવાનું શરૂ કર્યું. જ્યારે અન્ય મોટા ભાગના ઈડબ્લ્યુએસ છાત્ર દબાણ સામે ટકી શક્યા ન હતા અને દૂર થઈ ગયા હતા, ભરત ટકી રહેવામાં સફળ રહ્યો હતો.

સમયસર ચેતવનાર એલાર્મ

સંસ્કૃતિ શાળામાં સિવિલ સર્વિસીસની દુનિયાથી ભરતનો પરિચય થયો. તેના સહઅભ્યાસીઓ વારંવાર આ પ્રતિકાત્મક ભૂમિકાઓમાં પોતાના માતાપિતાની વાર્તાઓ કહેતા. આનાથી ભરતના મનમાં એક બીજ રોપાયું કે સિવિલ સેવા પરીક્ષામાં લાયક બનવાથી તેના પરિવારના સંઘર્ષમાં ઘટાડો થઈ શકે છે અને તેની સામાજિક સ્થિતિ સુધરી શકે છે.

ભરતે ધોરણ-10ની પરીક્ષામાં સારું પ્રદર્શન કર્યું અને તેણે 10માંથી 8.8 સીજીપીએ મેળવ્યો. ધોરણ-11 માટે તેણે પરંપરાગત વિષયો ભૌતિકશાસ્ત્ર, રસાયણશાસ્ત્ર, ગણિત, અંગ્રેજી અને કમ્પ્યુટર સાયન્સ પસંદ કર્યા. તેના સહાધ્યાયીઓનો ઝોક જોઈને તેણે તેના માતાપિતાને આઈઆઈટી-જીઈ કોચિંગ માટે રૂ. 1 લાખની વ્યવસ્થા કરવા સમજાવ્યા. જો કે તે અભ્યાસમાં બેદરકાર બની ગયો હતો.

તેનો ઝોક ન્યૂનતમ ગુણ મેળવવા તરફ હતો. તેને ક્લાસ છોડવાની અને મિત્ર સાથે કેમ્પસમાં ફરવાની આદત પડી ગઈ હતી. શૈક્ષણિક આપત્તિ માટે આ એક અચૂક તોડ હતો, જે ટૂંક સમયમાં જ સામે આવી ગયો. ધોરણ-12ની પ્રી-બોર્ડ પરીક્ષામાં ભરત ત્રણ વિષયોમાં નાપાસ થયો હતો. ઘરે પહોંચ્યા પછી, ટિકમ ગુસ્સે થયો અને શરમ સાથે તેને સખત ઠપકો આપ્યો.

'તેં શાળામાં મારી પ્રતિષ્ઠા બગાડી છે. જ્યારે બપોરે આચાર્યએ મને તેમની ચેમ્બરમાં બોલાવ્યો અને મને ઠપકો આપ્યો ત્યારે મને શરમ આવી. તેઓએ તને શાળામાંથી કાઢી મૂકવાની ધમકી આપી, કારણ કે તું શાળાના પરિણામો ખરાબ કરી નાખીશ.'

ઉમા પણ એટલી જ ચિંતિત હતી. સાંત્વનાની શોધમાં તે બીજા દિવસે સવારે ભરતને ચાર જુદા જુદા મંદિરોમાં લઈ ગઈ.

આ ચેતવણીભરી ઘટનાએ ભરતને સક્રિય કર્યો. આગામી ચાર મહિના સુધી તે સખત અભ્યાસમાં ડૂબી ગયો. તેની સખત મહેનત તેના ધોરણ-12ના ગુણમાં પ્રતિબિંબિત થઈ, જ્યાં તેણે પોતાના શ્રેષ્ઠ ચાર વિષયોમાં 88 ટકા મેળવ્યા. આ ઉપરાંત, જોકે તે આઈઆઈટી-જેઈની પરીક્ષામાં સફળ થયો ન હતો, પરંતુ તેણે ઑલ ઇન્ડિયા એન્જિનિયરિંગ પ્રવેશ પરીક્ષા (AIEEE)માં સારો રેન્ક મેળવ્યો અને દિલ્હી ટેક્નોલૉજિકલ યુનિવર્સિટી (DTU)માં પ્રવેશ મેળવ્યો. ટિકમ અને ઉમાના આનંદનો કોઈ પાર નહોતો.

ડીટીયુમાં, ભરતે મિકેનિકલ એન્જિનિયરિંગ પસંદ કર્યું, કાર પ્રત્યેના પોતાના આકર્ષણથી પ્રેરિત થઈને. તેને એ જાણીને વધારાનો સંતોષ મળ્યો કે મિકેનિકલ એન્જિનિયરિંગ સીએસઈના વૈકલ્પિક વિષયોમાંથી એક છે. સંસ્કૃતિ શાળામાં તેના મનમાં રોપાયેલું સિવિલ સર્વિસનું બીજ અર્ધજાગૃતપણે પોતાના મૂળનું સ્વરૂપ ધારણ કરી રહ્યું હતું.

ટીમ ઇન્ડિયા હોંગકોંગમાં

ડીટીયુના ખળભળાટ મચાવતા કોરિડોરમાં ભરતે એક નવી સમાનતાનો સ્વાદ ચાખ્યો. અહીં કોઈ પસંદગીવાદ ન હતો, કોઈ ઈડબ્લ્યુએસ ટેગ તેના પર દબાણ કરતું ન હતું અને કોઈ તેની પારિવારિક પૃષ્ઠભૂમિને જાણતું ન હતું. તેમના પિતાએ આપેલા મોબાઇલ ફોન અને માસિક 1,500 રૂપિયાના ભથ્થાએ આ સ્વતંત્રતાનો રોમાંચ વધુ વધાર્યો.

ડીટીયુ કાર ટીમોએ ભરતની કલ્પનાને જકડી લીધી હતી. જ્યાં ટીમ સોલેરિસ સૌર-સંચાલિત વાહનો પર કામ કરતી હતી, ત્યાં ટીમ ડીફાઅન્સ રેસિંગ હાઈ-સ્પીડ કાર પર સંશોધન કરતી હતી. જોકે સૌથી

પ્રતિષ્ઠિત સેન્ટર ફૉર એડ્વાન્સ્ડ સ્ટડીઝ ઍન્ડ રિસર્ચ ઇન ઓટોમોબાઇલ એન્જિનિયરિંગ (CASRAE) હતું, જે બાયોડીઝલ લેબ તરીકે વધુ જાણીતું હતું. આ ઇનોવેશન હબે વૈકલ્પિક ઈંધણ અને અદ્યતન બ્રેકિંગ સિસ્ટમની શોધ કરી હતી.

પરંતુ કઠિન પ્રવેશ પરીક્ષાએ ભરતનું આદર્શ લૅબોરેટરીમાં જોડાવાનું સપનું તોડી નાખ્યું. તે નિરાશ થયો, પરંતુ હાર ન માની અને દૃષ્ટિહીન લોકો માટે સહાયતાઓ પર કેન્દ્રિત એક ડિઝાઇન સ્પર્ધામાં પહોંચ્યા. હોંગકોંગમાં વર્લ્ડ ચેમ્પિયનશિપમાં ભારતનું પ્રતિનિધિત્વ કરવાની સંભાવનાએ સ્પર્ધા જીતવા માટે તેની અંદર એક જૂનુન પેદા કર્યું. ભરતે આશિષ, ગૌતમ અને મોહમ્મદ ઝુબેર સહિત અન્ય વિષયોના વિદ્યાર્થીઓની એક ટીમ બનાવી. તેઓએ સાથે મળીને 'નેત્ર' નામની સ્માર્ટ વૉકિંગ સ્ટીક બનાવી.

નેત્રમાં સંખ્યાબંધ વિશેષતાઓ હતી: લાઇટ ડિટેક્શન સેન્સર જે અંધારામાં એલઇડી લાઇટ પ્રગટાવે છે, અલ્ટ્રાસાઉન્ડ સેન્સર કે જે વપરાશકર્તા જ્યારે કોઈ વસ્તુની નજીક પહોંચે છે ત્યારે ચેતવણી આપે છે અને ઇમરજન્સી બટન કે જે જીપીએસ કોઓર્ડિનેટ્સ પર આધારિત પસંદ કરેલા ફોન નંબર પર એસએમએસ મોકલવા માટે સીમકાર્ડનો ઉપયોગ કરે છે. તેઓએ આવી માહિતી પ્રદર્શિત કરવા અને મોકલનારના સ્થાનને ટ્રેક કરવા માટે એક ઍન્ડ્રોઇડ એપ પણ ડિઝાઇન કરી.

તેમની શોધ તરત જ સફળ થઈ. રાષ્ટ્રીય સ્પર્ધા જીતીને તેણે સપ્ટેમ્બર 2013માં ઇન્સ્ટિટ્યૂશન ઑફ મિકેનિકલ એન્જિનિયર્સ (IMECHE) દ્વારા આયોજિત વર્લ્ડ ચેમ્પિયનશિપની ટિકિટ મેળવી લીધી. તેને રાષ્ટ્રીય સ્પર્ધામાં ભારતીય પ્રૌદ્યોગિકી સંસ્થા (IIT) દિલ્હીની ટીમને હરાવવાનો વિશેષ આનંદ થયો. માત્ર અઢાર વર્ષની ઉંમરે આંતરરાષ્ટ્રીય મંચ પર ઊભા રહેવાનો રોમાંચ બેજોડ હતો.

'ટીમ ઇન્ડિયા'એ હોંગકોંગમાં વૈશ્વિક સ્તરે નેત્રનું પ્રદર્શન કર્યું. બધા જજે તેની વિશેષતાઓ, ઉપયોગિતા અને વપરાશકર્તાને મૈત્રીપૂર્ણ ડિઝાઇનની પ્રશંસા કરી. આ શોધનો ઉપયોગ કરનાર દૃષ્ટિહીન વ્યક્તિઓએ તેની પ્રશંસા કરી અને તેમનો હૃદયપૂર્વક આભાર વ્યક્ત કર્યો. દ્વિતીય ઉપવિજેતાનું સ્થાન પામવું અને 100 પાઉન્ડનું રોકડ

ઇનામ જીતવું એ ટીમ ઇન્ડિયા માટે મોટી જીત હતી. વિજેતા ટીમો માટે હોંગકોંગના ચીફ એક્ઝિક્યુટિવ દ્વારા આયોજિત ઔપચારિક રાત્રિભોજનને લીધે છોકરાઓ વધુ આનંદમાં આવી ગયા હતા.

ઓછા ગુણ મેળવનાર છોકરાને ઊંચું પ્લેસમેન્ટ

હોંગકોંગમાં ભરતની જીતે તેના માટે ડીટીયુની બહુપ્રતીક્ષિત બાયોડીઝલ લેબના દરવાજા ખોલ્યા. તેણે સંશોધનમાં ઊંડો રસ લીધો અને પ્રયોગશાળામાં અનેક કલાકો ગાળવાનું શરૂ કર્યું. તેમના સમર્પણને કારણે, તેમણે પ્રતિષ્ઠિત આંતરરાષ્ટ્રીય જર્નલમાં બે સંશોધન પત્રો પ્રકાશિત કર્યા, એક રિજનરેટિવ બ્રેકિંગ પર અને બીજો હાઈડ્રોજન પર - વૈકલ્પિક ઈંધણ તરીકે.

બાયોડીઝલ લેબના પ્રોફેસરે ભરત અને તેના મિત્ર અમ્યા કાકને હાઈડ્રોજન દ્વારા દસ વર્ષ જૂનું પેટ્રોલ જનરેટર ચલાવવાનો પડકાર ફેંક્યો. કાર્યને ઉત્સાહપૂર્વક સ્વીકારીને, બંનેએ ત્રણ મહિના સુધી સખત મહેનત કરી, હેતુ માટે આપવામાં આવેલા મર્યાદિત ભંડોળનો અસરકારક ઉપયોગ કર્યો. તેમના પ્રયત્નો એક સાંજે ફળ્યા, જ્યારે જનરેટરે હાઈડ્રોજન પર ચાલવાનું શરૂ કર્યું. વિજયનો પડઘો પ્રયોગશાળામાં સંભળાવા લાગ્યો.

જો કે સંશોધન પરના ધ્યાને ભરતની શૈક્ષણિક કામગીરીને અસર કરી. બીજા વર્ષ પછી તેના એકંદર માર્ક્સ માત્ર 58 ટકા હતા. તેમના વરિષ્ઠોના પ્લેસમેન્ટ રેકોર્ડ્સ જોયા પછી, તેને સમજાયું કે તેને પ્લેસમેન્ટ ટેસ્ટમાં હાજર રહેવા માટે ઓછામાં ઓછા 65 ટકા ગુણની જરૂર છે. સુધારો કરવા માટે મક્કમ થઈને, ભરતે પોતાનું સંપૂર્ણ ધ્યાન તેના અભ્યાસમાં સમર્પિત કર્યું અને સમય જતાં, તેના કુલ ગુણ 66 ટકા સુધી પહોંચી ગયા.

ઑગસ્ટ 2015ના રોજ પ્લેસમેન્ટ શરૂ થયું. ભરતના કુલ માર્ક્સ 70 ટકા કરતા ઓછા હતા, જેના કારણે તેને ઘણા અસ્વીકારનો સામનો કરવો પડ્યો. જ્યાં તેને હાજર રહેવાની મંજૂરી આપવામાં આવી હતી, ત્યાં લેખિત પરીક્ષામાં નાપાસ થતો હતો. 15 સપ્ટેમ્બર, 2015 સુધીમાં, તેની પાસે નોકરીની કોઈ ઑફર નહોતી. જોકે, ટાટા મોટર્સ આવવાનું

બાકી હોવાથી આશાનું કિરણ હતું. 16 સપ્ટેમ્બર, 2015ના રોજ, ભરતે ટાટા મોટર્સની લેખિત પરીક્ષા પાસ કરી. તેમના સંશોધન પ્રોજેક્ટ પર ધ્યાન કેન્દ્રિત કરતા ઇન્ટરવ્યૂ સરળ હતા.

તેના ઓછા માર્ક્સ હોવા છતાં અને તેના વર્ગમાં સૌથી નીચેના 10 ટકા હોવા છતાં, ભરતે તેના સહઅભ્યાસીઓ અને શિક્ષકોના આશ્ચર્યની વચ્ચે ટાટા મોટર્સમાં નોકરી મેળવી. બાયોડીઝલ લેબમાં તેના કાર્ય અને તેના પ્રકાશિત પેપરોએ તેમની નિમણૂકમાં મહત્ત્વપૂર્ણ ભૂમિકા ભજવી હતી.

ભરતને દિલ્હીમાં ટાટા મોટર્સની કામગીરીમાં પોસ્ટ કરવામાં આવ્યો હતો. જો કે તેને સંશોધનમાં ઊંડો રસ હતો અને પુણેના એન્જિનિયરિંગ રિસર્ચ સેન્ટરમાં પોસ્ટ ન થવાનો અફસોસ હતો, તેમ છતાં તેને ખબર જ ન હતી કે ભાગ્યએ તેના માટે કંઈક અલગ જ નિર્ધારિત કર્યું છે.

એક ખૂબ જ મહત્ત્વપૂર્ણ નિર્ણય

ટાટા મોટર્સમાં નોકરી મળવાથી ભરતના ખભા પરથી ભારે બોજ ઊતરી ગયો. તેની જોઈનિંગની તારીખ લગભગ એક વર્ષ દૂર હોવાને કારણે, તેની પાસે અન્ય માર્ગો શોધવા માટે પૂરતો સમય હતો. તેના મનમાં કંઈક ભવ્યતાની મૌન ઇચ્છા વધી રહી હતી. IAS અધિકારીઓના બંગલા અને સંસ્કૃતિ શાળામાં પોષાયેલા સિવિલ સર્વિસના સુષુપ્ત સ્વપ્નની જ્યોત ફરી પ્રજ્વલિત થઈ.

પરંતુ ભરત આત્મ-શંકા અને મૌન મહત્ત્વાકાંક્ષાથી ઘેરાયેલો હતો. તે પોતાની ઇચ્છાઓને ખુલ્લેઆમ વ્યક્ત કરવાની હિંમત એકત્ર કરી શક્યો ન હતો. તેણે ચુપચાપ ગૂગલ અને યુટ્યૂબ પર સીએસસી વિશે સંશોધન કરવાનું શરૂ કર્યું. તેમણે જાણ્યું કે એનસીઈઆરટી પુસ્તકો સીએસઈની તૈયારી માટે પ્રારંભિક બિંદુ છે. તેથી તેણે તેને ગુપ્ત રીતે વાંચવાનું શરૂ કર્યું.

ઑગસ્ટ 2016માં, ભરતે કૉર્પોરેટ જગતમાં પ્રવેશ કર્યો અને મુંબઈમાં ટાટા મોટર્સમાં જોડાયો. એક અઠવાડિયા પછી તેને ટ્રેનિંગ માટે લખનઉ મોકલવામાં આવ્યો. ઘરથી દૂર 45,000 રૂપિયાની માસિક આવક સાથે,

તે ભારે ધૂમ્રપાનની લાલચનો શિકાર થયો અને આવનારા તોફાનથી અજાણ હતો.

ડિસેમ્બરની ઠંડીમાં એક રાત્રે, તે લખનૌના ટાટા મોટર્સ ગેસ્ટ હાઉસમાં એકલો હતો અને સવારે 4.30 વાગ્યે તીવ્ર ઉધરસ સાથે જાગી ગયો. તેના થૂંકમાં પણ લોહી હતું. ભરત ડરી ગયો કે તેને કોઈ ગંભીર બીમારી છે અને તેની આંખોમાં આંસુ આવી ગયા. જીવનને લગતા પ્રશ્નોનું પૂર તેના મનમાં વહેવા લાગ્યું. જીવનની ક્ષણભંગુરતા તેની સામે આવીને ઊભી રહી: ‘હું પાછળ કઈ વિરાસત છોડીને જઈશ? મારા પરિવારનું શું થશે, જેની પાસે ન તો પૈસા છે કે ન તો ઘર? પપ્પા નિવૃત્તિના આરે છે અને બહેન લગ્નની રાહ જોઈ રહી છે?’ આ અનુભૂતિ ખૂબ જ ગંભીર રીતે થઈ.

અસુરક્ષાની એ ક્ષણમાં ભરતે જીવન બદલી નાખનારા બે નિર્ણયો લીધા. પ્રથમ, ધૂમ્રપાન છોડવાની ગંભીર પ્રતિજ્ઞા. બીજું, UPSCના પહાડ પર ચઢવાનું મુશ્કેલ કાર્ય દિલથી સ્વીકારવાની પ્રતિજ્ઞા. ભરતે તેના પરિવારને આર્થિક અસ્થિરતાના બંધનમાંથી બહાર લાવવા અને સમાજમાં માન-સન્માન મેળવવું ખૂબ જ મહત્ત્વપૂર્ણ માન્યું.

ભરતના જીવનનાં પૈડાં ફરતાં રહ્યાં. લખનૌમાં પોતાની તાલીમ પૂર્ણ કર્યા પછી, ભરતને ડીટીસીના રોહિણી ડેપોમાં પોસ્ટ કરવામાં આવ્યો હતો. તેમનું કામ બસ મેન્ટેનન્સ ટીમની દેખરેખ કરવાનું હતું. ભરતને તેના કામમાં આનંદ આવ્યો, કારણ કે પ્રથમ વખત લોકો તેની નીચે કામ કરી રહ્યા હતા અને માર્ગદર્શન માટે તેની તરફ જોઈ રહ્યા હતા. બસની જાળવણીની યાંત્રિક ધમાલ વચ્ચે, એનસીઈઆરટી પુસ્તકોનાં પાનાં ફેરવવાનું કામ ચુપચાપ ચાલુ રહ્યું અને ભરતે સીએસઈ 2017 માટે અરજી કરી.

કામના વ્યસ્ત સમયપત્રક, અનિયમિત શિફ્ટ અને છ દિવસના કામના સપ્તાહનો સામનો કરીને, ભરતને સીએસઈની તૈયારી માટે પૂરતો સમય ફાળવવો મુશ્કેલ લાગ્યો. તેણે 18 જૂન, 2017ના રોજ પ્રિલિમ પરીક્ષા આપી હતી, પરંતુ સારું પ્રદર્શન કરી શક્યો નહોતો.

સામાન્ય અધ્યયન (GS)ના પેપર પછી અને સીએસએટી પેપર પહેલાં નજીકના પાર્કમાં લંચ દરમિયાન ટિકમે પૂછ્યું, ‘પરીક્ષા કેવી રહી?’

'પપ્પા, મને નથી લાગતું કે આ વખતે હું પાસ થઈશ. તેને પાસ કરવા માટે, મારે મારી નોકરી છોડી દેવી પડશે અને સંપૂર્ણ સમય અભ્યાસ કરવો પડશે', ભરતે પોતાનો પ્રામાણિક અભિપ્રાય વ્યક્ત કર્યો.

તેના સૂચનની ગંભીરતાથી વાતાવરણ ભારે બની ગયું. ટાટાની સુરક્ષિત નોકરી, પરિવારની નવી નાણાકીય સ્થિરતા અને ધીમે ધીમે સામાજિક સન્માનમાં વધારો એ બધું જ દાવ પર હતું. પરંતુ ટિકમે હિંમતભેર ભરતના સપનાને આશીર્વાદ આપ્યા. 'કામની ચિંતા કરીશ નહીં,' તેણે કહ્યું, 'સંપૂર્ણ સમર્પણ સાથે તૈયારી કર, તેમાં તારું હૃદય લગાવ અને સફળ થા.'

ભરતને આનંદ સાથે આશ્ચર્ય થયું. 'હું વચન આપું છું, પપ્પા, હું તમને નિરાશ નહીં કરું,' ભરતે પોતાની પ્રતિષ્ઠિત નોકરી છોડવાનો મહત્ત્વપૂર્ણ નિર્ણય લેતાં કહ્યું.

બીજા દિવસે, પોતાના સપનાથી પ્રેરિત થઈને ભરતે પોતાનું રાજીનામું આપ્યું.

બે મોટી ભૂલો

ભરત જીએસ માટે પ્રતિષ્ઠિત કોચિંગ ઇન્સ્ટિટ્યૂટમાં પ્રવેશ મેળવવા માટે આતુર હતો. પરંતુ ફી રૂ. 1.5 લાખથી વધુ હતી, જેનાથી તેની અપેક્ષાઓ પર તો પાણી ફરી વળ્યું. ઠીક છે, જ્યારે એક દરવાજો બંધ થાય છે, ત્યારે બીજો ખૂલે છે - જો તમે નિષ્ઠાપૂર્વક ઇચ્છો તો.

ભરતે ટાટા મોટર્સમાં પોતાના સિનિયર રજતનું માર્ગદર્શન લેવાનું નક્કી કર્યું, જેમણે પોતાના IAS સ્વપ્નને આગળ ધપાવવા માટે એક વર્ષ અગાઉ નોકરી છોડી દીધી હતી. રજત જીએસ માટે દિલ્હીની એક પ્રતિષ્ઠિત કોચિંગ સંસ્થામાં જોડાયો હતો, જે રેકોર્ડેડ લેક્ચર્સ આપતું હતું. ભરતની આર્થિક સંકડામણને સમજીને, રજતે મદદ કરી, 'હાર્ડ ડિસ્ક લાવો અને મારા લેપટોપમાંથી બધા લેક્ચરની કૉપી કરો.' તેણે ઉદારતાથી ઑફર કરી.

ભરત ચોંકી ગયો અને માની જ ન શક્યો. રજતની ઑફર એટલી ઉદાર હતી કે તે માની જ ન શક્યો. બીજા દિવસે સવારે તે આ અણધારી તકનો લાભ લેવા આતુરતાપૂર્વક રજતના ઘરે પહોંચ્યો. હૃદયમાં કૃતજ્ઞતા સાથે ભરતે તમામ લેક્ચર ડાઉનલોડ કર્યા.

હવે પછીનો પડકાર વૈકલ્પિક વિષય પસંદ કરવાનો હતો. વિકલ્પોના ચક્કર વચ્ચે, ભરતે ભૂગોળ પસંદ કર્યું. તેને તે સામાજિક વિજ્ઞાનમાં ટેક્નિકલી રીતે સૌથી વધુ જટિલ હોવાનું જણાયું. તેનો અભ્યાસક્રમ વહન, સંવહન, હવાનું તાપમાન, વાતાવરણનું દબાણ અને વરસાદ જેવા વૈજ્ઞાનિક ખ્યાલો સાથે જોડાયેલો હતો - જે તેના અગાઉના અભ્યાસો સાથે મેળ ખાતો હતો.

ભરત, ભૂગોળમાં શિખાઉ હોવાથી, સાડા ત્રણ મહિનાના કોચિંગ પ્રોગ્રામમાં પ્રવેશ મેળવ્યો. તેણે નવી ગંભીરતા સાથે વર્ગોમાં હાજરી આપી. આગળની હરોળમાં બેસીને, તેણે દરેક વ્યાખ્યાનને આત્મસાત્ કર્યું અને એક પણ વર્ગ ચૂકી ન જવાનો નિર્ધાર કર્યો.

ભરતને જલદી સમજાયું કે ઘરે રહીને અભ્યાસમાં ધ્યાન કેન્દ્રિત કરવું મુશ્કેલ છે. આથી તે કરોલ બાગની એક ખાનગી લાઇબ્રેરીમાં ગયો અને અભ્યાસ કરવા લાગ્યો. તે મૂળભૂત રીતે વાતાનુકૂલિત વાચન ખંડ હતો, જેમાં અભ્યાસ માટે ટેબલ અને ખુરશીઓ હતી.

ઊગતા સૂર્ય સાથે, ભરત પોતાની દૈનિક યાત્રા પર નીકળતો, જે સવારે 7 વાગ્યે શરૂ થતી. યાત્રા દરમિયાન પ્રારંભિક કલાક સમાચારને સમજવા માટે ફાળવવામાં આવતા હતા. રાત્રે લગભગ 9 વાગ્યે દિલ્હી મેટ્રો દ્વારા પરત ફરતી વખતે, તે પોતાની નોંધોનું પુનરાવર્તન કરતો.

પ્રિલિમ પરીક્ષાના એક દિવસ પહેલા ભરત ખૂબ જ નર્વસ હતો. ચિંતાએ તેને એટલી ખરાબ રીતે જકડી લીધેલો કે તે માત્ર બે કલાક જ સૂઈ શક્યો. એક વર્ષ પહેલા ટાટા મોટર્સમાં પોતાની પ્રતિષ્ઠિત નોકરી છોડ્યા પછી, તે ખૂબ જ જોખમમાં હતો. તેના પગારમાંથી કરેલી બચત ઝડપથી ઘટી રહી હતી, જેના કારણે તે વર્ષે પરીક્ષા પાસ કરવાનું દબાણ વધી ગયું હતું. નિષ્ફળતાનો અર્થ એ હતો કે વધુ એક વર્ષ રાહ જોવી અને સખત મહેનત કરવી પડશે.

પરીક્ષા સારી ગઈ અને ભરતે કોચિંગ સંસ્થાઓની આન્સર કી સાથે પોતાના જવાબો મેળવ્યા કે તરત જ તેનામાં આત્મવિશ્વાસની લહેર જાગી. કોઈ પણ સમય બગાડ્યા વિના તે મુખ્ય પરીક્ષાની તૈયારી કરવા લાગ્યો.

મુખ્ય પરીક્ષાની તૈયારી કરતી વખતે, તેણે સ્વતંત્રતા પછીના ઇતિહાસ

અને વિશ્વ ઇતિહાસના અભ્યાસમાં એક મહિનો વેડફીને મોટી ભૂલ કરી, કારણ કે આમાંથી સામાન્ય રીતે ઓછા પ્રશ્નો પૂછવામાં આવતા હતા. બીજી ભૂલ ભૂગોળ માટે કોચિંગ નોટ્સ પર વધુ પડતી નિર્ભરતા અને પ્રમાણભૂત પાઠ્યપુસ્તકો ન વાંચવાની હતી. પરિણામે, તેના મનમાં ઊંડો ડર હતો કે તેણે મેઇન્સમાં સારું પ્રદર્શન કર્યું નથી.

વિજય અને ત્રાસદીની એક જાળ

હતાશ થઈને ભરત એક મહિના સુધી ઘરે નિરાશામાં ડૂબી રહ્યો. જો કે, જ્યારે ભરતે મેઇન્સનું પરિણામ જોયું ત્યારે તેને પોતાની આંખો પર વિશ્વાસ ન આવ્યો. તેણે આ પડકાર પાર કરી લીધો હતો અને તેને ઇન્ટરવ્યૂ માટે બોલાવવામાં આવ્યો હતો. ભરતનો ઇન્ટરવ્યૂ 8 માર્ચ, 2019ના રોજ થવાનો હતો.

તે મહત્ત્વપૂર્ણ સવારે તે વહેલો ઊઠ્યો. જ્યારે તે તૈયાર થયો, ઉમા વહેલી સવારથી તેની સફળતા માટે પ્રાર્થના કરી રહી હતી. સવાર પહેલાના મૌનમાં, તેના પિતા ટિકમે સવારે 5.30 વાગ્યે કામ પર જતા પહેલા તેને આશીર્વાદ આપ્યા. હળવો નાસ્તો કર્યા પછી અને માતાના આશીર્વાદ લીધા પછી, ભરત રિક્ષામાં બેસીને પ્રસિદ્ધ ધૌલપુર હાઉસ તરફ રવાના થયો.

ઇન્ટરવ્યૂ રૂમ સુધીની યાત્રા એક દૈહિક પ્રવાસ કરતાં ક્યાંય વધુ હતી; આ યાત્રા આકાંક્ષાઓનું તીર્થ હતું. ઇન્ટરવ્યૂ રૂમમાં પગ મૂકતાંની સાથે જ તેની નસો ચિંતાથી ઝણઝણી ઊઠી. પ્રથમ પ્રશ્ન, તેના દ્વારા અપાયેલા ઘણા મૉક ઇન્ટરવ્યૂની સમાન, તેના નામ પર કેન્દ્રિત હતો - એક પ્રશ્ન જેના માટે તે સારી રીતે તૈયાર હતો.

જો કે અધ્યક્ષના અનુગામી પ્રશ્ને અણધારી રીતે ગિયર્સ બદલ્યા. 'શું ફિલ્મોમાં શાહરૂખ ખાનનું કોઈ સામાન્ય નામ છે?' આ પ્રશ્ન તેની તૈયારી સાથે જોડાયેલો ન હતો, તેથી ભરત તેને જોઈને ચોંકી ગયો. અધ્યક્ષે સિનેમાની રસપ્રદ દુનિયામાં ઊંડા ઊતરવાનું ચાલુ રાખ્યું. 'ફિલ્મોમાં કલાકારો વારંવાર એક જ નામ કેમ રાખે છે? શું આ અંધશ્રદ્ધાને કારણે હોઈ શકે?' તેણે પ્રશ્ન પૂછ્યો. પછી એક વિચિત્ર પ્રશ્ન - 'ફિલ્મોમાં

મનોજ કુમારનું સામાન્ય નામ શું હતું અને શા માટે?'

જ્યારે ભરત તેના પ્રયત્નોના ચુકાદાની રાહ જોઈ રહ્યો હતો, ત્યારે તેની દાદીના મૃત્યુથી તેના પરિવારને દુઃખ થયું. દુઃખના ભારે મૌન વચ્ચે પરિણામોની જાહેરાતે નિરાશાનું બીજું સ્તર ઉમેર્યું; આ યાદીમાં ભરતનું નામ ક્યાંય નહોતું.

ઉમા અને ટિકમ નિઃશંકપણે નિરાશ થયા હોવા છતાં, તેઓએ પોતાની નિરાશા ભરતને જાણવા ન દીધી. 'તેં તારા પ્રથમ ગંભીર પ્રયાસમાં ઇન્ટરવ્યૂ સ્ટેજ પર પહોંચીને ખૂબ જ સારું કર્યું છે. ફરી પ્રયાસ કરો. આ વખતે તું ચોક્કસ IAS બનીશ', તેમણે ભરતને સાંત્વના આપી.

જો કે, UPSC કેલેન્ડરનો સતત લય ઉમેદવારોને કોઈ રાહત આપતો નથી. થોડા દિવસોમાં, આગલી પ્રિલિમ પરીક્ષા શરૂ થઈ અને આંસુ માટે કોઈ જગ્યા બચી ન હતી. ભરતને તેનું ધ્યાન સ્ટડી ડેસ્ક પર પાછું ફેરવવાની ફરજ પડી.

દાવ વધ્યો હતો અને પડકારો પણ હતા. પણ ભરતનો સંકલ્પ પહેલાં જેવો જ હતો.

એકાગ્રતાનો વિસ્તાર

સીએસઈ પ્રિલિમ્સ-2019ના પરિણામોએ ફરી એક વાર ભરતની આંખોમાં ઉજ્જ્વળ ભવિષ્યની આશા જગાવી. આ સાથે UPSCએ સીએસઈ મેઇન્સ-2018ના માર્ક્સ જાહેર કર્યા. તેના વૈકલ્પિક વિષય ભૂગોળમાં ઓછા માર્ક્સે તેના IAS સપનાને બરબાદ કરી દીધું હતું. આ સમય ન ગુમાવવાનો નિર્ધાર કરીને, ભરતે આ વિષય માટે વધુ સમય ફાળવ્યો અને અગ્રણી કોચિંગ વર્ગો તરફથી ભલામણ કરેલ પુસ્તકો અને નોંધો કાળજીપૂર્વક વાંચી.

જો કે, તેના શ્રેષ્ઠ પ્રયાસો છતાં, તે મેઇન્સ-2019માં ભૂગોળના વૈકલ્પિક પ્રશ્નપત્રમાં પણ સંતોષકારક પ્રદર્શન નોંધાવી શક્યો ન હતો. પરિણામે સફળતાની અનિશ્ચિતતા હાવી થવા લાગી. તેથી તેણે પોતાની ક્ષિતિજોને વિસ્તૃત કરવાનું નક્કી કર્યું અને મધ્યપ્રદેશ પ્રાંતીય સિવિલ સેવા (એમપીપીસીએસ) પરીક્ષા માટે અરજી કરી. ઘણા IAS ઉમેદવારો

અનિચ્છાએ આવા વિકલ્પો પસંદ કરે છે. જો કે, એમપીપીસીએસ પરીક્ષામાં, મધ્યપ્રદેશ રાજ્ય વિશે ચોક્કસ પ્રશ્નો પૂછવામાં આવ્યા હતા, જેણે તેમની સામે વિવિધ પડકારો ઊભા કર્યા હતા.

સારી નોકરી અને સન્માનજનક જીવનની સતત શોધમાં, ભરતે કેન્દ્રીય સશસ્ત્ર પોલીસ બળ (સીએપીએફ)માં સહાયક કમાન્ડન્ટની પરીક્ષા આપી હતી. લેખિત પરીક્ષામાં પોતાની સફળતાના સમાચાર અલ્પજીવી હતા, કારણ કે એક મુશ્કેલ શારીરિક પડકાર તેની રાહ જોતો હતો. આમાં સોળ સેકન્ડથી ઓછા સમયમાં 100 મીટરની દોડ, 800 મીટરની દોડ ત્રણ મિનિટથી ઓછી પિસ્તાળીસ સેકન્ડમાં, 3.5 મીટર લાંબો કૂદકો અને 4.5 મીટરનો શોટ-પુટ થ્રોનો સમાવેશ થતો હતો.

ભરત માટે આ કામ વધુ મુશ્કેલ હતું, કારણ કે તેની સીએસઈ માટેની તૈયારીને કારણે તેની જીવનશૈલી બેઠાડું હતી, જેના કારણે તેનું વજન 100 કિલો થઈ ગયું હતું. માત્ર તેનું વજન વધારે હતું એટલું જ નહીં, તેની પાસે આ પરીક્ષણો માટે જરૂરી સ્ટેમિનાનો પણ અભાવ હતો. છતાં, આવા પડકારજનક સંજોગોમાં જ ચરિત્રની સાચી તાકાત સામે આવે છે.

કોઈ પણ ડર વિના, ભરતે માત્ર પચીસ દિવસમાં 15 કિલો વજન ઘટાડીને મુશ્કેલ યાત્રા શરૂ કરી. ફિઝિકલ ટેસ્ટના દિવસે તે ફિટ અને એનર્જેટિક હતો. ટ્રેકે તેનું પુનરુત્થાન જોયું અને શોટ-પુટ પિટે તેના નિશ્ચયની ઉજવણી કરી, પરંતુ અફસોસ, લાંબી કૂદ તેના માટે મુશ્કેલ સાબિત થઈ. તેના પહેલા જ પ્રયાસમાં તેને સ્નાયુમાં તાણ આવી ગયો અને તે ક્વોલિફાય થઈ શક્યો નહીં.

ભરતની પછડાટે વધુ એક નીચેનું સ્તર સ્પર્શી લીધું હતું. તેણે રિઝર્વ બેંક ઑફ ઇન્ડિયા (RBI) ગ્રેડ-બી ઑફિસરની પરીક્ષા પણ આપી હતી, પરંતુ તેમાં પણ તે નાપાસ થયો હતો. આશ્ચર્યની વચ્ચે, ભરતે નીચલા ક્રમાંકિત કર્મચારી ચયન આયોગની સામાન્ય સ્નાતક સ્તરની પરીક્ષાનો આશ્રય લીધો. બેદરકારીની ભૂલને કારણે, તે મુખ્ય ફોર્મ ભરવાનું ભૂલી ગયો અને પોતાનું પ્રવેશપત્ર ડાઉનલોડ કરી શક્યો નહીં. આનાથી તેઓ પાતાળમાં વધુ ઊંડે ધકેલાઈ ગયા.

દરેક વીતતા દિવસ સાથે તેનાં સપનાંઓ લુપ્ત થઈ રહ્યાં હતાં અને ભરતે ટાટા મોટર્સમાં આકર્ષક નોકરી છોડવાના પોતાના નિર્ણય પર પ્રશ્ન ઉઠાવવાનું શરૂ કર્યું. IAS ઑફિસર બનવાનું સપનું પૂરું કરવા માટે તેણે ત્રણ વર્ષ વિતાવ્યાં હતાં. આ સમય દરમિયાન, તેના મિત્રો કૉર્પોરેટની સીડી પર ચઢી ગયા હતા અને તેમની એમબીએ ડિગ્રીઓએ ઉચ્ચ પગારવાળી નોકરીઓ માટે દરવાજા ખોલ્યા હતા.

એક દિવસ તે પોતાના સંઘર્ષનો ભાર સહન કરી શક્યો નહીં. આવેશી ક્ષણોમાં ભરત પોતાની માતા સામે જોરથી રડવા લાગ્યો. ઉમા આંસુઓ અને શાંત આક્રંદો સાંભળી રહી હતી, તેનું હૃદય પોતાના પુત્ર માટે વેદના અનુભવતું હતું. તેણે ભરતના ખભા પર આશ્વાસન આપતો હાથ મૂક્યો અને કહ્યું, 'ભરત, તારી યાત્રા હજી પૂરી નથી થઈ. તારા પર વિશ્વાસ રાખ. તું હજુ પણ તારા સપનાને સાકાર કરી શકે છે.'

નોકરી માટે ભયાવહ શોધ

અનિશ્ચિતતાની ભઠ્ઠીમાં, ભરતને પોતાની જાત જરૂરિયાત અને ઇચ્છાના ચક્ર પર ઊભી રહેલી જોવા મળી. પોતાની આંતરિક ઊથલપાથલ સાથે સંઘર્ષ કરતાં તેણે વિચાર્યું, 'જો મને કોઈ કંપનીમાં નોકરી મળશે, તો હું સીએસઈની તૈયારી કરી શકીશ નહીં. મને પૈસાની જરૂર છે, પણ તૈયારી માટે પણ સમય જોઈએ છે.'

ખૂબ વિચાર-વિમર્શ પછી, તેણે કોચિંગ ઇન્સ્ટિટ્યૂટમાં કન્ટેન્ટ ડેવલપર તરીકે નોકરી શોધવાનું નક્કી કર્યું. તેણે વિચાર્યું, 'આનાથી મને રોજીરોટી કમાવવાની અને સાથે સાથે સીએસઈ માટે તૈયારી કરવાની તક મળશે.' નિશ્ચય સાથે તેણે પચીસ કોચિંગ સંસ્થાઓને અરજીઓ મોકલી. જો કે, તે નિરાશ હતો, કારણ કે કોઈ પણ સંસ્થાએ તેની પૂછપરછનો જવાબ આપ્યો ન હતો.

નિર્ભયપણે, ભરત કોચિંગ સંસ્થાઓના ગઢ એવા કરોલ બાગની શેરીઓમાં ઊતર્યો. તેણે પોતાનો હેતુ જણાવતાની સાથે જ દરેક દરવાજા બંધ થઈ ગયા. નિરાશાના દરિયા વચ્ચે ભરતે મલુકા IAS નામની એક સામાન્ય સંસ્થામાં પ્રવેશ કર્યો. ત્યાં તેની મુલાકાત લગભગ ત્રીસ-પાંત્રીસ

વર્ષના દાઢીવાળા સરદાર લચ્છનસિંહ મલુકા સાથે થઈ. મલુકાએ સ્પષ્ટ રીતે વ્યથિત અને નિરાશ યુવાન તરફ જોયું, જેનો શર્ટ સતત ચાલવાથી પરસેવાથી લથબથ થઈ ગયો હતો.

'સર, મારે તમારી સાથે વાત કરવી છે,' ભરતે હજુ એક અપમાનની આશંકા સાથે અચકાતા કહ્યું. નવાઈની વાત એ હતી કે મલુકાએ તરત જ તેમને ભગાડી દીધા ન હતા; તેના બદલે તેણે તેને બેસાડ્યો અને પાણીનો ગ્લાસ આપ્યો.

એક શ્વાસે ગ્લાસ ખાલી કરીને ભરતે પોતાના હાથની રેખાઓમાં લખાયેલી વાર્તા રજૂ કરી. 'સર, મેં આ વર્ષ સહિત બે વાર પ્રિલિમ ક્લિયર કરી છે. હું કન્ટેન્ટ ડેવલપર તરીકે નોકરી શોધી રહ્યો છું,' તેણે મલુકાને કહ્યું.

જેમ જેમ મલુકાએ ભરતને વૈકલ્પિક વિષય વિશે પૂછ્યું, તેમ તેમ તેની આશા જાગૃત થઈ, પરંતુ તેના પછીના વાક્યએ ભરતની આશા પર ઘેરો અંધકાર પાથરી દીધો.

મલુકાએ કહ્યું, 'કમનસીબે અમારી સંસ્થા બહુ મોટી નથી અને મારી પાસે કન્ટેન્ટ બનાવવા માટે પહેલાંથી જ ત્રણ લોકો છે.'

તેમ છતાં, મલુકાએ આગળના વાક્યમાં મદદનો હાથ લંબાવ્યો. 'પણ મારી પાસે ભૂગોળના શિક્ષકની જગ્યા ખાલી છે. તમે શીખવી શકો છો? અઢી કલાકના ક્લાસ માટે હું તમને રૂ. 1,600 ચાર્જ આપીશ', તેણે ઑફર કરી.

ભરતે ધબકતા હૃદયે ઑફર સ્વીકારી; તેનું હૃદય કૃતજ્ઞતાથી ભરાઈ ગયું. આ દરખાસ્તમાં માત્ર નાણાકીય રાહત જ નહીં, પણ તેને ભૂગોળ વિશેના પોતાના જ્ઞાનને વધુ ઊંડું કરવાની તક પણ આપી. મલુકાના શબ્દોએ તરત જ ભરતના આત્મવિશ્વાસને પુનર્જીવિત કર્યો.

પરત ફરવું

ભાગ્ય ભરતને બીજા ક્રૂર વળાંક પર લઈ ગયું. 14 જાન્યુઆરી, 2020ના રોજ, તેના પર ફરી ઘેરાં વાદળો છવાઈ ગયાં, કારણ કે તે સીએસઈ મેઇન્સ-2019 પાસ કરી શક્યો ન હતો. જો કે માર્ક્સ જાણતો ન હતો,

પણ ભરતને ખાતરી હતી કે તેના વૈકલ્પિક વિષય ભૂગોળે તેની સાથે ફરીથી દગો કર્યો છે. આથી તેણે સીએસઈ-2020 માટે તેનો વૈકલ્પિક વિષય બદલવાનો હિંમતભર્યો નિર્ણય લીધો. આ વખતે તેણે વૈકલ્પિક વિષયો તરીકે રાજ્યશાસ્ત્ર અને આંતરરાષ્ટ્રીય સંબંધો પસંદ કર્યા.

માર્ચ 2020માં કોવિડ-19 રોગચાળા અને દેશવ્યાપી લૉકડાઉનને કારણે સીએસઈની પ્રારંભિક પરીક્ષા મુલતવી રાખવામાં આવી હતી. આ નિરાશાજનક સમયગાળાએ ભારતને તેના નવા વૈકલ્પિક વિષયનો અભ્યાસ કરવાની સુવર્ણ તક આપી. તેણે એક પ્રખ્યાત શિક્ષકની નોંધો વાંચી અને વિષય માટે ભલામણ કરેલ પ્રમાણભૂત પુસ્તકો ખરીદ્યા.

આત્મવિશ્વાસથી સજ્જ, ભરતે ભારતીય કોસ્ટ ગાર્ડમાં સહાયક કમાન્ડેન્ટ અને રાષ્ટ્રીય કૃષિ તથા ગ્રામીણ વિકાસ બેંક (NABARD)માં સહાયક મૅનેજરની પોસ્ટ માટે પણ અરજી કરી. કોસ્ટ ગાર્ડમાં ભરતી માટે સેવા ચયન બોર્ડ (એસએસબી) તરફથી ટૂંક સમયમાં કોલ આવ્યો અને ભરતે પ્રથમ તબક્કો સરળતાથી પસાર કર્યો. તેણે નાબાર્ડની સ્ક્રીનિંગ ટેસ્ટ પણ પાસ કરી લીધી.

સપ્ટેમ્બર-ઑક્ટોબર 2020નો મહિનો નાબાર્ડની પરીક્ષાઓ, કોસ્ટ ગાર્ડ એસએસબી બીજા રાઉન્ડ અને સીએસઈ-2020 પ્રિલિમ્સ અનુક્રમે સુનિશ્ચિત કરવામાં આવતા વિજયી પુનરાગમન માટે પડકારો અને તકો બંને લાવ્યાં.

કોસ્ટ ગાર્ડ એસએસબી સૌપ્રથમ આવી અને ભરત વિજયી બન્યો. જ્યારે પરિણામો જાહેર થયાં ત્યારે ભરતને તેના સાથી પસંદ કરાયેલા ઉમેદવારો જેટલો આનંદ ન હતો. આમાં આશ્ચર્યજનક કંઈ નહોતું, કારણ કે તેણે ઇન્ડિયન કોસ્ટ ગાર્ડમાં જોડાવાનું ક્યારેય સપનું જોયું નહોતું. ભરતે સીએસઈ પ્રિલિમ્સ અને નાબાર્ડ મેઇન્સ પરીક્ષાનો પડકાર પણ પાર કર્યો.

જો કે, સફળતા એ ક્ષણિક હતી, જે દરેક પડકારના અંતે ચમકતી હતી. કોસ્ટ ગાર્ડે ભરતને 26 ડિસેમ્બર, 2020ના રોજ જોડાવાનું કહ્યું, જ્યારે તેની સીએસઈ મેઇન્સ 10 જાન્યુઆરી, 2021થી નક્કી કરવામાં આવી હતી. તેણે સીએસઈ મુખ્ય પરીક્ષામાં હાજર રહેવા માટે રજા

માંગી. જ્યારે તેની ગંભીર વિનંતીઓનો અસ્વીકાર કરવામાં આવ્યો, ત્યારે ભરતને હિંમતભેર કોસ્ટ ગાર્ડની નોકરી નકારી કાઢવાની ફરજ પડી. ફરી એકવાર, તેણે અનિશ્ચિત સ્વપ્ન માટે નિશ્ચિતતાનું બલિદાન આપ્યું. તેનાં માતાપિતા, અડગ સમર્થનના સ્તંભો, આ હિંમતવાન પસંદગીમાં તેની સાથે ઊભાં હતાં.

ત્યાર બાદ તરત જ, નાબાર્ડની પરીક્ષાનું અંતિમ પરિણામ જાહેર થયું અને ભરતનું નામ સફળ ઉમેદવારોની યાદીમાં હતું. 23 માર્ચ, 2021ના રોજ, ભરતે લખનૌમાં નાબાર્ડ તાલીમ સંસ્થામાં પ્રવેશ કર્યો. તેની ત્રણ વર્ષની તોફાની યાત્રા કાયમી નોકરી વિના પૂરી થઈ. એક અઠવાડિયાની તાલીમ બાદ તેને શિમલાની પ્રાદેશિક કચેરીમાં પોસ્ટ કરવામાં આવ્યો.

UPSCના સપનાનું કબ્રસ્તાન

તેમ છતાં ભાગ્યની કલમે ભરતની વાર્તા લખવાનું ચાલુ રાખ્યું. નાબાર્ડમાં જોડાયા પછી બીજા જ દિવસે, સીએસઈ મેઇન્સનું પરિણામ જાહેર થયું, જેમાં ભરતનું નામ સફળ ઉમેદવારોની યાદીમાં હતું. તેની નસોમાં ઉત્સાહ ઊછળવા લાગ્યો. જો કે, નાબાર્ડમાં અંતર્નિહિત ઈર્ષ્યાની કડવી વાસ્તવિકતા દ્વારા આ ઉત્સાહ ટૂંક સમયમાં ઢંકાઈ ગયો.

એક અધિકારીએ સંસ્થામાં સિવિલ સેવાના ઉમેદવારો પ્રત્યે અણગમો જાહેર કર્યો. તેમણે દાવો કર્યો કે નાબાર્ડ અને આરબીઆઈ UPSCના સપનાનું કબ્રસ્તાન છે, કારણ કે અહીં લગભગ દરેક અધિકારીએ સીએસઈમાં પોતાનું નસીબ અજમાવ્યું હતું. પરંતુ કોઈને સફળતા મળી ન હતી. નિષ્ફળતા સુનિશ્ચિત કરવા માટે સીએસઈની તૈયારી કરી રહેલા દરેક પર ઘણું કામ લાદવામાં આવ્યું હતું, જેથી તે સફળ ન થાય.

આશંકાઓ ટૂંક સમયમાં સાચી સાબિત થઈ, કારણ કે ઈર્ષાળુ વરિષ્ઠ અધિકારીઓએ સીએસઈની અંતિમ સીમા પર વિજય મેળવવાની ભરતની યાત્રાને તોડફોડ કરવાનો પ્રયાસ કર્યો અને તેના પર વધુ પડતા કામનો ભાર મૂક્યો. તેને સુપરવાઇઝરી ડિપાર્ટમેન્ટમાં પોસ્ટ કરવામાં આવ્યો હતો, જે તેની ટેક્નિકલ જટિલતાઓ માટે પ્રખ્યાત હતો અને ચાર્ટર્ડ એકાઉન્ટન્ટની લાયકાત ધરાવતા તે સંભાળી શકે તેમ હતા. ભરત

પોતે પ્રાદેશિક ગ્રામીણ બેંકો અને પ્રાદેશિક સહકારી બેંકોના ખાતાના નિરીક્ષણ અને ઓડિટનાં મુશ્કેલ કાર્યોમાં રોકાઈ ગયો. અન્યાયી ઠપકો અને અન્યાયી અપમાન સામાન્ય બની ગયાં.

આ તોફાન વચ્ચે ભરત આશાના કિરણને વળગી રહ્યો. જ્યારે પણ તેને થોડો સમય મળતો ત્યારે તે તૈયારી કરવા લાગ્યો. તેને ઘડિયાળના કાંટાની તાકીદનો અહેસાસ થયો. તે જાણતો હતો કે આ પ્રચંડ લક્ષ્ય UPSC જીતવાનો તેનો છેલ્લો પ્રયાસ હોઈ શકે છે.

કોચિંગ સંસ્થાઓ પ્રત્યે UPSCના અણગમાનો સ્વાદ

વ્યક્તિત્વ કસોટીના તેના બીજા પ્રયાસમાં, ભરતને એક અણધાર્યા અને પ્રચંડ પડકારનો સામનો કરવો પડ્યો. જ્યારે તેણે શરૂઆતમાં તેનું ડીએએફ-1 ભર્યું ત્યારે ભરત મલુકા IASમાં પાર્ટ ટાઇમ કામ કરતો હતો અને તેણે તેની અરજીમાં તેનો યોગ્ય ઉલ્લેખ કર્યો હતો. પરંતુ આવી અપડેટિંગ સુવિધાના અભાવે, નાબાર્ડમાં નોકરી મળ્યા બાદ તે ડીએએફ અપડેટ કરી શક્યો ન હતો.

નાબાર્ડ ખાતે તેની વર્તમાન સ્થિતિને ધ્યાનમાં રાખીને, ભરતે ઇન્ટરવ્યૂમાં બેંકિંગ, વીમા અને નાણાકીય ક્ષેત્રને લગતા પ્રશ્નોની અપેક્ષા રાખી હતી. તેમણે આ પ્રશ્નો માટે વિચારીને તૈયારી કરી હતી, 'જો બોર્ડ કોચિંગ સેન્ટરમાં મારા કામ વિશે પ્રશ્નો પૂછશે તો પણ હું નાબાર્ડમાં મારી વર્તમાન નોકરીનો ઉલ્લેખ કરીશ અને વાતચીતને તે દિશામાં વાળીશ.' 'માણસ જે ઇચ્છે છે તે આપવું કે નહીં એ ભગવાનના હાથમાં છે.' વસ્તુઓ ભરતની યોજના પ્રમાણે ન થઈ.

બોર્ડ, જે કોચિંગ કલ્ચરનો સખત વિરોધ કરે છે, તેણે કોચિંગ ઇન્સ્ટિટ્યૂટમાં તેની ભૂતકાળની નોકરીને નિશાન બનાવીને ભરત પર વારંવાર પ્રશ્નો ઉઠાવ્યા હતા. સામાજિક-આર્થિક વિભાજન પર ભરતના દૃષ્ટિકોણને પડકારનાર પ્રથમ અધ્યક્ષે હુમલો કર્યો: 'શું તમને લાગે છે કે અમીર અને ગરીબ વચ્ચે જે કંઈ થઈ રહ્યું છે તે સારું છે?'

બીજો પ્રશ્ન આવ્યો: 'શું તમને લાગે છે કે કોચિંગ સેન્ટરો યોગ્ય કામ કરી રહ્યા છે?' UPSCની ચિંતા વ્યક્ત કરતાં અધ્યક્ષે કહ્યું, 'UPSC ઇચ્છે

છે કે વિદ્યાર્થીઓ એક વિષય પર 200 પાનાં વાંચે, પરંતુ તમે લોકો તેને 20 પાનાંની કીમાં સંકુચિત કરો છો. શું તમને લાગે છે કે આ વાજબી છે?' હુમલો ચાલુ રહ્યો. તે હવે કોચિંગ ઇન્સ્ટિટ્યૂટમાં કામ કરતો નથી તેવી સ્પષ્ટતા કરવા છતાં બોર્ડ પોતાની વાત પર અટકેલું રહ્યું હતું.

ભરતે આત્મવિશ્વાસ સાથે અવરોધોનો સામનો કર્યો અને બોર્ડના કોચિંગ સંસ્થાઓના અણગમા સામે બોલ્યો. તેમણે કોચિંગ સેન્ટરોની ભૂમિકા પર તેમના વિચારો વ્યક્ત કર્યા અને ભારપૂર્વક જણાવ્યું કે તેઓ માર્ગદર્શન પૂરું પાડે છે તેમ છતાં, વિષયોને ઊંડાણપૂર્વક સમજવાની જવાબદારી વિદ્યાર્થીઓની છે. તેના શાંત વર્તન અને તર્કસંગત જવાબોએ ધીમે ધીમે પ્રશ્નનો સ્વર બદલ્યો. બોર્ડે ભરતના હિતોની ચર્ચા કરવાનું શરૂ કર્યું, જેના કારણે ભરતે રાહતનો શ્વાસ લીધો. નવાઈની વાત એ હતી કે નાબાર્ડ અથવા નાણાકીય ક્ષેત્રમાં તેમની વર્તમાન ભૂમિકા વિશે કોઈ પ્રશ્નો પૂછવામાં આવ્યા ન હતા.

પાર્કિંગ એરિયામાં વિલાપ

24 સપ્ટેમ્બર, 2021ની ઠંડી સાંજે, ભરત તેના સહાયક રોહન સાથે નાબાર્ડની શિમલા ઑફિસમાં ભરેલા કૉન્ફરન્સ રૂમમાં હતો. ભરતને ધ્યાન કેન્દ્રિત કરવામાં મુશ્કેલી પડી રહી હતી, જેના કારણે બોસે તેને ઠપકો આપ્યો હતો. અફવાઓ ફેલાઈ રહી હતી કે UPSC સીએસઈ-2020નું પરિણામ જાહેર કરવા જઈ રહ્યું છે. કોઈએ એક ફોટો પણ પોસ્ટ કર્યો હતો, જેમાં UPSC નોટિસ બોર્ડ સાફ કરવામાં આવી રહ્યું હતું.

ભરતે રોહનને બધું જ કહી દીધું હતું અને તે આગામી સીએMઈની તૈયારી પણ કરી રહ્યો હતો. સમયની સાથે તેમની વચ્ચે સંવાદિતા વધુ વધી. સાંજે 6 વાગ્યાની આસપાસ ભરતની મિટિંગ પૂરી થતાં જ રોહને તેને ઘરે મૂકવાની ઑફર કરી. રોહને પ્રસ્તાવ મૂક્યો, 'સર, હું તરત જ ઉપરના માળે જઈ મારા રૂમમાંથી કારની ચાવી લઈને તમને પાર્કિંગમાં મળું.'

રોહનની રાહ જોતાં, ભરતે તેના ફોનમાં ટેલિગ્રામ એપ ખોલી અને તેનું હૃદય ઝડપથી ધબકવા લાગ્યું. કોઈએ સીએસઈ-2020 પરિણામની PDF ફાઇલ પોસ્ટ કરી હતી. શ્વાસ રોકીને ભરતે પોતાનું નામ શોધવા

માંડ્યું. 'ભરત સિંહ' નામ જોતાં જ તે એક ક્ષણ માટે થંભી ગયો. તે જ ક્ષણે, દૈવી સંયોગથી, તેનો ફોન રણકવા લાગ્યો. આ તેની માતા ઉમાનો સાંજનો નિયમિત કોલ હતો. ઘડિયાળની જેમ, તે દરરોજ ભરતની સુખાકારી વિશે પૂછતી અને જ્યારે તે ઘરે પાછો આવે ત્યારે તેને કરિયાણા લેવાનું યાદ અપાવતી.

ભરતનું હંમેશાં સપનું હતું કે જ્યારે તે IASમાં સિલેક્ટ થશે ત્યારે સૌથી પહેલાં તે તેની માતાને કહેશે. ભગવાને તે દિવસે તેની ઇચ્છા પૂરી કરી. જ્યારે તેણે પરિણામો જોયાં ત્યારે તેની માતાએ ભરતને ફોન કર્યો. લાગણીઓમાં તરબતર થઈ ગયેલો ભરત પોતાના આંસુ પર કાબૂ ન રાખી શક્યો અને પાર્કિંગમાં રડવા લાગ્યો. તે પોતાની આસપાસના વિશ્વને ભૂલી ગયો; પાર્કિંગ વિસ્તારના રક્ષકો અથવા દર્શકો શું વિચારશે તેની તેને પરવા નહોતી.

'મા, તારો દીકરો હવે IAS ઑફિસર બની ગયો છે', ભરતે અણધાર્યા આનંદ સાથે સમાચાર આપ્યા.

અતિ આનંદિત, ઉમા પોતાના ઉત્સાહને કાબૂમાં રાખી શકી નહીં અને તરત જ બૂમ પાડી, 'ડોલીના પિતા, ભરતની પસંદગી થઈ ગઈ છે, જલદી આવો.' માતા પણ હરખનાં આંસુ રોકી ન શક્યાં.

આ ભાવનાત્મક વંટોળ વચ્ચે રોહન ભરત પાસે પહોંચ્યો. ટેલિગ્રામ એપ પર પરિણામ જોયા પછી તેણે કહ્યું, 'અભિનંદન સર! તમે આ કરી બતાવ્યું!' અવિશ્વસનીય ઉત્સાહ સાથે, રોહને ભરતને ગળે લગાડ્યો અને તેને હવામાં ઊંચક્યો, જ્યારે ભરત હજુ પણ તેના પરિવાર સાથે વાતચીતમાં મગ્ન હતો.

નવી દુનિયામાં દષ્ટિપાત

ભરત તેના પરિવાર સાથે ફોન પર વાતચીત સમાપ્ત કરે છે. તેમ છતાં, તેઓ તેમના આગલા પગલા વિશે અચોક્કસ હતા અને પાર્કિંગ વિસ્તારમાં ઊભા હતા. જો કે, તેણે રાહતની ઊંડી લાગણી અનુભવી - તેમણે હવે સીએસઈના મુશ્કેલ ચક્રમાંથી પસાર થવું પડશે નહીં. UPSCનું લક્ષ્ય હાંસલ થઈ ચૂક્યું હતું.

'સાહેબ, અત્યારે સિનિયર ઑફિસર્સની મિટિંગ ચાલી રહી છે. ચાલો ઉપર જઈને બધાને આ સમાચાર જણાવીએ', રોહનના અવાજે ભરતના વિચારોની સાંકળ તોડી નાખી. ભરતના મનમાં હજુ પણ વંટોળ ચાલી રહ્યો હતો અને તે યંત્રવત્ રોહનની પાછળ ગયો. કૉન્ફરન્સ રૂમમાં પ્રવેશતા પહેલાં ભરતે પોતાનું સંતુલન પાછું મેળવવાનું નક્કી કર્યું. ચહેરા પર પાણી છાંટવા તે વોશરૂમ તરફ ચાલ્યો.

દરમિયાન રોહને કૉન્ફરન્સ રૂમની બહાર તૈનાત પટાવાળા સંજયને ભરતની પસંદગી અંગે જાણ કરી હતી. સંજય સામાન્ય રીતે ચીફ જનરલ મૅનેજર (CGM)ના અંગત સ્ટાફ તરીકે ટીમમાં રહેતો હતો. તે ભાગ્યે જ ભરત જેવા સહાયક મૅનેજરની શુભેચ્છાઓ સ્વીકારતો હતો. જો કે, આ દિવસે ભરતની અસાધારણ સિદ્ધિ વિશે જાણીને, ભરત નજીક આવતાની સાથે જ, સંજય હૃદયપૂર્વક અભિનંદન આપતા લગભગ ભરતના પગમાં પડ્યો.

હજુ પણ સ્તબ્ધ, ભરતે સંજયનું અભિવાદન સ્વીકાર્યું અને રોહનને સાથે લઈને કૉન્ફરન્સ રૂમમાં પ્રવેશ કર્યો. રોહન સીધો સીજીએમ પાસે ગયો, જે મિટિંગની અધ્યક્ષતા કરી રહ્યા હતા. 'સર, ભરત સરની પસંદગી કરવામાં આવી છે' તેમણે તેમના હોદ્દા વચ્ચેની વિશાળ અસમાનતાને અવગણીને સીજીએમને કહ્યું.

'સિલેકશન ક્યાં થયું?' ગૌણ કારકૂન દ્વારા મિટિંગમાં અચાનક વિક્ષેપ પડતાં સીજીએમ ચિડાઈ ગયા હતા. 'IASમાં સાહેબ. થોડીવાર પહેલાં પરિણામ જાહેર થઈ ગયું છે', રોહને તેની પાછળ ચુપચાપ ઊભેલા ભરત તરફ ઇશારો કરીને જવાબ આપ્યો.

સીજીએમ તરત જ પોતાની સીટ પરથી ઊભા થયા અને હાથ મિલાવ્યો અને ભરતને અભિનંદન આપ્યાં. રૂમમાં હાજર અન્ય અધિકારીઓએ પણ તેનું અનુકરણ કર્યું અને તેમને શુભકામનાઓ આપી. ઇન્ટરવ્યૂની તૈયારી કરવા માટે ભરતની રજા નકારનારા અને ક્યારેક તેને હેરાન કરનારા ભરતના ડીજીએમએ પણ ખચકાતા સ્મિત સાથે તેમનું સ્વાગત કર્યું અને કહ્યું, 'ભાઈ, હું તમને મળવા આવું તો તમે મને એપોઇન્ટમેન્ટ આપીને બેસાડશો?' ઓરડો હાસ્યથી ગુંજવા લાગ્યો.

UPSCના પરિણામ જાહેર થયાની થોડી જ ક્ષણોમાં ભરતને લાગ્યું કે જાણે તે કોઈ નવી દુનિયામાં જન્મ્યો હોય.

વાસ્તવિકતા આત્મસાત્ ન થઈ શકી

મોટાભાગના સફળ ઉમેદવારોથી વિપરીત, ભરત અને તેનાં માતાપિતાએ મોટેથી ઉજવણી ન કરવાનું પસંદ કર્યું. તેમણે આ ખુશીના સમાચારને ગુપ્ત રાખ્યા અને માત્ર અમુક લોકોને જ તે જણાવ્યું. નાબાર્ડમાં તેમના કામમાં સમર્પિત, ભરતે પોતાની દિનચર્યા ચાલુ રાખી અને દિલ્હીની મુસાફરીમાં સમય કાઢ્યો. વીસ દિવસ પછી તેમના આગમન પર તેમની માતાએ આરતી કરી અને કુટુંબસ્તરે સાદી કેક કાપવાની ઉજવણી કરી.

લિસ્ટમાં પોતાનું નામ ઘણી વખત જોવા છતાં ભરત લાંબા સમય સુધી સફળતાની વાસ્તવિકતાને આત્મસાત્ કરી શક્યો નહીં. તેઓ અવાસ્તવિક માન્યતા સાથે સંઘર્ષ કરતા હતા કે કદાચ તે એક સ્વપ્ન હતું. આ સિદ્ધિ છિનવાઈ જવાના ડરથી, તેણે તેનાં માતાપિતાને વિનંતી કરી કે જ્યાં સુધી તે ઔપચારિક રીતે એલબીએસએનએએમાં જોડાય નહીં ત્યાં સુધી તેને ગુપ્ત રાખવું.

ભરતે કોચિંગ એકેડેમીમાં ટોપર ભાષણો આપવાના લોકપ્રિય વલણને પણ નકારી કાઢ્યું. પડકારજનક સમયમાં મલુકાના સમર્થન બદલ આભારી હોવાથી ભરત તેમની વિનંતીને નકારી શક્યો નહીં.

જ્યારે તે સ્ટાફ રૂમમાંથી લેક્ચર હૉલમાં ગયો, ત્યારે એક વર્ષ પહેલાંના તદ્દન વિપરીત સંજોગોની યાદો ભરતના મનમાં છલકાઈ ગઈ. 2020માં મેઇન્સ પાસ કરવામાં નિષ્ફળ જવાની નિરાશાનો સામનો કર્યા પછી તેણે માથું નીચે રાખીને તેજ દસ પગલાં લીધાં. પછી દરેક પગલું અપમાનના ભારથી ભરાઈ ગયું. તેણે તેમના વિદ્યાર્થીઓ સાથે આંખનો સંપર્ક ટાળ્યો, તેના પરિણામો વિશેના સંભવિત પ્રશ્નોની ચિંતા કરી.

પરંતુ આ વખતે દશ્ય સંપૂર્ણપણે બદલાઈ ગયું હતું. આનંદિત અને ગૌરવપૂર્ણ ભરત પહોળી છાતી સાથે સમાન અંતરે ચાલ્યો, મલુકા સાથે પોતાનો આનંદ વહેંચવા આતુર હતો. મલુકાએ તેનું પુષ્પગુચ્છ આપી

સન્માન કર્યું હતું અને ભરતે પોતાના શિષ્યો સાથે દોઢ કલાક સુધી લાગણીસભર વાતચીત કરી હતી.

કેડર સમસ્યા

14 માર્ચ, 2022ના રોજ, સાંજે લગભગ 7 વાગ્યે, ભરત એલબીએસએનએએના કાવેરી વિદ્યાર્થી આવાસમાં તેના રૂમમાં એકલો હતો. તેનો રૂમમેટ વહેલો જમવા મેસમાં ગયો હતો. ભરત, જે તેના નજીકના મિત્રો સાથે પ્રખ્યાત મોલ રોડ પર આરામથી લટાર મારીને પાછો ફર્યો હતો, તે એક કલાક પછી ઑફિસર્સની લાઉન્જમાં તેને ફરીથી મળવાની અપેક્ષા રાખતો હતો.

એલબીએસએનએએની હવામાં ઉત્સાહ સ્પષ્ટ હતો, કારણ કે ફાઉન્ડેશન કોર્સ 17મી માર્ચ, 2022ના રોજ સમાપ્ત થવાનો હતો. ભરત તેના મિત્રો સાથે પોતાની અંતિમ ક્ષણોનો આનંદ માણવા આતુર હતો. વિવિધ નાગરિક સેવાઓ માટે રચાયેલ આ સામાન્ય અભ્યાસક્રમ પૂર્ણ કર્યા પછી, તેમાંથી ઘણા જલદીથી તેમની સંબંધિત તાલીમ અકાદમીઓ માટે જવાના હતા.

અચાનક કોરિડોરમાં કોઈનો અવાજ સંભળાયો, 'કેડર ફાળવણી પ્રકાશિત થઈ ગઈ છે!'

કેડર ફાળવણી ખૂબ મહત્ત્વ ધરાવે છે, કારણ કે તેનો અર્થ એ છે કે IAS અધિકારીએ સ્થાનિક ભાષા શીખવી પડશે અને ફાળવેલ કેડરમાં તેની કારકિર્દીનો મોટો ભાગ પસાર કરવો પડશે. ભરતે તરત જ ફોન ઉપાડ્યો અને વોટ્સએપ ખોલ્યું, જ્યાં તેની બેચના ગ્રુપમાં પોસ્ટ કરેલી PDF ફાઈલ તેની રાહ જોઈ રહી હતી.

તેની પસંદગી અને રેન્કના આધારે ભરતને આંધ્રપ્રદેશ કેડર મળવાની અપેક્ષા હતી. પરંતુ જ્યારે તેણે તેના નામની શોધમાં દસ્તાવેજ જોયો તો તેને ખબર પડી કે તેને પશ્ચિમ બંગાળ કેડર મળી છે. ભરત વિચારમાં ખોવાયેલો હતો. ફોનની રિંગ વાગવાથી તેની તંદ્રા તૂટી. આ ફોન તેના મિત્ર અને બેચમેટ રાહુલ રેડ્ડીનો હતો, જે IPS અધિકારી હતો. રેડ્ડીએ કેડર ફાળવણી માટે ભરતને અભિનંદન પાઠવ્યાં હતાં.

'રેડ્ડી, હું થોડો મૂંઝવણમાં છું. હું આંધ્રપ્રદેશની અપેક્ષા રાખતો હતો', ભરતે જવાબ આપ્યો.

રેડ્ડીએ શાંતિથી તેને સમજાવ્યું, 'આંધ્ર પ્રદેશમાં તમારા પરિવારમાં કોણ રહે છે? શું તમે તેલુગુ જાણો છો? શું તમે ત્યાં કોઈ પ્રભાવશાળી લોકોને ઓળખો છો?'

રેડ્ડીના પ્રશ્નોને ધ્યાનમાં લેતા ભરતે જવાબ આપ્યો, 'ના.'

'તો પછી તમે પશ્ચિમ બંગાળમાં કે આંધ્ર પ્રદેશમાં સેવા કરો તેનાથી શું ફરક પડે છે?' રેડ્ડીની વાત તાર્કિક લાગી.

રેડ્ડીની સલાહથી ભરતના ચહેરા પર સ્મિત આવી ગયું. બંને રાજ્યો દિલ્હીથી લગભગ સમાન અંતરે હતા અને બંને કિસ્સાઓમાં તેને સ્થાનિક ભાષા શીખવાની જરૂર હતી. વસ્તુઓની ભવ્ય યોજનામાં પશ્ચિમ બંગાળ અને આંધ્ર પ્રદેશ વચ્ચેનો તફાવત નજીવો લાગતો હતો.

ગંગાસાગર મેળાએ મૂળભૂત બાબતો શીખવી

એલબીએસએનએએ ખાતે IAS પ્રોફેશનલ કોર્સ તબક્કો-1 પૂરો કર્યા પછી જિલ્લાની તાલીમે ભરતને એક વિશાળ લર્નિંગ પ્લેટફૉર્મ આપ્યું. તેને દક્ષિણ 24 પરગણા જિલ્લામાં પોસ્ટ કરવામાં આવ્યો હતો, જ્યાં તેણે વિવિધ કચેરીઓ સંભાળી હતી અને તેની તાલીમના ભાગરૂપે બીડીઓનો હવાલો પણ સંભાળ્યો હતો.

જો કે, એક અનુભવ ખરેખર અદ્‌ભુત હતો, જેનો તેણે સૌથી વધુ આનંદ લીધો. સાગર દ્વીપ પર પ્રસિદ્ધ ગંગાસાગર મેળાનું આયોજન કરનારી ટીમમાં જ્યારે તેઓ જોડાયા ત્યારે તેમને આ અનુભવ થયો હતો. આ ટીમનું નેતૃત્વ જિલ્લા મૅજિસ્ટ્રેટ કરી રહ્યા હતા.

આ ભવ્ય મેળો પૂર્વીય ઉત્તર પ્રદેશ, બિહાર, ઝારખંડ અને છત્તીસગઢના લોકો માટે સૌથી મોટું તીર્થસ્થાન છે. મકરસંક્રાંતિ પર, લાખો યાત્રાળુઓ પવિત્ર સ્નાન કરવા માટે ગંગા નદી અને બંગાળની ખાડીના સંગમ પર એકઠા થાય છે.

વિશાળ ભીડ ઉપરાંત 280 ચોરસ કિલોમીટરના વિસ્તારમાં ગંગાસાગર મેળાનું આયોજન કરવામાં આવે છે. તેને મર્યાદિત ટાપુ પર કરવાનો

પડકાર અનોખો હતો. વ્યવસ્થા સુનિશ્ચિત કરવા માટે સર્વેલન્સ કૅમેરા દ્વારા ભીડ પર નજર રાખવાની મહત્ત્વની જવાબદારી ભરતને આપવામાં આવી હતી. તેમના કાર્ય માટે વિવિધ વિભાગો સાથે જટિલ સંકલનની પણ જરૂર હતી. આનાથી તેમને કેન્દ્ર અને રાજ્ય સરકારના વિવિધ અધિકારીઓની ભૂમિકા સમજવાની તક મળી.

મેળામાં અનેક મહાનુભાવોની યાત્રાનું સંકલન કરીને ભરત પ્રોટોકોલનું કામ પણ શીખ્યા. તેમની જવાબદારીઓએ તેમને મીડિયાની ઝીણામાં ઝીણી વાતમાં મહારત હાંસલ કરવાની તક પણ આપી. આ બહુપક્ષીય અનુભવ દ્વારા તેણે આવી મોટી ઘટનાઓમાં બનતી જટિલ ગતિશીલતા પણ શીખી. સ્થાનિક લોકો સાથે સતત વાતચીતથી તેમની બંગાળી બોલવાની કુશળતાને સન્માનિત કરવામાં આવી, સમુદાય સાથે તેમનું જોડાણ વધુ ગાઢ બન્યું.

ભરતની યાત્રામાં એક હૃદયસ્પર્શી પ્રકરણ ઉમેરાયું જ્યારે તેનાં માતાપિતા તેને મળવા કોલકાતા આવ્યાં. ભરતના બંગલામાં પ્રવેશતાં જ ઉમાની આંખો ગર્વથી ચમકી. તેના મૌન આંસુઓ ઘણું કહેતાં હતાં, જે બે દાયકા પહેલાં જ્યારે તેઓને આવા જ એક બંગલામાંથી હાંકી કાઢવામાં આવ્યાં હતાં તેનાથી તદ્દન ઊલટી પરિસ્થિતિની સાહેદી આપી રહ્યા હતા.

ભરતની સફળતાએ માત્ર પોતાનું જીવન જ સુધાર્યું ન હતું, પરંતુ પોતાના પરિવારને સંઘર્ષોમાંથી પણ મુક્ત કર્યો હતો અને ભૂતકાળની મુશ્કેલીઓને વિજય અને દૃઢતાની વાર્તામાં પરિવર્તિત કરી હતી.

આલ્મા મેટર (માતૃ સંસ્થા) તરફથી હાર્દિક સ્વાગત

2012માં પોતાનો અભ્યાસ પૂર્ણ કર્યા પછી, જ્યારે ભરતે ફરીથી 27 જુલાઈ, 2023ના રોજ સંસ્કૃતિ શાળામાં પ્રવેશ કર્યો, ત્યારે તે ઉત્સાહિત અને નર્વસ બંને હતો. પ્રસંગ હતો શાળાના 25મા સ્થાપના દિવસનો.

સ્નાતકોની વર્તમાન પેઢીને પ્રેરણા આપવા માટે, શાળાએ સિવિલ સેવામાં કારકિર્દીના પડકારો અને આકાંક્ષાઓ પર પેનલ ચર્ચાનું આયોજન કર્યું હતું. ભરતે તેની માતાને પણ ત્યાં લઈ જવાનું નક્કી કર્યું, જે તેના

આધારનો અતૂટ આધારસ્તંભ હતો. તેણે ચોક્કસપણે અપેક્ષા નહોતી કરી કે તેનું ભાવનાત્મક સ્વાગત થશે.

ભરત શાળામાં દાખલ થયો તે જોઈને તેને આશ્ચર્ય થયું કે આખું કેમ્પસ ગર્વથી તેનું સ્વાગત કરી રહ્યું હતું. પહેલા શિક્ષકો અને વિદ્યાર્થીઓ કદાચ તેમને ગંભીર વિદ્યાર્થી તરીકે જાણતા ન હતા, પરંતુ હવે ભરત તેમના માટે સફળતાનું મૂર્ત સ્વરૂપ હતો.

જિજ્ઞાસુ ચહેરાઓના પૂરથી ઘેરાયેલો ભરત સૌના ધ્યાનનું કેન્દ્ર બન્યો. વિદ્યાર્થીઓ, શિક્ષકો અને સ્ટાફ સભ્યો ખૂબ ઉત્સાહ સાથે તેમની પાસે આવ્યા; તેઓ તેમની સાથે સેલ્ફી લેવા આતુર હતા. કોરિડોર આશ્ચર્ય અને વખાણના અવાજોથી ગુંજી ઊઠ્યું.

ભરતે સ્ટાફ રૂમમાં પગ મૂક્યો કે તરત જ તેના શિક્ષકોએ તેનું ઉષ્માભર્યું સ્વાગત કર્યું. ભરતે શાળા પછી તેના જીવનના જટિલ પ્રકરણો વિશે આનંદપૂર્વક કહેવાનું શરૂ કર્યું.

'આવતી વખતે હું ગંગાસાગરના મેળામાં આવીશ અને લાલ બત્તીઓથી શણગારેલી તમારી કારમાં બેસીશ', તેમની એક શિક્ષિકા નીતા ગાંગુલીએ હસીને કહ્યું.

હાસ્ય અને મસ્તીમાં જોડાતાં, શ્રાવસ્તી મેડમ અને મનીષા ચૌવેત મેડમે મજાકમાં કોલકાતા જવાના તેમના ઇરાદા વિશે જણાવ્યું. તેમણે નો-પાર્કિંગ ઝોનમાં ટ્રાફિક લાઇટ અને પાર્કિંગ કારને અવગણવાની તેમની બળવાખોર યોજનાઓ પર ભાર મૂક્યો. ભરતે હળવી વાતચીતની દરેક ક્ષણનો આનંદ માણ્યો. તેનું હૃદય કૃતજ્ઞતાથી ભરાઈ ગયું. તેમણે અંગત રીતે તેમના અંગ્રેજી શિક્ષક રુચિ સેહગલ મેડમનો આભાર માન્યો, જેમણે લાલ પેનથી તેના નિબંધોને કાળજીપૂર્વક સુધાર્યા હતા.

ભરતની બાજુમાં બેઠેલાં તેનાં માતાપિતાનું તેજસ્વી સ્મિત ગૌરવ અને ખુશીનો કેનવાસ બની ગયું. મશ્કરી અને તાજી કરેલી યાદો વચ્ચે, ટિકમના સાથીઓએ પોતાનું આશ્ચર્ય વ્યક્ત કરવાની તક ઝડપી લીધી. 'હું સેલ્ફી લઈશ અને મારા દીકરાને બતાવીશ.' તેમાંથી એકે કહ્યું, 'તમારી સિદ્ધિઓ તેના માટે મોટી પ્રેરણા બની રહેશે.'

આ પછી ભરત ઓડિટોરિયમ તરફ આગળ વધ્યો, જ્યાં વિદ્યાર્થીઓ અને શિક્ષકોની ભીડ તેને સાંભળવા આતુર હતી. આગળની હરોળમાં બેઠેલાં ભરતનાં માતાપિતા ગર્વથી ફુલાઈ ગયાં અને તેમની નજર તેમના પુત્ર પર ટકેલી હતી.

'સંસ્કૃતિ વિદ્યાલય મારા જીવનમાં ખૂબ જ વિશિષ્ટ સ્થાન ધરાવે છે,' ભરતે કહ્યું, 'માત્ર અહીં ભણ્યો એટલા માટે નહીં, પરંતુ મારા પિતાએ તેમના જીવનનાં છેલ્લાં વીસ વર્ષોથી આ સંસ્થામાં કામ કર્યું છે.' તેની લાગણીઓ તેના અવાજમાં પ્રતિબિંબિત થતી હતી.

ભરતે વધુમાં કહ્યું, 'સંસ્કૃતિ સ્કૂલમાં ધોરણ-6માં જોડાયા પછી, મને સમજાયું કે એક બીજું જીવન અન્વેષણ કરવા યોગ્ય છે, એક બીજું ક્ષેત્ર જ્યાં તમે સફળતા માટે પ્રયત્ન કરી શકો.' શ્રોતાઓ તેમની સફરથી મંત્રમુગ્ધ થઈ ગયા અને તેમના દરેક શબ્દને ઝીલ્યા.

ઈડબ્લ્યુએસ વિદ્યાર્થીઓને સંબોધતાં ભરતે ઊંડી પ્રમાણિકતા સાથે કહ્યું, 'શાળાનો ગણવેશ પહેરીને તમે કદાચ એવું જ અનુભવો છો, પરંતુ તમે બહાર પગ મૂકતાં જ તમને નોંધપાત્ર તફાવતનો સામનો કરવો પડે છે. સખત પરિશ્રમ અને સિદ્ધિઓ દ્વારા આ અંતર કાપો,' જેનાથી સભાગૃહમાં તાળીઓના ગડગડાટ થઈ ગયો.

સમારંભ પૂરો થતાં જ ભરત ગર્વ અને આનંદથી ઉભરાઈ ગયો. શિક્ષકો માત્ર તેને જ નહીં, પણ ઉમા અને ટિકમને પણ અભિનંદન આપવા લાગ્યા. તેની સાથે ઑટોગ્રાફ લેવા માટે વિદ્યાર્થીઓ અને શિક્ષકો વચ્ચે હરીફાઈ ચાલતી હતી. તે ક્ષણે ભરતને તેની વારંવારની નિષ્ફળતાઓ દરમિયાન તેનાં માતાપિતા દ્વારા આપવામાં આવેલ અતૂટ સમર્થન યાદ આવ્યું.

ભરતને પોતાના સદ્‌ભાગ્યની અનુભૂતિ થઈ અને તેણે તેનાં માતાપિતાને આલિંગન આપ્યું. આ આલિંગનમાં કૃતજ્ઞતા અને સિદ્ધિની લાગણી દેખાતી હતી.

ભરતના જીવનસંઘર્ષમાંથી મળતો મહત્ત્વનો બોધપાઠ

1. **સમગ્ર પરિવારની યાત્રા:** લક્ષ્ય UPSC એ માત્ર ઉમેદવાર માટે જ નહીં, પરંતુ સમગ્ર પરિવાર માટે સંઘર્ષ છે. ભરતનાં માતાપિતાએ તેને જોખમ લેવા માટે પ્રોત્સાહિત કર્યો અને તેની અનિશ્ચિત નાણાકીય પરિસ્થિતિ અને અન્ય જરૂરિયાતો હોવા છતાં મુશ્કેલ પરિસ્થિતિઓમાં પણ તેમને ટેકો આપ્યો. તેઓ એવા લંગર બન્યા કે જેણે તેને જમીન સાથે જકડી રાખ્યો અને તેને તેના ધ્યેયો પર ધ્યાન કેન્દ્રિત કરવા માટે પ્રોત્સાહિત કર્યો.
2. **મજબૂત ઇચ્છાશક્તિ આવશ્યક છે:** સીએસઈમાં સફળતા મેળવવી એ ઇચ્છાશક્તિની રમત છે, જેમાં મજબૂત ઇચ્છાશક્તિની જરૂર છે. નિષ્ફળતાઓ, હતાશા, અનિશ્ચિતતા અને અંધકાર - આ બધાં યાત્રાનો ભાગ છે. જેઓ સારી અને ખરાબ પરિસ્થિતિઓનો હિંમત સાથે સામનો કરે છે તેઓ આખરે IASમાં જોડાવા માટે એલબીએસએનએએના દરવાજા ખોલે છે.
3. **સમયનો વિવેકપૂર્ણ ઉપયોગ:** સીએસઈ એ સમયની સામે એક બળ છે, એક દોડ છે. બહુ મોટા અભ્યાસક્રમને ટૂંકા ગાળામાં આવરી લેવાનો હોય છે. દરેક વિષય પર પુછાયેલા પ્રશ્નોનું આવર્તન શોધવા માટે પાછલા વર્ષના પ્રશ્નપત્રોનું વિશ્લેષણ કરવું મહત્ત્વપૂર્ણ છે. ઉમેદવારોએ પૂછવામાં આવતા પ્રશ્નોની સંભાવનાના આધારે વિષયો પર ધ્યાન કેન્દ્રિત કરવું જોઈએ અને તેમના સમયનું સમજદારીપૂર્વક રોકાણ કરવું જોઈએ.
4. **વૈકલ્પિક વિષયની કાળજીપૂર્વક પસંદગી:** વૈકલ્પિક વિષય તમારી સીએસઈ યાત્રાને બનાવી અથવા તોડી શકે છે. ઇન્ટરનેટ સર્ચના આધારે તેને પસંદ કરશો નહીં. વિષય

પસંદ કરતા પહેલાં, તેમાં તમારી રુચિ, તેનો અભ્યાસક્રમ, અભ્યાસસામગ્રીની ઉપલબ્ધતા, સ્કોરિંગનો વિચાર કરો. ક્ષમતા અને જીએસ પેપર્સ સાથે ઓવરલેપ જેવાં વિવિધ પાસાંઓને ધ્યાનમાં લો.

5. **માત્ર નોંધો પર આધાર રાખશો નહીં:** ફક્ત અન્યની નોંધો પર આધાર રાખવો એ નિષ્ફળતાનો રાજમાર્ગ છે. ઉમેદવારોએ ઊંડી સમજ મેળવવા અને પોતાના જવાબોને સમૃદ્ધ બનાવવા માટે નોંધો ઉપરાંત પ્રમાણભૂત પુસ્તકોમાંથી અભ્યાસક્રમના વિષયો વાંચવા જોઈએ.

અધ્યાય ૪

આંખો ગઈ, પણ દૃષ્ટિ નહીં

એક અંધારી ખીણ

2011માં ડિસેમ્બરની બપોરે પટનાની એક હૉસ્પિટલમાં શાંત રૂમના અંધકારમાંથી પસાર થતી વખતે અંજલિનો અવાજ અનિશ્ચિતતાથી કંપી રહ્યો હતો.

'પપ્પા, તમે ક્યાં છો? અહીં અંધારું છે, પ્લીઝ લાઇટો ચાલુ કરો,' તેણે વિનંતી કરી. જ્યારે તે પથારી પર બેસવા માટે સંઘર્ષ કરી રહી હતી, ત્યારે તેનું મગજ સ્મૃતિઓના એ ભાગને સમજવા માટે દોડી રહ્યું હતું, જેના પછી તે બેભાન થઈ ગઈ હતી.

અંજલિનો જન્મ 1997માં બિહારના સમસ્તીપુર જિલ્લાના વ્યાસપુર ગામમાં થયો હતો. 2008માં, તે તેના માતાપિતા અશોક અને સંજૂ શર્મા, બહેન સ્વાતિ અને ભાઈ સંસ્કાર સાથે સિક્કિમની શાંત ટેકરીઓની વચ્ચે રહેવા ગઈ. અંજલિને કેન્દ્રીય વિદ્યાલય, તાડોંગ, ગંગટોકમાં પ્રવેશ મળ્યો. તેના પિતા ફાર્માસ્યુટિકલ ફેક્ટરીમાં કામ કરતા હતા, જ્યારે તેની માતા ગૃહિણી હતી.

અભ્યાસમાં તેજસ્વી અંજલિ માટે જીવન સુંદર હતું, જ્યાં સુધી તેને વારંવાર માથાનો દુઃખાવો શરૂ થયો ન હતો. શરૂઆતમાં ગોળી લેવાથી રાહત મળતી હતી, પરંતુ દરરોજ પીડા અસહ્ય બનતી જતી હતી.

નજીકના દવાખાનામાં સારવાર માટે જવું નિરર્થક સાબિત થયું હતી પરંતુ તેનાથી આવનારા તોફાનનો સંકેત મળી ગયો.

થોડા દિવસો બાદ આ વેદનાએ વજ્રની જેમ પ્રહાર કર્યો. અંજલિ દુઃખાવાને લીધે કણસતી હતી અને તેને વારંવાર ઊલટીઓ થતી હતી. તેનાં માતાપિતા એક ટેક્સી કરીને તેને કાલિમ્પોંગની નજીકની હૉસ્પિટલમાં લઈ ગયા. એ બે કલાકની મુસાફરી એક ડરામણી ઘટના જેવી હતી. પરંતુ કોઈક રીતે તેઓ ત્યાં પહોંચી ગયાં. જ્યારે નર્સ તેની નસમાં ટ્યૂબ(કનોલા) નાખી રહી હતી ત્યારે અંજલિ બેભાન થઈ ગઈ.

છ વેદનાભર્યા દિવસો સુધી, અશોક અને સંજૂ ધ્રૂજતા શ્વાસ સાથે રાહ જોતાં રહ્યાં; તેઓનાં હૃદય નિરાશાના આરે હતાં. તેઓ અંજલિને કાલિમ્પોંગથી સિલિગુડી અને પછી પટના સારવાર માટે લઈ ગયા. અંજલિ અડધી બેભાન હતી અને કશું સમજી શકતી ન હતી.

પ્રકાશ માટે અંજલિની વિનંતીએ તેનાં માતાપિતાને ડરાવી દીધાં અને તેઓનું હૃદય ભાંગી નાખ્યું. 'હું અહીં જ છું, અંજલિ,' અશોકે કહ્યું; લાગણીથી તેનો અવાજ દબાઈ ગયો હતો. અંજલિને કંઈ જ દેખાતું નહોતું એ સાંભળીને તેઓ મૂંઝવણમાં મુકાઈ ગયા. 'તમે લાઇટો કેમ ચાલુ નથી કરતા,' અંજલિએ પુનરાવર્તન કર્યું; તેનો અવાજ નિરાશાથી ભરેલો હતો.

'બેટા, રૂમમાં પૂરતો પ્રકાશ છે! તારી આંખો બરાબર ખોલવાની કોશિશ કર', સંજૂએ વિનંતી કરી, તેનો અવાજ ભયથી ધ્રૂજતો હતો.

પોતાનાં માતાપિતાના આદેશનું પાલન કરતી વખતે અંજલિની ભ્રમર મૂંઝવણમાં આડી થઈ ગઈ. 'પપ્પા, મજાક ના કરો. અહીં અંધારું છે. કૃપા કરીને મને મારો ફોન આપો. જો લાઇટ ચાલી ગઈ છે તો હું તેની ટૉર્ચ ચાલુ કરી દઈશ', તેણે ભાર દઈને કહ્યું; હવે તે ચિડાઈ ગઈ હતી.

અંજલિના શબ્દો અશોકના હૃદયમાં ખંજરની જેમ ખૂંચ્યા. તેના મગજમાં ઘણા વિચારો દોડી રહ્યા હતા, કારણ કે તે પરિસ્થિતિને સમજવા માટે સંઘર્ષ કરી રહ્યો હતો. જલદી તે મદદની શોધમાં રૂમમાંથી બહાર નીકળ્યો કે તરત જ તેની અંદર ગભરામણની લહેર પસાર થઈ ગઈ. સંજૂએ હળવેકથી દીકરીને પોતાના આલિંગનમાં લીધી.

'સિસ્ટર, અમારી મદદ કરો!' સંજૂએ બૂમ પાડી, તેનો અવાજ કોરિડોરમાં નિરાશાપૂર્ણ વિનંતીની જેમ ગુંજતો હતો.

ડૉક્ટરના આવવાની રાહ જોતા હતા ત્યારે મિનિટો અનંતકાળ જેવી લાગતી હતી. આખરે એક ડૉક્ટર નર્સ સાથે આવ્યા. ડૉક્ટરે અંજલિને ધ્યાનથી તપાસી અને ધીમે ધીમે તેની મુખમુદ્રા ગંભીર બની ગઈ. તેઓએ અંજલિનાં માતાપિતાને એ કહી દીધું, જેનો તેમને ડર હતો.

'એવું લાગે છે કે અંજલિએ પોતાની આંખો ગુમાવી દીધી છે. તે થોડા સમય માટે હોઈ શકે છે અથવા તે કાયમી પણ હોઈ શકે છે. હું ખાતરીપૂર્વક કહી શકતો નથી', ડૉક્ટરે સ્વીકાર્યું. અંજલિનાં માતાપિતાને આઘાત લાગ્યો, તેમને અવિશ્વાસ જાગ્યો અને પછી તેઓનું હૃદય તૂટી ગયું.

અંજલિના ગાલ પરથી આંસુ વહેવા લાગ્યાં. તેને લાગ્યું કે તેની દુનિયા પત્તાંના ઘરની જેમ તૂટી રહી છે. 'હું જોઈ શકતી નથી. હું કંઈ જોઈ શકતી નથી,' તેણે ગણગણાટ કર્યો; તેના અવાજમાં ઉદાસી સ્પષ્ટ દેખાતી હતી.

કુટુંબ પોતાની કલ્પનાથીયે વધુ ઊંડા અંધકારમાં ડૂબી ગયું હતું.

એક દિવ્ય હસ્તક્ષેપ

અંજલિનો જીવ બચાવવો એ ડૉક્ટરોની પ્રાથમિક ચિંતા હતી, કારણ કે તેની હાલત ઝડપથી બગડી રહી હતી. તેના હાથમાં પેરાલિસિસના લક્ષણો દેખાવા લાગ્યાં હતાં. તેથી તેઓએ તેને નવી દિલ્હીની અખિલ ભારતીય આયુર્વિજ્ઞાન સંસ્થા (એઆઈઆઈએમએસ - એઈમ્સ)માં રીફર કરી દીધી.

એઈમ્સના ડૉક્ટરો અંજલિ માટે દેવદૂત સાબિત થયા. તેઓએ તેના રોગનું ટ્યૂબરક્યુલસ મેનિન્જાઇટિસ અથવા મગજના ટીબી તરીકે નિદાન કર્યું અને સફળતાપૂર્વક તેને આગળ વધતો અટકાવ્યો. જોકે તેઓ તેમના અંગોમાં લાગુ પડી રહેલા લકવાને રોકવામાં સફળ રહ્યા, પરંતુ તેની ઓપ્ટિક ચેતાને નુકસાન થવાને કારણે તેની દૃષ્ટિ પુનઃસ્થાપિત કરવી શક્ય ન હતી. તે 95 ટકા દશ્ય વિકલાંગતાથી પીડિત હતી અને ખૂબ જ નજીકના અંતરમાં માત્ર અસ્પષ્ટ, કાળા અને સફેદ વચ્ચેનો તફાવત જોઈ શકતી હતી.

પોતાની દૃષ્ટિ ગુમાવવાથી અંજલિના આત્મામાં ઘેરો અંધકાર છવાઈ ગયો, જેણે તેની પાસેથી એ જીવંત જિંદગી છીનવી લીધી, જે જિંદગીને તે માણતી હતી. દુનિયાના રંગો અદૃશ્ય થઈ ગયા હતા, જે કદાચ તે ફરી ક્યારેય જોઈ શકવાની નહોતી, આ અનુભૂતિ પોતાની છાતીમાં થયેલા કોઈ આઘાત સમાન હતો. હવે તે તેના ઘર સુધી સીમિત હતી અને નિરાશા સામે સંઘર્ષ કરી રહી હતી.

ધીરે ધીરે, તેના પરિવારના દૃઢ સમર્થનથી, અંજલિએ આ નવી વાસ્તવિકતા સાથે સુમેળ સાધવાનું શરૂ કર્યું. તેણે પોતાના ઘરમાં કાળજીપૂર્વક ચાલવાનું શીખ્યું. ઘણી વખત પોતાની રીતે કંઈક કરવાનો પ્રયાસ દુઃખ, હતાશા અને આંસુમાં જ પૂરો થતો. તેમ છતાં તેણે હાર ન સ્વીકારી.

એ દુઃખદ પરિસ્થિતિમાં પણ તેની જ્ઞાનની તરસ છીપાઈ ન હતી. તે પોતાને પુસ્તકો આપવા માટે વિનંતી કરતી હતી અને તેના આંસુઓ સુકાતાં નહોતાં. તેનો સંઘર્ષ જોઈને તેના માતાપિતા અને બહેનની આંખોમાં પણ આંસુ આવી જતાં. આ નવા સંઘર્ષમાં મહિનાઓ પસાર થઈ ગયા.

છ મહિના સુધી અંધકારમાં જીવ્યા પછી, એક સવારે પ્રકાશના કિરણે આ અંધકારને વીંધ્યો. અશોક બાજુના રૂમમાં ઑફિસ જવાની તૈયારી કરી રહ્યો હતો ત્યારે સંજૂ અંજલિને નાસ્તો કરાવી રહી હતી. એ જ ક્ષણે અશોકનો ફોન રણક્યો. અંજલિના સામાજિક વિજ્ઞાનના શિક્ષક સુમિતનો ફોન હતો.

અશોકે ફોન પર વાત પૂરી કરી કે તરત જ તે અંજલિના રૂમ તરફ દોડ્યો. 'અંજલિ બેટા, અભિનંદન. તેં ધોરણ-10ની પરીક્ષા પાસ કરી લીધી છે!' તે ગર્વથી બોલ્યો. અંજલિ માની શકતી ન હતી. તેણે વિચાર્યું, 'છેલ્લું પેપર આપ્યા વિના હું પરીક્ષા કેવી રીતે પાસ કરી શકું?'

'મને વિશ્વાસ છે કે તારા માટે પણ ભગવાને કંઈક તો વિચારી રાખ્યું છે,' અશોકે કહ્યું; તેનો અવાજ આનંદથી ભરાઈ ગયો. તેણે કહ્યું કે, સદ્દનસીબે સીબીએસઈએ તે વર્ષથી ધોરણ-10ની બોર્ડની પરીક્ષા બંધ કરી દીધી હતી. તેના બદલે, વિદ્યાર્થીઓના પ્રદર્શનને મહત્ત્વ આપતા આંતરિક મૂલ્યાંકન સાથે શાળાની અંદર અંતિમ પરીક્ષાઓ લેવામાં આવી

હતી. અંજલિની અર્ધવાર્ષિક પરીક્ષાઓ અને અસાઈમેન્ટમાં અસાધારણ પ્રદર્શનને કારણે તેને આગલા વર્ગમાં બઢતી મળી હતી.

બધાની આંખમાં ખુશીનાં આંસુ હતાં. એ ફોન કોલ એક દિવ્ય હસ્તક્ષેપ હતો. અંધકાર વચ્ચે એ આશાનું કિરણ હતું. પોતાના મનમાં નવા દૃઢ નિશ્ચય સાથે, અંજલિએ શાળામાં પાછા ફરવાનું નક્કી કર્યું. 'ભલે મેં મારી દૃષ્ટિ ગુમાવી દીધી છે, પરંતુ મારું મગજ, બુદ્ધિ અને ઇન્દ્રિયો અકબંધ છે અને કાર્યરત છે. હું તેનો પૂરો ઉપયોગ કરીશ,' તેણે મનોમન વિચાર્યું.

અંજલિને પહેલેથી જ અભ્યાસ કરવો ગમતો હતો અને તે જાણતી હતી કે તે એમાં શ્રેષ્ઠ છે. પોતાની દૃષ્ટિની વિનાશક ખોટ છતાં તેના મનમાં તેમાંથી બહાર નીકળવાની તીવ્ર ઇચ્છા જાગૃત થવા માંડી. આ સિવાય, તે સમજી ગઈ હતી કે શીખવા માટેનો તેનો જુસ્સો માત્ર વ્યક્તિગત પ્રેરણા નથી, પણ ટકી રહેવા અને ગૌરવપૂર્ણ જીવન જીવવાનો એક મહત્ત્વપૂર્ણ માર્ગ પણ છે. જો કે, અંજલિને તેની માંદગીમાંથી સંપૂર્ણ સ્વસ્થ થવામાં અને આંખોની દૃષ્ટિ વગરની સ્થિતિમાં સુમેળતા સાધવામાં એક વર્ષ જેટલો સમય લાગ્યો હતો.

તેના ઘણા સંબંધીઓએ સુરક્ષાની ચિંતાઓ દર્શાવીને અશોકને તેની અંધ પુત્રીને શાળાએ મોકલતા અટકાવવાનો પ્રયાસ કર્યો. પણ અશોક પોતાના નિર્ણય પર અડગ હતો.

એક આશ્ચર્યજનક ટોપર

જુલાઈ 2013ના પહેલા સપ્તાહમાં અંજલિના જીવનમાં એક નવો અધ્યાય શરૂ થયો. પોતાના પિતાનો હાથ પકડીને તે તેની શાળાના કોરિડોરમાં પરત ફરી. પોતાના વર્ગખંડમાં પ્રવેશતાંની સાથે જ તે પોતાના શિક્ષકો અને સહઅભ્યાસીઓની હૂંફ અને સ્નેહથી ઘેરાઈ ગઈ. તે ક્ષણે તેણે પોતાની આત્માની અંદર એક હલચલ અનુભવી, જાણે તેનો પુનર્જન્મ થઈ રહ્યો હોય.

અંજલિ પોતે ધોરણ-11ની જૂનિયર બેચમાં હતી; તેની અનુપસ્થિતિમાં તેના સહઅભ્યાસીઓએ આગળના વર્ગમાં પ્રગતિ કરી લીધી હતી. આંખોની દૃષ્ટિ ગુમાવતાં પહેલાં અંજલિ એન્જિનિયર અથવા વૈજ્ઞાનિક

બનવા માંગતી હતી. તેનું સ્વપ્ન ગરીબોની મદદ કરવા માટે નવી વસ્તુઓ શોધવાનું હતું. પરંતુ વર્તમાન સંજોગોને ધ્યાનમાં લેતાં તેણે માનવીય વિષયોની પસંદગી કરવી પડી, કારણ કે માત્ર સાંભળીને ગણિત કે વિજ્ઞાનનો અભ્યાસ કરવો લગભગ અશક્ય હતો.

આટલી નિષ્ફળતા મળી છતાં તેણે દૃઢ નિશ્ચય સાથે અભ્યાસ કર્યો. વર્ગમાં તેણે દરેક પ્રવચનને ધ્યાનપૂર્વક ગ્રહણ કર્યું અને પાઠને પોતાના મગજમાં અંકિત કર્યા. ઘરે પરત ફર્યા પછી, તે પોતાના અભ્યાસ માટે પોતાના પિતા અને સ્વાતિ પર નિર્ભર હતી. સંજૂ તેને હિન્દી વિષયમાં પણ મદદ કરતો હતો.

શારીરિક શિક્ષણના વર્ગમાં તેના સહઅભ્યાસીઓ બહાર રમવા જતા. આ સમયે અંજલિને દુ:ખ થતું, પણ એ સમય દરમિયાન તે નવરી બેઠી ન રહેતી. પોતાની સીટ પર બેસીને તે વર્ગમાં શું શીખવવામાં આવે છે તેના વિશે વિચારતી રહેતી અથવા મોટા ફોન્ટ સાઇઝમાં બ્લેકબોર્ડ પર કંઈક લખતી રહેતી.

જ્યારે પહેલી યુનિટ ટેસ્ટ આવી ત્યારે અંજલિએ જાતે જ લખવાનો સંકલ્પ કર્યો. જો કે, પોતાના શ્રેષ્ઠ પ્રયાસો છતાં ન તો તે પ્રશ્નોને યોગ્ય રીતે વાંચી શકી; કે ન તો તેના જવાબો લખી શકી. હતાશા તેના પર કાબૂ મેળવવા લાગી અને તેની ઉત્તરવહી આંસુથી ભીંજાઈ ગઈ. ટૂંક સમયમાં તેના શિક્ષકે આશ્વાસન આપ્યું અને ઉકેલ શોધી કાઢ્યો. તેણે અંજલિને નવી જવાબવહી આપી અને ધોરણ-9ની છોકરીને તેની લેખક (મદદ કરવા માટે તેના જવાબો લખી આપનાર સ્ક્રાઇબ) બનાવી દીધી.

'અંજલિ, તે તારા માટે પ્રશ્નો વાંચશે અને જવાબો લખશે. હું તને વધારાનો સમય આપીશ,' તેણે અંજલિને કહ્યું.

થોડા દિવસો પછી જ્યારે રાજ્યશાસ્ત્રમાં પ્રથમ યુનિટની પરીક્ષાનું પરિણામ જાહેર થયું ત્યારે તે અંજલિના કાયાકલ્પનું પ્રતીક હતું. તેણે સૌથી વધુ ગુણ મેળવ્યા હતા; તેના શિક્ષકો અને સહઅભ્યાસીઓની તાળીઓ સાંભળીને તેનું હૃદય ગર્વથી ભરાઈ આવ્યું. તેના શાનદાર પ્રદર્શને તેની અંદર આત્મવિશ્વાસની નવી ભાવના જગાડી. તેની સફળતા જોઈને તેનાં માતાપિતા પણ આનંદથી અભિભૂત થઈ ગયાં.

પછીના બે વર્ષમાં, અંજલિએ પોતાની જાતને સંપૂર્ણ રીતે પોતાના અભ્યાસમાં સમર્પિત કરી દીધી. આખા પરિવારે તેને તેના અભ્યાસમાં મદદ કરી અને તેનો ભાઈ સંસ્કાર તેના માટે સતત કલાકો સુધી પાઠ વાંચતો. તેના શિક્ષકો અને સહાધ્યાયીઓએ તેને નક્કર ટેકો આપવાનું ચાલુ રાખ્યું. તેની કઠિન મહેનત અને દૃઢ સંકલ્પનો વિજય ત્યારે થયો, જ્યારે અંજલિએ ધોરણ-12ની બોર્ડની પરીક્ષામાં શાળામાં સૌથી વધુ ગુણ મેળવ્યા. વખાણની તો જાણે વણઝાર વરસવા માંડી. કેન્દ્રીય શિક્ષણ મંત્રાલયે પણ પ્રશંસાનો સંદેશ મોકલ્યો હતો.

ગુણપત્રક લેવા માટે અંજલિ તેના પિતા સાથે તેની શાળામાં ગઈ હતી. તે સ્ટાફ રૂમમાં પણ ગઈ, જ્યાં તેના શિક્ષકોએ તેને હાર્દિક અભિનંદન આપ્યાં.

'આવી જ જોરદાર મહેનત કરતી રહેજે, બેટા. તારામાં IAS અધિકારી બનવાની ક્ષમતા છે,' તેનાં વર્ગશિક્ષકે અંજલિને પ્રેમથી ગળે લગાવતા કહ્યું.

અંજલિને તે સમયે IAS કે UPSC વિશે કોઈ જાણકારી નહોતી. પણ શિક્ષકના શબ્દોએ તેના મનમાં મહત્ત્વાકાંક્ષાનું બીજ રોપી દીધું. સુમિત સરે અશોકને આગ્રહ કર્યો કે અંજલિને તેના ગ્રેજ્યુએશન માટે દિલ્હી યુનિવર્સિટીમાં મોકલો. તેમણે જણાવ્યું કે તેને ત્યાં કેવી તકો અને સુવિધાઓ મળશે.

તેણે અંજલિના ગૌરવાન્વિત પિતાને કહ્યું, 'મારી લાંબી કારકિર્દીમાં મેં આટલી પ્રતિભાશાળી અને દૃઢ નિશ્ચયી વિદ્યાર્થિની ક્યારેય જોઈ નથી.'

જો કે, અંજલિ અને તેના માતાપિતા ડીયુમાં ભણવાની વાતથી મૂંઝાયેલાં હતાં. 'તે ત્યાં એકલી કેવી રીતે રહેશે? તેના માટે પાઠ કોણ વાંચશે?' તેઓ કશમકશમાં હતાં.

અસંખ્ય વાર પડવું અને ફરી અનેકવાર ઉપર આવવું

એક મહિના પછી, અંજલિ બીએમાં પ્રવેશ માટે ગંગટોકની સરકારી કૉલેજમાં ગઈ. એડ્મિશન કાઉન્ટર પરની મહિલા એક અંધ છોકરીને અરજી કરતી જોઈને પોતાનું આશ્ચર્ય છુપાવી શકી નહીં. તેણે અંજલિને રોકવાનો પ્રયત્ન કર્યો.

'પરિસર ફેલાયેલું છે અને વર્ગખંડો જુદા જુદા માળ પર છે. તમે તે કેવી રીતે કરી શકશો?' તેણે શંકાપૂર્વક પૂછ્યું.

અંજલિએ દઢ નિશ્ચય સાથે જવાબ આપ્યો, 'હું કરી લઈશ, મેડમ.'

'અહીં હાજરીની નીતિ કડક છે; 75 ટકા હાજરી ફરજિયાત છે,' મહિલાએ ઉમેર્યું; તે અંજલિને કોઈક રીતે રોકવા માંગતી હતી.

'મેડમ, મેં ઘણા પડકારોને પાર કરી લીધા છે. મને ખાતરી છે કે હું આને પણ પાર કરી લઈશ', અંજલિએ લાંબા સ્મિત સાથે જવાબ આપ્યો.

ધોરણ-12ના ગુણને ધ્યાનમાં લઈને પ્રવેશની ખાતરી આપવામાં આવી હતી. અંજલિના ભૂગોળ પ્રત્યેના શોખને કારણે, તે ભૂગોળમાં BA (ઑનર્સ) કરવા માંગતી હતી, પરંતુ ભૂગોળના પ્રોફેસરે તેને પ્રવેશ આપવાની ના પાડી.

'સર, જ્યારે મેં રાજ્યમાં સૌથી વધુ ગુણ મેળવ્યા છે ત્યારે હું ભૂગોળનો અભ્યાસ કેમ ન કરી શકું?' અંજલિએ પ્રશ્ન કર્યો. તેના અવાજમાં બળવાની લાગણી હતી.

'વહાલી દીકરી, આ પાઠ્યક્રમમાં ઘણું ક્ષેત્ર કાર્ય (ફીલ્ડ વર્ક) સામેલ છે. તારા માટે તે કરવું ખૂબ જ પડકારજનક રહેશે,' તેમણે પ્રેમથી સમજાવ્યું.

પોતાના ગુરુ સુમિત સરની સલાહ લઈને અંજલિએ અંગ્રેજીમાં BA (ઑનર્સ.) કરવાનું નક્કી કર્યું; એક વિષય કે જે તેનો પરિવાર તેને પોતાને શીખવી શકે એમ હતો. અંજલિએ ગૌણ વિષય તરીકે સમાજશાસ્ત્ર અને પ્રેક્ટિકલ વિનાના ભૂગોળને પસંદ કર્યો.

જ્યારે અંજલિએ કૉલેજના અજાણ્યા વાતાવરણમાં પગ મૂક્યો ત્યારે તીવ્ર સંઘર્ષનો સમય શરૂ થયો. તે ઘણીવાર ઠોકર ખાતી, પડતી અને ઊભી થતી; ક્યારેક રક્ત અશ્રુ એક થઈ જતાં, પરંતુ તેણે આ નિષ્ફળતાઓના કારણે પોતાના નિશ્ચયને તૂટવા ન દીધો.

અંજલિ તેની કૉલેજની પ્રથમ દષ્ટિહીન વિદ્યાર્થિની હતી. તેને ઘણી વાર આશ્ચર્યજનક અને અણગમતી સલાહ મળતી. કેટલાક શિક્ષકોએ વિશેષ શાળાનું પણ સૂચન કર્યું, જ્યારે અન્યોએ તેને લાકડીનો ઉપયોગ કરવાની સલાહ આપી, પણ અંજલિ પોતાની પસંદગી પર અડગ રહી.

મુસાફરી પણ સરળ ન હતી. તેની કૉલેજ એક કલાક દૂર હતી, જે જટિલતામાં વધારો કરતી હતી. આ માટે પરિવારના કોઈ સભ્ય તેમને બસ કે ટૅક્સીમાં ચડવામાં મદદ કરતા હતા. કૉલેજ પહોંચતાં જ અંજલિ તેના ક્લાસમાં પહોંચવા માટે નજીકના લોકોની મદદ માંગતી હતી. તેને ઘરે પરત ફરવામાં પણ સુરક્ષિત પરિવહન પાછું મેળવવામાં મદદ કરવા માટે તે સહઅભ્યાસીઓ પર નિર્ભર હતી.

કેટલીકવાર ટૅક્સી રસ્તામાં ખરાબ થઈ જતી અથવા અંજલિ અજાણતાં ખોટી જગ્યાએ ઊતરી જતી અને તેને બીજી ટૅક્સી બોલાવવા માટે મદદ લેવાની ફરજ પડતી. આ પડકારો વચ્ચે, અંજલિ અને તેનાં માતાપિતા પોતાને સિક્કિમમાં રહે છે એ બદલ ભાગ્યશાળી સમજતા હતા, જ્યાં પર્યાવરણ સલામત હતું અને લોકો અત્યંત મદદરૂપ હતા.

લાકડીનો ઉપયોગ કરવાનો અથવા પોતાની અપંગતાને જાહેર કરવાનો ઇનકાર કરતાં, અંજલિએ તેના સાથીદારો સાથે સહજતાથી હળીભળી જવાનું નક્કી કર્યું. તેણે બ્રેઈલ લિપિ શીખવાની મક્કમતાથી ના પાડી. તેના બાહ્ય દેખાવ પરથી કોઈ ઓળખી શકતું ન હતું કે તે અંધ હતી. એક દિવસ અંજલિ તેની કૉલેજ પાસેના બજારમાં પોતાના મિત્રોના હાથમાં હાથ પરોવી ચાલી રહી હતી. જ્યારે એક મહિલાએ પૂછ્યું કે, તેઓ શા માટે તેની મદદ કરી રહ્યા છે, ત્યારે પોતાની દૃષ્ટિહીનતાની સમસ્યા જણાવવાને બદલે અંજલિએ સંકોચપૂર્વક જવાબ આપ્યો કે, તેનો પગ દુખે છે.

ધીમે ધીમે તેણે પોતાનું કૉલેજ સમુદાયમાં સ્થાન બનાવ્યું; તેના કાન તેની આંખો બની ગયા. અન્ય વિદ્યાર્થીઓ તેને ઓળખવા લાગ્યા અને સ્વેચ્છાએ મદદ કરવા લાગ્યા. અંજલિએ તેના જૂના નોકિયા ફોનનું કીપેડ યાદ રાખ્યું અને પ્રસંગોપાત્ત અકસ્માતો છતાં વાતચીત કરવા માટે સફળતાપૂર્વક તેનો ઉપયોગ કર્યો.

યુ-ટ્યૂબ દ્વારા માર્ગની શોધ

ઇન્ટરનેટ અને સ્માર્ટફોનની ક્રાંતિએ દુનિયામાં ઘણા બદલાવ લાવ્યા છે. તેણે અંજલિના જીવનમાં ક્રાંતિકારી પરિવર્તન પણ લાવ્યું, જ્યારે 29 માર્ચ,

2016ના રોજ અંજલિના પિતાએ તેને એક સ્માર્ટફોન ભેટમાં આપ્યો.

આ સ્માર્ટફોન તેના કૉલેજના અભ્યાસ માટે જરૂરી બની ગયો હતો, કારણ કે વોટ્સએપ ગ્રુપ દ્વારા નોટ્સ અને અગત્યની માહિતીની આપ-લે થતી હતી. અંજલિની બહેન સ્વાતિ અને ભાઈ સંસ્કારે ઉત્સાહપૂર્વક તેને ફોનની વિવિધ સુવિધાઓ અને વૉઇસ કમાન્ડ સાથેની વિવિધ એપ્સનો ઉપયોગ કેવી રીતે કરવો તે શીખવ્યું. અંજલિને ખાસ કરીને યુ-ટ્યૂબ ગમ્યું.

શરૂઆતમાં અંજલિએ યુ-ટ્યૂબ પર સંગીત સાંભળવાનો સામાન્ય આનંદ માણ્યો. પરંતુ થોડા દિવસો પછી તેની અંદર ઉદ્દેશ્યની નવી ભાવના ઊભી થઈ. જેમ જેમ તેને તેના વર્ગશિક્ષકના શબ્દો યાદ આવવા માંડ્યા, જ્યારે તેમણે IAS અધિકારી બનવાની તેની ક્ષમતા બતાવી હતી, તેમ તેમ તેની છૂપી મહત્ત્વાકાંક્ષાઓ બહાર આવવા લાગી. આ વિચારથી પ્રેરિત થઈને તેણે 'કેવી રીતે IAS ઑફિસર બનવું' વિષય પર ટોપર્સની વાતચીત, સેમિનાર, લેખો અને વીડિયો સાંભળવાનું શરૂ કર્યું.

જેમ જેમ દિવસો અઠવાડિયામાં ફેરવાતા ગયા તેમ તેમ અંજલિએ UPSCની સીએસઈ, પ્રશ્નપત્રોની સંખ્યા અને અભ્યાસક્રમ વિશેની માહિતી ઝીણવટપૂર્વક એકત્રિત કરી. તેણે વ્યવસ્થિત રીતે જરૂરી પુસ્તકોની યાદી તૈયાર કરી. વધુમાં, તેણે સીએસઈ અભ્યાસક્રમ વિષયો પર ઓડિયો અને વિડિયો પાઠો શોધ્યા.

અંજલિએ સીએસઈની કઠિન લાયકાતની તૈયારી સાથે તેના કૉલેજ અભ્યાસને આગળ ધપાવ્યો. દરેક વ્યાખ્યાન અને અસાઈમેન્ટમાં તેણે સીએસઈ અભ્યાસક્રમને ધ્યાનમાં રાખ્યો, જેણે તેની શૈક્ષણિક પ્રવૃત્તિઓ અને તેની આકાંક્ષાઓ વચ્ચે એકરૂપતા લાવી. તેઓએ સીએસઈ સાથેની પ્રાસંગિકતાના આધારે કૉલેજમાં પોતાના વૈકલ્પિક પેપર્સ પસંદ કરવાનું પણ શરૂ કર્યું.

પોતાના દૃઢ નિશ્ચય છતાં અંજલિ શંકા અને અસુરક્ષાથી ઘેરાયેલી હતી. IIT, AIMS, DU, JNU જેવી પ્રતિષ્ઠિત સંસ્થાઓના IAS ટોપર્સની પ્રોફાઇલ તેમને આશંકાથી ભરી દેતી હતી.

'શું મારી પાસે તેમની સાથે સ્પર્ધા કરવાનો મોકો છે?' તેણે વિચાર્યું. દૂરના સિક્કિમમાં ઉચ્ચ સ્તરીય કોચિંગ ઇન્સ્ટિટ્યૂટો તરફથી સંસાધનો અને માર્ગદર્શનના અભાવને કારણે અંજલિ પોતાની મર્યાદાઓથી વાકેફ થઈ ગઈ. તેની અનિશ્ચિતતા પણ વધી, કારણ કે તેની પાસે એવા કોઈ માર્ગદર્શક નહોતા જેણે સફળતાપૂર્વક IAS સુધીનો માર્ગ પસાર કર્યો હોય.

ઘણા IAS ઉમેદવારો, ખાસ કરીને ગ્રામીણ પૃષ્ઠભૂમિ અને દેશના દૂરના ભાગોમાંથી, શંકાના ઘેરા વાદળોથી ઘેરાયેલા હોય છે. જેઓ આ શંકાઓને સફળતાપૂર્વક દૂર કરે છે તેઓ વિજયી બને છે. પ્રશ્ન એ હતો કે શું અંજલિ આ ડરમાં ફસાઈ જશે કે પછી તે તેનાથી ઉપર આવી શકશે!

એક મહત્ત્વપૂર્ણ નિર્ણય

જૂન 2018માં એક દિવસ, અંજલિ ચાર રસ્તા પર ઊભી હતી; તેનું હૃદય બે અલગ-અલગ માર્ગો વચ્ચે પસંદગી કરવા સક્ષમ ન હતું. માસ્ટર પ્રોગ્રામમાં પ્રવેશ લેવા માટે પોતાની કૉલેજ જવાવાળી બસમાં ચડતી વખતે, તેની અંદર લાગણીઓનું ઘોડાપૂર ઊમટ્યું.

'શું મારે ખરેખર માસ્ટર ડિગ્રી કરવી છે?' તેણે વિચાર્યું; તેના ખભા પર અનિશ્ચિતતાનો ભાર હતો. કૉલેજમાં દૈનિક હાજરી જરૂરી હતી, જેનો અર્થ એ થયો કે સીએસઈની તૈયારી માટે જરૂરી કીમતી સમય વેડફાશે. તેના મનમાં પ્રશ્નો વાવાઝોડાની જેમ ઘૂમી રહ્યા હોવાથી તેનો સંકલ્પ પણ શંકાથી ડગમગવા લાગ્યો.

તેણે વિચાર્યું, 'હું કેવી રીતે આ બધું સંભાળી શકીશ? શું માસ્ટર ડિગ્રી મારી કારકિર્દીની સંભાવનાઓને વધારશે કે પછી મારા અંતિમ ધ્યેયથી મને વિચલિત કરશે?'

બસ એમની કૉલેજ તરફ આગળ વધી, અંજલિનો સંકલ્પ એના વિચારોના તોફાની સમુદ્ર વચ્ચે પર્વતના શિખરની માફક સ્થિર ઊભો રહ્યો. કૉલેજના ગેટ પર પહોંચીને એડ્મિશન માટે અરજી કરવાને બદલે, તેણે તેના પ્રમાણપત્રો એકત્રિત કર્યા અને ભારે પગલે ઘરે પરત લાવનાર બસમાં ચડીને પાછી આવતી રહી.

અંજલિનો અવાજ ધ્રૂજતો હતો, કારણ કે તેણે તેના પિતાનો નંબર ડાયલ કર્યો હતો અને પોતાના ભાગ્ય પર મહોર મારતા શબ્દો ઉચ્ચાર્યા હતા. 'પપ્પા, મેં નિર્ણય લઈ લીધો છે. હું કૉલેજમાં એડ્‌મિશન નહીં લઉં. તેના બદલે હું IAS અધિકારી બનવા માટે મારો સમય ફાળવીશ.'

થોડીવાર મૌન છવાઈ ગયું. પછી દઢ આધારના કિરણની જેમ તેણે તેના પિતાનો અવાજ સાંભળ્યો. અનિશ્ચિતતાના તોફાની દરિયામાં જાણે આશ્વાસનનાં મોજાં ઊછળી રહ્યાં હતાં.

'મને તારા પર વિશ્વાસ છે, અંજલિ,' તેમણે જવાબ આપ્યો; તેમના શબ્દો તેમના દઢ નિશ્ચયને પ્રતિબિંબિત કરતા હતા. 'તું ગમે તે રસ્તો પસંદ કર, હું દિલથી તારી સાથે ઊભો છું.'

આંખ ખોલનારી વાતચીત

લક્ષ્ય UPSCમાં સફળતા મેળવવાનો નિર્ધાર હોવા છતાં, અંજલિને ખબર હતી કે પોતાની યાત્રાની શરૂઆત કરતા પહેલાં તેને જ્ઞાનથી સજ્જ થવાની જરૂર છે. એક કોચિંગ ઇન્સ્ટિટ્યૂટમાંથી તેને સીએસઈની તૈયારી કરતી અંધ છોકરી ગુફ્રી ઝાનો સંપર્ક નંબર મળ્યો. ગુફ્રી જેએનયુ, દિલ્હીમાં અભ્યાસ કરતી હતી. જિજ્ઞાસુ અને શીખવા માટે ઉત્સુક, અંજલિ પોતાની અગ્નિપરીક્ષા વિશે માહિતી મેળવવાની આશામાં ગુફ્રીને ફોન કરે છે.

'જેએનયુ હોસ્ટેલમાં એકલાં કેવી રીતે રહી શકો છો, દીદી?' ફોન પર ગુફ્રીને પ્રશ્નો પૂછતી વખતે અંજલિનો અવાજ કુતૂહલથી ધ્રૂજતો હતો. 'મને હંમેશાં કોઈની જરૂર હોય છે, જે મને આસપાસ લઈ જાય અને વિવિધ પ્રવૃત્તિઓમાં મને મદદ કરે.'

ગુફ્રીની પ્રતિક્રિયા આંખ ઉઘાડનાર હતી. 'હું એકલી રહું છું અને મારાં બધાં કામ સામાન્ય વ્યક્તિની જેમ કરું છું. અમે કેમ્પસની બહાર ભોજન અને મનોરંજન માટે પણ જઈએ છીએ,' ગુફ્રીએ આત્મવિશ્વાસ સાથે ફોન લાઇન પર ગુંજતા શાંત સ્વરમાં કહ્યું.

ગુફ્રીની વાત સાંભળીને અંજલિને આનંદથી આશ્ચર્ય થયું અને તેની આંખો સમક્ષ નવી સંભાવનાઓની દુનિયા ખૂલવા લાગી. અહીં એક

એવી વ્યક્તિ હતી, જે તેના જેવા જ પડકારોનો સામનો કરવા છતાં, સ્વતંત્રતા અને ઉત્સાહથી ભરેલું જીવન જીવી રહી હતી.

થોડીવાર માટે અંજલિ પોતાના વિચારોમાં ખોવાઈ ગઈ અને ભૂલી ગઈ કે તે ફોન પર વાત કરી રહી છે. પછી ગુડ્ડીનો અવાજ તેને પાછો ખેંચી લાવ્યો. 'તમે IAS અધિકારી બનવા માંગો છો તે જાણીને આનંદ થયો. પરીક્ષાની તૈયારી માટે તમે કઈ વ્યૂહરચના બનાવી છે?' ગુડ્ડીએ પૂછ્યું.

'દીદી, હું બહુ મૂંઝવણમાં છું. મારી શાળા અને કૉલેજમાં મારા માતાપિતાએ પાઠ વાંચીને મને મદદ કરી હતી. પરંતુ સીએસઈ અભ્યાસક્રમ વિશાળ હોવાથી, હું પુસ્તકો અને અભ્યાસક્રમ સામગ્રી શીખવવા માટે કોઈને રાખવાનું વિચારી રહી છું,' અંજલિએ કબૂલ્યું; તેનું મન વિચારોમાં ભટકતું હતું.

'શું વાત કરો છો? મને વિશ્વાસ નથી આવતો! તમે કઈ દુનિયામાં રહો છો?' ગુડ્ડી મોટેથી હસી પડી. 'કોઈ તમારા માટે આટલું બધું કેવી રીતે વાંચી શકે? આ ઉપરાંત, તમે આટલો વિશાળ અભ્યાસક્રમ કેવી રીતે પૂર્ણ કરી શકશો?' ગુડ્ડીનો સ્વર હવે ગંભીર અને ચિંતનશીલ હતો.

'તો પછી મારે શું કરવું, દીદી? હું ધોરણ-11થી અત્યાર સુધી આ રીતે ભણી છું. કૃપા કરીને મને માર્ગદર્શન આપો.' અંજલિએ વિનંતી કરી.

ગુડ્ડીએ સલાહ આપી, 'ટેક્સ્ટ-ટુ-સ્પીચ એપ્લિકેશન્સ સહિત ઘણા સોફ્ટવેર ટૂલ્સ છે, જે અભ્યાસ અને નોટ્સ બનાવવામાં મદદ કરી શકે છે. લેપટોપ ખરીદો અને સ્વતંત્ર અભ્યાસમાં મદદ કરવા માટે સોફ્ટવેર ઇન્સ્ટોલ કરો.'

જરા પણ સમય બગાડ્યા વિના, બીજા જ દિવસે અંજલિના પિતાએ તેના માટે લેપટોપ ખરીદ્યું. જોકે, તેને ચલાવવાની અથવા યોગ્ય સોફ્ટવેર પસંદ કરવાની વાત આવી ત્યારે અંજલિને કંઈ સમજમાં ન આવ્યું. સિક્કિમમાં કોઈની મદદ ન લઈ શકવાને કારણે તે પોતાના ભવિષ્ય વિશે શંકાઓ સેવવા માંડી અને અનિશ્ચિતતા અનુભવવા માંડી.

યુ-ટ્યૂબ પર વ્યાપક સંશોધન કર્યા પછી, અંજલિએ 'નેત્રહીન અને દૃષ્ટિબાધિતો માટેના આઈવી નેશનલ હેલ્પડેસ્ક'ને શોધીને તેનો

ટોલ ફ્રી નંબર મેળવ્યો. તેણે અંજલિને આર.કે. પુરમ, નવી દિલ્હી સ્થિત નેશનલ ઍસોસિયેશન ફૉર ધ બ્લાઇન્ડ (NAB)માં મોકલી દીધી. સંસ્થા વિવિધ તાલીમ કાર્યક્રમો પ્રદાન કરવામાં નિષ્ણાત છે, જે દૃષ્ટિની ક્ષતિગ્રસ્ત વ્યક્તિઓને સશક્ત બનાવે છે અને તેમને સ્વતંત્ર અને આર્થિક રીતે સુરક્ષિત જીવન જીવવામાં સક્ષમ બનાવે છે. તેમના અભ્યાસક્રમોમાં કમ્પ્યુટર સાક્ષરતા, સહાયક તકનીક અને ડિજિટલ સુલભતાનો સમાવેશ થાય છે.

એનએબી એ અંજલિને આકર્ષક વિકલ્પ લાગતો હતો. જો કે ટૂંક સમયમાં જ દૂરના સ્થળે એકલા હોવાનો વિચાર તેને ચિંતિત કરવા લાગ્યો.

નિર્ભરતાના બંધનોમાંથી મુક્ત થવું

અંજલિનાં માતાપિતાએ દિલ્હીમાં એકલા રહેવા અંગેની તેની પ્રારંભિક આશંકાઓ દૂર કરી અને તેને બહાર જવા માટે પ્રોત્સાહિત કરી.

તેણે અંજલિને ખાતરી આપી, 'અંજલિ, આ તક તારા ભવિષ્ય માટે મહત્ત્વપૂર્ણ છે. ટેક્નોલૉજીની ટ્રેનિંગ તને તારા સપનાને સાકાર કરવા માટે સશક્ત બનાવશે અને સંસ્થા તને સ્વતંત્ર જીવન જીવવા માટે માર્ગદર્શન આપશે.'

સપ્ટેમ્બર 2018માં જ્યારે તે એનએબી પરિસરમાં પહોંચી ત્યારે અંજલિને પોતાનાપણાની લાગણી અનુભવાઈ. અંજલિએ આશાવાદી રીતે વિચાર્યું, 'અહીંના અન્ય બાળકો પણ દૃષ્ટિહીન છે, તેથી તેઓ મારા પડકારોને સમજશે. કોઈ મારા પર દયા કરશે નહીં કે સહાનુભૂતિથી મારી તરફ જોશે નહીં.'

અભ્યાસક્રમ થોડા દિવસો પહેલાં શરૂ થઈ ગયો હતો એટલે એનએબીના કર્મચારીઓ અંજલિને પ્રવેશ આપવામાં ખચકાટ અનુભવતા હતા, પરંતુ તેની સતત વિનંતીઓ અને દૂર સિક્કિમથી આવી હોવાથી તેઓ સંમત થયા હતા.

આમ છતાં, અંજલિનાં માતાપિતાએ તેને વિદાય આપી અને તેના હોસ્ટેલના રૂમમાંથી બહાર નીકળ્યા ત્યારે, અંજલિનું મન લાગણીઓથી ભરાઈ ગયું. અચાનક તે એકલતા અનુભવવા લાગી અને અજાણી

જગ્યાએ તેમના વિના જીવવાની મુશ્કેલ સંભાવના સાથે ઝઝૂમવા લાગી. પોતાની લાગણીઓ સાથે સંઘર્ષ કરતી વખતે આંસુ વહેવા લાગ્યાં.

'કેમ રડે છે, બેટા?' મૃદુ અવાજે અંજલિના આંસુ અને વિચારોના વંટોળને તોડી નાખ્યું. અંજલિએ પોતાના માથા પર કોમળ હાથ અનુભવ્યો, જે સાંત્વના અને આશ્વાસન આપી રહ્યો હતો.

'રડો નહીં, હું તમારી દાદી સમાન છું. હું પણ દૃષ્ટિહીન છું. હું આ રૂમમાં તમારી અને અન્ય છોકરીઓ સાથે રહીશ અને પોતાની સંભાળ કેવી રીતે રાખવી તે શીખવીશ,' મહિલાએ શાંત સ્વરે કહ્યું.

એ વૃદ્ધ સ્ત્રી અંજલિની માર્ગદર્શક બની. તેણે અંજલિને શીખવ્યું કે, કેવી રીતે સ્વતંત્ર રીતે ચાલવું, કપડાં કેવી રીતે ધોવાં અને માત્ર સ્પર્શ કરવાથી તે સ્વચ્છ છે કે ગંદા છે તે કેવી રીતે ઓળખવું. તેમના પ્રશિક્ષણ પછી, અંજલિ નવા આત્મવિશ્વાસ અને આત્મનિર્ભરતાની ભાવનાથી સજ્જ બની ગઈ.

વૃદ્ધ મહિલા સાથે રૂમમાં અન્ય ચાર છોકરીઓ હતી, જેઓ તેને પ્રેમથી 'મેડમ' કહીને બોલાવતી હતી. અંજલિ ધીમે ધીમે વધુ આરામદાયક બનવા લાગી, કારણ કે તેણે અન્ય છોકરીઓ સાથે મિત્રતા કરી. તેઓ એક અમૂલ્ય સહાયક સાબિત થઈ, કારણ કે તેઓ તેને ચૂકી ગયેલા પાઠો શીખવામાં મદદ કરતી અને એનએબી પરિસરની વિવિધ સુવિધાઓ અને વિસ્તારોથી પરિચિત કરવામાં મદદ કરતી.

અંજલિ પરિસરની પ્રણાલીના સુલભતાના સ્તરથી આશ્ચર્યચકિત થઈ ગઈ. દૃષ્ટિહીન લોકોને તેમનું કાર્ય આત્મવિશ્વાસ સાથે કરતા જોઈને તેને પ્રેરણા મળી. ઉપરાંત, તે દૃષ્ટિહીન વ્યક્તિઓ વિશે જાણીને ખુશ હતી જેમણે ફેશન ડિઝાઇનિંગ સહિત વિવિધ ક્ષેત્રોમાં શ્રેષ્ઠ કાર્ય કર્યું હતું.

સમય જતાં અંજલિએ પોતાના લેપટોપમાં માઇક્રોસોફ્ટ વર્ડ, માઇક્રોસોફ્ટ એક્સેલ, ઇન્ટરનેટ સર્ફિંગ, યુ-ટ્યૂબ અને અન્ય એપ્લિકેશન ચલાવવામાં નિપુણતા મેળવી. તે માઉસનો ઉપયોગ કરી શકતી ન હોવાથી, તેણે પોતાના લેપટોપની વિવિધ કમાન્ડ કી શીખી લીધી.

અંજલિએ પોતાના જીવનમાં પહેલીવાર પોતાનાં માતાપિતા વિના સ્વતંત્ર રીતે જીવવાનો અનુભવ કર્યો અને તે પણ ત્રણ મહિના સુધી. એનએબીએ ન માત્ર અંજલિને કોમ્પ્યુટર કૌશલ્ય શીખવ્યું, પરંતુ સાથે સાથે એક દૃષ્ટિહીન વ્યક્તિ તરીકે જીવન જીવવાનું જ્ઞાન પણ આપ્યું. તેણે મિત્રો સાથે દિલ્હીની આસપાસ પ્રવાસ કર્યો, કામ કરવાની નવી રીતો શીખી અને સમજાયું કે દૃષ્ટિહીન લોકો દયા અને સહાનુભૂતિને પાત્ર નથી. તેઓ શું કરી શકે તેની કોઈ મર્યાદા નથી.

અંજલિને એવું લાગ્યું કે જાણે તે એક સંપૂર્ણ નવી દુનિયાનો પરિચય મેળવી રહી છે, જ્યાં તેની ક્ષમતાઓ અને શક્યતાઓ તેની વિકલાંગતા દ્વારા વ્યાખ્યાયિત કરવામાં આવતી ન હતી.

બે નાવની સવારી

ડિસેમ્બર 2018માં સિક્કિમ પરત ફરી, અંજલિએ પોતાના હૃદયમાં બે મહત્ત્વાકાંક્ષાઓ સાથે પોતાની અનન્ય સફર શરૂ કરી - IAS અને બિહાર લોકસેવા આયોગ (BPSC). ઉપરાંત, તેણે ઇન્દિરા ગાંધી રાષ્ટ્રીય મુક્ત વિશ્વવિદ્યાલય (IGNU) ખાતે અંગ્રેજી સાહિત્યમાં એમએ કરવા માટે પ્રવેશ મેળવ્યો.

યુ-ટ્યૂબ તૈયારી માટેનું તેનું સૌથી મોટું સંસાધન બની ગયું, જે તેની આંગળીના ટેરવે સંસાધનોની વિશાળ શૃંખલા તેની સામે હાજર કરી દેતું હતું. ઉપરાંત, વિપુલ પ્રમાણમાં નિઃશુલ્ક સામગ્રી, જૂના પ્રશ્નપત્રો અને દૈનિક પ્રશ્નોત્તરીઓ ઑનલાઇન ઉપલબ્ધ હતી. તેણે ઉત્સાહપૂર્વક પોતાની જાતને પોતાના ધ્યેય માટે સમર્પિત કરી. પોતાના લેપટોપ સામે અગણિત કલાકો વિતાવ્યા. તે ખાવા, સૂવા અને રોજિંદા કામકાજ જેવી આવશ્યક પ્રવૃત્તિઓ માટે લાગતા સમયને પણ બચાવવા લાગી. તેનું અથાક સમર્પણ, તેની અતૂટ પ્રતિબદ્ધતા અને તેની મહત્ત્વાકાંક્ષાઓને પૂર્ણ કરવાની તેની તપસ્યા શરૂ થઈ ગઈ હતી.

પોતાની તૈયારી અધૂરી હોવા છતાં, અંજલિએ 2019માં બીપીએસસી પ્રિલિમ્સમાં ભાગ લેવાનું નક્કી કર્યું. જો કે તેણે સાત ગુણથી પરીક્ષા પાસ કરવામાં ચૂકી ગઈ હતી, પરંતુ આ અનુભવ તેના આત્મવિશ્વાસ

માટે ઉત્પ્રેરક સાબિત થયો. આ નજીકની ચૂકથી પ્રોત્સાહિત થઈને, તેણે બીજો પ્રયાસ કરવાનો સંકલ્પ કર્યો અને આ વખતે અવરોધને વિજયી રીતે પાર કર્યો.

આ પછી અંજલિએ નવા નિશ્ચય સાથે બીપીએસસી મેઇન્સની યાત્રા શરૂ કરી. આમાં સફળ થવા માટે, જવાબ-લેખનની પ્રેક્ટિસ મહત્ત્વપૂર્ણ હતી. જો કે તે અભ્યાસ સત્ર માટે લેખકને ભાડે રાખવાની સ્થિતિમાં ન હતી. તેથી તેણે તેના જવાબો ટાઇપ કર્યા અને કોચિંગ ઇન્સ્ટિટ્યૂટ પાસેથી ઑનલાઇન પ્રતિસાદ મેળવીને સુધારો કર્યો. પોતાનું લેખનકૌશલ્ય સુધારવા માટે તેને વારંવાર હાથથી જવાબો લખવાની સલાહ આપવામાં આવી હતી, પરંતુ અંજલિ તેના અંધત્વ વિશે જણાવવા માંગતી ન હતી, તેથી તેણે જવાબો ટાઇપ કરવાનું ચાલુ રાખ્યું.

થોડા જ સમયમાં અંજલિના જવાબોના વખાણ થવા લાગ્યા. એક દિવસ તેનો ઉત્સાહ ચરમકક્ષાએ પહોંચી ગયો, જ્યારે તેને ખબર પડી કે કોચિંગ ઇન્સ્ટિટ્યૂટ દ્વારા પોતાની વેબસાઇટ પર પ્રકાશિત કરવામાં આવેલા મૉડલ જવાબોમાં તેનો એક જવાબ સામેલ છે. આ રહસ્યોદ્‌ઘાટને તેના જવાબોની ગુણવત્તાની પુષ્ટિ કરી, જેનાથી તેનામાં નવા ઉત્સાહનો સંચાર થયો.

બીપીએસસી મેઇન્સ ક્લિયર કરવી UPSC કરતાં વધુ સરળ હશે એમ માનીને, અંજલિએ નવેમ્બર 2020માં યોજાનારી UPSC પ્રિલિમ્સની તૈયારીઓમાંથી તેનું ધ્યાન બીપીએસસી મેઇન્સ તરફ ખસેડ્યું. પરિવાર અને મિત્રોએ IAS અને રાજ્ય સિવિલ સેવા અધિકારીઓ વચ્ચેનું અંતર બતાવ્યું, પરંતુ તેઓની શંકા હોવા છતાં, અંજલિ તેના નિર્ણય પર અડગ રહી. જો કે, બીપીએસસી મેઇન્સ આપત્તિથી ઓછી નહોતી. આવું કેમ થયું?

લેખકો (સ્ક્રાઇબ) સાથે સંઘર્ષ

બીપીએસસીની મેઇન્સ માટે અંજલિનું પરીક્ષા કેન્દ્ર પટનાની એક સરકારી શાળા હતી. નિશ્ચય અને ઉત્સાહથી ભરેલી અંજલિ તેના પિતા સાથે પરીક્ષા કેન્દ્ર પર પહોંચી. ધોરણ-11ના એક છોકરાને પોતાનો લેખક

બનાવવાનો તેમનો નિર્ણય ટૂંક સમયમાં નિરાશામાં ફેરવાઈ ગયો. તેઓને એ જાણીને આશ્ચર્ય થયું કે છોકરો હિન્દી માધ્યમની પૃષ્ઠભૂમિનો છે, તેથી તે અંજલિ માટે અંગ્રેજી માધ્યમના પ્રશ્નો પણ વાંચી શકતો ન હતો.

'સાહેબ, જો તે પ્રશ્નનું પઠન પણ ન કરી શકે તો તે જવાબ કેવી રીતે લખશે?' અંજલિએ નિરીક્ષકને વિનંતી કરી. તેની હતાશા અને ચિંતા દરેક પસાર થતી ક્ષણ સાથે વધતી જતી હતી.

નિરીક્ષકે તેને આશ્વાસન આપ્યું કે તે બીજા લેખકને શોધી કાઢશે, પરંતુ કોઈ ઉકેલ ન આવતાં ચાલીસ દુઃખદાયી મિનિટો પસાર થઈ. પોતાની એક વર્ષની મહેનત વ્યર્થ થતી જોઈને અંજલિની આંખોમાં આંસુ આવી ગયાં. તેનાં સપનાંઓને રોકી દેવામાં આવ્યાં હતાં અને એ એવા સંજોગોના કારણે જેના પર તેનું કોઈ નિયંત્રણ ન હતું. તેણે બીપીએસસીની પરીક્ષા માટે ઘણુંબધું દાવ પર લગાવ્યું હતું. તેણે તેને સફળતાની ટિકિટ ગણી હતી અને તેથી જ તેણે તેને UPSC કરતાં વધુ પ્રાધાન્ય આપ્યું.

અંતે, અંજલિના લેખક તરીકે એક નવી વ્યક્તિને બોલાવવામાં આવી. તેને આશાનું કિરણ દેખાવા લાગ્યું. જો કે, નવા લેખકની અંગ્રેજી પરની પકડ બહુ સારી ન હતી અને તેમને કેલ્ક્યુલેટરનો ઉપયોગ કરવામાં પણ મુશ્કેલી પડી રહી હતી. દરેક વીતતી ક્ષણ સાથે અંજલિની ચિંતા વધી રહી હતી. 'મારા નિયંત્રણ બહારના સંજોગો માટે મારે શા માટે સહન કરવું જોઈએ?' તે ચૂપચાપ રડતી રહી.

નિરીક્ષકે તેના પડકારને સમજીને તેને સમજાવ્યું, 'અમે અમારી શાળાના વિદ્યાર્થીઓમાંથી જ લેખકો આપી શકીએ છીએ અને મેં શ્રેષ્ઠ ઉપલબ્ધ વિદ્યાર્થીને બોલાવ્યો છે.' જો કે, નિરીક્ષકના શબ્દોથી અંજલિને સાંત્વના મળી ન હતી.

અંજલિએ ખૂબ જ પ્રયત્નો સાથે પોતાના લેખકને દરેક શબ્દ દ્વારા માર્ગદર્શન આપ્યું અને પોતાના વિચારોને જવાબ પત્રક પર સ્થાનાંતરિત કરવાનું મહત્ત્વપૂર્ણ કાર્ય હાથ ધર્યું. આ મુશ્કેલ કામને લીધે તે થાકી ગઈ અને નિરાશ થઈ ગઈ. પોતાનો દૃઢ નિશ્ચય હોવા છતાં, અંજલિ તેની પરીક્ષામાં નિષ્ફળ જાય છે અને તેનાં સપનાં તેની પહોંચમાંથી દૂર થતાં ગયાં.

જો કે, જ્યારે બીપીએસસીએ મેઇન્સના ગુણ પ્રકાશિત કર્યા, ત્યારે અંજલિને એ જાણીને આનંદ થયો કે લેખકો દ્વારા પડકારોનો સામનો કરવો પડ્યો હોવા છતાં, તે માત્ર બે ગુણથી ચૂકી ગઈ હતી. 'મુશ્કેલીઓ હોવા છતાં, હું તેમાં સફળ થવાની ખૂબ નજીક હતી. મને ખાતરી છે કે હું આગલી વખતે સફળ થઈશ,' તેણે નવા ઉત્સાહ સાથે સંકલ્પ કર્યો.

અંજલિએ ડિસેમ્બર 2020માં તેના ત્રીજા પ્રયાસમાં બીપીએસસીની આગામી પ્રારંભિક પરીક્ષા પાસ કરી અને મેઇન્સ માટે હાજર રહેવા પટના પાછી આવી ગઈ. આ વખતે તેનું પરીક્ષા કેન્દ્ર એક કૉલેજમાં હતું અને તેણે પ્રથમ દિવસે વધુ સક્ષમ લેખક મળ્યો હોવાથી રાહત અનુભવી હતી, જોકે બીજા દિવસે સમાજશાસ્ત્રના પેપરમાં તેની લેખિકાને સૂચનાઓ સમજવામાં મુશ્કેલી પડી હતી. અંજલિ હતાશા અને ગુસ્સાથી ભરાઈ ગઈ હતી, જેના કારણે તેણે પેપરમાં તેના પ્રયત્નો છોડી દીધા અને લગભગ અડધા કલાક સુધી નિષ્ક્રિય બેસી રહી. ત્યાર પછી તેની અંદર પ્રેરણાની ચિનગારી પ્રગટી.

'સર, શું હું બ્લેકબોર્ડ પર લખી શકું અને પછી તે ઉત્તરો જવાબવહીમાં ઉતારી શકું?' અંજલિએ સુપરવાઇઝર સામે પ્રસ્તાવ મૂક્યો. તેને વિશ્વાસ હતો કે તે કાળી પૃષ્ઠભૂમિ પર મોટા સફેદ અક્ષરોમાં સ્પષ્ટ રીતે લખી શકે છે.

રૂમમાં અન્ય ઉમેદવારોએ તેના વિચાર સામે વાંધો ઉઠાવ્યો અને દાવો કર્યો કે અંજલિને વિશેષ સારવાર આપવી તે યોગ્ય નથી. અંજલિની અંદર નિરાશા અને ઉદાસીનું મોજું છવાઈ ગયું, કારણ કે તેણે પોતાની અને અન્ય દૃષ્ટિહીન ઉમેદવારો વચ્ચેની અસમાનતા પર વિચાર કર્યો. જોકે તેઓ તેમના જેટલા અંધ ન હતા, તેમ છતાં તેઓને વધારાનો સમય આપવામાં આવતો હતો.

થોડા સમય પછી, આ આઘાતથી હારી ન જવાનો નિર્ધાર કરીને, અંજલિએ તેના આંસુ લૂછ્યાં અને પોતાની આંતરિક શક્તિને જાગૃત કરી. નવા નિશ્ચય સાથે તે પોતાના લેખકને કઠિન શબ્દોના સ્પેલિંગ સાવધાનીપૂર્વક લખાવવા માંડી. અંજલિએ માત્ર પેપર પૂરું કરવાનું જ નહીં, પણ પરીક્ષામાં ઉત્કૃષ્ટ દેખાવ કરીને ઉત્તીર્ણ થવાનો નિર્ણય લીધો હતો.

એક પીડાદાયક યાત્રા

એપ્રિલ 2022 અંજલિ માટે સારા સમાચાર લઈને આવ્યું. તે બીપીએસસીની મેઇન્સમાં સફળ રહી હતી. 18મી જૂન, 2022ના રોજ યોજાનાર પોતાના પ્રથમ ઇન્ટરવ્યૂની સંભાવનાથી ઉત્સાહિત, તેણે આતુરતાથી તૈયારી શરૂ કરી, પરંતુ નસીબમાં કંઈક બીજું હતું.

ટૂંક સમયમાં જ અંજલિને પેટમાં તીવ્ર દુખાવો થવા લાગ્યો. ડૉક્ટરોએ તેને ચેતવણી આપી હતી કે, જો તે ઇન્ટરવ્યૂ માટે પટના જશે તો તેના સ્વાસ્થ્ય માટે ગંભીર જોખમ આવી શકે છે, પણ અંજલિ આ તકનું મહત્ત્વ ખૂબ સારી રીતે જાણતી હતી. વર્ષોની મહેનત પછી તે આ તકને કેવી રીતે જતી કરી શકે તે અંગે વિચારીને તેણે આગળ વધવાનો સંકલ્પ કર્યો.

16 જૂન, 2022ના રોજ, અસહ્ય પીડા હોવા છતાં, અંજલિ સિલીગુડીથી પટના બસમાં ચડી. પીડામાંથી કોઈ રાહત ન મળતી હોવાને કારણે તેની રાતોની ઊંઘ હરામ થઈ ગઈ અને જેમ-જેમ મુસાફરીમાં આગળ વધતી ગઈ, તે બેચેનીને લીધે તરફડવા લાગી.

બીજા દિવસે, પટનાની એક હૉસ્પિટલમાં અલ્ટ્રાસાઉન્ડ કરાવ્યા પછી, ચિંતાજનક સમાચાર આવ્યા: અંજલિના પિત્તાશયમાં પથરી હતી, જે એટલી મોટી હતી કે તાત્કાલિક સર્જરી કરવી જરૂરી હતી. પરિસ્થિતિની ગંભીરતા છતાં અંજલિનો ઇન્ટરવ્યૂ આપવાનો નિર્ધાર અકબંધ રહ્યો. તેનો દૃઢ નિશ્ચય અને તકનું મહત્ત્વ જોઈને ડૉક્ટરોએ તેને જરૂરી દવા આપ્યા બાદ ઇન્ટરવ્યૂ માટે જવાની મંજૂરી આપી દીધી.

માંદગીને કારણે પોતાની તૈયારીમાં અવરોધ આવ્યો હોવા છતાં, અંજલિએ હિંમતથી ઇન્ટરવ્યૂનો સામનો કર્યો. તેને તેની જૂની શાળાઓ અને કૉલેજોને લગતા પ્રશ્નો પૂછવામાં આવ્યા હતા, સિક્કિમમાં સજીવ ખેતી વિશે વાત કરવામાં આવી હતી અને અંગ્રેજી સાહિત્ય પર પ્રશ્નો પૂછવામાં આવ્યા હતા. શર્મા પરિવાર ઊંચા શ્વાસે પરિણામોની રાહ જોઈ રહ્યો હતો; તેની અપેક્ષાઓ વધી ગઈ હતી. બીપીએસસી પરિણામોની જાહેરાતથી બધાને બહુ જ આનંદ થયો, કારણ કે અંજલિની ગ્રામીણ વિકાસ અધિકારી (RDO)ની પોસ્ટ માટે પસંદ કરવામાં આવી હતી.

13 ડિસેમ્બર, 2022ના રોજ, અંજલિને બિહાર સરકાર તરફથી તેનો લાંબા સમયથી રાહ જોવાતી હતી તે જોઇનિંગ લેટર મળ્યો, જેમાં તેની આર.ડી.ઓ. તરીકે નિમણૂક કરવામાં આવી હતી. બિહાર લોક પ્રશાસન અને ગ્રામીણ વિકાસ સંસ્થા (BIPARD), ગયા ખાતે 1 જાન્યુઆરી, 2023થી તેની તાલીમ શરૂ થવાની હતી.

બીપીએસસી દ્વારા આરડીઓ તરીકે પસંદગી થવાથી અંજલિને ઊંડી રાહત અને માનસિક શાંતિ મળી. આ નવી શાંતિએ તેને પોતાની બધી શક્તિ સીએસઈની તૈયારીમાં લગાવવાની અને તેના પર પૂરું ધ્યાન કેન્દ્રિત કરવાની મંજૂરી આપી. અનિશ્ચિતતાના ભારને પોતાના ખભા પરથી હટાવીને, અંજલિ તેના IAS બનવાના સ્વપ્નને સાકાર કરવા માટે દૃઢ સંકલ્પ અને સંપૂર્ણ સમર્પણ આપવા સક્ષમ હતી.

UPSC નામના કોયડાનો ઉકેલ

એપ્રિલ 2019માં, એક કોચિંગ ઇન્સ્ટિટ્યૂટની વેબસાઇટ પર, અંજલિને પ્રતિષ્ઠિત IASમાં સ્થાન મેળવનાર દૃષ્ટિહીન ઉમેદવાર, સ્પર્શ ગુપ્તા દ્વારા લખાયેલ એક પ્રેરક લેખ મળ્યો. તેની કરુણ વાર્તામાં, સ્પર્શ શારીરિક વિકલાંગતાની કલ્પનાને નકારી કાઢે છે અને કહે છે કે, સાચા અવરોધો વ્યક્તિના મનમાં જ હોય છે.

સ્પર્શના શબ્દોએ અંજલિને ઊંડી અસર કરી: ‘હું દૃઢપણે માનું છું કે શારીરિક વિકલાંગતા જેવી કોઈ વસ્તુ નથી; વિકલાંગતા હંમેશાં માનસિક બાધા હોય છે,’ સ્પર્શે કહ્યું. તેમણે ભારપૂર્વક જણાવ્યું કે, જો દૃઢ નિશ્ચય અને જુસ્સો હોય તો કોઈ પણ બાધા, વિકલાંગતા કે અવરોધ વ્યક્તિના સપનાને સાકાર થવાથી રોકી શકે નહીં. લેખના અંતે સ્પર્શે તેમના ઇ-મેઈલ ઍડ્રેસ દ્વારા માર્ગદર્શન અને સમર્થન આપીને સાથી દૃષ્ટિહીન ઉમેદવારોને ઉદારતાથી મદદ કરવા માટે હાથ લંબાવ્યો હતો.

જેમ જેમ અંજલિ સ્પર્શની નજીક આવી તેમ તેનું હૃદય નવી આશા અને નિશ્ચયથી ભરાઈ ગયું. એક IAS અધિકારી સાથે વાતચીત કરવી એ અંજલિ માટે અવાસ્તવિક અનુભવ હતો. તે ઘણા સમયથી આનું

સપનું જોઈ રહી હતી. સ્પર્શમાં તેને તેના ગુરુ અને માર્ગદર્શક મળ્યા હતા. આ તેના જીવનમાં એક મહત્ત્વપૂર્ણ વળાંક હતો.

સ્પર્શે ઉદારતાપૂર્વક તેની સીએસઈ સફરની જટિલ વિગતો વર્ણવી, તેણે જે પડકારોનો સામનો કરવો પડ્યો અને તેણે અવરોધોને દૂર કરવા માટે અપનાવેલી વ્યૂહરચનાઓ બાબતે વાત કરી. અંજલિ દરેક જ્ઞાનને ગ્રહણ કરવા આતુર હતી. તેણે સ્પર્શ પર પ્રશ્નોનો જાણે બોમ્બમારો કર્યો, જેમાંથી કેટલાક પર તે પોતે પણ પાછળથી હસી પડી.

જૂન 2019માં, અંજલિએ એક લેખકની મદદથી ગંગટોકથી પ્રિલિમ્સ આપીને લક્ષ્ય UPSC પાર કરવાનો પ્રથમ પ્રયાસ કર્યો. પરંતુ પૂરતી તૈયારીના અભાવે તે નિષ્ફળ ગઈ.

માર્ચ 2020માં, જ્યારે વિશ્વ COVID-19 રોગચાળાની શરૂઆત સાથે ઝઝૂમી રહ્યું હતું, ત્યારે અંજલિને અરાજકતા વચ્ચે આશાનું કિરણ મળ્યું. કોચિંગ ઇન્સ્ટિટ્યૂટોએ ઉમેદવારો માટે ઇન્ટરનેટ પર પાઠ અને અભ્યાસ સામગ્રી અપલોડ કરી. આ કારણે તેને પુષ્કળ સંસાધનો મળ્યાં. તેને લાગ્યું કે પોતાના દૂરના વિસ્તાર અને દિલ્હી જેવાં ધમધમતાં શહેરી કેન્દ્રો વચ્ચે હવે બહુ ફરક નથી રહ્યો અને હવે તેમની વચ્ચે સમાનતા છે. બીપીએસસીની મેઇન્સની તૈયારીઓ વચ્ચે, અંજલિએ ઑક્ટોબર 2020માં લક્ષ્ય UPSCમાં પ્રવેશ મેળવવાનો બીજો પ્રયાસ કરવાનું નક્કી કર્યું. મેઇન્સ માટે લાયકાત ધરાવતા ઉમેદવારોની યાદીમાં તેનો રોલ નંબર આવતાની સાથે જ તેણે આનંદની લાગણી અનુભવી.

જોકે અંજલિને મેઇન્સમાં ઘણા પડકારોનો સામનો કરવો પડ્યો હતો. આ બે ભૂલોને કારણે થયું - મેઇન્સ કેન્દ્ર તરીકે પટનાને પસંદ કરવું અને UPSC પ્રાયોજિત લેખક પર આધાર રાખવો. બીપીએસસીની પરીક્ષાની જેમ, સીએસઈમાં પણ તેને આપવામાં આવેલા લેખકને મૂળભૂત વાંચન અને લેખનમાં મુશ્કેલી પેદા થઈ, જેના કારણે અંજલિના પ્રદર્શનને ગંભીર અસર થઈ અને તે મેઇન્સમાં નાપાસ થઈ.

અંજલિએ છ મહિનાના સમયગાળામાં એક પછી એક પાંચ ટેસ્ટ કર્યા. ઑક્ટોબર 2020માં UPSC પ્રિલિમ્સ, નવેમ્બર 2020માં બીપીએસસી મેઇન્સ, ડિસેમ્બર 2020માં બીપીએસસી પ્રિલિમ્સ, જાન્યુઆરી 2021માં

UPSC મેઇન્સ અને ફેબ્રુઆરી-માર્ચ 2021માં ઇગ્નુની એમએ અંગ્રેજીની પરીક્ષા. આનાથી તેના નિશ્ચયની ખરેખર કસોટી થઈ.

પોતાની નિષ્ફળતાઓથી નિરાશ થયા વિના અંજલિએ દૃઢતા જાળવી રાખી. પોતાનું મનોબળ ઊંચું રાખીને, 10 ઑક્ટોબર, 2021ના રોજ ત્રીજા પ્રયાસમાં UPSC પ્રિલિમ્સમાં હાજર રહી અને વિજયી બની. તેણે દિલ્હીને મેઇન્સ કેન્દ્ર તરીકે પસંદ કર્યું. શરૂઆતમાં અંજલિ પોતાના લેખકની ગુણવત્તા વિશે ખૂબ જ ચિંતિત હતી, પરંતુ તે ટૂંક સમયમાં તેના પ્રત્યેની કૃતજ્ઞતાથી ભરાઈ ગઈ, કારણ કે તેના લેખક ભારત સરકારના સેક્શન ઑફિસર હતા અને ખૂબ જ સક્ષમ હતા. જો કે, તેનાં શ્રેષ્ઠ પ્રયાસો છતાં, તે નિષ્ફળ ગઈ અને તેનાં વૈકલ્પિક વિષય સમાજશાસ્ત્રમાં ઓછા ગુણ મળવાને કારણે 17 ગુણથી ચૂકી ગઈ.

પોતાના ત્રીજા પ્રયાસમાં મેઇન્સમાં નિષ્ફળતા મળી હોવા છતાં, અંજલિ મક્કમ રહી. 5 જૂન, 2022ના રોજ યોજાનારી આગામી UPSC પ્રિલિમિનરી પરીક્ષાની તૈયારી કરતી વખતે, તેણે વિચારવાનું શરૂ કર્યું કે UPSCની સીએસઈ યાત્રા પણ એક વ્યસન સમાન છે. એકવાર શરૂ કર્યા પછી આ રસ્તો સરળતાથી છોડી શકાતો નથી. દરેક આંચકાએ પ્રવાસ ફરી શરૂ કરવાના તેમના નિશ્ચયને વેગ આપ્યો અને અવરોધો હોવા છતાં તેને આગળ વધારી.

પોતાના ચોથા પ્રયાસમાં, અંજલિએ સપ્ટેમ્બર 2022માં સીએસઈ મેઇન્સમાં સફળતા હાંસલ કરી લીધી. 3 ડિસેમ્બર, 2022ના રોજ ઇન્ટરવ્યૂ માટે બોલાવવામાં આવેલા ઉમેદવારોની યાદીમાં તેનું નામ સાંભળીને તેને જે આનંદ થયો તે અવર્ણનીય હતો.

ધૌલપુર હાઉસ ખાતે પ્રદર્શન

જેમ જેમ તેનાં સીએસઈ ઇન્ટરવ્યૂની તારીખ નજીક આવી, અંજલિએ જોયું કે તેની પાસે તૈયારી કરવા માટે વધુ સમય નથી. તે આરડીઓ તરીકેની તાલીમ માટે બિપાર્ડ (BIPARD)માં જોડાઈ હતી. સવારથી સાંજ સુધી વર્ગો ચાલતા હતા, તેથી તેને UPSC ઇન્ટરવ્યૂની તૈયારી કરવાની

તક ઓછી મળી. જો કે અંજલિ સંજોગોથી ડરતી ન હતી. તેના બદલે તેણે તૈયારી માટે નવીન અભિગમ અપનાવ્યો.

અંજલિએ પોતાનો મોટાભાગનો સમય વર્ગખંડમાં વિતાવવાનું નક્કી કર્યું અને બિપાર્ડમાં તેના શિક્ષકો સાથે સક્રિયપણે વ્યસ્ત રહી. તેણે પોતાના પ્રશ્નોને તેમના UPSC ઇન્ટરવ્યૂ માટે સંભવિત પ્રશ્નો તરીકે જોયા. તેણે વ્યાખ્યાનો દરમિયાન પોતાના જવાબોનું માનસિક રિહર્સલ કરીને પોતાની પ્રતિક્રિયાઓને તીક્ષ્ણ કરવાની દરેક તક ઝડપી લીધી. તે સપ્તાહના અંતે ઓનલાઈન મૉક ઇન્ટરવ્યૂ સત્રો આપતી હતી અને તેને મળતા પ્રતિસાદ અને સલાહ પર ધ્યાનપૂર્વક કામ કરતી હતી.

તેનું વિગતવાર અરજી ફોર્મ (DAF) ભરતી વખતે, અંજલિ શરૂઆતમાં ખાલી જગ્યાઓથી ડરી ગઈ હતી, જે તેની પરંપરાગત સિદ્ધિઓના અભાવની મજાક ઉડાવતી હતી. તેમ છતાં, તેણે આત્મ-શંકાને તેની આકાંક્ષાઓ પર હાવી થવા ન દીધી. તેણે અભિવ્યક્તિપૂર્ણ લેખનને પોતાના શોખ તરીકે લખવાનો નિર્ણય લીધો કારણ કે ભાવનાત્મક તાણની ક્ષણોમાં તે પોતાની ડાયરીના પૃષ્ઠો પર પોતાનું હૃદય ઠાલવી દેતી હતી.

1 ફેબ્રુઆરી, 2023ના રોજ ઇન્ટરવ્યૂના દિવસે, અંજલિ વહેલી જાગી ગઈ. તેની બહેને તેને તૈયાર કરવામાં મદદ કરી.

'મમ્મી, હું કેવી દેખાઉં છું?' અંજલિએ પોતાની માતાને પૂછ્યું.

'બેટા, તું સુંદર અને આત્મવિશ્વાસુ લાગે છે,' અભિભૂત સંજૂએ પોતાની પુત્રીના વખાણ કરતાં જવાબ આપ્યો.

UPSC મુખ્યાલય પહોંચ્યા પછી, અંજલિને લાગ્યું કે તેના પર આશંકાઓનો પહાડ તૂટી પડ્યો છે. જો કે, તેની બધી જ ગભરામણ તરત જ દૂર થઈ ગઈ હતી, કારણ કે તેને મૈત્રીપૂર્ણ સ્ટાફ દ્વારા આવકારવામાં આવી જેણે અંજલિને દસ્તાવેજ ચકાસણી પ્રક્રિયામાં સરળતા અને આશ્વાસન સાથે માર્ગદર્શન આપ્યું હતું.

ઇન્ટરવ્યૂ રૂમમાં પ્રવેશતા અંજલિ ત્યાંની હૂંફ જોઈને સ્તબ્ધ થઈ ગઈ. જેવી પેનલે તેના ડીએએફ પર ચર્ચા કરી, અંજલિએ દરેક પ્રશ્નનો સ્પષ્ટતા અને નમ્રતા સાથે જવાબ આપ્યો. જ્યારે તેને પોતાની

નિપુણતાની બહારના પ્રશ્નોનો સામનો કરવો પડ્યો, ત્યારે તેણે પોતાની મર્યાદાઓને નિઃસંકોચ સ્વીકારી અને ઢોંગ કરવા કરતાં પ્રમાણિકતા પસંદ કરી.

દબાણ હોવા છતાં અંજલિ પોતે આશ્ચર્યજનક રીતે સહજ રહી શકી. વાતચીત માટે પોતાની કુદરતી પ્રતિભાનો ઉપયોગ કરીને, તેણે શાલીનતા અને શિષ્ટતા સાથે પોતાનો ઇન્ટરવ્યૂ પૂરો કર્યો. પોતાના અનુભવો અને આકાંક્ષાઓ વર્ણવતા તેના શબ્દો સરળતાથી વહેતા થયા.

'કેવો ગયો?' અંજલિ UPSC બિલ્ડિંગના ગેટમાંથી બહાર આવી કે તરત જ તેના પિતાએ કુતૂહલવશ પૂછ્યું; તેની આંખો અપેક્ષાથી ભરેલી હતી. તેની માતા અને બહેન નજીકમાં ઊભાં હતાં. તેના ચહેરા પર ચિંતા અને આશા બંને દેખાતાં હતાં.

'મને લાગે છે કે મેં સારું પ્રદર્શન કર્યું,' અંજલિએ પોતાની માતાને ચુસ્તપણે ગળે લગાવીને હળવા હાસ્ય સાથે જવાબ આપ્યો.

ગયા પાછા ફર્યા પછી, અંજલિએ બીજા જ દિવસે બિપાર્ડમાં તેની તાલીમ ફરી શરૂ કરી. દિવસો અઠવાડિયામાં ફેરવાઈ ગયા અને એ પહેલા કે તેને ખબર પડે, બિપાર્ડ ખાતે તેની તાલીમ 30 એપ્રિલ, 2023ના રોજ સમાપ્ત થઈ. તમામ વિષયોમાં નવી કુશળતા અને જ્ઞાન સાથે તેણે પોતાની યાત્રાનો આગળનો તબક્કો શરૂ કર્યો. આ તબક્કામાં તેની તાલીમ પટના જિલ્લામાં થવાની હતી. તેની શરૂઆત 15-દિવસીય અટેચમેન્ટથી થઈ હતી.

સફળતાની ઉજવણી

23 મે, 2023 અંજલિના જીવનમાં મહત્ત્વનો દિવસ હતો. ઑફિસની લાંબી મિટિંગ પછી તે લંચ માટે ઘરે આવી હતી, પણ ચિંતાનું વાતાવરણ હતું. UPSC દ્વારા સીએસઈ-2022ના પરિણામોની જાહેરાત વિશેની ચર્ચા અને ફફડાટે તેને અસ્વસ્થ બનાવી દીધી હતી. તેની બહેન સ્વાતિ ટેલિવિઝન જોવામાં વ્યસ્ત હતી જ્યારે તેની માતા રસોડામાં રસોઇ બનાવવામાં વ્યસ્ત હતી અને ઘરમાં બનાવેલા ભોજનની સુખદ સુગંધ હવામાં લહેરાતી હતી.

અચાનક મેસેજ નોટિફિકેશનના પરિચિત અવાજે અંજલિની નસોમાં એક અપેક્ષાનું મોજું વહેતું કરીને સાંજની શાંતિને તોડી નાખી. ઊંચા શ્વાસે તે ફોન તરફ આગળ વધી. તેનું હૃદય ઝડપથી ધબકવા લાગ્યું.

'સ્વાતિ, UPSCએ પરિણામ જાહેર કર્યું છે? ઝડપથી જોઈને મને કહે ને!' તેણે તેનો ફોન તેની બહેનને આપ્યો. તેનો અવાજ તણાવથી ધ્રૂજતો હતો.

ગભરામણની આ થોડી ક્ષણોમાં સ્વાતિએ ઝડપથી ટેલિગ્રામ એપ ખોલી; પરિણામની PDF ફાઈલ ત્યાં ઉપલબ્ધ હતી. તેણે તેને ખોલવા માટે ક્લિક કર્યું; તેની સીધી આંગળીઓ ચોકસાઈથી હલતી હતી. જેમ જેમ તેણે સૂચિમાં સ્ક્રોલ કર્યું તેમ, દરેક ક્ષણ અપેક્ષાથી ભરાતી જતી હતી.

પછી, જાણે લાંબા સમય પછી, જ્યારે તેણે સ્ક્રીન પર અંજલિનું નામ જોયું, ત્યારે સ્વાતિની આંખો અવિશ્વાસથી પહોળી થઈ ગઈ. 'ચિપ્પી! તમે કમાલ કરી નાખી, દીદી. તમારું નામ 450મા રેન્ક પર છે,' સ્વાતિએ કહ્યું; તેનો અવાજ ઉત્સાહ અને ખુશીથી ભરેલો હતો.

જ્યારે તેઓ ગળે મળ્યાં ત્યારે આનંદનાં આંસુ સહિત ઉત્તેજનાનું મોજું ફરી વળ્યું હતું. અવાજ સાંભળીને અંજલિની માતા ઝડપથી રૂમમાં આવી. સ્વાતિએ સમાચાર આપતાં જ તેની માતાના ચહેરા પર તેજસ્વી સ્મિત ફેલાઈ ગયું. તેની આંખોમાં ગર્વ અને ખુશીનાં આંસુ હતાં.

જેવી આ ત્રણેય અંજલિની અદ્ભુત સિદ્ધિની ઉજવણી શરૂ કરે છે, આખોયે રૂમ જાણે ઉજવણીમાં મગ્ન થઈ જાય છે. ગર્વથી ભરેલી સંજૂ ઝડપથી રસોડામાં મીઠાઈ લાવવા ગઈ, કારણ કે તે ખુશનુમા વાતાવરણમાં સૌના મોં મીઠા કરાવવા આતુર હતી. દરમિયાન અંજલિનો ફોન સતત રણકતો રહ્યો; મિત્રો અને શુભેચ્છકો તરફથી સતત અભિનંદનનો પ્રવાહ ચાલુ હતો.

ઉત્સાહની વચ્ચે અંજલિનું મન ચિંતાથી ભરાઈ ગયું. તેને આશ્ચર્ય થયું કે અન્ય દૃષ્ટિહીન ઉમેદવારોની સરખામણીમાં તેનો રેન્ક શું છે, કારણ કે આ સેવા ફાળવણી માટે મહત્ત્વપૂર્ણ છે. સ્વાતિની મદદથી તેણે ફરી એકવાર લિસ્ટમાં ધ્યાનપૂર્વક તપાસ કરી. અંજલિને ઓળખતા

હોય એ અન્ય દૃષ્ટિહીન ઉમેદવારો યાદીમાં તેની નીચે છે તે જાણીને તેને ખૂબ જ રાહત થઈ.

અંજલિ તેના પિતાને તેની અતુલ્ય સફળતાના સમાચાર જણાવવામાં વિલંબ કેવી રીતે કરી શકે? તેણે તેના પિતાને વિડિયો કોલ કર્યો અને ભાવિ ભાવનાઓના ઉતાર-ચઢાવ માટે પોતાને તૈયાર કરી. અશોકે ફોન ઉપાડતાની સાથે જ અંજલિ તેઓની સાથે ટીખળ કરવાની ઇચ્છાને દબાવી ન શકી. તેણે નિરાશ હોવાનો ડોળ કર્યો જાણે તે સફળ ન થઈ હોય.

જો કે તેનું તોફાની નાટક લાંબું ચાલ્યું નહીં. તેની આંખોમાં ચમક અને સ્મિત સાથે તેણે તેની અદ્ભુત સિદ્ધિ વિશે વાત કરી. ત્રણેય જણાએ અશોકની અભિવ્યક્તિ ચિંતામાંથી નિરંકુશ આનંદમાં બદલાતી જોઈ અને અનુભવી.

ભવ્ય ઉજવણી

બીજા દિવસે સફળ ઉમેદવારોની શૃંખલા મુજબની યાદી પ્રકાશિત થતાં અંજલિની અદ્ભુત સિદ્ધિની પુષ્ટિ થઈ. તેને જાણીને રાહત થઈ કે તેણે તેની કેટેગરીમાં બીજો ક્રમ મેળવ્યો છે, જે તેને UPSC દ્વારા પ્રકાશિત કેટેગરી મુજબની ખાલી જગ્યાઓ અનુસાર IASમાં સ્થાન મેળવવા માટે પૂરતું હતું. જો કે તે આ જાણીને ખૂબ જ ખુશ હતી, પરંતુ તેના મનમાં શંકાની છાયા પણ હતી. ભૂતકાળના અનુભવોના ઘા અને તેને મળેલા આઘાતને કારણે તેના મનમાં શંકા અને ભયનાં બીજ ઊગવા લાગ્યાં.

તેથી અંજલિએ IASમાં જોડાવાની તેની અવિશ્વસનીય સિદ્ધિને ભારત સરકારના કર્મચારી અને તાલીમ મંત્રાલય તરફથી ઔપચારિક સેવા ઑર્ડરની ફાળવણી ન થાય ત્યાં સુધી ગુપ્ત રાખવાનું નક્કી કર્યું. તેણે તેની ભાવિ સેવા વિશેના પ્રશ્નોને ટાળી દીધા અને સંકોચપૂર્વક કહ્યું કે, તે IASમાં પસંદ થઈ શકે છે, પરંતુ જો નહીં, તો તે ખુશીથી આઈઆરએસમાં જોડાશે.

જો કે અશોકે આત્મવિશ્વાસપૂર્વક તેના મિત્રો અને સંબંધીઓને તેના ટૂંક સમયમાં IASની પોસ્ટ પરના પોસ્ટિંગ વિશે જાણ કરી.

લાંબી અને વેદનાભરી રાહ જોયા પછી, ભારત સરકારે IASમાં તેની પસંદગીની પુષ્ટિ કરતી સૂચના પ્રકાશિત કરી.

તેની પસંદગી પછી, અંજલિ તેના પરિવાર સાથે તેના વતન ગામ વ્યાસપુર ગઈ, જ્યાં તેના સન્માનમાં એક મોટા કાર્યક્રમનું આયોજન કરવામાં આવ્યું. ગ્રામજનો પોતાના બાળકોને, ખાસ કરીને દીકરીઓને લઈને આવ્યા, જેથી તેઓ અંજલિને જોઈ શકે, તેની સાથે વાત કરી શકે અને પ્રેરણા લઈ શકે. તેની સાથે વાત કરતી વખતે અંજલિની આંખો આંસુઓથી ભરાઈ ગઈ.

અંજલિએ IASમાં જોડાવા માટે આરડીઓના પદ પરથી રાજીનામું આપવાની નોકરશાહી જટિલતાઓને સમજી. દરમિયાન, તેણે પોતાના સાથીદારોના વલણમાં સ્પષ્ટ ફેરફાર જોયો. શંકા અને સંશયના ગણગણાટ બંધ થયા; તેના બદલે હવે તેની નોંધપાત્ર સિદ્ધિ માટે નિર્વિવાદ આદર અને પ્રશંસા હતી. તે દઢતાની પરિવર્તનશીલ શક્તિ અને વ્યક્તિના સપનામાં અતૂટ વિશ્વાસનો પુરાવો હતો.

પોતાના પ્રથમ બે પ્રયાસોમાં નીચે પડ્યા પછી, તેના વૈકલ્પિક વિષય સમાજશાસ્ત્રે તેની સફળતામાં મહત્ત્વપૂર્ણ ભૂમિકા ભજવી હતી. અંજલિએ સંયોગથી કૉલેજમાં સમાજશાસ્ત્રને માઈનોર વિષય તરીકે લીધું હતું, પરંતુ તે ટૂંક સમયમાં જ તેના પ્રેમમાં પડી ગઈ. જ્યારે તે સીએસઈ આપવાનું વિચારી રહી હતી, ત્યારે તેને યુ-ટ્યૂબ પરના સંશોધનમાંથી જાણવા મળ્યું કે તે ઉમેદવારોના મનપસંદ વૈકલ્પિક વિષયોમાંનો એક છે.

પરંતુ પ્રથમ બે પ્રયાસમાં તેને સમાજશાસ્ત્રમાં દરેક વખતે 208 ગુણ મળ્યા હતા. તેના ત્રીજા પ્રયાસમાં તેણે 280 ગુણનો લક્ષ્યાંક રાખ્યો હતો. ભગવાને તેની ઇચ્છા પૂરી કરી અને તેણે છેલ્લા પ્રયાસમાં સમાજશાસ્ત્રમાં 283 માર્ક્સ મેળવ્યા.

સરહદ પરના જીવનની ઝલક

અંજલિની અગ્નિપરીક્ષા સપ્ટેમ્બર 2023માં મસૂરીમાં લાલ બહાદુર શાસ્ત્રી રાષ્ટ્રીય પ્રશાસન એકેડેમી (LBSNAA)માં ફાઉન્ડેશન કોર્સ સાથે શરૂ થઈ હતી. જોકે પડકારો રહ્યા. ડુંગરાળ પ્રદેશમાં પગપાળા મુસાફરી

કરવી મુશ્કેલ હતી, પરંતુ તેનાથી પણ વધુ મુશ્કેલ પડકાર વર્ગખંડમાં શું શીખવવામાં આવે છે તે સમજવું, ખાસ કરીને પાવરપોઇન્ટ પ્રેઝન્ટેશન્સ (PPT)થી ભરેલા પ્રવચનો. તેમને મદદ કરવા માટે, એકેડેમીએ તેમને અગાઉથી પીપીટી આપવાનું શરૂ કર્યું, જેથી તેઓ વર્ગ પહેલાં તેને જોઈ અને સમજી શકે. વધુમાં, તેઓને તેની દૈનિક પ્રવૃત્તિઓમાં મદદ કરવા અને કેમ્પસની આસપાસ ફરવા માટે એક ટેક્સ્ટ-ટુ-સ્પીચ સોફ્ટવેર અને બે એટેન્ડન્ટ્સ પણ આપવામાં આવ્યા હતા.

ડિસેમ્બર 2023માં IAS માટે તબક્કા-1 વ્યાવસાયિક તાલીમની શરૂઆત સાથે, અંજલિએ 'ભારત દર્શન' તરીકે ઓળખાતા આઠ અઠવાડિયાના લાંબા શિયાળાના અભ્યાસ પ્રવાસની શરૂઆત કરી. સમગ્ર ભારતમાં આ 20,000 કિલોમીટરના સ્થળાંતર માટે અધિકારી તાલીમાર્થીઓને 18 થી 20ના જૂથોમાં વહેંચવામાં આવ્યા હતા.

તેમનું બે હેતુ ધરાવતું મિશન હતું: દેશના ભૌગોલિક અને સાંસ્કૃતિક તાણાવાણા, તેનો સમૃદ્ધ વારસો અને વૈવિધ્યસભર પરિદશ્યને આત્મસાત કરવા અને સશસ્ત્ર દળો, જાહેર અને ખાનગી ક્ષેત્રો, મ્યુનિસિપલ સંસ્થાઓ અને એનજીઓ સહિત વિવિધ સંસ્થાઓની કામગીરીની અમૂલ્ય સમજ મેળવવી.

જ્યાં એક તરફ નવા મુકામ મળવાની સંભાવનાએ અંજલિને ઉત્સાહસભર બનાવી, ત્યાં બીજી તરફ આશંકાનો ભાવ પણ રહ્યો. તે લાંબી યાત્રા અને બાહ્ય પ્રવાસોની કઠિનતાઓનો સામનો કેવી રીતે કરી શકશે?

અંજલિના ગ્રુપની રોમાંચક અને થકવી નાખનારી સફરની શરૂઆત દિલ્હીથી દીમાપુરની ફ્લાઇટથી થઈ હતી. ત્યાંથી તેઓ અરુણાચલ પ્રદેશના મેચુકા સુધીની અઢાર કલાકની મુશ્કેલ યાત્રા પર નીકળ્યા, જેનો હેતુ લશ્કર કેવી રીતે કાર્ય કરે છે તે સમજવાનો હતો. મોડી સાંજે જ્યારે તે ત્યાં પહોંચ્યા ત્યારે તેઓ સંપૂર્ણપણે થાકી ગયા હતા.

જેવો સવારના પ્રથમ કિરણોએ મેચુકા પર પોતાનો સોનેરી રંગ ફેંક્યો, પ્રશિક્ષણ અધિકારી જાગી ગયા અને તેમણે એક દશ્ય જોયું જેનાથી તેમના શ્વાસ અધ્ધર થઈ ગયા. જાણે કોઈ સ્વપ્નનું અદ્ભુત દશ્ય

તેઓની સામે હતું. ભારતનું 'મિની-સ્વિટ્ઝર્લૅન્ડ' મેચુકા જાજરમાન રીતે તેની અજોડ સુંદરતા વહન કરી રહ્યું હતું. તેની આંખો સમક્ષ આકર્ષક પરિદૃશ્ય ઊભરી આવ્યા, બરફથી ઢંકાયેલ શિખરો, લીલીછમ ટેકરીઓ અને ઊંડી લીલી-વાદળી નદીઓ પ્રવાહી ચાંદીના ઘોડાની જેમ આખા વિસ્તારમાં વહેતી હતી.

ભારતીય સૈન્ય સાથેના અઠવાડિયા સુધી ચાલેલા જોડાણે દેશની સરહદોને સુરક્ષિત કરવામાં આર્મીની અનિવાર્ય ભૂમિકા અને પાયાગત ઢાંચા વિશે અમૂલ્ય સમજ મેળવવાની દુર્લભ તક પૂરી પાડી હતી. આ જૂથને ભારત-ચીન સરહદે પોખરણના આગળના વિસ્તારોમાં લઈ જવામાં આવ્યું હતું. તેઓએ ઠંડીનો સામનો કર્યો; તાપમાન શૂન્યથી નીચે હતું. અધિકારીઓને સરહદ પરના જીવનની કડવી વાસ્તવિકતાઓનો અહેસાસ થયો.

અંજલિ પ્રતિકૂળ સંજોગોમાં સૈનિકોની અતૂટ ભાવના, હિંમત અને ધીરજ જોઈને આશ્ચર્ય પામવા લાગી. કઠોર પરિસ્થિતિઓ હોવા છતાં તેઓ તેમના મુલાકાતીઓને ઉષ્મા અને આતિથ્ય સાથે આવકારતા હતા. આનાથી તેમનામાં સૈનિકોના અડગ સમર્પણ અને અડગ ભાવના માટે નવી પ્રશંસા જાગૃત થઈ.

જેમ જેમ દિવસો વીતતા ગયા તેમ તેમ અંજલિ અને તેના સાથીઓને સમજાયું કે પ્રારંભિક થાક અને પડકારો છતાં, ભારતીય સેના સાથે વિતાવેલો સમય તેની ભારતદર્શનની યાત્રાનું મુખ્ય આકર્ષણ હતું.

આત્મઓળખની યાત્રા

મેચુકામાં, અંજલિ અને તેના સાથીઓએ પણ સ્થાનિક મેમ્બા, રામો, બોકરંદા લિબો આદિવાસીઓની જીવંત સંસ્કૃતિનો અનુભવ કર્યો. હૈદરાબાદમાં ભારતીય વાયુસેના અને કોચીમાં ભારતીય નૌકાદળમાં જોડાયા પછી પણ તેઓની યાત્રા ચાલુ રહી. આકાશમાં ઊડતા ફાઈટર પ્લેનથી લઈને નૌકાદળના જહાજો અને પનડુબ્બી પર સવાર થઈને સમુદ્રના ઊંડાણ સુધી અંજલિ ઑપરેશનની પ્રચંડતા અને સૈનિકોના અતૂટ સમર્પણથી આશ્ચર્યચકિત થઈ ગઈ હતી.

કોચીના શાંત પાણીથી લઈને લક્ષદ્વીપના મોહક દ્વીપસમૂહ સુધી, અંજલિ અને તેના સાથીઓ આકર્ષક સુંદરતાની દુનિયામાં ડૂબી ગયા હતા.

અંજલિ લક્ષદ્વીપમાં ડીપ સ્કુબા ડાઇવિંગમાં ભાગ લઈ શકી ન હોવા છતાં, તેને પરવાળાના ખડકો અને ત્યાં રહેતા વિદેશી દરિયાઈ જીવનની વાર્તાઓ સાંભળીને આરામ મળ્યો. પછી ક્રુઝ જહાજ પર પરત ફરવાનો બીજો અવિસ્મરણીય અનુભવ હતો. જેમ જેમ તેઓ ખુલ્લા સમુદ્રમાં મુસાફરી કરતા હતા, તેમ તેમ ક્ષિતિજ તેની સમક્ષ સપનાથી રંગાયેલા કેનવાસની જેમ ફેલાયું હતું.

આ ઉપરાંત, પરિદૃશ્યની સુંદરતા સિવાય, સાથી અધિકારીઓ વચ્ચે સર્જાયેલી મિત્રતાએ અંજલિ પર સૌથી ઊંડી છાપ છોડી. પાણીની રમત દરમિયાન બંધાયેલ મિત્રતાથી લઈને તારાઓવાળા આકાશ હેઠળ મોડી રાતની વાતચીત સુધી, દરેક ક્ષણ તેમના હૃદયમાં કાયમ માટે અંકિત થઈ ગઈ. અંજલિની સાથે તેની રૂમમેટ અને નવી મિત્ર અંબિકા પણ હતી, જે આ બધામાં તેની સાથે ઊભી હતી. જ્યારે અંજલિને તેની સૌથી વધુ જરૂર હતી, ત્યારે અંબિકાએ પોતાનો સાથ અને સહાય પૂરી પાડી હતી.

જેવી તેમણે ભારતના મધ્યભાગની યાત્રા કરી, અંજલિએ પોતાને આંતરિક પરિવર્તનમાંથી પસાર થતી જોઈ. દરેક પસાર થતા દિવસ સાથે તેનો આત્મવિશ્વાસ વધતો ગયો અને તેનો દૃષ્ટિકોણ બદલાયો. તે હવે પોતાની જાતને નબળી કે ઓછી ગુણવત્તાવાળા વ્યક્તિ તરીકે જોતી નથી, પરંતુ એક સક્ષમ અને હિંમતવાન વ્યક્તિ તરીકે જોતી હતી જે પોતાના દરેક સંકલ્પને હાંસલ કરી શકે છે.

અઢળક પડકારો

અંજલિ એલબીએસએનએએમાં તાલીમ લીધા પછી પોતાના ફિલ્ડવર્કની શરૂઆત કરવા માટે ઉત્સુકતાથી રાહ જોઈ રહી હતી. અલબત્ત, તે ભવિષ્યમાં આવનારા કઠિન પડકારોથી સારી રીતે વાકેફ હતી.

'હું ફાઈલો સંભાળવા અને અનેક કાગળો પર સહી કરવા માટે જવાબદાર હોઈશ. વિશ્વસનીય સહાયક શોધવા મહત્ત્વપૂર્ણ રહેશે. શું એવા

કોઈ સરકારી નિયમો છે, જે મને સુરક્ષિત રાખવામાં મદદ કરી શકે? તદુપરાંત, ટેક્નોલૉજી પર વધતું જતું અવલંબન બીજી અડચણ ઊભી કરે છે. હું કોમ્પ્યુટર, ઇન્ટરનેટ અને અન્ય ટેક્નોલૉજીનો અસરકારક ઉપયોગ કેવી રીતે કરી શકું?' અંજલિએ એક દિવસની તીવ્ર તાલીમ પછી આ પ્રશ્નો પર વિચાર કર્યો.

અંજલિએ ટેક્નોલૉજીની ક્ષમતાને ઓળખી જે તેને મદદ કરી શકે છે. એલબીએસએનએએ ખાતે તેને 'ઓરકેમ માઈઆઈ' નામનું ઉપકરણ આપવામાં આવ્યું હતું. તેની મદદથી, અંજલિ પુસ્તકના પૃષ્ઠોની તસવીરો લઈ શકતી હતી અને ઉપકરણ તેને મોટેથી પાઠ સંભળાવી આપી શકે એમ હતું.

અંજલિને પોતાની સેવામાં સારી કામગીરી બજાવનાર દૃષ્ટિહીન અધિકારીઓની સફળતાની વાર્તાઓથી પણ પ્રેરણા મળી હતી. તે સમજતી હતી કે પડકારો એ વિજયનું પ્રવેશદ્વાર છે.

'પડકારો એટલા માટે આવે છે કે આપણે તેનો ઉકેલ શોધી શકીએ. હું ચોક્કસપણે તેમાંથી દરેકનો ઉકેલ શોધીશ', અંજલિએ નિશ્ચિતપણે પોતાને આશ્વાસન આપ્યું.

અંજલિના જીવનસંઘર્ષમાંથી મળતો મહત્ત્વનો બોધપાઠ

1. **દૃઢતા અને અતૂટ વિશ્વાસ:** દૃઢતા, સખત મહેનત અને પોતાના સપનામાં અતૂટ વિશ્વાસ મોટી મુશ્કેલીઓ અને કઠિન પડકારો હોય છતાં આખરે સફળતા તરફ દોરી જાય છે. અસંખ્ય પતન પછી પણ વિજય મેળવી શકાય છે, તેથી નિષ્ફળતાઓથી નિરાશ ન થાઓ અને મુશ્કેલીઓથી નિરાશ ન થાઓ. અર્જુનની જેમ, તમારા લક્ષ્ય પર ધ્યાન કેન્દ્રિત કરો અને પ્રયાસ કરતા રહો.
2. **માતાપિતાનો સહયોગ:** સીએસઈમાં માતાપિતાનો સહયોગ સફળતા હાંસલ કરવામાં મહત્ત્વપૂર્ણ ભૂમિકા ભજવે છે. માતાપિતાએ પણ તેમના બાળકની ક્ષમતાઓમાં વિશ્વાસ રાખવો જોઈએ અને નિષ્ફળતાઓ છતાં તેમને ધીરજપૂર્વક પ્રોત્સાહિત કરવા જોઈએ. દરેક નિષ્ફળતા એ સફળતાની નજીક એક પગલું છે.
3. **તકનીકી પ્રગતિનો ઉપયોગ** : વિશ્વમાં તકનીકી ક્રાંતિ થઈ રહી છે અને તેનો લાભ લેવો જરૂરી છે. નવી અને ઉભરતી તકનીકો અવરોધોને દૂર કરવા અને તમને તમારા લક્ષ્યો તરફ આગળ વધારવા માટે શક્તિશાળી સાધનો બની શકે છે. સફળતાના તમારા માર્ગમાં એના ઉપયોગ વડે તમારી શક્તિ વધારો.
4. **અન્ય લોકો સાથે તમારી સરખામણી કરવાને બદલે તમારી પોતાની સાથે સ્પર્ધા કરો:** પ્રતિષ્ઠિત સંસ્થાઓ અથવા મોટા શહેરોના ઉમેદવારોને શ્રેષ્ઠ ન ગણો. તમારી પોતાની સામે હરીફાઈ કરો, તમારી મર્યાદાની સીમાઓને વિસ્તારો અને તમારા ધ્યેય તરફ ઝડપથી આગળ વધો. સફળતા વ્યક્તિગત વિકાસ અને નિશ્ચયથી આવે છે. તમે ક્યાંથી આવો છો અથવા તમારી પૃષ્ઠભૂમિ શું છે તેની સાથે સફળતાને કોઈ લેવાદેવા નથી.

5. **જુસ્સા સાથે વિકલાંગતાઓ પર કાબૂ મેળવો:** વિકલાંગતા માત્ર માનસિક વિકલાંગતા છે. જો તમે જુસ્સો, નિશ્ચય, સખત મહેનત અને નવીનતમ તકનીકી સાધનોનો ઉપયોગ કરવાનું સ્વીકારી લો છો, તો કોઈ અવરોધ અથવા અપંગતા તમને તમારા સપનાને સાકાર કરતા રોકી શકશે નહીં.

અધ્યાય 5

એક કાશ્મીરી છોકરાનું UPSC સ્વપ્ન

હું એન્જિનિયર બનવા માગું છું

જૂન 2013માં ઉનાળાની એક સુખદ સાંજ હતી! પંદર વર્ષનો વસીમ પોતાના મિત્રો મોહસીન અને ઉમર સાથે ચાલી રહ્યો હતો, તે પોતાના ચહેરા પર ઊંચા ચિનારનાં વૃક્ષોમાંથી ફૂંકાતી ઠંડી, સુગંધિત હવાને લહેરાતી અનુભવી રહ્યો હતો અને માળામાં પાછાં ફરતાં પક્ષીઓનો મીઠો કિલકિલાટ સાંભળી રહ્યો હતો.

તે બધા દક્ષિણ કાશ્મીરના અનંતનાગ જિલ્લાના હતા - રમણીય બ્રગામ ગામનો વસીમ અને નજીકના નાથીપોરા ગામના મોહસીન અને ઉમર. તેઓ સરકારી હાયર સેકન્ડરી સ્કૂલ, દૂરુ શાહાબાદના 11મા ધોરણના વિદ્યાર્થી હતા.

સાંજે લાંબું ચાલવું એ રોજની ક્રિયા હતી. ચાલતી વખતે તેઓ અસંખ્ય વિષયો પર ચર્ચા કરતા. તે દિવસે ખાસ કરીને તેઓ પોતપોતાની કારકિર્દી સંબંધિત ઇચ્છાઓ વિશે વાત કરી રહ્યા હતા.

'મારે IAS ઑફિસર બનવું છે. તેમની પાસે ઘણી સત્તા હોય છે', મોહસીને કહ્યું.

'તને કેવી રીતે ખબર પડી?' ઓમરે પૂછ્યું; તેની ઉત્સુકતા વધી ગઈ.

'તેઓ જિલ્લાના ડેપ્યુટી કમિશનર બને છે. લોકો પીવાના પાણી,

વીજળી, રોજગાર અથવા પોલીસની હેરાનગતિ જેવી સમસ્યાઓ લઈને તેમની પાસે જાય છે અને તે તમામ સમસ્યાઓનું નિરાકરણ લાવે છે' મોહસીને કહ્યું; તેની આંખોમાં ઉત્સાહની ચમક હતી.

'પણ IAS અધિકારી કેવી રીતે બનવું?' ઓમરે પૂછ્યું.

મોહસીને કહ્યું, 'ગ્રેજ્યુએશન પછી મુશ્કેલ પરીક્ષા હોય છે અને સૌથી વધુ માર્ક્સ મેળવનારને જ IAS માટે પસંદ કરવામાં આવે છે.'

વસીમ ગતિહીન રહ્યો. 'જમીન પર વાસ્તવિક પરિવર્તન IAS અધિકારીઓ દ્વારા નહીં, પરંતુ વૈજ્ઞાનિકો અને એન્જિનિયરો દ્વારા લાવવામાં આવે છે. તેથી જ હું એન્જિનિયર બનવા માગું છું.' તેણે નિશ્ચિતપણે જાહેર કર્યું. વસીમની જાહેરાત સાંભળીને ઓમર અને મોહસીન હસી પડ્યા, પરંતુ વસીમ પોતાના ઇરાદામાં અડગ રહ્યો.

જો કે, અત્યંત પ્રતિભાશાળી વસીમ માટે નિયતિની યોજના કંઈક જુદી જ હતી.

વિજ્ઞાન પ્રત્યે વસીમનો ઉત્સાહ વધવો

વસીમની પૃષ્ઠભૂમિ સાધારણ હતી. તેના પિતા મોહમ્મદ યુસુફ ભટ જમ્મુ અને કાશ્મીરના કૃષિ ઉત્પાદન વિભાગમાં મધમાખી ઉછેર કરતા હતા, જ્યારે તેની માતા રૂબી જાન ગૃહિણી હતી. વસીમ તેનાં માતાપિતાનો સૌથી મોટું સંતાન હતો; બાકીના ત્રણ આરજૂ, આલિયા અને અરફાત હતા. તેમના દાદા ગુલામ અહેમદ ભટ નાના એવા ખેડૂત હતા.

વસીમ પહેલેથી જ અભ્યાસમાં સારો હતો અને જ્યારે તેણે ધોરણ-10માં દૂરુ શાહાબાદની બ્લોકની શાળાઓમાં ત્રીજો ક્રમ મેળવ્યો ત્યારે તેની બુદ્ધિમત્તાનું ખરું પ્રદર્શન થયું. જો વસીમ વિસ્તારના વિદ્યાર્થીઓમાં સૌથી વધુ ગુણ ન મેળવે તો યુસુફ નિરાશ થઈ જતો હતો.

વસીમને ગાવાનું પણ પસંદ હતું. પોતાના બાળપણના દિવસોમાં, તે દેશભક્તિનાં ગીતો રચતો હતો અને ઉત્સાહપૂર્ણ ધૂન રજૂ કરવા માટે આર્મીની પેટ્રોલિંગ ટીમના આગમનની આતુરતાપૂર્વક રાહ જોતો હતો. તેને મુઠ્ઠીભર ટોફી અને પ્રસંગોપાત્ત નાનું રોકડ ઇનામ ઘણા ગમતા હતા.

ઇકબાલ મેટરનલ ઇન્સ્ટિટ્યૂટમાં, વસીમ ઉત્સાહી વિજ્ઞાન શિક્ષક ગુલઝાર દ્વારા પ્રેરિત હતો, જેમની નવીન શિક્ષણપદ્ધતિઓએ વસીમને વિજ્ઞાનમાં રસ જગાડ્યો હતો. એન્જિનિયર બનવાના દૃઢ સંકલ્પથી પ્રેરિત થઈને, વસીમે સખત મહેનત કરી અને દૂરુ શાહાબાદ બ્લોકની શાળાઓમાં ધોરણ-12ની પરીક્ષામાં સૌથી વધુ માર્ક્સ મેળવીને રેકોર્ડ બનાવ્યો. તેણે જેઈ મેઇન્સ પરીક્ષા પણ પાસ કરી અને શ્રીનગરની પ્રતિષ્ઠિત રાષ્ટ્રીય પ્રૌદ્યોગિકી સંસ્થા (NIT)માં બી.ટેક.માં પ્રવેશ મેળવ્યો.

જો કે તે પ્રતિષ્ઠિત ભારતીય પ્રૌદ્યોગિકી સંસ્થા (IIT)માં પ્રવેશ મેળવી શક્યો ન હતો, કારણ કે તે જેઈ (એડ્વાન્સ્ડ) પાસ કરી શક્યો ન હતો. આનાથી તેની આકાંક્ષાઓ પર નિરાશાની છાયા પડી. વસીમના હૃદયમાં પશ્ચાત્તાપ ઘર કરી ગયો, કારણ કે તેને કોટામાં કોચિંગ છોડવાના પોતાના નિર્ણય પર વિચાર આવવા માંડ્યા, જે હવે એક એવો અવસર બની ગયો હતો જેને તે ચૂકી ગયો હતો.

પોતાના પિતાના આગ્રહ પર, વસીમે તેના ઉચ્ચ માધ્યમિક વર્ગોમાં ગણિત ઉપરાંત જીવવિજ્ઞાનનો પણ અભ્યાસ કર્યો. તેણે મેડિકલ અને ડેન્ટલ કૉલેજોમાં પ્રવેશ માટે નીટની પરીક્ષા પણ આપી અને સારો રેન્ક મેળવ્યો.

પસંદ ન કરાયેલ માર્ગ

એનઆઈટી, શ્રીનગરમાં પ્રવેશ માટે તેની પસંદગી થઈ હતી. વસીમના પિતાએ તેને સિવિલ એન્જિનિયરિંગ પસંદ કરવાની સલાહ આપી, કારણ કે જમ્મુ અને કાશ્મીર સરકારમાં જુનિયર એન્જિનિયર (સિવિલ) માટે ઘણી જગ્યાઓ નીકળતી હતી.

ઇજનેરી પ્રવાહની પસંદગી માટે કાઉન્સેલિંગનું આયોજન થવાનું હતું. આગલી રાત્રે, તેમણે રાત્રિભોજન વખતે વસીમને કહ્યું, 'જ્યારે તું કોર્સ પૂરો કરી લઈશ, તને કાયમી સરકારી નોકરી મળી જશે.'

વસીમ કોમ્પ્યુટર એન્જિનિયર બનવા માંગતો હતો, પરંતુ તે તેના પિતાને આ વાત કહી શક્યો નહીં, કારણ કે તેણે તાજેતરમાં નીટ પરીક્ષા રેન્કિંગના આધારે બીડીએસ કોર્સમાં પ્રવેશ લેવાની તેમની સલાહને નકારી

કાઢી હતી. વધુમાં, તે સિવિલ એન્જિનિયરિંગ અને કોમ્પ્યુટર સાયન્સ વચ્ચેનો તફાવત જાણતો ન હતો. તેથી તેણે પોતાના પિતાની સલાહને અનુસરવાનું નક્કી કર્યું.

વસીમને પ્રખ્યાત ડાલ સરોવરના મનોહર કિનારાઓથી ઘેરાયેલ એનઆઈટીનું વાતાવરણ ખૂબ ગમ્યું. તે સમગ્ર કેમ્પસ કેન્દ્રીય પુસ્તકાલયથી લઈને વાઈ-ફાઈ નેટવર્ક સુધીની આધુનિક સુવિધાઓ ધરાવતું હતું. ભારતના દરેક ખૂણેથી લોકો સંસ્થામાં આવતા હતા અને દેશની સાંસ્કૃતિક વિવિધતાની ઝલક રજૂ કરતા હતા.

બી.ટેક. પ્રથમ સેમેસ્ટર ઉત્સાહથી ભરેલું હતું. વસીમને અલગ-અલગ એન્જિનિયરિંગ સ્ટ્રીમ્સ વચ્ચેનો તફાવત સમજાયો ન હતો, કારણ કે તમામ વિદ્યાર્થીઓ તમામ વિષયોનો અભ્યાસ કરતા હતા. જોકે જેમ જેમ ત્રીજું સેમેસ્ટર શરૂ થયું તેમ તેમ તેને એન્જિનિયરિંગ ડ્રોઇંગ અને અન્ય મુખ્ય સિવિલ એન્જિનિયરિંગ અભ્યાસક્રમો કંટાળાજનક લાગવા લાગ્યા.

વસીમને આશ્ચર્ય થયું કે પ્રેક્ટિકલ પાસાંઓ પર ધ્યાન આપ્યા વિના સિદ્ધાંતો અને સમીકરણોની ગોખણપટ્ટી કરીને એન્જિનિયરિંગને આટલી નિરસ રીતે કેમ ભણાવવામાં આવે છે. 'કોમ્પ્યુટર-એઇડેડ ડિઝાઇન (સીએડી) જેવાં આધુનિક સાધનો અસ્તિત્વમાં છે ત્યારે આપણે હાથથી ચિત્ર બનાવવાની જરૂર કેમ પડે છે?' તેને નવાઈ લાગી. અફસોસ અને અનિશ્ચિતતાનું તોફાન ઊભું થયું. એક સમયે આશાસ્પદ લાગતો રસ્તો હવે બોજ જેવો લાગતો હતો; આ ઉતાવળમાં અને પોતાના સાચા જુસ્સા વિશે વિચાર્યા વિના કરવામાં આવેલી પસંદગી હતી.

ત્રીજા સેમેસ્ટરમાં સીપ્લસપ્લસ પ્રોગ્રામિંગ કોર્સે ફરી એકવાર વસીમને તેની ભૂલનો અહેસાસ કરાવ્યો. વસીમને પ્રોગ્રામિંગ પસંદ હતું અને તેણે આ પેપરમાં સારા માર્ક્સ મેળવ્યા. પરંતુ પોતાના શ્રેષ્ઠ પ્રયાસો છતાં સિવિલ એન્જિનિયરિંગમાં તેની રુચિ જાગી નહીં,.

વાંચવાની ટેવ મજબૂત પાયો બનાવે છે

પ્રતિકૂળ સંજોગોમાં વસીમના આત્મામાં જુસ્સાનું બીજ ઊગ્યું. એન્જિનિયરિંગમાં રસ ઓછો થતાં વાચનમાં રસ વધતો ગયો.

એનઆઈટી પુસ્તકાલય અને સાર્વજનિક પુસ્તકાલયમાંથી મુઠ્ઠીભર પુસ્તકો ઉછીનાં લઈને, વસીમ અને તેના મિત્ર ફૈઝાન સાહિત્યિક શોધખોળની યાત્રા પર નીકળ્યા. દરરોજ સાંજે તે એનઆઈટીથી કાશ્મીર યુનિવર્સિટી સુધી લાંબું ચાલવા જતા હતા. આ સમય દરમિયાન તેઓએ નૃવંશશાસ્ત્ર, માનવવિકાસ અને વર્તમાન બાબતો સહિતના અસંખ્ય વિષયો પર ઉત્સાહપૂર્ણ ચર્ચાઓ કરી.

જુલાઈ 2016માં કાશ્મીરમાં મોટા વિક્ષેપો સર્જાયા, જેના કારણે લગભગ છ મહિના સુધી શૈક્ષણિક સંસ્થાઓ બંધ રહી. ઇન્ટરનેટ અને ટેલિફોન સેવાઓ પણ ખોરવાઈ ગઈ હતી. પોતાના ઘર સુધી જ સીમિત રહેતા, વસીમે પ્રતિકૂળ સંજોગોને તકોમાં ફેરવી નાખ્યા. સ્થાનિક પુસ્તકાલય અને કિન્ડલ પાસેથી નિયમિતપણે ઉધાર લઈને પુસ્તકો વાંચીને તેણે જ્ઞાનની શોધ ચાલુ રાખી. તેણે 'ધ હિંદુ' અખબાર પણ વાંચ્યું, જોકે તે તેના દૂરના ગામમાં એક દિવસ મોડું પહોંચતું.

આખરે જાન્યુઆરી 2017ના ઠંડા શિયાળામાં વર્ગો ફરી શરૂ થયા. પોતાના છાત્રાલયમાં હીટિંગનો અભાવ હોવાથી, વસીમ અને ફૈઝાને સેન્ટ્રલાઇઝ્ડ હીટરવાળા પુસ્તકાલયની હૂંફમાં આશરો લીધો, જ્યાં તેઓ પુસ્તકો અને સામયિકો વાંચવામાં કલાકો ગાળતા. વસીમે સિવિલ સેવા પરીક્ષા (CSE) અને વિવિધ સેવાઓના અધિકારીઓની ભૂમિકાઓ વિશે પણ વાંચ્યું. IAS અધિકારીઓ દ્વારા કરવામાં આવેલ કામની વિવિધતા અને તેઓ લોકોના જીવનમાં લાવી શકે તેવા સકારાત્મક ફેરફારોએ તેની રુચિ જગાડી. સમયની સાથે તે IAS અધિકારી બનવાનાં સપનાં જોવા લાગ્યો.

કૉલેજમાં પાંચમા સેમેસ્ટરમાં વસીમે પોતાના હોસ્ટેલના રૂમમેટ્સ ફૈઝાન, બસિત અને સજ્જાદને IAS ઑફિસર બનવાના પોતાના સપના વિશે જણાવ્યું. તેને આ અંગે શંકાસ્પદ ટિપ્પણીઓ મળી હતી.

'આ માત્ર એક સ્પષ્ટ સ્વપ્ન જ છે. સેન્ટ સ્ટીફન્સ અને એલએસઆર કૉલેજ, દિલ્હીના લોકોને IAS માટે પસંદ કરવામાં આવે છે, કારણ કે તેમની પાસે યોગ્ય વાતાવરણ છે. એનઆઈટી શ્રીનગરમાંથી કોઈ પણ IAS અધિકારી બનતું નથી,' તેમણે ભારપૂર્વક કહ્યું.

પરંતુ વસીમ પોતાના સપનાના અસ્વીકારથી નિરાશ થયા વિના મક્કમ રહ્યો.

જ્યારે તમારો નિશ્ચય મજબૂત હોય અને ધ્યાન અટલ હોય, ત્યારે તમે જ્યાંથી પણ શરૂઆત કરો છો ત્યાંથી UPSCની ટોચ પર ચઢવું શક્ય છે.

શ્રીનગરથી લક્ષ્ય UPSCનું સ્પષ્ટ દૃશ્ય

પોતાના અભ્યાસના પાંચમા અને છઠ્ઠા સેમેસ્ટર દરમિયાન બે લોકપ્રિય કાશ્મીરી IAS અધિકારીઓ અથર આમિર અને શાહ ફૈઝલની તેની માતૃસંસ્થા આલ્મા મેટરની મુલાકાતે વસીમને UPSC પાસ કરવાના લક્ષ્યને પ્રાપ્ત કરવા માટે વધુ પ્રેરણા આપી.

શાહ ફૈસલ 2010માં સીએસઈમાં ટોચના સ્થાને પહોંચનાર પ્રથમ કાશ્મીરી હતા, જેનાથી તેઓ કાશ્મીરના યુવાનો માટે પ્રેરણાદાયી ઉદાહરણ બની ગયા. દૂરના ગામમાંથી આવતા ફૈઝલને જ્યારે પોતાના પિતા આતંકવાદી હિંસાનો શિકાર બન્યા ત્યારે મોટી દુર્ઘટનાનો સામનો કરવો પડ્યો. છતાં, અતૂટ નિશ્ચય દર્શાવતા, તેમણે પ્રતિકૂળ સંજોગોને પાર કરી અને એમબીબીએસ ડિગ્રી પૂર્ણ કર્યા પછી પ્રતિષ્ઠિત સીએસઈ પાસ કરી.

15 એપ્રિલ, 2018ના રોજ એનઆઈટી ખાતે ફૈઝલની ટેડેક્સ ટોકે ભારે ભીડને આકર્ષી હતી. વસીમ ખૂબ જ નિરાશ હતો, કારણ કે તેને એન્ટ્રી પાસ ન મળી શક્યો. ત્યાર બાદ વસીમને એક મિત્ર દ્વારા મદદ મળી, જે IAS પ્રત્યેના તેના જુસ્સા અને ફૈઝલનું ભાષણ સાંભળવાની તેની ઉત્સુકતાને જાણતો હતો. તેણે આ પ્રેરણાદાયી વક્તવ્ય માટે હરખભેર પોતાનો પાસ આપ્યો.

અન્ય કાશ્મીરી છોકરા અતહર આમિરે સીએસઈ-2015માં બીજો

રેન્ક મેળવ્યો હતો. તે પણ અનંતનાગ જિલ્લાના એક સામાન્ય ગામડાનો હતો. UPSC લક્ષ્ય પાસ કરતા પહેલાં તેણે આઈઆઈટી મંડીમાંથી એન્જિનિયરિંગની ડિગ્રી મેળવી હતી. તેમણે 14 ઑગસ્ટ, 2018ના રોજ એનઆઈટી શ્રીનગરની મુલાકાત લીધી અને સીએસઈની જટિલતાઓ વિશેના અમૂલ્ય અનુભવો રજૂ કર્યા, જેણે IAS અધિકારી બનવા માટે વસીમના હૃદયમાં બળતી આગમાં ઘી હોમ્યું.

ધ્યેયની સ્પષ્ટતાએ વસીમને તેના અંતિમ સેમેસ્ટરમાં આકર્ષક જોબ પ્લેસમેન્ટ અને ગેટ પરીક્ષા માટે મફત કોચિંગ સહિતના વિક્ષેપોથી દૂર રહેવા માટે પ્રેરિત કર્યો. તેના બદલે, તેણે આ સમયનો ઉપયોગ વ્યાપક સંશોધન કરવા, સીએસઈ પરીક્ષા વિશે અમૂલ્ય માહિતી એકત્રિત કરવા અને તેને પાસ કરવા માટે વ્યૂહાત્મક યોજના બનાવવા માટે કર્યો.

જીવન બદલી નાખનારી વાતચીત

જૂન 2019માં, વસીમે પોતાનું બી.ટેક. પૂર્ણ કર્યું. પૂર્ણ કરીને ઘરે પરત ફર્યો. તેનાં માતાપિતા તેના આગળના ભવિષ્ય વિશે વિચારી રહ્યા હતા અને વસીમની અંદર ચાલી રહેલ ઊથલપાથલથી અજાણ હતા. તેનાં માતાપિતાની અનિશ્ચિત આર્થિક સ્થિતિ અને તેના ત્રણ નાના ભાઈ-બહેનોની શૈક્ષણિક જરૂરિયાતોને ધ્યાનમાં રાખીને, વસીમે ઘરેથી સીએસઈની તૈયારી કરવાનું નક્કી કર્યું. સીએસઈ કોચિંગ માટે દિલ્હી જવાની પોતાના દિલની ઇચ્છા તે કોઈને કહી ન શક્યો.

19 જુલાઈ, 2019ની મહત્ત્વપૂર્ણ સાંજે, જ્યારે પરિવાર ડાઇનિંગ ટેબલ પર ભેગો થયો હતો, ત્યારે વસીમનો ફોન રણકવા લાગ્યો. તેના નજીકના મિત્ર ફૈઝલનો ફોન આવ્યો. તેનો ઉત્સાહથી ભરેલો અવાજ આખા રૂમમાં ફેલાઈ ગયો.

‘તું ક્યાં છો, ભાઈ?’ વસીમે કુતૂહલવશ પૂછ્યું.

‘હું દિલ્હીમાં છું. મેં ગઈકાલે IAS કોચિંગમાં પ્રવેશ મેળવ્યો છે. વર્ગો આવતા સપ્તાહથી શરૂ થશે’, ફૈઝલે કહ્યું; તેનો અવાજ વસીમના માતાપિતાના મનમાં ઉત્તેજના ફેલાવી રહ્યો હતો, જેમણે તેને સંયોગથી સાંભળ્યો હતો.

'જો તું પણ જોડાવા માંગતો હો તો તરત જ જોડાઈ જા અને 24 જુલાઈ સુધીમાં દિલ્હી પહોંચી જા. બીજા દિવસથી વર્ગો શરૂ થશે', ફૈઝલે વધુમાં જણાવ્યું હતું. તેના શબ્દોએ વસીમના હૃદયમાં ઇચ્છાનો એક તણખો પ્રજ્વલિત કરી દીધો હતો.

જો કે, બીજી જ ક્ષણે વસીમ નિરાશ થઈ ગયો અને તેણે હળવાશથી જવાબ આપ્યો, 'ભાઈ, હું નહીં આવી શકું. હું ઘરેથી જ તૈયારી કરીશ.' તેણે ફોન કાપી નાખ્યો અને ચૂપચાપ ખાવાનું શરૂ કર્યું.

'વસીમ, તારે દિલ્હી જઈને કોચિંગમાં જોડાવું જોઈએ,' તેના પિતાના અવાજે વસીમને તેના વિચારોના ઊંડાણમાંથી ખેંચી લીધો. યુસુફે તેના જિલ્લાના ડેપ્યુટી કમિશનરોને જોયા હતા જેઓ IAS ઑફિસર હતા, તેથી તે તેમની શક્તિ અને સત્તાથી વાકેફ હતા.

'પપ્પા, કોચિંગની ફી ઘણી વધારે છે અને રૂમનું ભાડું, ખાવાનું અને અન્ય જરૂરિયાતો પાછળ ઘણો ખર્ચ થશે. તમે મારા માટે ઘણું કર્યું છે અને હવે તમારે આલિયા, આરજૂ અને અરફાતનું ધ્યાન રાખવું જોઈએ', વસીમે ચિંતિત સ્વરમાં જવાબ આપ્યો.

'પૈસાની ચિંતા ના કર. હું તેના માટે કોઈક રીતે વ્યવસ્થા કરીશ. IAS અધિકારી બનીને જ પાછો આવજે', તેના પિતાએ વસીમની આંખોમાં દેખાતી આશાની ચમક જોઈને ખાતરી આપી. રૂબી જાને પણ તેના પતિનો સાથ આપ્યો.

પોતાના વચન મુજબ, યુસુફે 23 જુલાઈ, 2019ના રોજ કોચિંગ ફી અને રહેવાના ખર્ચની વ્યવસ્થા કરી. અને બીજા દિવસે કૃતજ્ઞતા અને આશા સાથે ભારે હૈયે વસીમ દિલ્હી તરફ ગયો. તેની આંખો આવતીકાલના તેજસ્વી વચનથી ચમકતી હતી. તેનો મિત્ર મોહસીન, જે પોતે સિવિલ સર્વિસમાં જોડાવા માંગતો હતો, તે વસીમની સાથે ઍરપોર્ટ પર ગયો.

શ્રીનગર ઍરપોર્ટ પર તેના મિત્ર મોહસીનને વિદાય આપતી વખતે વસીમને લાગણીઓના તોફાનનો અનુભવ થયો. તેણે દાર્શનિક રીતે મોહસીનને કહ્યું, 'ક્યારેક સૌથી મોટાં સપનાં ત્યારે ઉડાન ભરે છે જ્યારે કોઈ આશા ન હોય અને આપણને આપણી આકાંક્ષાઓની ઊંચાઈ તરફ લઈ જાય છે.'

સિવિલ સર્વિસના ઉમેદવારો માટેનું મક્કા

વસીમ તેના મિત્રો નાવેદ અને ફૈઝલ સાથે દિલ્હીના ઓલ્ડ રાજેન્દ્ર નગર (ORN)માં ત્રણ રૂમના સાદા એપાર્ટમેન્ટમાં રહેવા લાગ્યો હતો. દરેક રૂમનું ભાડું 10,000 રૂપિયા પ્રતિ માસ હતું. આ સિવાય કોચિંગ ક્લાસ, ફૂડ, વીજળી, પાણી અને અન્ય જરૂરિયાતનો ખર્ચ પણ હતો. કુલ નાણાકીય બોજનો અંદાજ લગાવતા, વસીમ સ્વાભાવિક રીતે ચિંતિત હતો કે તેના પિતા આટલી મોટી રકમ કેવી રીતે એકત્ર કરી શકશે.

ઓલ્ડ રાજેન્દ્ર નગરની વસ્તી ગીચ હતી; તેને IAS ઉમેદવારોનું મક્કા કહેવામાં આવતું હતું. આ વિસ્તારમાં સંખ્યાબંધ ઉચ્ચ-વર્ગની કોચિંગ સંસ્થાઓ, પુસ્તકોની દુકાનો, કરિયાણાની દુકાનો, પુસ્તકાલયો, રસ્તાની બાજુની ચાની દુકાનો અને 'ભોજનાલયો' હતા, જે ચોવીસ કલાક પ્રવૃત્તિથી ધમધમતા હતા. સીએસઈની આસપાસની જીવંત ચર્ચાઓ શેરીઓમાં પડઘાતી હતી. દરેક સ્તંભ પર કોચિંગ ક્લાસની સર્વવ્યાપક જાહેરાતોએ દબાણમાં વધારો કર્યો, કારણ કે તે સતત યાદ કરાવતી હતી કે સ્પર્ધા ઉગ્ર હતી.

વસીમને ગમે ત્યારે બહાર જવાની આઝાદી પસંદ હતી, જે કાશ્મીરમાં શક્ય નહોતું. તે ઘણી વખત અનુભવાતા અવરોધોથી તદ્દન વિપરીત હતું. જોકે તેણે અભ્યાસક્રમની સામગ્રી અને પરીક્ષા વ્યૂહરચના વિશે વિચારો અને અભિપ્રાયોના તણાવથી પોતાની જાતને બચાવવા માટે, વધુ બહાર ન જવાનો સભાન નિર્ણય લીધો.

તેણે સંકલ્પ કર્યો, 'હું સંપૂર્ણપણે મારા કોચિંગ સેન્ટરના માર્ગદર્શન પર નિર્ભર રહીશ.'

સ્પર્ધાની તીવ્રતા ઉપરાંત, વસીમ અને તેના મિત્રોને દિલ્હીની ભીષણ ગરમી અને ભેજવાળા વાતાવરણનો પણ સામનો કરવો પડ્યો હતો. તેમાંથી કોઈ પણ રસોઈ બનાવવામાં કુશળ ન હોવાથી ખોરાકની મર્યાદા તીવ્ર બની હતી. ઉપલબ્ધ ટિફિન તીખા સ્વાદને કારણે તેમના માટે ઘણીવાર ભારે પડતું હતું.

ટૂંક સમયમાં જ વસીમ અભ્યાસમાં સંપૂર્ણ રીતે લીન થઈ ગયો. તે સવારે 9 થી 12 સુધી સામાન્ય અધ્યયન (જીએસ) કોચિંગ અને બપોરે

2 થી 5 વાગ્યા સુધી માનવશાસ્ત્ર (એન્થ્રોપોલૉજી)નું કોચિંગ લેતો હતો. તેણે સાંજે 5 વાગે કોચિંગ ક્લાસમાં જે કંઈ શીખવવામાં આવતું હતું, તેનું પુનરાવર્તન કરવાનું શરૂ કર્યું અને રાત્રે 12.30 સુધી સ્વ-અભ્યાસ કરતો. સપ્તાહના અંતે ટેસ્ટ આપવાનું નક્કી કરાયું હતું. તેણે પર્યાપ્ત ઊંઘની પણ ખાતરી કરી જેથી તે ધ્યાન કેન્દ્રિત કરી શકે અને કોચિંગ ક્લાસમાં શીખવવામાં આવતી સામગ્રીને સરળતાથી સમજી શકે.

કોચિંગ સેન્ટરમાં જોડાયાના બે મહિનાની અંદર, વસીમે પોતાના સહઅભ્યાસીઓના સ્તરનું મૂલ્યાંકન કર્યું. આનાથી તેમને પરીક્ષા પાસ કરવા અંગે નવો આત્મવિશ્વાસ મળ્યો. તેને સમજાયું કે જો તેણે અનંતનાગમાં તાલીમ લીધી હોત તો તે આટલો આત્મવિશ્વાસ પામ્યો ન હોત.

ફેબ્રુઆરી 2020ના અંત સુધીમાં, વસીમે જીએસ અભ્યાસક્રમ અને માનવશાસ્ત્ર પેપર-1નો અભ્યાસક્રમ 70 ટકા પૂરો કર્યો. તેણે પોતાના કોચિંગ સત્રો દરમિયાન ખંતપૂર્વક ઝીણવટભરી નોંધો બનાવી. જ્યારે તે તેના એપાર્ટમેન્ટમાં પાછો ફરે, ત્યારે તે તે નોંધોને વધુ સારી બનાવવા માટે તેમાં સુધારો કરતો.

વસીમને ‘લક્ષ્ય’ કાર્યક્રમ પણ ગમતો, જે તેના કોચિંગ સેન્ટરની મેન્ટરશિપ પહેલ હતી. આમાં પસંદગીના 200 વિદ્યાર્થીઓને નાના-નાના જૂથોમાં વહેંચવામાં આવ્યા હતા અને દરેક જૂથમાં એક માર્ગદર્શકની નિમણૂક કરવામાં આવી હતી. સલાહકારોએ તેમની તૈયારીઓને નજીકથી માર્ગદર્શન આપ્યું અને તેનું નિરીક્ષણ કર્યું. ઝૂમ કોલ્સ પર, તેમના માર્ગદર્શક સુનીલ તેમના જ્ઞાનની ચકાસણી કરતા, પરીક્ષા વ્યૂહરચનાઓ પર વાત કરતા, મુશ્કેલ પ્રશ્નોના જવાબો આપતા, પ્રગતિની સમીક્ષા કરવામાં આવતી અને સાપ્તાહિક લક્ષ્યો નક્કી કરવામાં આવતા. આનાથી જૂથમાં સ્પર્ધા થઈ અને તેમની તૈયારીઓ રસ્તા પર રહી ગઈ.

એક દિવસ, કોચિંગ સેન્ટરમાં કલા અને સંસ્કૃતિ શીખવતા નીરજ રાવે વિદ્યાર્થીઓને કેટલાક પ્રશ્નોના જવાબ લખવાનું કહ્યું, જવાબો એકત્રિત કર્યા અને વાંચવાનું શરૂ કર્યું.

‘વસીમ કોણ છે?’ ઉત્તરવહીઓ જોતી વખતે તેમણે અચાનક પૂછ્યું.

'સાહેબ, હું વસીમ છું.' વસીમ હાથ ઊંચો કરીને અનિચ્છાએ ઊભો થયો.

'તમે બહુ સરસ જવાબ લખ્યો છે. સારો સ્કોર કરવા માટે વ્યક્તિએ આ રીતે બરાબર લખવું જોઈએ. સીએસઈમાં, માત્ર જ્ઞાન જ મહત્ત્વનું નથી, પણ તમે તમારા જવાબો કેવી રીતે રજૂ કરો છો તે પણ મહત્ત્વનું છે.' તે વસીમના ટેબલ પાસે આવ્યો અને તેનાં વખાણ કર્યાં.

અન્ય કોચિંગ ક્લાસ શિક્ષકને વર્ગમાં ઉત્તમ નોંધ બનાવવાની વસીમની રીત પસંદ પડી. 'તમે લોકોએ વસીમને ટ્રીટ આપવા માટે બહાર લઈ જવો જોઈએ અને તેની નોંધો લેવી જોઈએ. તમને તેની પાસેથી ઘણી મદદ મળશે,' તેમણે વસીમના સહઅભ્યાસીઓને કહ્યું.

વસીમને ક્યારેક-ક્યારેક મળતી આવી પ્રશંસાથી ઘણો આત્મવિશ્વાસ અને પ્રેરણા મળતી.

આકસ્મિક ઘટના

આઠ મહિના સરળતાથી પસાર થયા પછી, કોવિડ-19 ફાટી નીકળવાના કારણે વસીમની તૈયારીઓ અચાનક અટકી ગઈ. કોચિંગ ક્લાસ ચાલુ રાખવા અંગે ચિંતાઓ વધવા લાગી, કારણ કે ભારતમાં કેસ સતત વધી રહ્યા હતા. દર્દીઓની વધતી જતી સંખ્યાએ તેમને વધુ ડરાવી દીધા, જેના કારણે તેઓ પોતાના એપાર્ટમેન્ટ સુધી મર્યાદિત રહીને તણાવપૂર્ણ ચર્ચાઓ કરવા લાગ્યા.

'કેસો દરરોજ વધી રહ્યા છે અને તે ચિંતાનો વિષય છે. શું આપણે થોડા સમય માટે ઘરે પાછા ફરવું જોઈએ?' નવીદે સાંજે ચાની ચુસ્કી લેતાં અટકીને પૂછ્યું.

'કેટલાક વોટ્સએપ ગ્રૂપમાં ફોટા ફરતા થઈ રહ્યા છે, જેમાં ઍમ્બ્યુલન્સનો સ્ટાફ ઑલ્ડ રાજેન્દ્ર નગરમાં અવકાશયાત્રીઓ જેવા વસ્ત્ર ધારણ કરીને કોવિડ-પોઝિટિવ લોકોને બળજબરીથી ઉપાડી ગયો. જો આ વાત સાચી હોય તો ચિંતાનો વિષય છે, કારણ કે જૂના રાજેન્દ્ર નગરની વસ્તી ગીચ છે. આવી સ્થિતિમાં, ચેપ ઝડપથી ફેલાશે, આપણા જીવનને જોખમમાં મૂકશે', ફૈઝલે નવીદની ચિંતાઓને પુનરાવર્તિત કરી.

'પણ ઘરે અભ્યાસ આટલી સારી રીતે નહીં થઈ શકે. ત્યાં ઇન્ટરનેટ કનેક્ટિવિટીની કોઈ ખાતરી નથી. આ ઉપરાંત, આટલા બધા અખબારો અને સામયિકો કેવી રીતે વાંચવા મળશે? આપણે વર્ગો અને કાઉન્સેલિંગ સત્રોમાં કેવી રીતે હાજરી આપીશું?' વસીમે પોતાની સારી રીતે સ્થાપિત અભ્યાસની દિનચર્યા ખોરવાઈ જવાની આશંકા વ્યક્ત કરી હતી.

'મેં સાંભળ્યું છે કે ટૂંક સમયમાં આખા દેશમાં લૉકડાઉન થઈ શકે છે, જે થોડા દિવસો સુધી ચાલશે. ખાદ્યપદાર્થો અને અન્ય વસ્તુઓની પણ અછત થઈ શકે છે. આ ઉપરાંત, જો આપણને કોરોના થશે તો આપણી સંભાળ કોણ રાખશે?' ફૈઝલે વધુ દલીલ કરી.

'મેં એ પણ સાંભળ્યું છે કે નજીકની પ્રખ્યાત પેસ્ટ્રી શોપ ડ્યુક્સના કર્મચારીનો રિપોર્ટ કોરોના પોઝિટિવ આવ્યો છે. તેનો અર્થ એ છે કે રાક્ષસ આપણી પાછળ પડી ગયો છે', નવીદે ઉમેર્યું.

'હું સહમત છું. પરિસ્થિતિ વધુ બગડે તે પહેલાં આપણે તરત જ ઘરે પાછા ફરવું જોઈએ.' ફૈઝલે પ્રસ્તાવ મૂક્યો, 'આપણી પાસે જે પણ અભ્યાસ સામગ્રી છે આપણે એનાથી જ કામ ચલાવી લઈશું, અને આશા છે કે પરિસ્થિતિ સુધરશે, જેથી આપણે એક મહિનામાં પાછા આવી જઈશું.'

અંતે, વસીમને સંમત થવાની ફરજ પડી; તેને બ્યુબોનિક પ્લેગની ભયાનકતા યાદ આવી, જેના વિશે તેણે એક પુસ્તકમાં વાંચ્યું હતું.

બીજા જ દિવસે, ત્રણેય શ્રીનગરની ફ્લાઇટમાં ચડી અને જલદી પોતપોતાના ઘરે પહોંચી ગયા. જોકે ટિકિટના ભાવ આસમાને હતા, પણ કોવિડ-19એ જીવનના મૂલ્યની યાદ અપાવી દીધી હતી.

સવાલ એ હતો કે અનંતનાગમાં વસીમ પોતાની તૈયારીઓને કેવી રીતે યોગ્ય માર્ગ પર ટકાવી શકશે?

આપત્તિમાં અવસર

ઘરે પહોંચીને વસીમે તેના પરિવારને પોતાના કેટલાક નિયમો મક્કમતાથી જણાવી દીધા. સૌપ્રથમ, તેણે આગ્રહ કર્યો કે તેને કોવિડ-19થી ચેપ લાગવાના કોઈ પણ સંભવિત જોખમને ઘટાડવા માટે, આગામી દસ દિવસ સુધી કોઈએ શારીરિક સંપર્ક ન કરવો કે ગળે લગાડવો નહીં.

બીજું, તેણે એક રૂમ ફક્ત પોતાના ઉપયોગ માટે જ આરક્ષિત રાખ્યો અને આગ્રહ કર્યો કે તેમાં કોઈએ તેને ખલેલ પહોંચાડવી નહીં. તેમને ત્યાં વિશેષ રીતે ભોજન પીરસવાનું હતું.

ઑનલાઇન વર્ગો અને કાઉન્સેલિંગ સત્રો ચાલુ રહ્યા, જોકે ઘણી વખત ઇન્ટરનેટના અભાવે અવરોધ આવ્યા. કાઉન્સેલિંગ સેશન દરમિયાન કેટલીકવાર ઇન્ટરનેટ અચાનક બંધ થઈ જતું અને ઘણા દિવસો પછી ઇન્ટરનેટ પુનઃસ્થાપિત થાય ત્યારે વસીમ તેના ગુરુ સાથે ફરી જોડાઈ જતો. ત્યારે તેના શિક્ષકને એ વાતની નારાજગી હતી કે વસીમે છેલ્લું સત્ર વચ્ચે અધૂરું કેમ છોડી દીધું હતું.

શરૂઆતમાં વસીમ આવી અડચણોથી ઘણો નિરાશ થતો હતો, પરંતુ ધીમે ધીમે, તે વાસ્તવિકતા સાથે સુસંગત બન્યો, પોતાની વ્યૂહરચના બદલી અને વિક્ષેપના સમયગાળા દરમિયાન તેની નોંધો અને પુસ્તકો પર ધ્યાન કેન્દ્રિત કર્યું. કાશ્મીરના ઠંડા વાતાવરણનો પ્રચંડ પડકાર પણ હતો. રૂમને ગરમ રાખવો અગત્યનો હતો, જોકે આના કારણે તે ઘણીવાર અજાણતાં ઊંઘી જતો હતો.

ઇન્ટરનેટ આઉટેજ (કપાત)ને કારણે પ્રસંગોપાત્ત વિક્ષેપો હોવા છતાં ઑનલાઇન કોચિંગ વર્ગો મૂલ્યવાન સાબિત થયા. તદુપરાંત, કોચિંગ સંસ્થાઓએ અગાઉનાં વર્ષોના સંગ્રહ કરેલાં વ્યાખ્યાનો વેબસાઇટ પર ઉપલબ્ધ કરાવ્યાં, જે ખૂબ જ ઉપયોગી સાબિત થયા.

પ્રિલિમ પરીક્ષા મેથી ઑક્ટોબર સુધી સ્થગિત થઈ ગઈ. આ કારણે તેને વધુ સમય મળ્યો અને વસીમે તેનો ઉપયોગ શક્ય તેટલા મૉક ટેસ્ટ આપવા માટે કર્યો. મૉક ટેસ્ટ પછી, તે વિષય ફરીથી વાંચતો અને તે વિષયો પર ધ્યાન કેન્દ્રિત કરતો જ્યાં તેનું પ્રદર્શન સારું ન હોય. સપ્ટેમ્બરના અંત સુધીમાં, તેણે 45થી વધુ મૉક ટેસ્ટ આપી હતી અને તે બધામાં સારા માર્ક્સ મેળવ્યા હતા. આનાથી તેને પરીક્ષામાં પોતાની સફળતા અંગે ઘણો આત્મવિશ્વાસ મળ્યો.

વસીમને તેના પરિવારનો મજબૂત ટેકો હતો, જેણે તેના પર કોઈ ઘરેલું જવાબદારીઓનો બોજ ન નાખ્યો. તેનાં માતાપિતા અને દાદાએ તેને સતત પ્રોત્સાહિત કર્યો અને તેનામાં વિશ્વાસ કેળવ્યો કે તે સફળ

થશે - જ્યારે વસીમ તેમને પરીક્ષાની કઠોરતા વિશે યાદ અપાવતો રહ્યો. જો કે, વસીમ લાંબા સમય સુધી રૂમમાં બંધ હોવાને કારણે, રૂબી જાન ઘણીવાર ચિંતિત રહેતી હતી અને તેના પુત્રને ક્યારેક-ક્યારેક ચાલવા માટે યાદ કરાવતી હતી.

પરીક્ષાના દિવસનો ડર

વસીમ, નાવેદ અને ફૈઝલ સપ્ટેમ્બર 2020ના છેલ્લા અઠવાડિયામાં 5 ઑક્ટોબર, 2020ના રોજ આયોજિત પ્રિલિમ્સમાં હાજરી આપવા માટે દિલ્હી પાછા ફર્યા.

પરીક્ષાનો દિવસ મુશ્કેલ વાતાવરણમાં શરૂ થયો. વસીમ નિરાશ થયો જ્યારે તેણે ઉબેર અને ઑલા એપ્સનો ઉપયોગ કરીને ટૅક્સી બુક કરવાનો પ્રયાસ કર્યો, પરંતુ કોઈ ટૅક્સી ઉપલબ્ધ ન હતી. તેઓનું પરીક્ષા કેન્દ્ર દૂર રોશઆરા રોડ પર આવેલી સરકારી શાળામાં હતું. ગભરામણ અનુભવતા, તે ઝડપથી ઓટો રિક્ષાની શોધમાં એપાર્ટમેન્ટની બહાર આવ્યો, પરંતુ ઑલ્ડ રાજેન્દ્ર નગરમાં રહેતા અન્ય ઉમેદવારો દ્વારા તે પહેલેથી જ બુક કરવામાં આવી હોવાથી તે તેને મળી નહીં.

જેમ જેમ સમય પસાર થતો ગયો તેમ તેમ વસીમની ચિંતાઓ વધતી ગઈ. તે ઓટો રિક્ષાની આશામાં નજીકના કરોલ બાગ મેટ્રો સ્ટેશન પર દોડી ગયો. જો કે કોઈ ઓટો મળી ન હતી, તેઓએ એક ઈ-રિક્ષા જોઈ અને તે તરફ દોડ્યા.

શરૂઆતમાં ઈ-રિક્ષા ચાલકે લાંબા અંતરનું કારણ આપી વસીમને પરીક્ષા કેન્દ્ર પર લઈ જવાનો ઇન્કાર કર્યો હતો. પરંતુ વસીમના આગ્રહ અને બમણા ભાડાની ઑફર પર તે આખરે સંમત થયો. પરીક્ષા શરૂ થાય તે પહેલાં જ જ્યારે તે કેન્દ્ર પર પહોંચ્યો ત્યારે વસીમે રાહતનો શ્વાસ લીધો.

જીએસ પેપરની પડકારરૂપ પ્રકૃતિ હોવા છતાં, વસીમે પ્રશંસનીય પ્રદર્શન કર્યું. ત્રણ કલાકના વિરામ દરમિયાન, વસીમ નજીકના મુગલ સમયના સ્મારકના બગીચામાં શાંતિથી બેઠો હતો અને આગામી સીએસએટી પરીક્ષા વિશે વિચારતો હતો. ત્યાં તેણે જોયું કે ઘણા

ઉમેદવારો સીએસએટીના પેપર પર ધ્યાન કેન્દ્રિત કરવાની જગ્યાએ જીએસ પેપરના પ્રશ્નો પર ચર્ચા કરી રહ્યા હતા.

કેટલાક ઉમેદવારો જીએસ પેપરના જવાબોની પ્રેક્ટિસ કરતી વખતે કોચિંગ સેન્ટરો દ્વારા પોસ્ટ કરવામાં આવેલા યુ-ટ્યૂબ વીડિયો પણ જોઈ રહ્યા હતા. તેણે આશ્ચર્ય વ્યક્ત કર્યું, 'આટલા મહત્ત્વપૂર્ણ સમયે કોચિંગ સેન્ટરો આ વીડિયો કેમ પોસ્ટ કરી રહ્યા છે? આનાથી બે પેપર વચ્ચેના સમયમાં ઉમેદવારોનું ધ્યાન ભંગ થઈ શકે છે!'

મીઠાશમાં ખટાશ

પરીક્ષા પછી પોતાના એપાર્ટમેન્ટમાં પરત ફરતા, વસીમને નાવેદ અને ફૈઝલ તેઓના પ્રદર્શનથી નિરાશ જણાયા; તેઓ લગભગ એંસી પ્રશ્નોના જ સાચા જવાબ આપી શક્યા હતા. જ્યાં બીજી તરફ વસીમે છન્નું પ્રશ્નોના જવાબ આપ્યા હતા. આન્સર કી એ જ દિવસે કોચિંગ સેન્ટરોની વેબસાઇટ પર પ્રકાશિત કરવામાં આવી હતી. વસીમે કુતૂહલવશ કી ચેક કરી અને તે જાણીને ખુશ થયો કે તેણે જીએસમાં 140નો ઉચ્ચ સ્કોર મેળવ્યો છે. ખુશ થઈને તેણે તરત જ તેના માતાપિતાને ફોન કર્યો અને કહ્યું કે, તે પ્રિલિમિનરી પરીક્ષા પાસ કરી શકે છે. આ સાંભળીને તેઓ ખૂબ જ ખુશ થયાં અને આખા ગામમાં મીઠાઈ વહેંચીને ઉજવણી કરી.

બીજા દિવસે વસીમને અચાનક ખ્યાલ આવ્યો: 'મારે સીએસએટીમાં પણ મારા પ્રદર્શનનું મૂલ્યાંકન કરવું જોઈએ,' તેણે વિચાર્યું. એક ઇજનેર તરીકે, તેણે સીએસએટી પેપરની તૈયારીમાં અમુક અંશે ઉપેક્ષા કરી હતી. આન્સર કી તપાસવા પર, વસીમ નિરાશ થયો કે તેને મળેલા માર્ક્સ પરીક્ષા પાસ કરવા માટે પૂરતા નથી. આનો અર્થ એ થયો કે જીએસ પેપરમાં પ્રશંસનીય પ્રદર્શન હોવા છતાં, તે પ્રિલિમ પાસ કરી શકશે નહીં.

પોતાના રૂમમાં એકલો બેઠેલો વસીમ ચિંતિત બન્યો; તેનાં આંસુ અટકતાં નહોતાં. થોડો વિચાર કર્યા પછી, તેણે તેની માતાને ફોન કર્યો અને તેને તેની ચિંતા જણાવી. દરેક પ્રેમાળ માતાની જેમ, તેણે પણ પોતાના પુત્રની ક્ષમતાઓમાં અતૂટ વિશ્વાસ વ્યક્ત કર્યો અને તેને ખાતરી

આપી. જો કે, વસીમ તણાવમાં રહ્યો અને તેણે કોચિંગ ઇન્સ્ટિટ્યૂટમાં તેના માર્ગદર્શકની સલાહ લેવાનું નક્કી કર્યું.

'ધીરજ રાખો અને થોડા દિવસો પછી અંગ્રેજી-માધ્યમ કોચિંગ સેન્ટરોની આન્સર કીનો ક્રૉસ-રેફરન્સ લો.' તેના ગુરુએ કહ્યું, 'પરીક્ષા પછી તરત જ અપલોડ કરવામાં આવતી આન્સર કીમાં તેમજ હિન્દી માધ્યમ કોચિંગ સેન્ટરો દ્વારા કોમ્પ્રિહેન્સન વિભાગ માટે આપવામાં આવેલા જવાબોમાં ત્રૂટી ખૂબ જ સામાન્ય છે.' આ સલાહથી વસીમની ગભરામણ શાંત થઈ ગઈ.

જ્યારે વસીમે અન્ય કોચિંગ સેન્ટરમાંથી સીએસએટી આન્સર કી ચેક કરી તો તેને મોટી રાહત મળી. તેમાંથી સંકેત મળતો હતો કે તેને નેવું-પંચાણું જેટલા ગુણ મળી શકે એમ છે, જે ક્વૉલિફાઈંગ સ્કોર કરતાં ઘણા વધારે હતા.

પ્રથમ પ્રયાસના પડકારો પર કાબૂ મેળવવો

દિલ્હીના જીવંત રસ્તા પર પોતાના મિત્રો સાથે થોડો સમય વિતાવ્યા બાદ વસીમે મુખ્ય પરીક્ષાની તૈયારી શરૂ કરી દીધી હતી. તેણે પોતાના વૈકલ્પિક વિષય માનવશાસ્ત્રથી શરૂઆત કરી. તેને ટૂંક સમયમાં સમજાયું કે અત્યાર સુધી તેનો અભ્યાસ અભિગમ મુખ્યત્વે પ્રિલિમ્સ પર કેન્દ્રિત હતો, મેઇન્સ માટે ઘણું કામ બાકી હતું.

કોચિંગ ઇન્સ્ટિટ્યૂટના નવા માર્ગદર્શકોએ તેમના માટે જવાબ-લેખનની પ્રેક્ટિસની સખત વ્યૂહરચના સૂચવી હતી, જેમાં પાછલા વર્ષોના પ્રશ્નોનો સઘન અભ્યાસ અને તેમના જવાબોની મૉડલ જવાબો સાથે કાળજીપૂર્વક સરખામણી કરવામાં આવતી હતી. જો કે, આ વ્યૂહરચનામાં ઘણો સમય લાગ્યો - અને વસીમ પાસે સમય ઓછો હતો. અભ્યાસક્રમનો મોટો હિસ્સો હજુ પણ તેમના ધ્યાનની રાહ જોઈ રહ્યો હતો. નિર્ભયપણે તેણે તેની કાળજીપૂર્વક તૈયાર કરેલી નોંધો વાંચવા પર ધ્યાન કેન્દ્રિત કરવાનો સંકલ્પ કર્યો.

વસીમે દરરોજ બારથી ચૌદ કલાકનો સખત અભ્યાસનો નિત્યક્રમ જાળવી રાખ્યો હતો, જેમાં દરેક મિનિટનો વ્યવસ્થિત હિસાબ હતો. આ દષ્ટિકોણના કારણે તેને ઘણી મદદ મળી. નકારાત્મક વિચારો અને

આત્મસંશય ટાળવા માટે, તેણે દિવસને બે અલગ-અલગ વિભાગોમાં વહેંચ્યો - એક જીએસ માટે અને બીજો માનવશાસ્ત્ર માટે.

વસીમના મનમાં એક શંકા હતી, જે તેના મનમાં ફરી ફરીને માથું ઊંચું કરી રહી હતી. તેનો સ્રોત એવી વ્યાપક માન્યતા હતી કે વધુ ઉત્તર પત્રકો ભરવાથી વધુ માર્કસ મેળવવાની શક્યતા વધી જાય છે. જો કે, વસીમ પોતાને આ ખ્યાલથી અલગ ચાલતો જણાયો, કારણ કે તેના નાના હસ્તાક્ષરને કારણે તેને વધારાની શીટ્સની જરૂર ન હતી અને તે મુખ્ય શીટ પર દરેક પેપર પૂર્ણ કરી શકતો હતો.

હજુ એક વિલક્ષણતાએ તેને તેના સાથીદારોથી અલગ રાખ્યો, જેના કારણે તેના માર્ગદર્શક તેને નકારાત્મક રીતે જોતા હતા. અન્ય ઉમેદવારો કાં તો પરીક્ષાના પ્રશ્નો પહેલાથી છેલ્લા સુધીના ક્રમમાં લખતા હતા અથવા શ્રેષ્ઠ જવાબો સાથે શરૂ કરવાના પરંપરાગત જ્ઞાનને અનુસરતા હતા, પરંતુ વસીમે આ પરંપરાને નકારી કાઢી હતી. તેના બદલે તેણે વિપરીત ક્રમમાં કામ કરવાનું પસંદ કર્યું એટલે કે છેલ્લો પ્રશ્ન પહેલો અને પહેલો પ્રશ્ન છેલ્લો.

સીએસઈ માટે તેણે ભારતીય ભાષા તરીકે ઉર્દૂ પસંદ કરી હતી. આ પણ એક મોટો પડકાર હતો. માત્ર ધોરણ-10 સુધી ઉર્દૂ ભણેલા વસીમને ભાષાની જટિલતાઓ સાથે ઝઝૂમવા માટે સખત સંઘર્ષ કરવો પડ્યો હતો. અહીં જ તેની બહેન આરજૂ તેની તારણહાર બની હતી, તેણે તેને વ્યાકરણમાં મદદ કરી હતી અને ધીરજપૂર્વક તેને ભાષાકીય મુશ્કેલીઓમાં માર્ગદર્શન આપ્યું હતું. આરજૂએ ઘણા બધા વિષયો વિશે વાત કરી જેમાં મહત્ત્વાકાંક્ષી IAS અધિકારીએ મહારત હાંસલ કરવી પડે.

એથિક્સના પેપર માટે વસીમની નીતિ એવી હતી કે તે અવતરણ અને ઉદાહરણો સાથે સરળ અને સ્પષ્ટ જવાબો લખશે. આ માટે તેણે કાળજીપૂર્વક ટેબ્યુલર ફોર્મેટમાં ચાલીસ પાનાનો દસ્તાવેજ તૈયાર કર્યો, જેમાં દરેક શબ્દ માટે સંબંધિત અવતરણો ઉપરાંત મહત્ત્વપૂર્ણ વ્યાખ્યાઓ અને ઉદાહરણોનો સમાવેશ કરવામાં આવ્યો હતો. આ સંકલન ખૂબ જ ઉપયોગી સાબિત થયું, કારણ કે તેને પ્રશ્ન વાંચતાની સાથે જ સંબંધિત અવતરણો અને ઉદાહરણો યાદ આવી ગયા.

અજાણ્યા શબ્દો અને વિભાવનાઓના સાચા માર્ગને કારણે માનવશાસ્ત્રની પરીક્ષા ખૂબ જ મુશ્કેલ સાબિત થઈ. તેમ છતાં, વસીમે પોતાના કૉલેજકાળ દરમિયાન UPSC અભ્યાસક્રમના અવકાશની બહાર અભ્યાસ કર્યો હતો. જેના કારણે તેની પાસે ઘણું જ્ઞાન હતું, જે હવે ઉપયોગી સાબિત થયું.

પરીક્ષામાં સફળતા માટે તેની પાસે તેના શસ્ત્રાગારમાં બીજું મૂલ્યવાન સાધન હતું; તે આકૃતિઓ દ્વારા પોતાના વિચારો અને ખ્યાલો સમજાવતો હતો. વસીમે એક અલગ નોટબુકમાં સેંકડો સંબંધિત નોંધો બનાવી, જે તમામ પ્રશ્નપત્રોમાં અમૂલ્ય સાબિત થઈ.

જો કે તેની તૈયારીઓની સાતત્યપૂર્ણ ગતિ વચ્ચે શંકાના ગતિઅવરોધક આવતા રહ્યા. પરીક્ષા જેવી પરિસ્થિતિઓમાં તેના પ્રથમ પ્રયાસમાં, તે સમયના અભાવને કારણે મુખ્ય ટેસ્ટ શ્રેણી પૂર્ણ કરી શક્યો ન હતો. આનાથી વસીમને ડર લાગ્યો કે તેની તૈયારી અપૂરતી અને ઉપરછલ્લી છે.

પરંતુ તેના વૈકલ્પિક પેપરની આગલી રાતની નીરવતામાં, તેના શિક્ષકના સંદેશે શંકાના પડદાને વીંધી નાખ્યો. પ્રોત્સાહન અને વખાણના શબ્દો સાથે, તેમણે એકમાત્ર ટેસ્ટ પેપરમાં તેની જવાબ-લેખન ક્ષમતાની પુષ્ટિ કરી જે તેઓ હલ કરી શકે અને તેને નિર્ધારિત સમય મર્યાદાનું પાલન કરવા વિનંતી કરી.

અનધિકૃત વસાહતની મધ્યમાં એક નખલિસ્તાન

મુખ્ય પરીક્ષાની તૈયારીની ઉત્તેજના વચ્ચે, વસીમ અને તેના મિત્રોને હમદર્દ સ્ટડી સર્કલ (HSC)ની જાહેરાત મળી. સંસ્થા લઘુમતી સમુદાયો અને અન્ય પછાત વર્ગોના સીએસઈ ઉમેદવારોને નિવાસી કોચિંગ પ્રદાન કરતી હતી. 6,500 રૂપિયાની નજીવી માસિક ફીમાં સિંગલ એસી રૂમ, ભોજન અને અન્ય સુવિધાઓના વચનથી આકર્ષાઈને તે તેની પ્રવેશ પરીક્ષામાં બેઠા. ટૂંક સમયમાં તેમના નામ ડિસેમ્બર 2020માં જાહેર કરાયેલ પસંદગીના ઉમેદવારોની યાદીમાં દેખાયા.

જોકે વસીમ મૂંઝવણમાં ફસાઈ ગયો હતો. જો કે તે એચએસસીના સસ્તાપણાથી લલચાઈ ગયો હતો, પરંતુ તે ઑલ્ડ રાજેન્દ્ર નગર અથવા ઓઆરએનની આરામદાયક સાનુકૂળતાને છોડવા માંગતો ન હતો,

ખાસ કરીને મેઇન્સ પહેલાં. ઘણું આત્મનિરીક્ષણ કર્યા પછી તેણે તેની મુખ્ય પરીક્ષા સુધી ઓઆરએનમાં રહેવાનું પસંદ કર્યું; તેને ડર હતો કે તેની દિનચર્યામાં કોઈ પણ વિક્ષેપ તેની તૈયારીઓના નાજુક સંતુલનને અસ્વસ્થ કરી શકે છે.

પરંતુ ઓઆરએનની સુવિધા માટે ભારે કિંમત ચૂકવવી પડી હતી. પરીક્ષાની તૈયારીઓના ધમધમાટ વચ્ચે રસોઈ બનાવવાનો સમય નહોતો. તેથી તેને બટાકાની ચિપ્સ અને ચૉકલેટ જેવા પ્રોસેસ્ડ ડાયટ પર ઘણા દિવસો સુધી જીવવું પડ્યું.

મુખ્ય પરીક્ષા પૂરી થયા બાદ વસીમ સંગમ વિહાર સ્થિત એચએસસી માટે રવાના થયો હતો. સંગમ વિહાર એશિયાની સૌથી મોટી અનધિકૃત વસાહત હોવાનું કહેવાય છે. જેમ જેમ તેની ઓટોરિક્ષા ભુલભુલામણીવાળા રસ્તાઓમાંથી પસાર થઈ રહી હતી, તેમ તેમ તેમને એવું જોવા મળ્યું જેણે અપેક્ષાઓ પર પાણી ફેરવી દીધું. સાંકડા રસ્તાઓ પર કચરો પડેલો હતો, જ્યારે રસ્તા પર ઘણા ખાડા હતા. વાહનોના અવાજ અને રાહદારીઓની ધમાલથી વાતાવરણ ઘોંઘાટિયું હતું. અરાજકતા વચ્ચે દરેક વ્યક્તિ પોતપોતાની જગ્યા શોધવા માટે હરીફાઈ કરી રહી હતી. આ બધા ઘોંઘાટ વચ્ચે વસીમ પોતાના મિત્રો નાવેદ અને ફૈઝલના સંજોગો વિશે વિચારવાથી પોતાને રોકી શક્યો નહીં.

પરંતુ જલદી જ વસીમ એચએસસીના ભવ્ય દરવાજાની અંદર પ્રવેશ્યો, તેના મનમાં રાહતની લાગણી અનુભવાઈ. તેને બહારના અવાજથી દૂર એક ખેતરમાં લઈ જવામાં આવ્યો. તેની સામે એક ભવ્ય ઇમારત ઊભી હતી, જેના લીલાછમ મેદાન આવકારતાં હતાં. નવીદે તેઓનું હૂંફાળું સ્મિત સાથે સ્વાગત કર્યું અને તેમને સોંપેલ રૂમમાં લઈ ગયો.

એચએસસીમાં તૈયારી માટે ઉત્તમ વાતાવરણ હતું. તેને લેખન પછીની, સામયિક પરીક્ષણો અને વર્ગો દ્વારા શીખવાની પૂરતી તકો પૂરી પાડી હતી. જ્યારે ઉમેદવારો તહેવારો અને જન્મદિવસો ઊજવવા માટે એકસાથે આવ્યા, ત્યારે મિત્રતાના બંધન મજબૂત થયાં અને સૌહાર્દની ભાવના ખીલી. ત્યાં જિમનો ક્રેઝ હતો, જેના કારણે સિનિયરો ઘણી વાર ચેનચાળા

કરતી ટિપ્પણીઓ કરતા હતા, 'મને એ વાતની ખાતરી નથી કે તમે એચએસસીમાંથી સિવિલ સેવક તરીકે બહાર જશો કે નહીં, પણ મને ખાતરી છે કે તમે કુસ્તીબાજ તરીકે ચોક્કસ બહાર જશો.'

ચાની દુકાનથી જીમ સુધીની દોડ

મેઇન્સની પરીક્ષા પછી વસીમના ખભા પરનો તૈયારીનો બોજ ઓછો થઈ ગયો. હજુ પણ અનિશ્ચિતતાનું ભૂત હાજર હતું! મેઇન્સ ક્લિયર ન કરી શકવાનો ડર તેના મનમાં સતત ઘૂમરાઈ રહ્યો હતો.

તેમ છતાં, વસીમે ગભરાવાને બદલે ઇન્ટરવ્યૂની તૈયારી શરૂ કરી દીધી. તે દરરોજ ત્રણ અખબારો વાંચી જતો હતો. તેણે સાથી ઉમેદવારો સાથે મળીને ચર્ચા અને મૉક ઇન્ટરવ્યૂ જૂથો બનાવ્યા. રચનાત્મક પ્રતિસાદ અને સાથીઓના પ્રોત્સાહને તેનો આત્મવિશ્વાસ મજબૂત કર્યો. તેણે સારા સાર્વજનિક વક્તાઓના વિડિયો પણ જોયા અને મહત્ત્વના મુદ્દાઓને ગ્રહણ કરવા માટે તેમના બોલવાની શૈલીનું ઝીણવટભર્યું વિશ્લેષણ કર્યું.

22 માર્ચ, 2021ના રોજ, હવામાં એક અફવા હતી કે મેઇન્સનું પરિણામ આવવાનું છે. એચએસસીમાં ટેન્શન સ્પષ્ટ હતું અને દરેકના હૃદયના ધબકારા વધી ગયા હતા. તેમ છતાં, આશંકાની વધતી ભરતી વચ્ચે 'યહી રાત અંતિમ, યહી રાત બાકી' સંદેશ સાથેના રમતિયાળ મીમ્સ સોશિયલ મીડિયા જૂથો પર ફરવા લાગ્યા.

બીજા દિવસે સવારથી જ વસીમ ફોન પર ચોંટી ગયો હતો. તેની આંગળીઓ વોટ્સએપ અને ટેલિગ્રામ જૂથોને રીફ્રેશ કરતી રહી. UPSCની વેબસાઇટ આતુર ઉમેદવારોથી ઉભરાઈ ગઈ હતી, તેથી વેબસાઇટ પર રહસ્યમય 'એરર'ના સંદેશાઓ સતત દેખાઈ રહ્યા હતા.

જેમ જેમ દિવસ આગળ વધતો ગયો તેમ તેમ વસીમનો ઉત્સાહ ચિંતા અને નિરાશાથી મંદ થતો ગયો. પોતાની અંદર ઊછળતા લાગણીઓના તોફાની સમુદ્રને શાંત કરવા તે એચએસસીના ગેટ પર આવેલી ચાની દુકાન તરફ ગયો. ધ્યાન ખેંચતા વિચારોના તોફાન વચ્ચે, અનિશ્ચિતતાના ધુમ્મસને વીંધતી એક બીપ (મૅસેજ આવ્યાનો અવાજ) સંભળાઈ. બીપ કહેતી હતી કે મૅસેજ આવ્યો છે. વસીમને ટેલિગ્રામ ગ્રુપ પર PDF

ફાઈલ મળી. મુખ્ય પરીક્ષાનાં પરિણામો ધરાવતી આ ફાઈલ કોઈએ પોસ્ટ કરી હતી. જ્યારે વસીમે તેના પર ક્લિક કર્યું, ત્યારે તેની નસોમાં ગભરામણની લહેર દોડી ગઈ. વસીમ પોતાના શ્વાસને નિયંત્રિત કરી તેણે સત્યનો સામનો કરવા માટે પોતાની જાતને મજબૂત કરી, સર્ચ ઓપ્શનમાં પોતાનો રોલ નંબર દાખલ કર્યો ત્યારે તેની આંગળીઓ ધ્રૂજતી હતી અને તેનું હૃદય ઝડપથી ધબકતું હતું.

પછી અંધકારમાં આશાના કિરણની જેમ સ્ક્રીન પર તેનો રોલ નંબર દેખાયો. તે આનંદિત થઈ ગયો અને તેના હૃદય અને મગજમાં રાહતની લહેર ફરી વળી. નાવેદ અને ફૈઝલને સમાચાર જણાવવા તે એચએસસી જિમ તરફ દોડી ગયો. તેના મિત્રો ખુશ થઈ ગયા અને નાવેદે વસીમને ખભા પર ઊંચકી લીધો. આ પછી ઉત્સાહિત ભીડે ઉજવણી કરવા ચાની દુકાન તરફ પ્રયાણ કર્યું.

અંતિમ શિખર પર વિજય મેળવવાના પ્રયાસમાં, ઇન્ટરવ્યૂની તૈયારીઓ પૂરજોશમાં શરૂ થઈ. વસીમે ઘણા મૉક ઇન્ટરવ્યૂ આપ્યા અને વધુ સારા જવાબો આપવા અને પોતાના અભિગમને સુધારવા માટે પ્રતિસાદનો ઉપયોગ કર્યો. તેમ છતાં, જેમ જેમ તેમની પ્રગતિ ચરમસીમાએ પહોંચી હતી તેમ, કોવિડ-19 રોગચાળાની પુનરુત્થાન પામેલી લહેર ત્રાટકી અને UPSCએ ઇન્ટરવ્યૂ મુલતવી રાખ્યા. એચએસસી બંધ કરવામાં આવ્યું હતું, જેના કારણે વસીમ અને તેના મિત્રોને કાશ્મીર પાછા ફરવાની ફરજ પડી.

નિર્ભય બનીને વસીમે ફરી એકવાર પોતાના સાધારણ નિવાસને તૈયારીના કિલ્લામાં પરિવર્તિત કર્યો. વર્તમાન બાબતોની માહિતી માટે તેણે ઑનલાઇન અખબારો અને મૅગેઝિનોનો આશરો લીધો. તેણે પોતાના વિગતવાર અરજી ફોર્મ (ડીએએફ)માંથી ઉદ્ભવતા દરેક સંભવિત પ્રશ્ન માટે, ખાસ કરીને તેમના ગૃહરાજ્ય, જેમ કે જમ્મુ અને કાશ્મીરના પ્રવાસન, સુરક્ષા અને અર્થવ્યવસ્થાને લગતા મહત્ત્વપૂર્ણ મુદ્દાઓ માટે પોતાની જાતને તૈયાર કરી. તેણે અગાઉના ઇન્ટરવ્યૂમાંથી વિગતો મેળવી અને મુશ્કેલ પ્રશ્નોનો સામનો કરવા માટે તેના મગજને તાલીમ આપી હતી.

સમય સરકી જતાં, વસીમને એક મૂંઝવણનો સામનો કરવો પડ્યો

કે તેનું ધ્યાન અને શક્તિ ક્યાં કેન્દ્રિત કરવી - આગામી ઇન્ટરવ્યૂ પર કે પછીની પ્રિલિમ્સ પર? આખરે, તેણે પોતાનો તમામ સમય અને શક્તિ ઇન્ટરવ્યૂની તૈયારીમાં જ સમર્પિત કરવાનો સંકલ્પ કર્યો. જ્યારે UPSCએ ઇન્ટરવ્યૂ શેડ્યૂલ જાહેર કર્યું, ત્યારે વસીમ એચએસસી, દિલ્હીમાં રહેવા આવ્યો.

15 સપ્ટેમ્બર, 2021ના રોજ તેના ઇન્ટરવ્યૂની પૂર્વસંધ્યાએ, જ્યારે વરસાદ સતત ભારે ગતિએ બારીઓ સાથે અથડાતો હતો, ત્યારે વસીમે લુટિયન્સ દિલ્હીના કાશ્મીર હાઉસમાં જવાનું નક્કી કર્યું, કારણ કે એચએસસીની બહાર રોડ પાણીથી ભરાઈ ગયો હતો. જ્યારે તેની ઓટો રિક્ષા રસ્તાઓ પરના પૂરના પાણીમાંથી પસાર થઈ રહી હતી, ત્યારે તેના મનમાં એક કરુણ પ્રશ્ન દોડી રહ્યો હતો - 'આવી નાગરિક સમસ્યાઓનો ઉકેલ આપણે કેમ શોધી શકતા નથી?'

જન્મદિવસની ભેટ

21 સપ્ટેમ્બર, 2021ના રોજ એચએસસીના ઉમેદવારોનું ટેન્શન વધ્યું; તેના કોરિડોરમાં ગણગણાટ સંભળાયો કે સીએસઈ-2020ના અંતિમ પરિણામો બીજા જ દિવસે આવવાના હતા. ઇન્ટરવ્યૂ આપનાર વસીમ અને તેના સાથી ઉમેદવારોની ઊંઘ ઊડી ગઈ હતી.

22 સપ્ટેમ્બરની સવાર નજીક આવી, તેઓ આશંકા અને આશા બંને સાથે જાગી ગયા. છતાં, તે જાણીને નિરાશ થયો કે પરિણામોની અપેક્ષિત જાહેરાત થઈ શકી નથી. સોશિયલ મીડિયા પર અફવાઓ વહેતી થઈ હતી કે પરિણામોની ઘોષણા 24 સપ્ટેમ્બર સુધી મુલતવી રાખવામાં આવી હતી, જેણે તેની વેદનામાં વધારો કર્યો હતો.

24મી સપ્ટેમ્બરના એ મહત્ત્વના દિવસે, વસીમ તેના લેપટોપ પર નમીને બેઠો હતો અને તેની આંગળીઓ સતત UPSCની વેબસાઇટને રીફ્રેશ કરી રહી હતી. મિનિટ કલાકોમાં ફેરવાઈ; દરેક પસાર થતી ક્ષણ સાથે તણાવ વધતો ગયો.

પછી જ્યારે ઘડિયાળમાં સાંજના 6.30 વાગ્યા, પરિણામ આવ્યું જેની તેઓ લાંબા સમયથી રાહ જોઈ રહ્યા હતા. જ્યારે વસીમે રોકાયેલા શ્વાસ

અને ધ્રૂજતી આંગળીઓ સાથે રેન્ક તરફ જોવાનું શરૂ કર્યું, ત્યારે તેનું હૃદય ગભરામણ સાથે ધબકતું હતું. એક પછી એક ક્રમ તેની નજર સમક્ષ પસાર થતો ગયો, દરેક ક્રમ તેની છાતીમાં ચિંતાની ગાંઠને વધુ ઊંડી કરી રહ્યો હતો.

જેમ જેમ તેઓ રેન્કમાંથી આગળ વધ્યા, સંખ્યાઓ અનિશ્ચિતતાના ધુમ્મસમાં અસ્પષ્ટ થઈ ગઈ અને તેઓ નિરાશ થવા લાગ્યા. તેમણે 150, 175, 200 પર જોયું... પરંતુ તેમ છતાં તેનું નામ મળ્યું ન હતું. અપેક્ષાનું ભારણ તેના પર હાવી થઈ ગયું, જેથી તેના જુસ્સાના ઠંડા પડી જવાનું જોખમ વધી ગયું.

નિરાશાની જીત થશે એવું લાગતું હતું ત્યારે જ અંધકારમાં આશાનું કિરણ દેખાયું. જ્યારે તેણે પોતાનું નામ 225માં ક્રમે જોયું ત્યારે એડ્રીનલાઇનના ઉછાળા સાથે વસીમની આંખો ઉત્સાહથી પહોળી થઈ ગઈ. તેની અંદર ખુશીનો વિસ્ફોટ થયો, જેણે વધતી જતી શંકાની તરેહને દૂર કરી દીધી જે તેને ગળી જવાની હતી.

વિજયની તે ક્ષણમાં શંકા અને ભયના દરેક કણ ઓગળી ગયા; તેના સ્થાને સિદ્ધિની ગહન ભાવના આવી. તેના ગાલ પર ખુશીનાં આંસુ વહેવા લાગ્યાં.

એટલામાં જ વસીમના ફોનની લાઇટ ઝળકી અને સ્ક્રીન પર મોહસીનનું નામ ચમકવા લાગ્યું.

'અભિનંદન ભાઈ, તમારી પસંદગી થઈ ગઈ છે.' વસીમ પહેલાં પરિણામ જોનાર મોહસીનનો અવાજ ઉત્સાહથી ભરેલો હતો.

કોલ પૂરો કરતા પહેલાં મોહસીને આતુરતાથી કહ્યું, 'હું તરત જ તમારા ઘરે જઈશ અને તમારા પરિવારને જાણ કરીશ.'

વસીમે સમય બગાડ્યા વિના ઘરે ફોન કર્યો. તેના પિતા અને બહેનો આરજૂ અને આલિયા બારીઓ પર નવા પડદા લગાવવામાં વ્યસ્ત હતા. ધ્રૂજતા અવાજ સાથે વસીમે આ સમાચાર તેના પિતાને આપ્યા, જે સાંભળીને આનંદથી ઊછળી પડ્યા. આરજૂ અને આલિયા જોરજોરથી બૂમો પાડવા લાગ્યા અને ડાન્સ કરવા લાગ્યા. અવાજ સાંભળીને બાજુના રૂમમાં રહેતી વસીમની માતા પણ ત્યાં દોડી આવી હતી. તેણે ફોન

પકડ્યો. પોતાના પુત્રનો અવાજ સાંભળીને તેની લાગણીઓ ઊભરાઈ ગઈ; ગર્વ અને ખુશીથી તેના ગાલ પરથી આંસુ વહેવા લાગ્યાં.

વસીમે ઘણી વખત સમજાવ્યું કે તેનો રેન્ક 225 છે, તેથી IAS બનવા માટે તેણે ફરીથી પરીક્ષા આપવી પડશે, પરંતુ તેના પરિવારના આનંદથી તેના શબ્દો ડૂબી ગયા. આ સમાચારથી તે ખૂબ જ ખુશ હતો.

ટૂંક સમયમાં જ બ્રગામનું સુંદર ગામ આનંદમાં ડૂબી ગયું, કારણ કે વસીમનો આખો પરિવાર, તેના બાળપણના મિત્રો અને તેની માતાના ગામના સંબંધીઓ તેની સિદ્ધિની ઉજવણી કરવા માટે ભેગા થયા હતા. એચએસસીમાં પણ આખી રાત આનંદના અવાજો ગુંજી ઊઠ્યા હતા, જેમાં વસીમ અને અન્ય બે એચએસસી રહેવાસીઓ જેમણે પરીક્ષા પાસ કરી હતી તેમના વિજયની નિશાની હતી.

વહેલી સવારે, વસીમ શ્રીનગરની ફ્લાઇટમાં બેઠો, તેનું હૃદય અપેક્ષા સાથે ધડકતું હતું. ઍરપોર્ટ પર તેણે તેના પિતાની વિનંતી પર ધ્યાન આપ્યું અને ટાઈ સાથે સરસ સૂટ પહેર્યો.

વસીમ શ્રીનગર ઍરપોર્ટથી બહાર આવ્યો કે તરત જ તેને લેવા આવેલા મિત્રો અને સંબંધીઓના ટોળાએ ફૂલોના હારથી તેનું સ્વાગત કર્યું. જ્યારે તે તેના ગામ બ્રગામ દૂરુ તરફ આગળ વધ્યો, ત્યારે વસીમને એક દશ્ય મળ્યું જેણે તેને વિસ્મય અને કૃતજ્ઞતાથી ભરી દીધો - લગભગ 5,000 લોકોની વિશાળ ભીડ તેના ઘરની બહાર હાજર હતી.

વસીમની સિદ્ધિના સમાચાર તેના ગામમાં તેમજ આસપાસના ગામોમાં દાવાનળની જેમ ફેલાઈ ગયા હતા. તંબૂ ગોઠવાયા અને હવામાં રસોઈની સુગંધ આવવા લાગી. ઢોલના તાલબદ્ધ તાલે ઉત્સવનો માહોલ સર્જ્યો હતો. ઘણા મીડિયા કર્મચારીઓની હાજરી એ ક્ષણના મહત્ત્વને રેખાંકિત કરતી હતી અને કાશ્મીરમાં IAS અને અન્ય નાગરિક સેવાઓ માટેના અપાર સન્માનને પ્રદર્શિત કરતી હતી.

ભીડ વચ્ચે, લોકો આતુરતાથી વસીમ સાથે સેલ્ફી લેવા અને વિડિયો બનાવવાની સ્પર્ધામાં હતા; દરેક જણ ક્ષણભર માટે લાઇમલાઇટમાં રહેવા માટે તલપાપડ હતા. વસીમ માટે, તે એક સાક્ષાત્કાર હતો - તેની સિદ્ધિની તેના સમુદાય અને તેનાથી આગળની ઊંડી અસરનું પ્રમાણપત્ર.

આ આનંદના પ્રસંગમાં તારીખોનો સંયોગ પણ સામેલ હતો - 25

સપ્ટેમ્બર માત્ર વસીમના વિજયનો દિવસ જ નહીં, પણ તેનો જન્મદિવસ પણ હતો. જેમ જેમ ઉત્સવ રાત સુધી ચાલુ રહ્યો તેમ, ભીડ ધીમે ધીમે વિખરાવા લાગી. આખરે પરિવારના સભ્યો અને નજીકના મિત્રો જ રહ્યા. હાસ્ય, સંગીત અને હૃદયસ્પર્શી મિત્રતા સાથે, વસીમે તેના પ્રિયજનોની હૂંફનો આનંદ માણ્યો અને તેના ખાસ દિવસની દરેક ક્ષણોની પ્રશંસા કરી.

તીવ્ર પછડાટ

ત્રણ દિવસ ઉજવણીમાં અને લોકોને મળવામાં પસાર થયા. પરંતુ મિત્રો, સંબંધીઓ અને મીડિયાકર્મીઓની ભીડ વચ્ચે, વસીમ તેના સંકલ્પ પર અડગ રહ્યો - તે ફરીથી પરીક્ષા આપશે અને IAS ઑફિસર બનશે. તેણે તેના પ્રથમ પ્રયાસમાં સન્માનજનક 225મો રેન્ક મેળવ્યો, જેણે તેની અંદર આત્મવિશ્વાસની જ્યોત પ્રગટાવી.

હજુ આગળની પ્રિલિમ માટે માત્ર 15 દિવસ બાકી હતા. વસીમે તેની મુખ્ય પરીક્ષા પછી ઇન્ટરવ્યૂની તૈયારી પર સંપૂર્ણ ધ્યાન કેન્દ્રિત કર્યું હતું અને પ્રિલિમ્સની તૈયારી માટે વધુ સમય આપ્યો ન હતો. તેમ છતાં તેને વિશ્વાસ હતો કે હવે તેના માટે પ્રિલિમ પાસ કરવાનું સરળ બનશે.

28 સપ્ટેમ્બરની સાંજે જ્યારે પરિવાર રાત્રિભોજન માટે એકત્ર થયો ત્યારે વસીમે આગામી પ્રિલિમિનરી પરીક્ષામાં બેસવાની ઇચ્છા વ્યક્ત કરી. તેની માતા આ સાંભળીને આશ્ચર્યચકિત થઈ ગઈ.

'પણ તેં અમને કહ્યું કે, તેં પરીક્ષા પાસ કરી છે. તો પછી ફરી આપવાની શું જરૂર છે?' તેની માતાએ નિર્દોષતાથી પૂછ્યું.

'મમ્મી, મેં પરીક્ષા પાસ કરી છે, પણ મારો રેન્ક 225 છે. આ રેન્ક સાથે મને IAS નહીં, પણ ઇન્ડિયન રેવન્યુ સર્વિસ (આઈઆરએસ) મળશે,' વસીમે ધીરજથી સમજાવ્યું.

'પણ શું ફરક પડે છે?' તેણે આશ્ચર્ય સાથે પૂછ્યું.

'મા, આઈઆરએસ અધિકારીઓ માત્ર આવકવેરાના કેસ સંભાળે છે, જ્યારે IAS અધિકારીઓ ડેપ્યુટી કમિશનર અને જિલ્લા મેજિસ્ટ્રેટ બને છે. તેમની પાસે વધુ સત્તા હોય છે અને તેઓ લોકોને મદદ કરવા માટે ઘણું કરી શકે છે.' વસીમે સહજતાથી કહ્યું.

'હું સમજી ગયો કે વસીમ શું કહી રહ્યો છે. હું પણ ઇચ્છું છે કે તે IAS ઑફિસર બને', તેના પિતાએ દરમિયાનગીરી કરી.

વસીમની માતા રૂબી જાન ચિંતિત થઈ ગઈ. તેના પુત્રને વધુ એક વર્ષ સખત અભ્યાસ કરવો પડશે, ઘરથી દૂર રહેવું પડશે અને સ્વાદવિહીન ખોરાક ખાવો પડશે, જે વસીમના સ્વાસ્થ્યને અસર કરી શકે છે અને તેની આંખો પર તાણ લાવી શકે છે. પરંતુ તેના પુત્રના સપના ખાતર તે અનિચ્છાએ સંમત થઈ.

સંબંધીઓ અને મિત્રો મળવા આવતા રહ્યા, પરંતુ તેમ છતાં વસીમ અભ્યાસમાં વ્યસ્ત રહ્યો અને અરાજકતા વચ્ચે તેને જેટલી કિંમતી ક્ષણો મળી, તેણે તેનો લાભ લીધો. તેણે પોતાના પરીક્ષા કેન્દ્ર તરીકે શ્રીનગરને પસંદ કર્યું હતું.

વસીમના પરિચિત ચહેરાએ પરીક્ષા કેન્દ્ર પર લોકોનું ધ્યાન આકર્ષિત કર્યું; તેની પસંદગી બાદ, સ્થાનિક મીડિયામાં કવરેજ પછી લોકો તેમના સુધી પહોંચવા લાગ્યા. પોતાની જાતને વિક્ષેપોથી બચાવવા માટે, તેણે માસ્ક પહેર્યો અને પરીક્ષા પર સંપૂર્ણ ધ્યાન કેન્દ્રિત કર્યું.

જોકે, વધુ પડતા આત્મવિશ્વાસના કારણે વસીમની એકાગ્રતા ઘટી ગઈ હતી. તેણે પરીક્ષામાં બેદરકારી દાખવી હતી અને યોગ્ય વિચાર કર્યા વિના ઉતાવળમાં વિકલ્પો પસંદ કર્યા હતા. જ્યારે આન્સર કી બહાર પાડવામાં આવી, ત્યારે વસીમને અફસોસ અને નિરાશા બંને અનુભવાયા; હવે તેને તેની ભૂલોની ગંભીરતા સમજાઈ ગઈ હતી.

નિરાશા છતાં તે પ્રિલિમિનરી પરીક્ષા પાસ કરી શકશે તેવી આશાનું કિરણ હતું. પરંતુ પરિણામ જાહેર થતાં આ આશા ઠગારી નીવડી - તે માત્ર બે માર્કસથી પ્રાથમિક પરીક્ષા પાસ કરવામાં નિષ્ફળ ગયો હતો.

આ સમાચારે વસીમ કરતાં પણ તેના પરિવારને હચમચાવી નાખ્યો. તેઓ સમજી શક્યા ન હતા કે તે પોતાના અગાઉના પ્રયાસમાં ત્રણેય તબક્કા સફળતાપૂર્વક પાર કરી ગયા હોવા છતાં તે કેવી રીતે નિષ્ફળ થઈ શકે છે. પરીક્ષાની અણધારીતા અને પડકારોએ તેને મૂંઝવણમાં મૂકી દીધો.

પોતાની નિષ્ફળતા પર વિચાર કરતા વસીમને એક કડવું સત્ય સમજાયું - તે વધુ પડતો આત્મવિશ્વાસી અને બેદરકાર હતો. તે એક

મુશ્કેલ પાઠ હતો. તેને સમજાયું કે આ મુશ્કેલ પરીક્ષામાં સફળતાને હળવાશથી લઈ શકાતી નથી અને તેને પાસ કરવા માટે ભૂતકાળની તૈયારી પૂરતી નથી.

નિરાશાના આ સમયગાળાનો સામનો કર્યા પછી, વસીમને પોતાની અંદર નવીનતા મળી; તેણે પોતાની નિષ્ફળતાને મજબૂત પાયો બનાવવાની તક તરીકે જોઈ. જો કે આગામી પ્રિલિમ્સ માત્ર છ મહિના દૂર હતી, તેણે તરત જ પ્રિલિમ અને મેઇન્સ બંને માટે સખત તૈયારી શરૂ કરવાનો અને સીએસઈ-2022માં ટોચનો ક્રમ હાંસલ કરવાનો સંકલ્પ કર્યો.

વસીમ ટૂંક સમયમાં એચએસસી પહોંચી ગયો અને લક્ષ્ય UPSC પાસ કરવા માટે વ્યૂહરચના બનાવવાનું શરૂ કર્યું. ત્યાં સુધીમાં સીએસસી-2020ની માર્કશીટ આવી ગઈ હતી. વસીમે તેની નબળાઈઓ અને સુધારણા માટેના સંભવિત ક્ષેત્રોનું કાળજીપૂર્વક મૂલ્યાંકન કર્યું. તેણે જોયું કે તેણે નિબંધ અને ઇન્ટરવ્યૂમાં સારું પ્રદર્શન કર્યું હતું, પરંતુ જીએસમાં તેની ખામીઓ હતી. વૈકલ્પિક વિષયમાં પણ થોડો સુધારો કરવાનો અવકાશ હતો.

સીએસસી-2020 ટોપર શુભમ કુમાર વસીમ માટે પ્રેરણારૂપ બન્યો. તેમણે શુભમના વિડિયો જોયા, જેમાં તેણે મોડલના જવાબોથી લઈને પાછલા વર્ષોના પ્રશ્નોને ભણવા પર ભાર મૂક્યો. આનાથી પ્રેરાઈને વસીમ કરોલ બાગ ગયો અને એક પ્રખ્યાત કોચિંગ સેન્ટરમાંથી મોડલ જવાબોનો સેટ ખરીદ્યો. પોતાના જવાબ અને પોતાની કુશળતાને વધુ નિખારવા માટે, તેણે ટેસ્ટ શ્રેણીમાં પણ પ્રવેશ મેળવ્યો.

ત્યાર બાદ, વસીમે નવેમ્બર 2021થી માર્ચ 2022 સુધી મેઇન્સ તૈયારી માટે અને એપ્રિલ 2022થી જૂન 2022 સુધી પ્રિલિમ્સ માટે એક વ્યાપક સમયપત્રક તૈયાર કર્યું. તેણે જીએસ મેઇન્સ અને એન્થ્રોપોલૉજી બંને માટે ઘણી મૉક ટેસ્ટ આપી, જેણે તેના સ્કોર અને આત્મવિશ્વાસમાં વધારો કર્યો. તેઓએ પરીક્ષા જેવી પરિસ્થિતિઓનું અનુકરણ કરીને પ્રિલિમ માટે વીસ મૉક ટેસ્ટ પણ આપી.

વસીમની દૃઢતા ફળીભૂત થઈ અને તેણે પ્રિલિમ્સ પાસ કરી, જેનાથી મેઇન્સ માટે તેની સઘન તૈયારી શરૂ થઈ. તે મોડેલ જવાબોનો અભ્યાસ કરતો રહ્યો. ટેસ્ટ સિરીઝ આપતો રહ્યો અને એક કરતાં વધુ વખત રિવિઝન

કરતો રહ્યો. વસીમ પોતાના દિવસની શરૂઆત એક કલાક સુધી પાછલા વર્ષોના પ્રશ્નોના જવાબો લખીને અને સ્વ-મૂલ્યાંકન કરીને કરતો હતો.

પોતે ફાળવેલ સમયમર્યાદામાં જવાબ આપી શકશે તે સુનિશ્ચિત કરવા માટે, તેણે દરેક પ્રશ્ન માટે સમય ફાળવ્યો - દસ ગુણ ધરાવતા પ્રશ્નો માટે સાડા સાત મિનિટ અને પંદર ગુણ ધરાવતા પ્રશ્નો માટે દસ મિનિટ. મુખ્ય પરીક્ષાના દિવસે પણ તે વહેલો જાગી ગયો અને ત્રણ-ચાર પ્રશ્નોના જવાબો લખ્યા, જેથી લેખનમાં પ્રવાહ આવે. અપેક્ષા મુજબ, વસીમે મેઇન્સની પરીક્ષા પાસ કરી.

ઇન્ટરવ્યૂની યાત્રા

વસીમ 2021માં પોતાના પ્રથમ ઇન્ટરવ્યૂ માટે આત્મવિશ્વાસથી ભરેલો હતો અને પેનલ બોર્ડનો સામનો કરવા માટે છ મહિનાની સખત તૈયારી સાથે સજ્જ હતો. તેને એ વાતની ખબર જ નહોતી કે એક ઉતાર-ચઢાવથી ભરેલી યાત્રા તેની રાહ જોઈ રહી છે અને પહેલો જ પ્રશ્ન તેના આત્મવિશ્વાસને તોડી પાડશે.

'આ પરીક્ષા માટે કોચિંગ સેન્ટરો ઝડપથી વધી રહ્યા છે. શું તેઓ ઉમેદવારો માટે સમાનતા અને સમાન તકોની વિરુદ્ધ નથી?' ઇન્ટરવ્યૂ શરૂ થતાં જ અધ્યક્ષે પ્રશ્ન પૂછ્યો. કાશ્મીર અથવા તેના ડીએએફ સંબંધિત વિષયો પર પ્રશ્નોની અપેક્ષા રાખતો વસીમ આશ્ચર્યચકિત થઈ ગયો.

જવાબ આપતા પહેલાં વસીમે પોતાનો સંયમ પાછો મેળવવામાં થોડો સમય લીધો. 'મૅમ, આજની દુનિયામાં જ્ઞાન વધુ સુલભ થઈ ગયું છે. ઉમેદવારો કે જેઓને કોચિંગ પરવડી શકતું નથી, ત્યાં વિપુલ પ્રમાણમાં ઑનલાઇન સંસાધનો મફતમાં ઉપલબ્ધ છે. વધુમાં, ઘણી સરકારો વંચિત વિદ્યાર્થીઓને મફત કોચિંગ આપે છે. ઉદાહરણ તરીકે, કાશ્મીરમાં અમારી પાસે 'પરવાઝ' યોજના છે. જોકે કોચિંગ માર્ગદર્શન પૂરું પાડે છે, જો ઓનલાઇન સંસાધનોનો અસરકારક રીતે ઉપયોગ કરવામાં આવે તો સ્વ-અભ્યાસ દ્વારા પણ સફળતા મેળવી શકાય છે,' તે વાતચીતને કાશ્મીર તરફ લઈ જવા માંગતો હતો, જેનાથી એ બાબતે પ્રશ્નો

પૂછવામાં આવે, તેમ છતાં, આગામી દસ મિનિટ માટે કોચિંગ પ્રશ્નોની સતત વણઝારથી તે થાકી ગયો અને હતાશ થઈ ગયો. જ્યારે વાતચીત કાશ્મીર અને ભારતના અન્ય ભાગોમાં સુરક્ષા દળો પર પથ્થરમારાની ઘટનાઓ સહિતની સુરક્ષા સ્થિતિ તરફ વળી ત્યારે તેણે રાહતનો શ્વાસ લીધો. તૈયારી અને ડેટા સાથે સજ્જ, વસીમે સંપૂર્ણ આત્મવિશ્વાસ સાથે આ વિષયનો સામનો કર્યો.

ત્યારે અચાનક એક એવો સવાલ આવ્યો, જેણે તેને આશ્ચર્યચકિત કરી દીધો. 'તમને શું લાગે છે કે સારો શિક્ષક કઈ રીતે બને છે?' બોર્ડના સભ્યએ પૂછ્યો.

વસીમે ખચકાટ વિના જવાબ આપ્યો, 'સારા શિક્ષક માત્ર તે જ નથી જે જ્ઞાન આપે છે; એક સારો શિક્ષક તે છે, જે વિદ્યાર્થીઓને સ્વ-પ્રેરિત અભ્યાસી બનવા માટે સશક્ત બનાવે છે.'

ઇન્ટરવ્યૂ રૂમમાંથી બહાર નીકળતી વખતે વસીમ મિશ્ર લાગણીઓ ધરાવતો હતો - સંકલ્પ મિશ્રિત સંશય, આશા સાથે અનિશ્ચિતતા. જો કે જ્યારે માર્ક્સ બહાર આવ્યા ત્યારે તે 184નો અણધાર્યો ઉચ્ચ સ્કોર જોઈને દંગ રહી ગયો.

2023માં તેના બીજા ઇન્ટરવ્યૂ માટે ઝડપથી આગળ વધતા, વસીમ યોદ્ધા જેવા આત્મવિશ્વાસ સાથે ધૌલપુર હાઉસના કોરિડોરમાંથી પસાર થાય છે. પોતાના અગાઉના મુકાબલાઓના અમૂલ્ય અનુભવથી સજ્જ અને તેના પ્રશંસનીય સ્કોર્સથી ઉત્સાહિત, તેણે શાંત નિશ્ચય સાથે નવી પેનલનો સામનો કર્યો.

જમ્મુ અને કાશ્મીરના પર્યટન વિશેના પ્રશ્નો સાથે ઇન્ટરવ્યૂ અપેક્ષિત વિષય પર શરૂ થયો. અન્ય સભ્યોએ તે વિસ્તારની સુરક્ષાને લગતા પ્રશ્નો પૂછ્યા હતા. આશ્ચર્યજનક રીતે, સિવિલ એન્જિનિયરિંગ અથવા માનવશાસ્ત્ર વિશે કોઈ પ્રશ્નો પૂછવામાં આવ્યા ન હતા.

ઇન્ટરવ્યૂ રૂમમાંથી બહાર નીકળતી વખતે વસીમને વિશ્વાસ હતો કે તેણે અત્યાર સુધીનું શ્રેષ્ઠ પ્રદર્શન આપ્યું છે. જો કે અંતે જ્યારે સ્કોર બહાર આવ્યો, ત્યારે વસીમને જાણવા મળ્યું કે તેનો 182નો સ્કોર તેના અગાઉના ઇન્ટરવ્યૂ સ્કોર કરતાં બે પોઇન્ટ ઓછો હતો.

નાગપુરથી મસૂરી સુધી

વસીમે 19 ડિસેમ્બર, 2022ના રોજ મુખ્ય પરીક્ષા પછી રાષ્ટ્રીય પ્રત્યક્ષ કર અકાદમી, નાગપુરમાં તેની તાલીમ શરૂ કરી હતી. પરંતુ તે આવતાંની સાથે જ રોગ અચાનક તોફાનની જેમ આવ્યો. તેને તાત્કાલિક હૉસ્પિટલમાં દાખલ કરવામાં આવ્યો હતો અને પછી તેને આઈસીયુમાં ખસેડવામાં આવ્યો હતો.

આઈસીયુમાં મોનિટરના સતત બીપના અવાજો સંભળાતા હતા. દસ દિવસ આઈસીયુમાં રહીને અને મૃત્યુના પડછાયા વચ્ચે રોગ સામે લડીને, તેણે જીવનની નાજુકતાનો સામનો કર્યો. સીએસઈમાં સફળતા મેળવવા માટે કરવામાં આવેલ પ્રયાસનું મહત્ત્વ મૃત્યુની કઠોર વાસ્તવિકતાની સરખામણીમાં ઓછું થઈ ગયું.

દિવસો વીતતા ગયા અને ટૂંક સમયમાં મે 2023 આવી ગયો. સીએસઈ પરિણામ જાહેર થવાના હતા. વસીમ અને તેના સાથીઓનાં મન પર અનિશ્ચિતતાનો ભારે પડછાયો ભમવા લાગ્યો. તેમની બેચના પચીસ આઈઆરએસ અધિકારીઓને ઇન્ટરવ્યૂ માટે બોલાવવામાં આવ્યા હતા; સ્પર્ધા એટલી અઘરી હતી કે માત્ર મુઠ્ઠીભર અધીકારીઓ જ IASનો પ્રતિષ્ઠિત રેન્ક મેળવી શકે એમ હતા.

સીએસઈના પરિણામ 23 મે, 2023ના રોજ આવવાના હતા. વાતાવરણમાં તણાવ હતો. તેમ છતાં વસીમનો સંકલ્પ અડગ રહ્યો. જો કે, દરેક પસાર થતી ક્ષણ સાથે અનિશ્ચિતતાના વાવાઝોડામાં ડૂબી જવાનો ભય હતો.

'તું આટલી ચિંતા કેમ કરે છે વસીમ? મને ખાતરી છે કે તું આ વખતે સફળ થઈશ,' ક્લાસમાં બાજુમાં બેઠેલી તેની મિત્ર પવિત્રાએ તેની ચિંતા શાંત કરવાનો પ્રયાસ કર્યો.

'મેં આ વખતે ખૂબ મહેનત કરી છે. આ મારો છેલ્લો પ્રયાસ હશે, કારણ કે આ પછી અમને આઈઆરએસમાં નિયમિત પોસ્ટિંગ મળશે અને મારી પાસે ફરીથી પરીક્ષા આપવાનો સમય નહીં રહે', તેણે કહ્યું. તે તણાવને દૂર કરવાનો પ્રયાસ કરી રહ્યો છે, જે તેને હજી પણ જકડી રહ્યો હતો.

પવિત્રાની ખાતરી વસીમને સાંત્વના આપી શકી નહીં અને તે ચિંતિત રહ્યો. બપોરના ભોજન પછી તેણે ઊંઘમાંથી રાહત મળવાની આશાએ ક્લાસ છોડીને તેના હોસ્ટેલના રૂમમાં જવાનું નક્કી કર્યું. જોકે શાંતિ અલ્પજીવી હતી. ફૈઝલના અણધાર્યા ફોનથી શાંતિમાં ખલેલ પડી. વસીમ જવાબ આપે તે પહેલા જ કોલ કપાઈ ગયો અને વસીમના મનમાં અટકળોનું મોજું ફરી વળ્યું.

'ફૈઝલે આ સમયે ફોન કેમ કર્યો? કંઈક તો થયું જ હશે. શું પરિણામ જાહેર થયું છે? જો હું સિલેક્ટ ન થયો હોત તો તેણે ફોન ન કર્યો હોત,' વસીમે ચિંતાથી વિચાર્યું. કોઈ પણ સમય બગાડ્યા વિના, તેણે ટેલિગ્રામ ખોલ્યું અને બહુપ્રતીક્ષિત PDF ફાઇલ મળી. ધ્રૂજતા હાથે તેણે ફાઈલ પર ક્લિક કર્યું અને પહેલા પાના તરફ જોયું.

અને ત્યાં અનિશ્ચિતતાની ઊથલપાથલ વચ્ચે તેણે આશાનું કિરણ જોયું - તેનું નામ સાતમા સ્થાને શોભતું હતું. તે આનંદથી ઊછળવા લાગ્યો. તેના રૂમમાંથી આવતા આનંદકારક અવાજોએ બપોરના ભોજન પછી છાત્રાવાસમાં પાછા ફરતા મિત્રોના જૂથનું ધ્યાન આકર્ષિત કર્યું. વર્ષોની દૃઢતાનો બોજ ઊતરી ગયો; તેના સ્થાને સિદ્ધિની મીઠાશ આવી. તરત જ શરૂ થયેલી ઉજવણી આખી રાત ચાલુ રહી. વસીમના અન્ય ચાર આઈઆરએસ સાથીદારોએ પણ હાજરી આપી હતી; જેમની પસંદગી પણ IAS માટે થઈ હતી.

વસીમે રજા માટે અરજી કરી અને ઘરે પરત ફર્યો, જ્યાં આતુર ચહેરાઓની ભીડ અને તેની માતા રૂબી જાનના આશ્વાસન આપતા આલિંગન દ્વારા તેનું સ્વાગત કરવામાં આવ્યું. તેની આ વિજયની ક્ષણને કેદ કરવા માટે મીડિયા તેની આસપાસ એકત્ર થઈ ગયું. જો કે નવા ઉત્સાહથી ગ્રામજનો આશ્ચર્યચકિત થઈ ગયા હતા. 'હવે શું થઈ રહ્યું છે? આ છોકરો તો બે વર્ષ પહેલાં જ IASમાં સિલેક્ટ થઈ ગયો હતો. આ નવી ઉજવણીનું કારણ શું છે?' તેઓએ આશ્ચર્ય સાથે પૂછ્યું.

વસીમની માતા રૂબી જાને રાહત અનુભવી. પોતાના પુત્રના અથાક સમર્પણનું આખરે ફળ મળ્યું. હવે તેણે અથાક મહેનત કરવી પડશે નહીં, કારણ કે તેની મહેનત સફળ થઈ હતી.

વસીમના જીવનસંઘર્ષમાંથી મળતો મહત્ત્વનો બોધપાઠ

1. **સંપૂર્ણ પ્રતિબદ્ધતા:** સીએસઈમાં સફળતાને હલકામાં લઈ શકાતી નથી, ન તો તેને અડધી-પડધી અથવા જૂની તૈયારીના આધારે મેળવી શકાય છે. વધુ પડતો આત્મવિશ્વાસ અને બેદરકારી એ નિષ્ફળતાની રીત છે. ઘણા ઉમેદવારો પોતાના અગાઉના પ્રયત્નોમાં પરીક્ષાના એક અથવા વધુ તબક્કા સફળતાપૂર્વક પાસ કરવા છતાં પ્રિલિમ્સમાં નિષ્ફળ જાય છે.
2. **જવાબ પ્રસ્તુતિની કળામાં નિષ્ણાત બનો:** મુખ્ય પરીક્ષામાં તમારું જ્ઞાન મહત્ત્વ રાખે છે. ઉપરાંત, તમે તમારા જવાબો કેવી રીતે રજૂ કરો છો તે પણ મહત્ત્વનું છે. ઉમેદવારોએ મોડલ જવાબો, ટોપર્સની આન્સરશીટ અને અન્ય સ્રોતોમાંથી શીખવું જોઈએ. સફળતા માટે જવાબ-લેખનની પ્રેક્ટિસ મહત્ત્વપૂર્ણ છે.
3. **અભ્યાસના એ ક્ષેત્રને આગળ ધપાવો જે તમને ઉત્તેજિત કરે છે:** શાળા અને કૉલેજમાં તમારી રુચિના આધારે અભ્યાસનું ક્ષેત્ર પસંદ કરવું સર્વોપરી છે. તમારા અભિપ્રાયોને માતાપિતા, મિત્રો અથવા સંબંધીઓની સલાહથી પ્રભાવિત ન થવા દો.
4. **વાચનની આદત કેળવો:** વાંચનની ટેવ કેળવવી જરૂરી છે. આમાંથી તમારા જ્ઞાનનો આધાર વિસ્તરે છે, જે સીએસઈના તમામ તબક્કે ફાયદાકારક છે. તે તમારા એકંદર દષ્ટિકોણને પણ સમૃદ્ધ બનાવે છે.
5. **લક્ષ્ય કેન્દ્રિત માર્ગદર્શન મેળવો:** બહુવિધ સ્રોતોમાંથી માર્ગદર્શન લેવાથી તમે માત્ર મૂંઝવણ અને તણાવમાં જ રહેશો. અભ્યાસક્રમ સામગ્રી અને પરીક્ષા વ્યૂહરચના વિશે અસંખ્ય વિચારો અને સલાહ ટાળો. માર્ગદર્શન માટે પસંદ કરેલા, ભરોસાપાત્ર સ્રોતો પર આધાર રાખો.

6. **મુખ્ય પરીક્ષામાં જથ્થા કરતાં ગુણવત્તા વધુ મહત્ત્વની છે:** તમે મુખ્ય પેપરમાં કેટલી પુરવણી ભરો છો અથવા તમે કયા ક્રમમાં પ્રશ્નો હલ કરો છો તેનાથી કોઈ ફરક પડતો નથી. તમારા જવાબોની સ્પષ્ટતા, ઊંડાણ અને સચોટતા મહત્ત્વની છે.

અધ્યાય 6

નંબર વન

હોશિયાર વિદ્યાર્થી મેડિકલ અને એન્જિનિયરિંગનો અભ્યાસ કરે છે

માર્ચ 2014ની ધૂંધળી સાંજ ધીમે ધીમે સ્ટ્રીટલાઇટ અને નિયોન સાઇન બોર્ડની કૃત્રિમ ચમકથી ભરાઈ રહી હતી. કારના હૉર્નનો અવાજ, સાઇકલની ઘંટડીઓનો લયબદ્ધ અવાજ, વિક્રેતાઓ અને રહેવાસીઓની રસપ્રદ વાતચીત ધીમે ધીમે ઓછી થઈ રહી હતી. શર્મા પરિવાર દક્ષિણ દિલ્હીમાં પૂર્વ કૈલાશમાં સ્થિત પોતાના સાધારણ એપાર્ટમેન્ટમાં ડાઇનિંગ ટેબલ પર ભેગો થયો હતો. રચના શર્મા અને સુનીલ દત્ત શર્મા તેમના બાળકો શ્રુતિ અને આદિત્ય સાથે બેઠા હતા, જ્યારે રચનાની પ્રિય માતા, અમ્માએ વર્તુળ પૂરું કર્યું હતું.

રાત્રિભોજન સમાપ્ત થયું અને અમ્મા તેના રૂમમાં ગઈ, શાંતિનું સ્થાન ઉગ્ર ચર્ચાએ લીધું. સરદાર પટેલ વિદ્યાલયની ધોરણ 10ની વિદ્યાર્થિની શ્રુતિ શાળામાંથી એક પરિપત્ર લઈને આવી હતી. આમાં, ધોરણ 11 માટે વિષયો પસંદ કરવાના હતા. ભારતીય પરિવારોમાં વિષયોની પસંદગી પર આવી ગરમ ચર્ચાઓ સામાન્ય છે જ્યાં બાળકો ઉચ્ચ વર્ગમાં જાય છે અથવા કૉલેજમાં જાય છે.

'પસંદગી એકદમ સ્પષ્ટ લાગે છે, બેટા. આપણો પરિવાર એન્જિનિયર અને ડૉક્ટરનો પરિવાર છે. તારે વિજ્ઞાન પસંદ કરવું જોઈએ અને

આઈઆઈટી-જેઈઈની તૈયારી કરવી જોઈએ', શ્રુતિના પિતાએ પરિપત્ર જોતા કહ્યું.

'પપ્પા, મેં એન્જિનિયરિંગના વિકલ્પ વિશે પ્રમાણિકતાથી વિચાર્યું છે, પણ મને એ બાબતે કોઈ જુસ્સો કે રસ નથી,' શ્રુતિએ પોતાના અવાજમાં અનિચ્છાના સંકેત સાથે કબૂલાત કરી.

રચનાએ હળવા પણ પ્રેરક સ્વરે કહ્યું, 'ઠીક છે! તો પછી તારે તારા દાદા-દાદીની જેમ ડૉક્ટર બનવાનો પ્રયત્ન કરવો જોઈએ.'

શ્રુતિના દાદા દેવેન્દ્ર કુમાર વત્સ અને દાદી સત્ય બાલા શર્મા તેમના વતનમાં પ્રખ્યાત ડૉક્ટર હતા. તેમના ઘણા પિતરાઈ ભાઈઓ અને સંબંધીઓએ પણ ચિકિત્સાના વ્યવસાયમાં કારકિર્દી બનાવી હતી.

શ્રુતિએ ધ્યાનથી સાંભળ્યું, પણ પોતાના હૃદયનો ઉશ્કેરાટ જાહેર કરવાની હિંમત કરી. 'મમ્મી, હું આ વિશે ઘણું વિચારી રહી છું અને હું ખરેખર માનું છું કે આર્ટ્સ મારા માટે વધુ સારું રહેશે.'

તેનાં માતાપિતાને પોતાની પુત્રી માટે તેઓએ જે સુવર્ણમાર્ગની કલ્પના કરી હતી તેનાથી દૂર જતાં જોઈ, તેઓએ એકબીજાને શંકાની નજરે જોયાં.

'તને આમાં કારકિર્દીનો કયો માર્ગ દેખાય છે? તારા જેવા તેજસ્વી વિદ્યાર્થીઓ વિજ્ઞાનપ્રવાહ પસંદ કરે છે. તે સ્થિરતા પ્રદાન કરે છે. પહેલાં નોકરી સુરક્ષિત કરો, પછી તું જે ઇચ્છે તે કરવાનું પસંદ કરી શકે છે,' સુનીલે કહ્યું; તેનો અવાજ ચિંતાથી ભરેલો હતો.

પણ શ્રુતિ પોતાની જીદ પર અડગ રહી. 'પપ્પા, અત્યારના સમયમાં આર્ટ્સના વિદ્યાર્થીઓ માટે પણ કારકિર્દીના ઘણા વિકલ્પો છે,' તેણે નિશ્ચય સાથે સ્થિર અવાજમાં સમજાવ્યું.

તેના પિતાની ભ્રમર વિચારમાં સંકુચિત થઈ ગઈ. તેમણે વળતો જવાબ આપ્યો. 'ઘણા નહીં. તારી પાસે ખૂબ જ મર્યાદિત વિકલ્પો હશે, જેમ કે એનજીઓમાં કામ કરવું અથવા પત્રકારત્વ કરવું.'

પોતાના પતિની લાગણીનો પડઘો પાડતાં, રચનાએ સામાન્ય રીતે ભારતીય માતાપિતા દ્વારા આપવામાં આવતી સલાહ આપી, 'બસ એટલું

યાદ રાખજે. તું જે રસ્તો પસંદ કરે, સરળ રસ્તો પસંદ કરતી નહીં, થોડાં વર્ષો મહેનત કર અને તારું જીવન વ્યવસ્થિત થઈ જશે.'

નિર્ભય થઈને શ્રુતિએ તેનાં માતાપિતાની મંજૂરી મેળવવા માટે પોતાનું ટ્રમ્પ કાર્ડ રમ્યું. 'પપ્પા, સિવિલ સર્વિસનો પણ વિકલ્પ છે. આર્ટ્સમાંથી ઘણા વિદ્યાર્થીઓ IAS અને IPS અધિકારી બને છે. હું પણ આ માર્ગને અનુસરવા માગું છું,' તેણે નિશ્ચિતપણે જાહેર કર્યું.

તેનાં માતાપિતાએ એકબીજા સામે જોયું; તેમની વચ્ચે મૌન વાતચીત ચાલી રહી હતી. તેઓ શ્રુતિના પ્રસ્તાવની યોગ્યતા અને તેના અતૂટ દૃઢ સંકલ્પને તોલી રહ્યાં હતાં.

'હા, આ એક સારો વિકલ્પ છે, પરંતુ તારે તારા વિકલ્પોને વિસ્તૃત કરવા માટે ગણિત અને અર્થશાસ્ત્ર લેવું જોઈએ', રચનાએ કહ્યું; તેના અવાજમાં સિવિલ સેવા પરીક્ષા (CSE) માટેની પોતાની અધૂરી આકાંક્ષાઓનો સૂર હતો.

'ઠીક છે, મમ્મી-પપ્પા,' શ્રુતિએ અનિચ્છાએ સંમતિમાં માથું ધુણાવ્યું.

તેનો નાનો ભાઈ આદિત્ય તેની સામે ચાલી રહેલા પારિવારિક નાટકનો મૂક પ્રેક્ષક હતો અને આ બધું સાંભળીને તેના હૃદયમાં આશાની એક ચિનગારી ચમકવા લાગી. 'જો મમ્મી-પપ્પાએ શ્રુતિને તેની પસંદગીના વિષયો ભણવાની છૂટ આપી હોય, તો કદાચ તેઓ મને પણ ક્રિકેટ પ્રત્યેના મારા શોખને આગળ વધારવાની પરવાનગી આપે,' તેણે સ્મિત સાથે વિચાર્યું.

ટૂંક સમયમાં પડોશીઓ અને સંબંધીઓ શ્રુતિની પસંદગી પર બોલવા લાગ્યા. તેઓ તેમના આશ્ચર્યને છુપાવી શક્યા નહીં અને બોલ્યા, 'ઓહ, અમે વિચારતા હતા કે તે ભણવામાં હોશિયાર છે!'

સહાયક વાતાવરણ

શ્રુતિનો પરિવાર ઉત્તર પ્રદેશના બિજનૌર જિલ્લાના લીલાછમ વિસ્તારની વચ્ચે આવેલા અથાઈ નામના શાંત ગામનો હતો. તેનાં દાદા-દાદી નજીકના બસ્તા ગામમાં આયુર્વેદના ડૉક્ટર હતા. શ્રુતિના પિતા આર્કિટેક્ટ હતા અને બસ્તામાં પરિવારની સ્કૂલનું પણ સંચાલન કરતા હતા.

શ્રુતિના જન્મ પછી, તેના દાદા-દાદીના વાંધાઓ હોવા છતાં, તેના માતાપિતા દિલ્હી જતા રહ્યા, કારણ કે તેઓ પોતાના બાળકો માટે વધુ સારી શિક્ષણ અને કારકિર્દીની તકો ઇચ્છતા હતા. જો કે, શ્રુતિના પિતા, પોતાના વતન સાથે જોડાઈ રહે તે માટે, દરેક રજાના દિવસે તેને પોતાની સાથે લઈ જતા. ત્યાં શ્રુતિએ ગામડાના જીવનની સાદગી વિશે જાણ્યું અને સરળ આનંદ માણ્યો, તેના પિતરાઈ ભાઈઓ સાથે રમી અને 'લૈલા કી ઉંગલી' અને 'ઈમલી કે ગોલે' જેવી સ્થાનિક મીઠાઈઓ ચાખી.

નાનપણથી જ રચનાએ શ્રુતિને ભણવા માટે પ્રોત્સાહિત કરી હતી. રચના ખૂબ પ્રેમથી તેની સ્કૂલ બેગ તૈયાર કરતી અને તેમાં ડાયરી, પેન અને ટિફિન રાખતી. રોજ સવારે શ્રુતિ રોજિંદા 'સ્કૂલ એડ્વેન્ચર' માટે તેના રૂમના ખૂણામાં તેના કામચલાઉ વર્ગખંડમાં પહોંચી જતી. ત્યાં તે કલાકો સુધી સ્કેચ કરતી અને લખતી, વચ્ચે વચ્ચે ટિફિનનો સ્વાદ લેતી. બાળપણમાં તેણે અવકાશયાત્રી બનવાનું સપનું જોયું હતું.

આપણે આપણી શાળામાં અર્ધજાગૃતપણે અથવા અજાગૃતપણે ઘણી વસ્તુઓ શીખીએ છીએ. તેથી શાળાનું વાતાવરણ સારું હોવું ખૂબ જ જરૂરી છે. શ્રુતિને શ્રેષ્ઠ શિક્ષણ આપવા માટે તેના માતાપિતાના પ્રયત્નોને કારણે તેને કેમ્બ્રિજ સ્કૂલ, ન્યૂ ફ્રેન્ડ્સ કૉલોનીમાં પ્રવેશ મળ્યો. આ શાળા નવીન અભિગમો અને મનોરંજક પ્રવૃત્તિઓ દ્વારા જ્ઞાન આપવા માટે પ્રખ્યાત હતી. દરેક વર્ગખંડમાં પુસ્તકાલયની હાજરીએ શ્રુતિના વાંચન પ્રત્યેના ઝુકાવને આકર્ષ્યો. જો કે, નવલકથાઓ પ્રત્યેના તેના શોખને લીધે, તેનાં માતાપિતા તેને ક્યારેક ઠપકો પણ આપતાં.

બાદમાં, ધોરણ-6થી શરૂ કરીને, શ્રુતિને લોધી એસ્ટેટ, નવી દિલ્હીની પ્રતિષ્ઠિત સરદાર પટેલ વિદ્યાલયમાં પ્રવેશ અપાવડાવ્યો. તે ટૂંક સમયમાં જ તેની શાળાના પ્રેમમાં પડી ગઈ. શાળાએ એવું વાતાવરણ ઊભું કર્યું હતું કે જેનાથી દરેક વિદ્યાર્થી પોતાની સંપૂર્ણ ક્ષમતા સુધી પહોંચવા માટે સશક્ત બને. તેને પરંપરાગત રેન્કને બદલે 'મેરિટ કાર્ડ્સ' પર આધારિત શાળાની અનોખી પુરસ્કાર પ્રણાલી ગમી. શાળાએ રમતગમત સહિત દરેક સ્પર્ધાત્મક ક્ષેત્રમાં લાયકાતના ધોરણો નક્કી કર્યાં હતાં

અને તે ધોરણો પાર કરનારા તમામ વિદ્યાર્થીઓને મેરિટ કાર્ડ્સ આપ્યાં હતાં. આ પદ્ધતિએ શ્રુતિને પોતાની જાત સાથે સ્પર્ધા કરવાનું શીખવ્યું.

શાળામાં તેનાં દિવસો ઉત્સાહ અને જિજ્ઞાસા ભરેલા હતા, કારણ કે તે 'સંગીતમય બપોર', 'એક્ટિવિટી વીક' અને 'ફૂડ ફેસ્ટિવલ' જેવી અસંખ્ય પ્રવૃત્તિઓ અને ઇવેન્ટ્સમાં આતુરતાપૂર્વક ભાગ લેતી હતી. શ્રુતિને તેની શાળાથી એટલો પ્રેમ હતો કે જ્યારે તે તેની માતાની વાત ન સાંભળતી ત્યારે રચના તેને શાળાએ ન મોકલવાની ધમકી આપતી હતી અને શ્રુતિ તરત જ તેની વાત માની લેતી.

શ્રુતિ શાળાનાં વાર્ષિક પ્રવૃત્તિ સપ્તાહની રાહ જોતી હતી, જ્યારે વિદ્યાર્થીઓ સાંસ્કૃતિક કાર્યક્રમો અને રમતગમતના કાર્યક્રમોમાં ભાગ લેવા માટે તેમનાં પુસ્તકો અને બેગ મૂકી દેતા હતા. દિવસો સાંસ્કૃતિક પ્રવૃત્તિઓ, વક્તવ્યો, પઠન, પુસ્તકોનું વાચન, પ્રેરક વાર્તાલાપ અને રમતોથી ભરેલા હતા. શ્રુતિ મહિનાઓ સુધી અંગ્રેજી અને હિન્દી બંને ભાષામાં ગદ્ય અને કવિતા ઉત્સાહપૂર્વક તૈયાર કરતી; પ્રવૃત્તિ સપ્તાહ દરમિયાન, તેને સ્વ-લિખિત કવિતા નિબંધો વાંચવાનું ગમતું હતું, જેના કારણે ઘણા મેરિટ કાર્ડ મળ્યાં હતાં.

અન્ય એક મોટું વાર્ષિક આકર્ષણ શાળાનો ફૂડ ફેસ્ટિવલ હતો, જેણે શ્રુતિમાં વર્ગમાં પાસ થઈને આગળ વધી ગયા પછી પણ વર્ષો સુધી પોતાની શાળા તરફ આકર્ષણ જન્માવ્યું હતું. આ ફૂડ ફેસ્ટિવલ વિદ્યાર્થીઓ અને માતાપિતાને દેશ-વિદેશમાંથી પરંપરાગત અને આરોગ્યપ્રદ વાનગીઓની ઉજવણી કરવા માટે એકઠા કરતો હતો.

તેનાં શાળાના દિવસો દરમિયાન, શ્રુતિએ સામાજિક કાર્યમાં પરિપૂર્ણતા અને આનંદની ઊંડી લાગણી અનુભવી. પોતાની શાળા અને તેની આસપાસના આર્થિક રીતે નબળા વિભાગના(EWS) બાળકોને ભણાવવા ઉપરાંત, તેણે 'મુસ્કાન' નામના એનજીઓને પણ પોતાનો સમય અને શક્તિ સમર્પિત કરી, જે વિકલાંગ અને માનસિક રીતે અશક્ત બાળકો અને પુખ્ત વયના લોકોને સહાય કરવા માટે સમર્પિત હતું. દૈનિક અખબારોમાં ક્રાંતિકારી ફેરફારો લાવનારા અધિકારીઓની વાર્તાઓએ શ્રુતિને ખૂબ પ્રભાવિત કરી અને તેના જુસ્સાને વેગ આપ્યો.

શૈક્ષણિક શ્રેષ્ઠતાને પ્રોત્સાહન આપવા ઉપરાંત, શાળાએ ગુપ્ત મતદાન દ્વારા ચૂંટાયેલા વિદ્યાર્થી કાર્યકરો દ્વારા નેતૃત્વ અને સંવાદિતાના બીજને પ્રોત્સાહન આપ્યું. સાંસ્કૃતિક બાબતોના સચિવ હોવા ઉપરાંત, ધોરણ-12માં શ્રુતિએ મહાસચિવના પ્રતિષ્ઠિત પદ માટે પણ દાવેદારી નોંધાવી. શ્રુતિ પોતાના અભ્યાસમાં પણ ખૂબ સફળ હતી: તેણે ધોરણ-10માં 98 ટકા અને ધોરણ-12ની પરીક્ષામાં 95 ટકા મેળવ્યા હતા.

જ્યાં હતા ત્યાં ફરી પાછા

ધોરણ બારમાની પરીક્ષામાં આશ્ચર્યજનક 95 ટકા માર્ક્સ મેળવવા એ શ્રુતિ માટે ઉજવણીની મહત્ત્વપૂર્ણ ક્ષણ હતી. પરિવાર ટૂંક સમયમાં શ્રુતિના જીવન વિશે ખૂબ જ મહત્ત્વપૂર્ણ નિર્ણય લેવામાં વ્યસ્ત થઈ ગયો - તેણે સ્નાતક થવા કયા વિષયો પસંદ કરવા જોઈએ એ બાબતે.

'મમ્મી, પપ્પા, મારે ખરેખર ઇતિહાસનો (ઑનર્સ) અભ્યાસ કરવો છે', શ્રુતિએ દિલ્હી યુનિવર્સિટીના સ્નાતક પ્રવેશ માટેના બ્રોશરનાં પાનાં ફેરવતી વખતે પોતાની ઇચ્છા વ્યક્ત કરી.

સુનીલે રચના સામે ચિંતાની નજરે જોયું; ચિંતામાં તેની ભમર સંકોચાઈ ગઈ. 'પરંતુ શ્રુતિ, અર્થશાસ્ત્ર (ઑનર્સ)માં વધુ સારી નોકરીની સંભાવનાઓ છે. તારા ભવિષ્ય વિશે વિચાર, બેટા,' તેણે વિનંતી કરી.

રચનાએ સંમતિમાં માથું હલાવ્યું. 'હા, શ્રુતિ. અર્થશાસ્ત્ર એક નક્કર વિકલ્પ છે. તે તારા માટે ઘણી તકો ખોલે છે,' તેણે પુષ્ટિ કરી; તેની આંખોમાં માતાની ચિંતા દેખાતી હતી.

શ્રુતિ અચકાતી હતી; તેનું હૃદય પોતાના રસ અને વ્યવહારિકતા વચ્ચે મૂંઝાઈ રહ્યું હતું. 'હું સમજું છું, પણ મને ડર છે કે અર્થશાસ્ત્રમાં ઘણું ગણિત આવશે. જ્યારે ઇતિહાસ મારા માટે સંપૂર્ણ રીતે અનુકૂળ છે,' તેણે કબૂલાત કરી.

સુનીલ ભારે હૈયે આગળ નમ્યો; તેની નજર શ્રુતિ પર સ્થિર હતી. 'બેટા, હું તારી અનિચ્છા સમજી શકતો નથી. તેં ગણિતમાં 97 ટકા અને અર્થશાસ્ત્રમાં સારા 98 ટકા ગુણ સાથે ઉત્કૃષ્ટ પ્રદર્શન કર્યું છે. અમે તારા માટે જે શ્રેષ્ઠ છે તે ઇચ્છીએ છીએ,' તેણે દલીલ કરી.

માતાપિતાના પોતાના નિર્ણયને પ્રભાવિત કરશે એ માટેની હતાશામાં શ્રુતિએ તેના સૌથી શક્તિશાળી હથિયારનો ઉપયોગ કર્યો. તેણે દલીલ કરી કે સીએસઈમાં સફળતા માટે ઇતિહાસ અનિવાર્ય છે. સુનીલ અને રચના તેની ભાવનાત્મક અપીલ સાંભળીને નરમ પડી ગયાં, કારણ કે IAS અધિકારી બનવાનો તેનો દઢ સંકલ્પ તેના શબ્દોમાં પ્રતિબિંબિત થતો હતો.

શ્રુતિનાં માતાપિતાને ખબર ન હતી કે શ્રુતિએ હજુ તેની કારકિર્દીનો માર્ગ નક્કી કર્યો નથી; તે માત્ર ઇતિહાસ પ્રત્યેના પોતાના રસને આગળ વધારવા માટે IAS બનવાની વાત કરી રહી હતી.

કૉલેજની પસંદગીને લઈને વધુ એક ચર્ચા શરૂ થઈ. શ્રુતિ દિલ્હી યુનિવર્સિટીના ઉત્તર પરિસરના ઐતિહાસિક આકર્ષણ, પ્રતિષ્ઠિત સંસ્થાઓ, રમ્ય વાતાવરણ, અભ્યાસેતર પ્રવૃત્તિઓ અને જીવંત પરિસર જીવન પ્રત્યે આકર્ષિત થઈ હતી. દરરોજ બે કલાકની યાતના છતાં, તે પ્રતિષ્ઠિત સેન્ટ સ્ટીફન કૉલેજમાં અભ્યાસ કરવા માંગતી હતી. બીજી તરફ રચના અને સુનીલે લેડી શ્રી રામ કૉલેજની વ્યવહારિકતા અને સગવડતાની તરફેણ કરી હતી, જે તેમના ઘરની નજીક હતી અને એક આદરણીય સંસ્થા હતી. તેમ છતાં, સતત આગ્રહ દ્વારા, શ્રુતિ ફરી એકવાર તેના માતાપિતાના નિર્ણયને પ્રભાવિત કરવામાં સફળ રહી.

મધ્યમ-વર્ગના પરિવારો, ખાસ કરીને શહેરી વિસ્તારોમાં સ્થળાંતર કરનાર પ્રથમ પેઢી, ઘણીવાર રૂઢિચુસ્ત મૂલ્યો ધરાવે છે. શ્રુતિનાં માતાપિતા પણ તેમાં અપવાદ ન હતા. તેઓએ તેને અઠવાડિયામાં એક વાર બહાર જવાનું મર્યાદિત કર્યું અને તેના મિત્રોના ઘરે સૂવા પર સખત પ્રતિબંધ લાદ્યો.

કૉલેજમાં પણ તેને મોડી રાતની પ્રવૃત્તિઓથી દૂર રહેવું પડતું.

તું કારકિર્દીલક્ષી નથી

માતાપિતા ઘણીવાર પોતાના બાળકોની જીવનયાત્રામાં સીમાચિહ્નો સેટ કરવાનો પ્રયાસ કરે છે - અભ્યાસ પૂર્ણ કરવાની ઉંમર, નોકરી શરૂ કરવાની ઉંમર, લગ્નની ઉંમર વગેરે. શ્રુતિનાં માતાપિતાએ પણ તે જ

કર્યું. રચના ખાસ કરીને ઇચ્છતી હતી કે શ્રુતિ શક્ય તેટલી વહેલી તકે આર્થિક રીતે સ્વતંત્ર બને, કારણ કે તે જીવનભર આર્થિક રીતે નિર્ભર રહી હતી.

જેમ જેમ શ્રુતિ તેના ગ્રેજ્યુએશનના અંતિમ વર્ષમાં પ્રવેશી, રચના અને સુનીલે તેને તેની કારકિર્દીની યોજનાઓ વિશે પૂછ્યું અને તેને સીએસઈ માટે તૈયારી શરૂ કરવાનો આગ્રહ કર્યો. તેણે તેને બિનજરૂરી રીતે વસ્તુઓમાં વિલંબ કરવા, નિર્ણાયક અને કારકિર્દીલક્ષી ન હોવા બદલ ઠપકો આપ્યો અને તેણે આપેલાં વચનોની યાદ અપાવી.

શ્રુતિનાં માતાપિતાએ તેને સીએસઈની તૈયારી માટે કોઈ કોચિંગ ઇન્સ્ટિટ્યૂટમાં જોડાવાની સલાહ આપી. બીજી બાજુ, શ્રુતિ, કોઈ પણ વિક્ષેપ વિના પોતાનો સ્નાતકનો અભ્યાસ ગંભીરતાથી કરવા માંગતી હતી. જો કે તે એ શરતે સંમત થઈ હતી કે તેને કોચિંગ સંસ્થા નજીક પેઇંગ ગેસ્ટ આવાસમાં રહેવાની મંજૂરી આપવામાં આવે.

'મારા જીવનમાં પ્રથમ વખત, હું કૉલેજમાં સાંજની પ્રવૃત્તિઓમાં ભાગ લેવા માટે મુક્ત થઈશ અને મારા મિત્રો સાથે કોઈ પણ પ્રતિબંધ વિના બહાર જઈશ. આ ઉપરાંત, મને સીએસઈની પેટર્ન વિશે પણ જાણવા મળશે,' તેણે વિચાર્યું. તેને ખબર ન હતી કે એકલા રહેવું ખૂબ જ પડકારજનક હશે અને તેને ઘર અને પરિવારના મહત્ત્વનું ભાન કરાવશે.

ટૂંક સમયમાં શ્રુતિ અને તેની માતાએ કરોલ બાગમાં રૂમ શોધવાનું શરૂ કર્યું. રૂમના નાના કદ અને ઑક્સિજનનો અભાવ જોઈને તે આશ્ચર્યચકિત થઈ ગઈ. ઘણા દિવસોની શોધખોળ પછી તેઓએ ફ્લૅટના એક રૂમ પર ધ્યાન કેન્દ્રિત કર્યું જેમાં કુદરતી પ્રકાશ હતો. શ્રુતિ સવારે કૉલેજ અને સાંજે કોચિંગ ક્લાસમાં જવા લાગી.

જેમ જેમ શ્રુતિને કરોલ બાગની દુનિયાનો આસ્વાદ મળ્યો તેમ તેમ એકલા રહેવાનું આકર્ષણ ઝડપથી અદૃશ્ય થઈ ગયું. ફ્લૅટમેટ્સ વચ્ચેની રાજનીતિ અને ઝઘડા, ફ્રિજમાં રાખેલી ખાદ્ય ચીજોની ચોરી, ફ્લૅટ-માલિક દ્વારા હેરાનગતિ, ટિફિન સર્વિસનો સ્વાદવિહીન ખોરાક અને રૂમની સફાઈ અને કપડા ધોવાનો બોજ તેને પરેશાન કરતો હતો. બીજો

પડકાર સ્વ-શિસ્ત શીખવાનો હતો, કારણ કે તેને સમયસર જગાડનાર, અભ્યાસના સમયપત્રકનું પાલન કરવા અને તેને યોગ્ય રીતે ખવડાવવા માટે કોઈ ન હતું.

તેણે એ પણ અવલોકન કર્યું કે કરોલ બાગમાં રહેતા ઘણા ઉમેદવારો પોતાના અભ્યાસ પ્રત્યે ગંભીર નથી. તેઓ માત્ર પોતાનો સમય અને તેમનાં માતાપિતાના પૈસાનો બગાડ કરી રહ્યા હતા: તેઓ તેના માતાપિતાને ખાતરી આપવા માટે કરોલ બાગમાં રહેતા હતા કે તેઓ સીએસઈ માટે ગંભીરતાથી તૈયારી કરી રહ્યા છે.

શ્રુતિને ટૂંક સમયમાં સમજાયું કે કોચિંગ નોંધપાત્ર મદદ કરતું નથી અને સ્વ-અભ્યાસ એ વધુ સારો વિકલ્પ છે. કોચિંગ ઇન્સ્ટિટ્યૂટના વિશાળ હૉલમાં 1,000થી વધુ લોકો બેસતા હતા, જેનાથી ભણતરનું વાતાવરણ ગીચ અને વ્યક્તિગત સંસર્ગ વિનાનું થઈ જતું. અઢી કલાકના લાંબા સત્ર દરમિયાન શિક્ષકો બિનજરૂરી મશ્કરી અને અનૌપચારિક વાતચીતમાં કીમતી સમય વેડફતા હતા.

તે કોચિંગ ક્લાસ પૂર્વ-આયોજિત નાટક જેવા હતા, ખાસ કરીને શ્રુતિને ત્યારે તે વધુ સ્પષ્ટ થયું જ્યારે તે એ જ વર્ગમાં બેઠી, જે વર્ગ તે પહેલાં પણ ભરી ચૂકી હતી. તેણે શિક્ષણમાં વપરાતા યાંત્રિક પુનરાવર્તનની નોંધ લીધી - ટુચકાઓ પણ ફરીથી કહેવામાં આવતા હતા, જે પહેલાંની જેમ તે જ સમયે વિદ્યાર્થીઓની સામે રજૂ કરવામાં આવ્યા.

પરંતુ કેટલાક સુખદ ફેરફારો પણ થયા. શ્રુતિને પરવાનગી વગર બહાર જવાની આઝાદી હતી. તે કૉલેજમાં વધુ તહેવારો અને કાર્યક્રમોમાં ભાગ લઈ શકતી હતી. તેણે તેનાં માતાપિતાના વલણમાં ફેરફાર પણ જોયો, જેમણે તેને મોટી થઈ ગઈ હોવાનું, વધુ પરિપક્વ બની ગઈ હોવાનું માનવાનું શરૂ કર્યું, જે સ્વતંત્ર રીતે બહાર જઈ શકે છે અને બધું જાતે જ સંભાળી શકે છે. વધુમાં, કોચિંગે તેને પરીક્ષાની પેટર્નની સમજ આપી.

જો કે UPSCમાં પ્રવેશ મેળવવાની યાત્રા ભાગ્યે જ સરળ અને સીધી હોય છે.

શિક્ષણજગત સાથેનું એક વચન

જેવી શ્રુતિ તેના બીએ (ઑનર્સ)ના અંતિમ વર્ષ સુધી પહોંચી, તેમ તેમ તેની મહત્ત્વાકાંક્ષાઓ સ્પષ્ટ હતી: લક્ષ્ય UPSCની ઊંચાઈઓ પર વિજય મેળવવા માટે સમર્પિત એક વર્ષ. પરંતુ ભાગ્ય ઘણીવાર આપણને અણધાર્યા માર્ગો પર લઈ જાય છે, જેનો તેને તરત જ ખ્યાલ આવી ગયો.

જ્યારે શ્રુતિની સ્નાતક યાત્રા પૂરી થવા આવી, તેણે જાણ્યું કે તેના વર્ગમાં લગભગ દરેક જણ જવાહરલાલ નેહરુ યુનિવર્સિટી (JNU)ના પ્રતિષ્ઠિત એમએ પ્રોગ્રામ માટે પ્રવેશ પરીક્ષાની તૈયારી કરી રહ્યા હતા. સાથીઓના દબાણ અને અત્યંત આદરણીય કાર્યક્રમના આકર્ષણ સામે ઝૂકીને, શ્રુતિએ આત્મવિશ્વાસની છલાંગ લગાવી અને પરીક્ષા માટેનું ફોર્મ ભર્યું.

પરીક્ષાનાં પરિણામોએ તેને ચોંકાવી દીધી. શ્રુતિના માર્ક્સ ટોપ પર હતા. મહિનાઓની સખત તૈયારી છતાં, તેના ઘણા સહાધ્યાયીઓ પ્રવેશ પરીક્ષા પાસ કરવામાં નિષ્ફળ ગયા.

શ્રુતિની નોંધપાત્ર સિદ્ધિએ તેના માતાપિતાને ગૌરવાન્વિત કરી દીધા. રાત્રિભોજન પછી તેમની વાતચીત દરમિયાન આ ચર્ચાનો મુખ્ય વિષય બન્યો હતો.

સુનિલે ટિપ્પણી કરી, ‘શ્રુતિનું અસાધારણ પ્રદર્શન તેની અપાર ક્ષમતા દર્શાવે છે. હું દૃઢપણે માનું છું કે તેણે જેએનયુમાં જોડાવાને બદલે UPSC પર ધ્યાન કેન્દ્રિત કરવું જોઈએ.’

‘પાપા, મને ઇતિહાસ વાંચવાનો શોખ છે.’ શ્રુતિએ ગંભીરતાથી કહ્યું. ‘વધુમાં, એમએ કરવાથી મને સીએસઈની તૈયારી માટે મજબૂત પાયો મળશે, ખાસ કરીને એટલા માટે, કારણ કે ઇતિહાસ મારો વૈકલ્પિક વિષય હશે.’ તેનો ઇતિહાસ પ્રત્યેનો ઉત્સાહ ઘણો ઊંડો હતો.

‘જો શ્રુતિ ખરેખર ઇતિહાસમાં એમએ કરવા માટે સમર્પિત હોય તો તેને તેના રસની દિશામાં જવા દો. તે તેની IASની તૈયારી પણ ચાલુ રાખી શકે છે’, રચનાએ શ્રુતિને ટેકો આપતાં કહ્યું.

શ્રુતિએ તેનાં માતાપિતા પ્રત્યે અપાર કૃતજ્ઞતા અનુભવી. તેને સમજાયું કે તાર્કિક આગ્રહ સિવાય તેણે ક્યારેય પોતાની પસંદગી શ્રુતિ પર થોપી

નથી. અંતિમ નિર્ણય હંમેશાં શ્રુતિનો જ હતો. રચના ઘણીવાર શ્રુતિને આ નિર્ણયોમાં સાથ આપતી હતી અને ક્યારેક સુનીલની વિરુદ્ધ પણ જઈને શ્રુતિનો પક્ષ લેતી હતી.

શ્રુતિ માટે, જેએનયુ બૌદ્ધિક ચર્ચા અને રાજકીય જોડાણનું જીવંત કેન્દ્ર હતું. તેને વિવિધ સમુદાયો અને નવા મિત્રો દ્વારા વધુ ને વધુ સ્વીકારતા જણાયા. 24×7 ઢાબાઓ માત્ર ભોજન જ નહીં, પરંતુ સૌહાર્દપૂર્ણ અને જીવંત વાતચીત માટેનું સ્થળ પણ પૂરું પાડતા હતા. વિશ્વવિદ્યાલયનું પુસ્તકાલય પણ એટલું જ મનમોહક હતું, ખાસ કરીને ઇતિહાસ વિભાગનું ઐતિહાસિક અધ્યયન કેન્દ્ર (CHS) પુસ્તકાલય, જેનું શાંત વાતાવરણ અને ત્યાં રહેતા મોરલાઓએ શ્રુતિનું હૃદય મોહી લીધું.

શ્રુતિ ખરેખર તેના અભ્યાસક્રમના પ્રેમમાં પડી ગઈ હતી. તેને અભ્યાસક્રમ અસાધારણ ગુણવત્તાવાળો લાગ્યો. પ્રાધ્યાપકો શૈક્ષણિક વર્તુળોમાં ખૂબ આદર ધરાવતા હતા. વિદ્યાર્થીઓને કોઈ પણ લેક્ચરમાં હાજરી આપવાની છૂટ હતી. સંસ્થા સંશોધન લેખનની સખત પદ્ધતિ દ્વારા શૈક્ષણિક લેખન અને વિચારસરણીને પ્રોત્સાહન આપતી હતી. સંશોધન લેખોની કાળજીપૂર્વક તપાસ કરવામાં આવતી હતી અને સંપૂર્ણ ચર્ચા કરવામાં આવી હતી, જે શૈક્ષણિક શ્રેષ્ઠતાની સંસ્કૃતિને પ્રોત્સાહન આપતી હતી.

શ્રુતિને ટૂંક સમયમાં સમજાયું કે શૈક્ષણિક ક્ષેત્રની કારકિર્દી, જ્યારે બૌદ્ધિક રીતે રસપ્રદ તો હશે, પણ તેને તેનાથી વધુ સંતોષ નહીં મળે. તેણે અવલોકન કર્યું કે શૈક્ષણિક જીવન લોકોના જીવન પર સીધી અસર કરવાની ઘણી તક વિના સંશોધન અને નાની વિગતો પર લાંબી, તીવ્ર ચર્ચાઓ લખવાની આસપાસ ફરે છે. તેનાથી લોકોના જીવન પર સીધી અસર પડવાના વધારે અવસર નથી હોતા અને તેનો શિક્ષણ જગતમાંથી મોહ ઊઠી ગયો, પરિણામે તેણે સીએસઈની તૈયારી પર પોતાની શક્તિઓ કેન્દ્રિત કરવા માટે એમએ પ્રોગ્રામ વહેલો છોડી દેવાનું નક્કી કર્યું.

શ્રુતિના નિર્ણયથી તેના પ્રોફેસરોને આશ્ચર્ય થયું, જેમણે તેને પુનર્વિચાર કરવા કહ્યું. તેમની વિનંતીઓ છતાં, શ્રુતિ પોતાના સંકલ્પ પર અડગ રહી.

બસ્તામાં એક અનાયાસ શોધ

એક સાંજે જ્યારે શ્રુતિ તેની તૈયારીઓમાં વ્યસ્ત હતી, ત્યારે તેના પિતાએ તેને બોલાવી, જે તે સમયે બસ્તામાં ગયેલા હતા.

'શ્રુતિ, શું તું જામિયા મિલિયા ઇસ્લામિયામાં આવાસીય કોચિંગ અકાદમી (આરસીએ) વિશે જાણે છે?' સુનીલના અવાજમાં આશ્ચર્ય અને ઉત્સાહની મિશ્ર લાગણી હતી. 'તેઓ લાઇબ્રેરી, હોસ્ટેલ અને મેસની સુવિધા તેમજ સિવિલ સેવાના ઉમેદવારોને નજીવી કિંમતે મફત કોચિંગ પણ પ્રદાન કરે છે.'

'પપ્પા, તમને આ વિશે કેવી રીતે ખબર પડી?' શ્રુતિએ તેના પિતાના અણધાર્યા ઘટસ્ફોટ પર આશ્ચર્ય વ્યક્ત કર્યું.

'મેં અખબારમાં તેમની આગામી પ્રવેશ પરીક્ષા વિશે એક જાહેરાત જોઈ હતી,' સુનિલે કહ્યું, તેના અવાજમાં ઉત્સાહ હતો. 'હું માનું છું કે તારે આ પ્રવેશ પરીક્ષા આપવી જોઈએ. સારી બાબત એ છે કે તે આપણા ઘરની નજીક છે', તેમણે સમજાવ્યું.

જામિયા મિલિયા ઇસ્લામિયાના નેજા હેઠળ આવેલી આવાસીય કોચિંગ એકેડેમી (RCA) વાસ્તવમાં યુનિવર્સિટી દ્વારા ભંડોળ પૂરું પાડવામાં આવેલ કોચિંગ અને કારકિર્દી આયોજન કેન્દ્ર છે, જે વિશ્વવિદ્યાલય અનુદાન આયોગ (UGC) અને લઘુમતી બાબતોના મંત્રાલયના સંયુક્ત નાણાં મેળવીને કાર્ય કરે છે. તે સીએસઈ અને અન્ય નોકરીની તકો માટે સ્પર્ધા કરવા માટે લઘુમતી સમુદાયો, અનુસૂચિત જનજાતિ, અનુસૂચિત જાતિ અને મહિલા ઉમેદવારો માટે મફત કોચિંગ પ્રોગ્રામ ઑફર કરે છે.

શ્રુતિએ 2019માં આયોજિત આરસીએની ત્રણ તબક્કાની પ્રવેશ પરીક્ષા સરળતાથી પાસ કરી. તેણે શરૂઆતમાં માત્ર લાઇબ્રેરી સુવિધાનો ઉપયોગ કરવાનું અને ઘરે રહીને પસંદગીના વર્ગોમાં હાજરી આપવાનું નક્કી કર્યું.

આરસીએએ તૈયારી માટે અનુકૂળ અને સ્પર્ધાત્મક વાતાવરણ પૂરું પાડ્યું. અહીં તેણે કરોલ બાગ કરતાં વધુ સમર્પિત ઉમેદવારો જોયા. તેમાંથી ઘણાએ સીએસઈના એક અથવા વધુ તબક્કામાં સફળતા હાંસલ કરી હતી.

શ્રુતિને આરસીએ ખાતે સાથી ઉમેદવારોના નાના, ચુસ્ત જૂથમાં એકીકૃત થવામાં થોડો સમય લાગ્યો. આરસીએ લૉનના શાંત વાતાવરણમાં અથવા 'ચાચા કી ચાય'ના ગરમ કપ પર તે ઘણીવાર મહત્ત્વપૂર્ણ વિષયો પર જીવંત ચર્ચામાં વ્યસ્ત રહેતી. કાકા તેને દૂરથી ઓળખી જતા, કારણ કે શ્રુતિ તેનો લાલ કૉફીનો મગ લાવીને બે કડક કૉફી પીતી હતી.

વિદ્યાર્થીઓ પણ સખત જવાબ-લેખન સત્રોમાં રોકાયેલા રહેતા. તેઓ તેમની ઉત્તરવહીની આપ-લે કરતા અને એકબીજાને પ્રતિભાવ આપતા. આનાથી સહઅભ્યાસીઓમાં પરસ્પર શિક્ષણની ઉત્તમ સંસ્કૃતિ સર્જાઈ. ટૂંક સમયમાં, શ્રુતિ આરસીએ હોસ્ટેલમાં શિફ્ટ થઈ, જ્યાં તેને શુમરા, મીની અને ક્રાંતિના રૂપમાં અદ્ભુત મિત્રો મળ્યા.

શ્રુતિ તેના સહકર્મીઓનું સમર્પણ અને મહેનત જોઈને સતત પ્રેરિત થતી. જ્યારે પણ થાક તેના ઉત્સાહને નબળો પાડતો અથવા તેના પ્રયત્નો ખોરવાતા ત્યારે તેના અડગ સાથીઓને અથાક મહેનત કરતા જોઈને તેનો સંકલ્પ ફરી મજબૂત થતો.

જોકે ટૂંક સમયમાં જ કોવિડ-19 ફાટી નીકળતાં અણધાર્યો વળાંક આવ્યો, કારણ કે આરસીએ અચાનક તેના દરવાજા બંધ કરી દીધા, વિદ્યાર્થીઓને હોસ્ટેલ ખાલી કરવા નિર્દેશ આપ્યો અને મેસ સુવિધા પણ બંધ કરી દીધી. વીજળી અને પીવાના પાણીની વ્યવસ્થા બંધ કરી દીધી. જો કે શ્રુતિ નસીબદાર હતી કે તે નજીકમાં રહેતી હતી, તેથી તેને વધુ અસર થઈ ન હતી, પરંતુ પરિસ્થિતિએ દૂરના વિસ્તારોમાંથી આવતા ઘણા વિદ્યાર્થીઓને ગંભીર ફટકો આપ્યો હતો.

તેમાં ક્રાંતિનો સમાવેશ થતો હતો, જે તેની સાધારણ પૃષ્ઠભૂમિની કઠોર વાસ્તવિકતાઓ સાથે ઝઝૂમી રહેલી આસામની એક નિશ્ચિત ઉમેદવાર હતી. નાની ઉંમરે પિતાને ગુમાવનાર ક્રાંતિ જો આસામ પાછી જાય તો તેના UPSCની યાત્રાનો અંત થઈ જાય. સંકટના આ સમયમાં શ્રુતિએ ખુશીથી ક્રાંતિને તેના ઘરે રહેવા આમંત્રણ આપ્યું. ક્રાંતિ પછી આસામ સીએસઈમાં સફળ થઈ અને આસામ સિવિલ સેવા અધિકારી બની.

અન્ય ઉમેદવાર મીનીને પણ આવી જ સમસ્યાઓનો સામનો કરવો પડ્યો હતો અને તેણે કોવિડ-19ની આગામી લહેર દરમિયાન શ્રુતિના

ઘરે આશ્રય લીધો હતો. ક્રાંતિના પગલે ચાલીને, મીનીએ સખત મહેનત કરી અને સીએસઈ-2021 દ્વારા આઈપીએસમાં પોતાનું સ્થાન મેળવ્યું.

શ્રુતિ અને તેના મિત્રોએ કોવિડ-19 રોગચાળા દરમિયાન જૂથ ચર્ચાઓ અને સહયોગી અભ્યાસ માટે મોબાઇલ એપ્લિકેશનનો ઉપયોગ કર્યો હતો. તેમણે નોંધ લેવાનું કાર્ય વિભાજિત કર્યું, જેમાં એક વ્યક્તિ પ્રત્યેક વિષયનું નેતૃત્વ કરતી હતી. આમ તેમણે ગૂગલ ડૉક્સ પર વ્યાપક નોંધો બનાવી, જ્યારે અન્યએ તેને સમૃદ્ધ બનાવવામાં ફાળો આપ્યો. રોગચાળા દ્વારા આપવામાં આવેલ વધારાનો સમય આ નોંધોને શુદ્ધ કરવા અને મજબૂત કરવામાં અમૂલ્ય સાબિત થયો.

પ્રિલિમ્સ-2020ની નવી તારીખોની જાહેરાત થતાં જ શ્રુતિએ પોતાની તૈયારીઓમાં આત્મવિશ્વાસ અનુભવ્યો. જો કે, નસીબમાં કંઈક બીજું હતું. તેઓને એ વાતનો જરાય અંદાજ નહોતો કે એક નાની ચૂક એટલી મોટી ભૂલ તરફ દોરી જશે કે તે તેમની કાળજીપૂર્વક ગોઠવેલી યોજનાઓને પાટા પરથી ઉતારી દેવાનો ભય ઊભો કરશે.

ભાષાકીય પડકાર સ્વીકારવો

પ્રિલિમ્સ-2020 પછી શ્રુતિનું હૃદય આત્મવિશ્વાસથી ભરાઈ ગયું. કોઈ પણ સમય બગાડ્યા વિના, તેણે આગામી પડકાર એટલે કે મેઇન્સ માટે તૈયારી શરૂ કરી દીધી. જ્યારે પ્રિલિમ્સનાં પરિણામો જાહેર થયાં અને તે સફળ થઈ ત્યાં સુધીમાં શ્રુતિએ મેઇન્સનો ઘણો અભ્યાસક્રમ પૂર્ણ કરી લીધો હતો. જો કે તેની ખુશી ટૂંક સમયમાં અવિશ્વાસ અને નિરાશામાં ફેરવાઈ ગઈ.

UPSC પોર્ટલ પર વિસ્તૃત આવેદન ફોર્મ-1 (DAF-1) ભરવા બેઠી કે તરત જ શ્રુતિ અચાનક ઝબકી ગઈ. કેટલીક મહત્ત્વપૂર્ણ માહિતી, જેમ કે તેનો વૈકલ્પિક વિષય, ભારતીય ભાષાનું પેપર અને પરીક્ષાનું માધ્યમ વગેરે ડીએએફ-1 માં પ્રીલિમ્સ અરજી ફોર્મમાં તેના દ્વારા સબમિટ કરવામાં આવેલી વિગતોના આધારે અગાઉથી ભરેલી હતી. તે ભરતી વખતે, શ્રુતિએ તેના જીએસ અને નિબંધના પેપર માટે હિન્દી માધ્યમ પસંદ કરીને મોટી ભૂલ કરી હતી.

શ્રુતિએ તેના ડીએએફ-1માં અગાઉથી ભરેલી, સંપાદન ન કરી શકાય તેવી માહિતી જોઈ કે તરત જ તેને પેટમાં દુખાવો થયો. તેની આંખો તેની સામેના શબ્દો પર કેન્દ્રિત રહી, કારણ કે તેનું મન પરિસ્થિતિની ગંભીરતાને સમજવા માટે સંઘર્ષ કરી રહ્યું હતું.

નિરાશ થઈને તેણે ઉકેલ શોધવાનું શરૂ કર્યું. પોતાની ભૂલ સુધારવા માટે તેણે ઇન્ટરનેટના દરેક ખૂણે સર્ચ કર્યું. માર્ગદર્શન કે આશ્વાસનની આશામાં તેણે તેના મિત્રોનો પણ સંપર્ક કર્યો, પરંતુ કોઈ મદદ મળી નહીં.

અસુરક્ષાની એક ક્ષણમાં શ્રુતિ તેની માતા તરફ વળી. પોતાની ભૂલ સ્વીકારતા સમયે તેનાં આંસુ વહેવા લાગ્યાં. તેની માતા પણ આ રહસ્યોદ્‌ઘાટનથી સ્તબ્ધ થઈ ગઈ હતી અને તેની માતા પણ આ પરિસ્થિતિની વાસ્તવિકતા સાથે સંઘર્ષ કરી રહી હતી.

પછીના થોડા દિવસો માટે, શ્રુતિ અને તેની માતાએ UPSC મુખ્યાલયની યાત્રા કરી. તેમણે શ્રુતિની પરીક્ષાના માધ્યમમાં સુધારા માટે અનેક અરજીઓ કરી અને ઘણા અધિકારીઓને મળ્યા. તે આરસીએ ખાતે એક ઉમેદવારને પણ મળ્યા જેણે એક વર્ષ અગાઉ આ જ પડકારનો સામનો કર્યો હતો. બધાએ એક જ વાત કહી : 'હવે કંઈ નહીં થઈ શકે.'

શ્રુતિને હિન્દી માધ્યમમાં પરીક્ષા આપવા અથવા આ પ્રયાસ છોડી દેવા માટે પીડાદાયક અલ્ટિમેટમનો સામનો કરવો પડ્યો હતો. તેના પિતાએ તેને આવતા વર્ષની તૈયારી પર ધ્યાન આપવાનું સૂચન કર્યું. પરંતુ શ્રુતિએ પડકાર ઝીલી લીધો અને મુખ્ય પરીક્ષા હિન્દી માધ્યમમાં આપવાનું નક્કી કર્યું.

શ્રુતિ તેની નોંધ અંગ્રેજીમાં વાંચતી, ખૂબ મહેનતથી તેને ગૂગલ ટ્રાન્સલેટર સાથે હિન્દીમાં અનુવાદિત કરતી અને પછી અનુવાદિત સંસ્કરણોનો અભ્યાસ કરતી. વિશાખા અને તેના મિત્ર સ્ટેનઝીન વાંગ્યાલે આ પડકારજનક સમયમાં અમૂલ્ય સહયોગ પૂરો પાડ્યો હતો. વાંગ્યાલે બાદમાં આઈઆરએસમાં સ્થાન મેળવતા સીએસઈમાં સફળતા મેળવી.

જોકે, જેમ જેમ શ્રુતિની તૈયારી આગળ વધતી ગઈ તેમ તેમ આ કાર્ય મુશ્કેલ બન્યું. તકનીકી શબ્દોની વિશાળ શ્રેણી હતી અને હિન્દીમાં લખવાનો અભ્યાસ નહોતો. તે નિર્ધારિત સમયમાં તેના કોઈ પણ પેપર

પૂર્ણ કરી શકી ન હતી. જ્યારે પણ તે પરીક્ષાખંડમાંથી બહાર આવતી ત્યારે તેના ચહેરા પર હતાશા અને નિરાશાનાં આંસુ હતાં.

હજુ પણ ભાષાકીય મર્યાદાઓના પડછાયા વચ્ચે શ્રુતિના મનમાં આશાનું કિરણ જાગતું હતું. પરિણામ જાહેર થતાં તેની આશા નિરાશામાં ફેરવાઈ ગઈ. જો કે, UPSCએ મુખ્ય પરીક્ષાના માર્ક્સ જાહેર કર્યા ત્યારે આશાનું કિરણ દેખાયું. શ્રુતિ માત્ર એક માર્કથી પાછળ રહી ગઈ હતી. આ અનુભૂતિથી પ્રોત્સાહિત, શ્રુતિએ તેના આગલા પ્રયાસમાં પોતાના વિજયની કલ્પના કરી અને તરત જ પૂરા દિલથી તૈયારી કરવાનું શરૂ કર્યું.

તેણે અભ્યાસક્રમનો કાળજીપૂર્વક અભ્યાસ કર્યો અને દરેક વિષય માટે એક કે બે વિશ્વસનીય સ્રોત પસંદ કર્યા. તેણે પાછલાં વર્ષોના પ્રશ્નોનું વિશ્લેષણ પણ કર્યું. ત્યાર પછી તેણે પોતાના જવાબોને સમૃદ્ધ બનાવવા માટે વધારાની માહિતી, ડેટા, ઉદાહરણો, અખબારોની નોંધો અને અન્ય વાચનસામગ્રી સાથે પોતાની નોંધોનો ઉપયોગ કર્યો. તેણે સુનિશ્ચિત કર્યું કે કોઈ વિષય પરની તમામ માહિતી તેની નોંધોમાં વિખરાયેલી ના રહે, પરંતુ એક જ જગ્યાએ વ્યવસ્થિત રીતે ગોઠવાયેલી રહે.

કોર્સ પૂરો કર્યા પછી શ્રુતિ ટેસ્ટ સિરીઝ અને જવાબ-લેખનની પ્રેક્ટિસ તરફ વળી. જ્યારે પણ તેણે જવાબો લખ્યા ત્યારે, તેણે સ્વ-મૂલ્યાંકન કર્યું કે તે કેવી રીતે સંરચનામાં સુધારો કરીને અને વધુ પોઇન્ટ ઉમેરીને તેને સુધારી શકે છે. પાછલા વર્ષના ટોપર્સની ઉત્તરવહીઓનો અભ્યાસ કરીને તેણે પોતાના જવાબોને સુધારવા માટે મૂલ્યવાન સમજણ મેળવી.

શ્રુતિનો મંત્ર હતો ન્યૂનતમ સ્રોતોનું, એક કરતા વધુ વખત પુનરાવર્તન અને જવાબ-લેખનની સતત પ્રેક્ટિસ. તેમણે અગ્રતા નિર્ધારણ, સમય વ્યવસ્થાપન અને પોતાની શક્તિઓનો લાભ લેવાનું મહત્ત્વ પણ જાણ્યું.

હું આ પરીક્ષા ફરી ક્યારેય નહીં આપું

10 ઑક્ટોબર, 2021ના રોજ સાંજે પોતાની પ્રારંભિક પરીક્ષા પછી, શ્રુતિ તેની વિખરાયેલી નોંધો વચ્ચે બેઠી હતી અને તેના આંસુની ધારા વહી રહી હતી. તેની માતા અને નજીકનો મિત્ર તેની પાસે બેસીને તેને સાંત્વના આપી રહ્યાં હતાં. ત્રણ અગ્રણી કોચિંગ સંસ્થાઓ દ્વારા અપલોડ

કરવામાં આવેલી આન્સર કી દર્શાવતી હતી કે તે પરીક્ષાના આગળના તબક્કામાં પહોંચી શકી નહોતી.

શ્રુતિનો આત્મવિશ્વાસ તૂટી ગયો. તેથી તેણે મુખ્ય પરીક્ષાની તૈયારી શરૂ કરવાને બદલે, તેણે દિલ્હી સ્કૂલ ઑફ ઇકોનોમિક્સમાં એમએ (સમાજશાસ્ત્ર)માં પ્રવેશ લેવાનું નક્કી કર્યું. પરંતુ ભાગ્ય શ્રુતિ માટે આશ્ચર્યજનક વળાંક લાવ્યું. કોચિંગ ઇન્સ્ટિટ્યૂટની ભયંકર આગાહીઓથી વિપરીત જ્યારે પ્રિલિમ પરીક્ષાનું પરિણામ આખરે બહાર આવ્યું, ત્યારે તેણે સરળતાથી પ્રિલિમ્સ પાસ કરી હતી.

આ અણધારી જીતથી પ્રોત્સાહિત થઈને, શ્રુતિએ નવેસરથી ઉત્સાહ સાથે ફરીથી તૈયારીઓમાં ઝંપલાવ્યું. છેલ્લી મુખ્ય પરીક્ષા પછી તેણે પહેલેથી જ મજબૂત પાયો નાખ્યો હોવા છતાં, આવનારા મહિનાઓ મુશ્કેલ હતા, કારણ કે એવું લાગતું હતું કે અભ્યાસક્રમ ક્યારેય સમાપ્ત થશે નહીં.

મેઇન્સમાં, શ્રુતિએ ફરજિયાત ભાષા, નિબંધ અને જીએસ પેપરમાં સારું પ્રદર્શન કર્યું. તે તેના જીએસ અને વૈકલ્પિક પેપર્સ વચ્ચેના પાંચ દિવસના અંતરની આતુરતાથી રાહ જોઈ રહી હતી. જો કે ભાગ્યએ શ્રુતિને બીજો ક્રૂર ફટકો આપ્યો. તેના છેલ્લા જીએસ પેપરની સાંજે, શ્રુતિને નબળાઈ અને તાવ આવવા લાગ્યો. બીજા દિવસે તેની તબિયત બગડી. લક્ષણો સ્પષ્ટપણે કોવિડ-19ના સૂચક હતાં, જો કે તેણે તપાસ કરાવી નહીં.

શ્રુતિએ જોયું કે જીએસ અને નિબંધના પેપરમાં ઘણા ઉમેદવારો પરીક્ષા ખંડમાં ઉધરસ અને છીંક ખાઈ રહ્યા હતા. કોવિડ-19ના મોજાને કારણે પણ બાકીના પેપર સંભવિત મુલતવી રહેશે તેવી પણ અફવાઓ હતી. જેમણે પોતાનું પરીક્ષણ કરાવ્યું હતું અને પોતાની બીમારી વિશે ખુલાસો કર્યો હતો તેમને પરીક્ષામાં બેસવાથી પ્રતિબંધિત કરવામાં આવ્યા હતા.

પોતાના વૈકલ્પિક વિષયને સુધારવા માટેનો પાંચ દિવસનો વિરામ શ્રુતિ માટે મહત્ત્વપૂર્ણ હતો. પરંતુ તે એટલી બીમાર હતી કે તે ત્રણ દિવસ સુધી પથારીમાંથી ઊઠી પણ ન શકી. વૈકલ્પિક પ્રશ્નપત્રો ઉકેલવાની શક્યતા એટલી દૂરની લાગતી હતી, તે આ વાતથી ધ્રૂજી ઊઠી.

સદ્નસીબે, પરીક્ષાના આગલા દિવસે સાંજે શ્રુતિની સ્થિતિમાં થોડો સુધારો થયો. બીજા દિવસે સવારે તેણે ઘણીબધી દવાઓ લીધી અને પરીક્ષાકેન્દ્ર સુધી પહોંચવા માટે શક્ય તેટલી બધી તાકાત એકઠી કરી અને કોઈક રીતે પરીક્ષા પૂરી કરી. પરીક્ષા ખંડમાંથી બહાર આવતાં જ તેણે ઊંડી રાહત અનુભવી.

ઘરે પાછા આવીને તેણે જાહેરાત કરી કે, 'હું આ પરીક્ષા ફરી ક્યારેય નહીં આપું. તે શારીરિક અને માનસિક બંને રીતે ખૂબ જ મુશ્કેલ છે.'

બીજા દિવસે તે દિલ્હી સ્કૂલ ઑફ ઇકોનોમિક્સમાં સમાજશાસ્ત્રના વર્ગમાં જોડાઈ.

આંસુઓનું વહન

પોતાની તૈયારી દરમિયાન અનેક પડકારોનો સામનો કરવો પડ્યો હોવા છતાં શ્રુતિને વિશ્વાસ હતો કે તે મુખ્ય પરીક્ષા પાસ કરી લેશે. તેની માન્યતા 17 માર્ચ, 2022ના રોજ સાચી સાબિત થઈ, જ્યારે UPSCએ પરિણામ પ્રકાશિત કર્યું, જેણે વ્યક્તિત્વ પરીક્ષણ અથવા ઇન્ટરવ્યૂ માટે ધૌલપુર હાઉસનો દરવાજો ખોલ્યો. તેનો ઇન્ટરવ્યૂ પહેલા અઠવાડિયે ગોઠવવામાં આવ્યો હતો, જેના કારણે તે ખૂબ જ તણાવમાં હતી.

શ્રુતિએ તેની તૈયારી ઉતાવળમાં શરૂ કરી અને પોતાના ડીએએફમાંથી ઉદ્ભવતા પ્રશ્નોનાના ચક્રવ્યૂહને કાળજીપૂર્વક સૂચિબદ્ધ કર્યા. વર્તમાન બાબતો વિશે માહિતગાર રહેવા માટે, તેણે 'ઇન્ડિયન એક્સપ્રેસ'ના '3 થિંગ્સ' અને 'ધ પ્રિન્ટ'ના 'કટ ધ ક્લટર' જેવા પોડકાસ્ટમાંથી જ્ઞાનને ગ્રહણ કરવાનું શરૂ કર્યું. વધુમાં, તે થોડા મૉક ઇન્ટરવ્યૂમાં પણ ગઈ, જ્યાં તેના પ્રદર્શનને જબરજસ્ત હકારાત્મક પ્રતિસાદ મળતાં તેનો આત્મવિશ્વાસ વધ્યો.

ઇન્ટરવ્યૂની સવારે સુંદર સાડીમાં સજ્જ શ્રુતિ આશાવાદી અને ગભરામણથી ભરેલી ઊર્જાના મિશ્રણ સમાન દેખાતી હતી. પોતાના માતાપિતા અને જામિયાના કેટલાક નજીકના મિત્રો સાથે પ્રતિષ્ઠિત UPSC મુખ્યાલય પહોંચી હતી. તેને ખબર ન હતી, પરંતુ ભાગ્ય પાસે તેના માટે ઝડપી કાર્યસૂચિ હતી.

છ સભ્યોના જૂથમાં તે પ્રથમ ઉમેદવાર હતી, તેથી તેને ધૌલપુર હાઉસના વાતાવરણમાં ભળવાનો સમય મળ્યો ન હતો. પહોંચ્યાની થોડી જ ક્ષણોમાં તેને ભવ્ય ઇન્ટરવ્યૂ રૂમની બહાર બેસી જવું પડ્યું.

રૂમમાં પગ મૂકતાં જ શ્રુતિ ત્યાંનું સેટિંગ જોઈને દંગ રહી ગઈ. મૉક ઇન્ટરવ્યૂ દરમિયાન, તેણે મોટા ઓરડાઓ અને વિશાળ ટેબલ જોયાં હતાં, જ્યારે તેનાથી તદ્દન વિપરીત, આ રૂમ માત્ર નાનો ન હતો, પરંતુ બોર્ડના સભ્યો પણ એકબીજાની નજીક બેઠા હતા. અધ્યક્ષ સિવાય, અન્ય ચાર વ્યક્તિઓ રૂમની શોભા વધારતા હતા.

દેશમાં ન્યાયપ્રણાલીની તપાસ કરતા પ્રથમ પ્રશ્ને શ્રુતિના સંયમને હચમચાવી નાખ્યો. તેમ છતાં તેણે જવાબ આપવાનો પ્રયાસ કર્યો, વધુ ચોક્કસ વિગતો માટે અધ્યક્ષના નમ્ર આગ્રહે તેને ક્ષણભર માટે વિચલિત કરી નાખી.

જેમ જેમ ઇન્ટરવ્યૂ આગળ વધતો ગયો તેમ તેમ શ્રુતિ અસંતોષના દરિયામાં ડગમગવા લાગી. એવી ઘણી ઓછી ક્ષણો હતી જ્યારે તેની વિશ્લેષણાત્મક ક્ષમતા અને વિચારોને આકાર આપવાની વૃત્તિ ચમકી શકે. હકીકતલક્ષી પ્રશ્નો પ્રચલિત હતા, વારંવાર તેને જવાબ આપવામાં અસમર્થતા માટે બોર્ડની ક્ષમા માંગવી પડતી હતી.

શ્રુતિના જ્ઞાનના ઊંડાણને પારખતા પ્રશ્નોની આડ તથ્યો અને ઇતિહાસના ક્ષેત્રમાં પહોંચી ગઈ. ઇતિહાસની ચક્રીય પ્રકૃતિ વિશે પૂછપરછથી લઈને ચંપારણ સત્યાગ્રહ, મૌર્ય વંશ, વિશ્વ યુદ્ધની ગતિશીલતા અને લૉર્ડ મેયોની હત્યા જેવી ચોક્કસ ઘટનાઓ સુધીના, દરેક પ્રશ્ને સૂક્ષ્મ સમજણની માંગ કરી હતી. વધુમાં, પેનલે સતત વિકાસ લક્ષ્ય (એસડીજી) સહિત શાસન સંબંધિત બાબતોના તેના જ્ઞાનની તપાસ કરી.

મૉક ઇન્ટરવ્યૂમાંથી મળેલા પ્રોત્સાહનને કારણે શ્રુતિએ જે આત્મવિશ્વાસ વિકસાવ્યો હતો તે સવારના ઝાકળની જેમ ઝડપથી ઓસરી ગયો. દરેક પસાર થતી ક્ષણે તેનો મોહભંગનો ભાર ભારે થતો ગયો, જેનાથી કાયમી છાપ છોડવાની અને ઉચ્ચ ગુણ હાંસલ કરવાની તેની આકાંક્ષાઓ પાટા પરથી ઊતરી ગઈ.

જેમ જેમ શ્રુતિ ધૌલપુર હાઉસના ભવ્ય દરવાજામાંથી બહાર નીકળી,

તેણે તેનાં માતાપિતાને રાહ જોતા જોયાં, જેને વિશ્વાસ હતો કે તેમની પુત્રી સારું પ્રદર્શન કરશે. જોકે, શ્રુતિ તેની નજીક પહોંચી કે તરત જ તેનાં આંસુ વહેવા લાગ્યાં. આ જોઈને વાલીઓના મનમાં ચિંતાનું ઊંડું મોજું ફરી વળ્યું. જ્યારે માતાએ શ્રુતિને પ્રેમથી ગળે લગાવી, શ્રુતિએ ઇન્ટરવ્યૂના અસ્વસ્થ અનુભવને યાદ કરીને પોતાનું હૃદય ઠાલવ્યું. રચનાએ શ્રુતિને સાંત્વના આપી અને કહ્યું કે, તેણે ચિંતા ન કરવી જોઈએ અને જે થશે તે સારું થશે.

શ્રુતિનો ઉત્સાહ વધારવાના પ્રયાસમાં, માતાપિતા તેને નજીકના કર્ણાટક કાફેમાં જમવા માટે લઈ ગયાં. એક અસ્પષ્ટ સમજૂતી પણ હતી: 'ઇન્ટરવ્યૂની ચર્ચા ન કરવી જોઈએ.' તેમ છતાં ઇન્ટરવ્યૂમાં શું થયું તેના પડઘા શ્રુતિના મનમાં ગુંજતા રહ્યા. તેને લાગ્યું કે ઉચ્ચ હોદ્દો મેળવવાની અને IASમાં સ્થાન મેળવવાની તેની આશા તેના હાથમાંથી સરકી ગઈ છે.

શું હું મારી આંખો પર વિશ્વાસ કરી શકું છું?

30 મે, 2022ના રોજ, શ્રુતિ ચિંતાથી ઘેરાયેલી હતી. અફવાઓ ફેલાઈ હતી કે UPSC ટૂંક સમયમાં સીએસઈ-2021નું પરિણામ જાહેર કરશે. પોતાના ફોનને લાઇફલાઇનની જેમ પકડીને, તે દરેક ત્રીસ સેકન્ડે ટેલિગ્રામ ગ્રુપ રીફ્રેશ કરતી હતી.

ઘડિયાળમાં બપોરના 12 વાગ્યાની સાથે જ એક PDFએ ગ્રુપ ચેટમાં હલચલ મચાવી દીધી. આશંકાથી ધ્રૂજતી અને મનમાં પ્રાર્થના કરતી શ્રુતિએ PDF પર ક્લિક કરવાની હિંમત એકઠી કરી. તે વિચારી રહી હતી કે તે નીચેથી આ યાદી જોશે. પરંતુ તેની નજર પહેલા પાના પર પડતાં જ તેણે કંઈક એવું જોયું જેનાથી તે ચોંકી ગઈ. ત્યાં તેનું નામ પ્રતિષ્ઠિત રેન્ક વન પર લખાયેલું હતું. તે અવાસ્તવિક લાગ્યું, જાણે કે તે પોતાના સપનાના સૂકા રણમાં નખલિસ્તાનની ભ્રામક ઝલક જોતી હોય.

અકલ્પનીય વિજયની ક્ષણોમાં, શ્રુતિની ખુશી પર અનિશ્ચિતતાનો પડદો પાડીને શંકા કોઈ અજાણી વ્યક્તિની જેમ અંદર ઘૂસી ગઈ. શું આ વિશ્વાસઘાત હતો? શ્વાસ રોકીને તેણે આંખો બંધ કરી; પુષ્ટિની

રાહ જોતાં તેનું હૃદય ઝડપથી ધબકતું હતું. ધ્રૂજતા હાથે તેણે ખાતરી કરવા માટે પોતાનો રોલ નંબર અને નામ બીજી વાર તપાસ્યું. જો કે તેને આશા હતી કે તેનું નામ આ યાદીમાં આવશે, પરંતુ તેણે ક્યારેય ઑલ ઇન્ડિયા રેન્ક-1 હાંસલ કરવાનું સ્વપ્નમાં પણ વિચાર્યું ન હતું.

ઘરમાં તેની માતા સિવાય માત્ર અમ્મા હાજર હતી. શ્રુતિના પિતા ગઈકાલે સાંજે બસ્તા ગયા હતા અને આદિત્ય ક્રિકેટ રમવા ગયો હતો.

શ્રુતિએ તેનું નામ ઘણી વખત ચેક કર્યું અને તેનો રોલ નંબર બીજીવાર તપાસ્યો. ગ્રુપ ચેટમાં PDF નકલી હોવાનો કોઈ સંકેત નહોતો. આખરે, તેણે તેની માતાને આટલા મોટા સમાચાર કહેવાની હિંમત એકઠી કરી, જેણે આનંદ અને અવિશ્વાસ સાથે પ્રતિક્રિયા આપી. 'શું આ સાચું છે, શ્રુતિ?' રચનાએ વારંવાર પૂછ્યું; તેનો અવાજ લાગણીઓથી કંપી રહ્યો હતો. વળી, તેણે ફરી એકવાર PDF જોઈ.

જેમ જેમ વાસ્તવિકતા અંદર ડૂબવા લાગી, રચનાએ અમ્માને સમાચાર સંભળાવ્યા અને તેમને ચુસ્તપણે ગળે લગાવ્યાં. જ્યારે તેઓએ લાંબા સમય સુધી એકબીજાને આલિંગન આપ્યું, ત્યારે હરખનાં આંસુ તેમના ગાલ નીચે વહી ગયા. તેઓ ઉત્સાહિત હતા, પરંતુ આટલી મોટી સફળતા હજુ પણ અવાસ્તવિક લાગતી હતી, તેના મહત્ત્વને સંપૂર્ણ રીતે સમજવા માટે સમયની જરૂર હતી.

શ્રુતિએ તેના પિતાનો નંબર ડાયલ કર્યો. જ્યારે તેઓએ તેને જીવન બદલી નાખનારા સમાચાર આપ્યા ત્યારે તેનું હૃદય ઉત્સાહથી ધડકતું હતું. જ્યારે સુનીલ આ રહસ્યોદ્‌ઘાટનને સમજ્યો, ત્યારે તે અવાચક થઈ ગયો હતો, કારણ કે તેની પોતાની અંદર ગર્વ અને આનંદની લહેરો ઉભરાવા માંડી હતી. પોતાની દીકરીની જીતની ઉજવણી કરવા આતુર, તેણે તરત જ બસ્તાથી દિલ્હી પાછા ફરવાનું શરૂ કર્યું.

શ્રુતિએ ટેલિવિઝન સ્ક્રીન પર તેનું નામ જોયું; ત્યારે પણ તેણે ઘરના અનૌપચારિક કપડાં પહેર્યાં હતાં અને પોતાના વાળમાં તેલ લગાવેલું હતું. ટૂંક સમયમાં, શ્રુતિની દુનિયા ફોન કોલ્સથી છલકાઈ ગઈ. પરંતુ તેને સૌથી વધુ સંતોષ તેની માતા અને અમ્માના ચહેરા પરના તેજસ્વી સ્મિત જોઈને મળ્યો.

દરવાજે એકાએક ટકોરાએ એ ક્ષણની શાંતિને ખલેલ પહોંચાડી. રચનાએ ઝડપથી દરવાજો ખોલ્યો. જામિયાના કુલપતિ નઝમા અખ્તરે તેનું પુષ્પગુચ્છ આપી સ્વાગત કર્યું હતું. તેમની પાછળ મીડિયા કર્મચારીઓનું એક જૂથ ધ્યાન ખેંચવા માટે બૂમો પાડી રહ્યું હતું; તેમના કૅમેરા રાત્રિના આકાશમાં તારાઓની જેમ ચમકતા હતા. આ ભાગદોડ વચ્ચે નઝમા અખ્તરે શ્રુતિને હૂંફાળું આલિંગન આપીને અભિનંદન પાઠવ્યાં.

મીડિયા ઇન્ટરવ્યૂ પૂરજોશમાં શરૂ થયું; દરેક પસાર થતી મિનિટે પત્રકારોની સંખ્યામાં વધારો થતો ગયો. તેમનું ઘર ટૂંક સમયમાં એક ખળભળાટ મચાવતા ન્યૂઝરૂમ જેવું લાગવા માંડ્યું, જેમાં પત્રકારો સીડીઓ પર અને છત પર પણ ભેગા થયા હતા. ભીડને કાબૂ કરવા માટે શ્રુતિએ નીચે આવવું પડ્યું, જ્યારે રચનાએ સંબંધીઓ અને મિત્રોને મદદ માટે બોલાવ્યા.

મોડી રાત સુધી મીડિયા હાજર રહ્યું; જવા માટે વારંવાર વિનંતી કરવા છતાં તેઓ મોડી રાત સુધી નીકળ્યા ન હતા. સવાર પડતાં જ તેઓ નવા ઉત્સાહ સાથે પાછા ફર્યા; ઇન્ટરવ્યૂ માટેની તેમની વિનંતીઓ નિરંતર હતી. બીજો દિવસ પણ સવાલ-જવાબના સતત ચક્રમાં ફેરવાઈ ગયો. સ્વજનોનો સતત પ્રવાહ હતો અને ફોન સતત રણકતા હતા.

શ્રુતિને ટૂંક સમયમાં જ સમજાયું કે તેની સફળતાએ તેને લાઇમલાઇટમાં લાવી દીધી છે. પરિણામ જાહેર થયાના બીજા દિવસે, તે તેની માતા સાથે તેના મુલાકાતીઓ માટે મીઠાઈઓ ખરીદવા નજીકની હલ્દીરામની દુકાન પર ગઈ. તે અંદર પ્રવેશતાંની સાથે જ તેને ઓળખી ગયેલા લોકોથી ઘેરાઈ ગઈ હતી. તેમાંથી ઘણાએ તેનો ઓટોગ્રાફ માંગ્યો અને ફોટો પડાવવા વિનંતી કરી. થોડા દિવસો પછી, તેમની શિમલાની ટૂંકી યાત્રા દરમિયાન, તેને મોલ રોડ પર સમાન પરિસ્થિતિનો સામનો કરવો પડ્યો.

સ્વભાવે અંતર્મુખી શ્રુતિ માટે વધતું દબાણ અસહ્ય બની ગયું. જો કે, અમલદાર બનવાની પ્રક્રિયામાં હજુ વધુ દબાણ આવવાનું હતું.

સોશિયલ મીડિયાના તોફાનો સામે લડવું

શ્રુતિને અચાનક લાઇમલાઇટમાં આવ્યાને માત્ર ચાર દિવસ જ થયા હતા, પરંતુ તે ખ્યાતિ અને અપેક્ષાઓથી બોજ અનુભવી રહી હતી. જ્યારે તે પથારીમાંથી જાગી, તેણે શાંતિથી પ્રાર્થના કરી, મુલાકાતીઓના સતત અવરોધ, ફોન કોલ્સ અને ઇન્ટરવ્યૂ વિનંતીઓથી રાહતની આશામાં. રચના રસોડામાં નાસ્તામાં આલુ-પરાઠા બનાવતી હતી, જ્યારે શ્રુતિના પિતા સવારનું અખબાર વાંચવામાં મગ્ન હતા. સુનીલના ફોનની રિંગથી રૂમની શાંતિ ડહોળાઈ ગઈ.

'શ્રુતિ સોશિયલ મીડિયા પર સરકાર વિરોધી વાતો શા માટે પોસ્ટ કરી રહી છે?' ફોન કરનાર સુનીલના મિત્રએ ચિંતા સાથે પૂછ્યું.

'કઈ સોશિયલ મીડિયા પોસ્ટ?' સુનિલે જવાબ આપ્યો; તેને સમજણ ના પડી.

'શું તમે નથી જાણતા કે તેની પોસ્ટ્સ ઇન્સ્ટાગ્રામ અને ટ્વિટર પર વાયરલ થઈ રહી છે?' ફોન કરનારે સુનીલની જાગૃતિના અભાવ પર આશ્ચર્ય વ્યક્ત કર્યું.

'કઈ પોસ્ટ? મને નથી લાગતું કે શ્રુતિએ કંઈ પોસ્ટ કર્યું હોય', સુનીલે જવાબ આપ્યો; તેની મૂંઝવણ વધુ ઊંડી બની ગઈ હતી.

'ઓહ! શું તમે આટલા મોટા હલ્લા વિશે નથી જાણતા? હું તમને પોસ્ટની લિંક મોકલું. તમારે તરત જ તેમનો સામનો કરવો જોઈએ,' ફોન કરનારે આગ્રહ કર્યો અને સુનીલને ઘટનાના આ અણધાર્યા વળાંક વિશે આશ્ચર્યમાં મૂકી દીધા.

શ્રુતિ અને તેનાં માતાપિતા આગામી થોડી મિનિટો માટે મૂંઝવણમાં રહ્યા. શ્રુતિ પાસે ઇન્સ્ટાગ્રામ અને ટ્વિટર એકાઉન્ટ હોવા છતાં, તે સંપૂર્ણપણે ખાનગી હતા અને તેણે ઘણા દિવસોથી તેની મુલાકાત લીધી ન હતી. શ્રુતિના મનમાં આ ચિંતાજનક વિચાર આવ્યો કે કદાચ તેનું એકાઉન્ટ હેકર્સ દ્વારા હેક કરવામાં આવ્યું હશે. શ્રુતિએ ઉતાવળે તેના અકાઉન્ટમાં લોગીન કર્યું, તેનું હૃદય ચિંતાથી ધડકતું હતું.

તેની શંકા વધી ગઈ જ્યારે તેણે શોધ્યું કે તાજેતરમાં કોઈ પોસ્ટ

કરવામાં આવી નથી: તેનું એકાઉન્ટ મહિનાઓથી નિષ્ક્રિય હતું. શ્રુતિને આશ્ચર્ય થયું કે તેના પિતાના મિત્રો તેની સોશિયલ મીડિયા પ્રવૃત્તિ વિશે આટલા ચિંતિત કેમ છે.

થોડીવારમાં સુનીલના મિત્રએ ઇન્સ્ટાગ્રામ અને ટ્વિટર પોસ્ટની કેટલીક લિંક મોકલી. તેને ક્લિક કરતાંની સાથે જ તેમને ઊંડો આંચકો લાગ્યો. તેમાં શ્રુતિ શર્મા હોવાનો ઢોંગ કરતું એક નકલી એકાઉન્ટ સામે આવ્યું, જેમાં તેનો ફોટો હતો. તે આ જોઈને આશ્ચર્યચકિત થયા કે આ ફેક એકાઉન્ટના લાખો ફોલોઅર્સ છે.

કપટી પોસ્ટ્સ વાંચતા જ તેના પગ નીચેથી જમીન સરકી ગઈ હોય તેવું લાગ્યું. દુર્ભાવનાપૂર્ણ નકલ કરનારાઓએ શ્રુતિની નવી રાષ્ટ્રીય ખ્યાતિનો લાભ લીધો હતો અને નકલી એકાઉન્ટ્સ બનાવ્યા હતા અને ઘણી વિવાદાસ્પદ પોસ્ટ્સ ફેલાવી હતી. તેમાં સંરક્ષણ દળોમાં ભરતી માટે સરકારની અગ્નિવીર યોજનાની ટીકાનો પણ સમાવેશ હતો.

હજારો લોકોએ પ્રતિભાવ આપ્યો, જેમાંથી કેટલાકે તેના કથિત વિચારોને સમર્થન આપ્યું, જ્યારે અન્ય લોકોએ આ પોસ્ટની સખત નિંદા કરી. શ્રુતિનું નામ સોશિયલ મીડિયા પ્લેટફોર્મ પર ટ્રેન્ડિંગ હેશટેગ બની ગયું હતું.

શ્રુતિએ તાત્કાલિક પગલાં લીધાં અને ગુનેગારો સામે પોલીસ ફરિયાદ નોંધાવી. વધુમાં, તેઓ તેમના ટ્વિટર અને ઇન્સ્ટાગ્રામ હેન્ડલ્સ પર જૂઠાણાનો પર્દાફાશ કરવા અને આ કપટપૂર્ણ એકાઉન્ટ્સ વિશે જાગૃતિ લાવવા ગયા. આ સાથે, તેણે તેના સાથી ઉચ્ચ-ક્રમાંકિત સીએસઈ ઉમેદવારોનો પણ સંપર્ક કર્યો અને તેમને તેમની સોશિયલ મીડિયા ચેનલો દ્વારા નકલી એકાઉન્ટ્સ વિશેની ચેતવણીઓ ફેલાવવા વિનંતી કરી.

શ્રુતિ સોશિયલ મીડિયા પર પણ કેટલાક નાના-મોટા વિવાદોને કારણે સમાચારમાં રહી હતી. એક યુ-ટ્યૂબ ચેનલ પરના એક ઇન્ટરવ્યૂ દરમિયાન, તેણે આર્યો બહારથી આવ્યાના સિદ્ધાંતની ચર્ચા કરી અને તેનાં વિવિધ પાસાંઓ પર વિસ્તૃત છણાવટ કરી. કમનસીબે, કોઈએ તેના પ્રતિભાવનું એક પાસું પસંદ કર્યું અને તેમાં અતિશયોક્તિ કરી, જેનાથી વિવાદ થયો.

વધુમાં, શ્રુતિની સફળતા પછી એક ટ્વિટ બહાર આવ્યું, જેમાં જણાવ્યું હતું કે જેએનયુના વિદ્યાર્થીઓ માત્ર વિરોધ પ્રદર્શનમાં જ સક્રિય નથી, પરંતુ UPSC પરીક્ષામાં પણ ટોપ કરી રહ્યા છે. ટિપ્પણીએ તરત જ વિવાદને વેગ આપ્યો; કેટલાક વ્યક્તિઓએ જેએનયુ વિરુદ્ધ ટ્વિટ કર્યું, જ્યારે અન્ય તેના બચાવમાં આગળ આવ્યા.

શ્રુતિએ UPSCની સફળતા પછી તરત જ વિદેશ જવાની યોજના બનાવી હતી. તેણે તેનાં માતાપિતાને પણ સમજાવ્યા હતા અને તેમની પરવાનગી પણ લીધી હતી. પરંતુ મીડિયા વિવાદોના વંટોળ અને મુલાકાતીઓના સતત પૂરે તેની યોજનાઓને ખોરવી નાખી. ત્યાર બાદ શર્મા પરિવાર પર ઘેરા વાદળો છવાઈ ગયા, કારણ કે શ્રુતિની માતા રચનાને કેન્સર હોવાનું નિદાન થયું હતું.

જો કે મોટા ભાગના લોકો લક્ષ્ય UPSC પાસ કર્યા પછી સફળતાનો આનંદ માણે છે, જ્યારે શ્રુતિ માટે પરિણામ પછીનો સમયગાળો અણધારી રીતે વ્યસ્ત અને ભાવનાત્મક રીતે થકાવે તેવો હતો.

નૉર્થ બ્લોકની ભવ્ય ઇમારતમાં

રચના અને સુનીલ ખૂબ જ ખુશ હતા જ્યારે શ્રુતિને એક પત્ર મળ્યો. જેમાં જણાવાયું હતું કે, 7 જૂન, 2022ના રોજ કેન્દ્રીય કર્મચારી, જાહેર ફરિયાદ અને પેન્શન રાજ્ય મંત્રી ડૉ જિતેન્દ્ર સિંહ દ્વારા તેને સન્માનિત કરવામાં આવશે.

તે દિવસે સવારે, શ્રુતિ વાદળી-સફેદ કોટન સાડી પહેરીને ભવ્ય પ્રસંગ માટે તૈયાર થઈ. સુનીલ પહેલેથી જ તૈયાર હતો અને તેને લઈ જવા માટે આતુર હતો. જોકે, શ્રુતિ એ વાતનું દુઃખ અનુભવી રહી હતી કે તે તેની માતાને બીમારીના કારણે સાથે લઈ જઈ શકતી નથી.

ખૂબ જ જલદી, પિતા-પુત્રીની જોડી કેન્દ્રીય સચિવાલયના આલીશાન નૉર્થ બ્લોકમાં પહોંચી ગઈ. કાર્યક્રમમાં આમંત્રિત સીએસઈ-2021ના તમામ 20 ટોચના રેન્ક ધારકો અત્યંત ઉત્સાહિત હતા. તેઓના ગૌરવાન્વિત માતાપિતા તેમના કરતાં પણ વધુ રોમાંચિત અને ખુશ હતા, જે તેમની સાથે આવ્યા હતા. શ્રુતિને પ્રથમ વખત તેના સહાધ્યાયીઓ સાથે

વાર્તાલાપ કરવામાં આનંદ થયો; તેણે તેમાંથી કેટલાકને ટેલિવિઝન અથવા અખબારોમાં જોયા હતા.

તેઓ કૉન્ફરન્સ રૂમમાં અંડાકાર ટેબલની એક બાજુએ ફાળવેલ બેઠકોમાં બેઠા હતા. મંત્રી અને વિભાગના વરિષ્ઠ અધિકારીઓ સામે પક્ષે બેઠા હતા. દરેક ટોપરને મંત્રી દ્વારા સ્મૃતિ ચિહ્ન આપી સન્માનિત કરવામાં આવ્યા હતા અને સન્માન સમારોહ દરમિયાન વાલીઓ પણ તેમનાં બાળકો સાથે જોડાયાં હતાં અને ગર્વથી ફોટોગ્રાફ્સ પડાવ્યા હતા.

જ્યારે મંત્રીજીએ 2021ની બેચના સનદી અધિકારીઓને 'સેન્ચુરી ઇન્ડિયા'ના આર્કિટેક્ટ કહ્યા, ત્યારે સિદ્ધિઓ મેળવનારાઓની તાળીઓનો ગડગડાટ ગુંજી ઊઠ્યો, જેઓ સુવર્ણભારતની શતાબ્દી નજીક આવતાં દેશ માટે નવી દિશા નક્કી કરવા તૈયાર હતા. તેમણે એ ઐતિહાસિક સિદ્ધિ માટે પણ ખૂબ ગર્વ વ્યક્ત કર્યો કે પ્રથમ વખત સીએસઈમાં શ્રેષ્ઠ ત્રણ રેન્કધારક મહિલાઓ છે.

ઘરે પરત ફર્યા પછી, શ્રુતિએ રચનાને સન્માન સમારોહની દરેક મિનિટ વિશે માહિતી આપી. તેણે તેની માતાની આંખોમાં અપાર અભિમાન ચમકતું જોયું; એક ક્ષણ માટે તેની બધી પીડા અને માંદગી ગાયબ થઈ ગઈ.

મંત્રમુગ્ધ કરનાર નખલિસ્તાનમાં

મસૂરીમાં લાલ બહાદુર શાસ્ત્રી રાષ્ટ્રીય પ્રશાસન અકાદમી (એલબીએસએનએએ) ખાતે પહોંચવું એ શ્રુતિ માટે તાજી હવાની લહેર જેવું હતું. તેના પિતા તેની સાથે હતા, પરંતુ તેને તેની માતાની ખોટ હતી, જે આ યાત્રામાં તેની સાથે ન હતી.

અકાદમીમાં દિવસભર પ્રવૃત્તિઓ ચાલતી હતી. અહીં ક્લાસથી લઈને આઉટડોર એડ્વેન્ચર્સ સુધી બધું જ હતું, જેમાં ઉત્સાહજનક ટ્રેક્સ અને પુડુચેરીના ગામની યાદગાર યાત્રાનો સમાવેશ થાય છે. મિની સિવાય, જે શ્રુતિની જામિયાના દિવસોથી મિત્ર હતી, શ્રુતિએ અંકિતા, નમન અને તેના રૂમમેટ સાથે સારી મિત્રતા કરી લીધી હતી.

ટૂંક સમયમાં ભારતદર્શનનો બે મહિનાનો અભ્યાસ પ્રવાસ શરૂ

થયો. જોકે શ્રુતિ અંદરથી તૂટેલી લાગણી અનુભવી રહી હતી. તેનું હૃદય દુ:ખી હતું, કારણ કે તે તેની માતાની પાસે રહેવા માંગતી હતી, જેમને સારવાર માટે નવી દિલ્હીની એઈમ્સમાં દાખલ કરવામાં આવી હતી. તેના પોતાના સંઘર્ષો છતાં, રચનાએ નિઃસ્વાર્થપણે શ્રુતિને ભારતની મુલાકાત લેવા વિનંતી કરી.

ત્રણેય સશસ્ત્ર દળો સાથેના કામ સમાપ્ત કર્યા પછી, જૂથે લક્ષદ્વીપના વિચિત્ર ટાપુઓ પર પગ મૂક્યો. તે લક્ષદ્વીપના અક્ષુણ્ણ કુદરતી વૈભવ અને અલૌકિક આકર્ષણથી મંત્રમુગ્ધ થઈ ગયા હતા.

કોઈ પણ ખચકાટ વિના, શ્રુતિએ સ્નોર્કલિંગ ગિયર પહેર્યું અને સમુદ્રના ઊંડા ઊંડાણોમાં ડૂબકી મારી. એક આકર્ષક પાણીની અંદરનું દૃશ્ય તેની આંખો સમક્ષ ઊભરી આવ્યું - ચિત્રકારના કેનવાસ જેવા જીવંત રંગોથી સુશોભિત પહાડો, જટિલ મૂંગા ઉદ્યાનોની વચ્ચે ઝડપથી તરતી માછલીઓ, સુંદર દરિયાઈ કાચબા. જેમ જેમ રાત પડી, સમુદ્ર કોઈ ચિત્રકારના ચિત્રમાં રેતી પર ચમકતા શેવાળના મોહક પ્રકાશની જેમ અલૌકિક રોશની સાથે જીવંત થયો.

શ્રુતિનું ગ્રુપ સુંદર બંગારામ ટાપુ પર રોકાયું. તે એટલો નાનો હતો કે શ્રુતિ અને તેના મિત્રો પગપાળા આખા ટાપુની પરિક્રમા કરી શકતા હતા. તેમ છતાં, ટાપુના જીવનની શાંત લય વચ્ચે, લક્ષદ્વીપમાં એક સાંજ એવી આવી હતી કે જે શાશ્વત યાદોમાં અંકિત થઈ ગઈ.

શ્રુતિ અને તેની મિત્ર દિવ્યા બંગારામના શાંત કિનારે કેયાકિંગ બોટ તરફ આકર્ષાયા હતા. તે હોડીમાં બેસીને વિશાળ વાદળી સમુદ્રમાં જવા નીકળી ગઈ. થોડા સમય પછી, તેઓ તેમની હોડીઓમાં સૂઈ ગયા અને સમુદ્રની લયબદ્ધ લોરીએ તેમને ખુલ્લા સમુદ્રની વચ્ચે શાંતિપૂર્ણ નિદ્રા લેવામાં મદદ કરી.

શ્રુતિ અને દિવ્યા પોતાની બોટમાં શાંતિથી સૂઈ રહ્યાં હતાં, તેથી તેમને ખ્યાલ ન આવ્યો કે તેમના સાથી બેચમેટ્સ ત્યાંથી નીકળી ગયા છે. જ્યારે તેઓ જાગ્યા, ત્યારે તેને તાજગી અને ઊર્જાસભર અનુભવ થયો. અચાનક શ્રુતિના મનમાં એક વિચાર આવ્યો.

શ્રુતિએ દિવ્યાને સૂચન કર્યું, 'આપણે આપણી હોડીમાં ટાપુની આસપાસ

ચક્કર મારીએ.' દિવ્યા તરત જ સંમત થઈ ગઈ. તે આગળ આવનારા પડકારોથી અજાણ હતી.

જેમ જેમ માણસો કિનારાથી દૂર જતા ગયા તેમ, સૂર્ય આથમતો ગયો અને દરેક પસાર થતી મિનિટે અંધારું વધતું ગયું. તેમનો નિશ્ચય હોવા છતાં, આગળ જવું મુશ્કેલ બન્યું અને તેઓને ગેસ્ટ હાઉસમાં પાછા ફરવાની ફરજ પડી.

ગેસ્ટ હાઉસમાં શ્રુતિ અને દિવ્યાની કોઈ ભાળ ન મળતાં, તેમના સહાધ્યાયી અસ્વસ્થ થઈ ગયા, ખાસ કરીને ત્યારે, જ્યારે ટાપુ પર ધીમે ધીમે અંધકાર છવાઈ રહ્યો હોય. તે બંને કિનારાથી થોડે દૂર એક હોડીમાં નિદ્રા લેતા જોવા મળ્યાં હતાં. જેના કારણે સમૂહમાં ચિંતા ફેલાઈ ગઈ. અનિષ્ટના ડરથી, તેમાંથી એકે વહીવટીતંત્રને બોલાવવાનું નક્કી કર્યું.

જ્યારે શ્રુતિ અને દિવ્યા તેમની હોડીમાં ગેસ્ટ હાઉસની નજીક પહોંચ્યા, ત્યારે તેઓએ કિનારા પર હલનચલન જોઈ. તેના મિત્રો તેમને જોઈને ગુસ્સે થયા અને રાહતની મિશ્ર લાગણીઓ સાથે બૂમો પાડતા તેમની તરફ દોડ્યા, 'તમે બંને ક્યાં હતાં? તમે તો અમને ડરાવી દીધા!'

શ્રુતિ અને દિવ્યાએ આજુબાજુ જોયું. તેમનું હૃદય બેસી ગયું જ્યારે તેમણે જોયું કે સ્થાનિક વહીવટીતંત્રે તેની શોધમાં સમુદ્રમાં જવા માટે તૈયાર એક મોટી બચાવ ટીમ એકઠી કરી હતી. શરમ અને અપરાધભાવથી ભરપૂર, બંનેને પોતાની ક્રિયાઓની ગંભીરતા અને મિત્રો અને સમુદાયમાં તેઓએ સર્જેલી બિનજરૂરી ગભરામણનો અહેસાસ થયો.

એક મોટું આમંત્રણ

તેના ફોનની સ્ક્રીન પરનો ઇ-મેઈલ વાંચતાં જ શ્રુતિનું હૃદય ઉત્સાહથી ઊછળી પડ્યું. ભારતના રાષ્ટ્રપતિએ તેમને પ્રતિષ્ઠિત ગણતંત્ર દિવસ 'એટ હોમ' ઉજવણીમાં હાજરી આપવા આમંત્રણ આપ્યું હતું. તેની અંદર ગર્વની લહેર ઊઠી. આ સન્માન સીએસઈ અને અન્ય કેટલીક પ્રતિષ્ઠિત પરીક્ષાઓના ટોપર્સ પુરુષ અને મહિલાને આપવામાં આવ્યું હતું.

ઉત્તેજનાસભર શ્રુતિએ તેની ટિકિટ બુક કરાવવામાં અને 25મી જાન્યુઆરી 2023ના રોજ દિલ્હી પહોંચવામાં કોઈ સમય બગાડ્યો નહીં. આગલી બપોરે, સુંદર સિલ્કની સાડી પહેરીને, તે બહુપ્રતિક્ષિત કાર્યક્રમ માટે ભવ્ય રાષ્ટ્રપતિ ભવનની લૉનમાં પહોંચી.

કાળજીપૂર્વક સજાવેલી લૉનમાં પગ મૂકતાં જ શ્રુતિના હોઠ પર એક તેજસ્વી સ્મિત દેખાયું. તે મહાનુભાવોથી ઘેરાયેલી હતી. રાષ્ટ્રપતિ અને વડાપ્રધાન ઉપરાંત ઇજિપ્તના રાષ્ટ્રપતિ પણ ત્યાં હતા, જેઓ ગણતંત્ર દિવસની પરેડમાં મુખ્ય અતિથિ હતા. આટલા બધા સન્માનિત મહેમાનોને જોઈને તે આશ્ચર્યચકિત થઈ ગઈ. કેબિનેટ મંત્રીઓ, રાષ્ટ્રીય સુરક્ષા સલાહકાર, રાજદૂતો અને અન્ય નોંધપાત્ર વ્યક્તિઓએ આ પ્રસંગે હાજરી આપી હતી. સાથી ટોપર્સ સાથે શ્રુતિએ કુતૂહલથી ભીડ તરફ જોયું; દરેક દૃશ્ય સાથે તેની ઉત્તેજના વધતી જતી હતી.

જ્યારે તેમને નાણાપ્રધાન નિર્મલા સીતારમણ સાથે વાત કરવાની તક મળી ત્યારે તેનો ઉત્સાહ નવી ઊંચાઈએ પહોંચ્યો. તેમણે આગામી બજેટ માટે તેમનો અભિપ્રાય પૂછ્યો, જેનાથી જૂથમાં ઉત્સાહપૂર્ણ ચર્ચા શરૂ થઈ અને તેઓએ ઉત્સુકતાપૂર્વક પોતપોતાનાં સૂચનો જણાવ્યાં.

મહાનુભાવો સાથે સુખદ વાતચીત કર્યા બાદ તેઓ ચાનો આનંદ માણવા માટે આગળ વધ્યા. અહીં તેમણે ઘણા વરિષ્ઠ અધિકારીઓ સાથે વાતચીત કરી.

વિદાય લેતા પહેલાં, શ્રુતિ અને તેના મિત્રો ભવ્ય રાષ્ટ્રપતિ ભવન અને તેના વિશાળ કોરિડોરની પૃષ્ઠભૂમિ સામે ફોટોગ્રાફ્સ લેવાની લાલચમાં પડી ગયા.

આંસુભરી વિદાય

જિલ્લા તાલીમ માટે શ્રુતિની વિનંતી પર, તેને દિલ્હી નજીકના મેરઠ જિલ્લામાં નિયુક્ત કરવામાં આવી, જેથી તે તેની બીમાર માતાની નજીક રહી શકે. એમ્સના ડૉક્ટરોના અથાક પ્રયાસો છતાં રચનાની તબિયત દિનપ્રતિદિન બગડવા લાગી. કેન્સર સાથે એક વર્ષ સુધી લડાઈ લડ્યા પછી રચનાનું શાંતિપૂર્વક અવસાન થયું અને શ્રુતિને તેમનું છેલ્લું, પ્રેમાળ આલિંગન યાદ આવ્યું.

શ્રુતિ સાવ ભાંગી પડી હતી. રચના તેનું સર્વસ્વ હતી. તે તેના માર્ગદર્શક અને સમર્થનનો અખૂટ સ્રોત હતો. તેમણે પોતાના બાળકોના શિક્ષણ અને કારકિર્દીની પ્રગતિ માટે ઘણું બલિદાન આપ્યું હતું. સીએસઈમાં શ્રુતિની સફળતાથી રચનાનું હૃદય ગર્વ અને આનંદથી ફૂલી ગયું હતું. તે IAS અધિકારી તરીકે શ્રુતિની કામગીરી જોવા આતુર હતી.

શ્રુતિએ રચના પાસેથી હિંમત અને અસીમ હકારાત્મકતાના અમૂલ્ય પાઠ શીખ્યા હતા. રચનાની જન્મજાત દયા અને અન્ય લોકોના ઉત્થાન માટેના તેના જુસ્સાએ શ્રુતિના આત્મા પર અમીટ છાપ છોડી હતી. રચના શારીરિક રીતે જતી રહી હોવા છતાં, તેની ભાવના હંમેશાં શ્રુતિની અંદર રહેશે, તેનો માર્ગ પ્રશસ્ત કરશે અને લોકોના જીવનમાં અર્થપૂર્ણ પરિવર્તન લાવવાના તેના નિશ્ચયને પ્રજ્વલિત કરશે જ્યાં તે IAS અધિકારી તરીકે સેવા આપશે.

એક કઠિન કસોટી

'ઉપ-વિભાગીય મૅજિસ્ટ્રેટ (SDM)ની કારમાંથી નીચે ઊતરેલી યુવતી કોણ છે?' હમણાં જ આવેલા સરકારી વાહન તરફ પોતાના કડક હાથથી ઇશારો કરીને એક વૃદ્ધ ખેડૂતે પૂછ્યું.

કૂર્તા-પાયજામા પહેરેલા અને જાડી મૂછો ધરાવતા તેના સાથીદારે અનુમાન લગાવ્યું, 'તે એસડીએમની દીકરી હશે.'

'પણ તે અહીં શા માટે આવી છે? આપણી ગંભીર સમસ્યાનો ઉકેલ શોધવાવાળા એસડીએમ ક્યાં છે?' પહેલાં ખેડૂતે કહ્યું અને તેની ઉત્સુકતા વધી.

હલ્લા વચ્ચે, સ્થાનિક વહીવટીતંત્ર અને પોલીસ કર્મચારીઓ ઝડપથી છોકરી તરફ આગળ વધ્યા, જે કારમાંથી બહાર આવી અને વિરોધ કરી રહેલા ખેડૂતોના જૂથ તરફ આગળ વધી.

એ છોકરી બીજું કોઈ નહીં પણ શ્રુતિ શર્મા હતી. તેને એક અઠવાડિયા પહેલાં જ એસડીએમની જવાબદારી સોંપવામાં આવી હતી. કાર્યકારી

એસડીએમ ઓજસ્વી રાજ એક મહિના માટે રજા પર ગયા ત્યારે તેને અચાનક આ જવાબદારી સોંપવામાં આવી હતી.

આ વિસ્તારમાં ગેરકાયદેસર ખાણકામની ફરિયાદો સાથે કામ કરવા માટે મોડી રાત સુધી જાગ્યા પછી, શ્રુતિને વધુ રાહત મળી ન હતી, કારણ કે તેનો ફોન સતત રણકતો હતો, તેની ઊંઘમાં ખલેલ પહોંચાડતો હતો. સ્થાનિક તહસીલદારે તેમને જણાવ્યું કે સેંકડો ખેડૂતોએ વિરોધ પ્રદર્શન કર્યું હતું. તેમની માંગ છે કે તેમના ગામની સામે જ નેશનલ હાઈવેનો ઉપયોગ કરવામાં આવે.

શ્રુતિની ચિંતા વધી ગઈ. તે તાજેતરમાં જિલ્લામાં આવી હતી અને વર્તમાન સોંપણીમાં બિનઅનુભવી હતી. તદ્દુપરાંત, તેણે આટલી મોટી ભીડનો પહેલાં ક્યારેય સામનો કર્યો ન હતો. જવાબદારીનો ભાર એટલો વધારે લાગતો હતો કે તેણે તરત જ નિયમિત એસડીએમ અને તેના વરિષ્ઠ ઓજસ્વીને ફોન કરીને માર્ગદર્શન માંગ્યું.

તેણે શ્રુતિને કહ્યું, 'રાષ્ટ્રીય ધોરીમાર્ગ પર પ્રવેશ અને નિકાસ એ ભારતીય રાષ્ટ્રીય રાજમાર્ગ પ્રાધિકરણ (NHAI)ના અધિકારક્ષેત્ર હેઠળ છે. આપણને આ મામલે દખલ કરવાનો કોઈ અધિકાર નથી.'

'પણ સાહેબ, હું તેમને શું કહું? હું તેમને તેમનો વિરોધ સમાપ્ત કરવા માટે કેવી રીતે સમજાવી શકું?' શ્રુતિનો અવાજ ચિંતાથી ધ્રૂજતો હતો.

'શાંત અને સંયમિત રહો. તેમની ફરિયાદો ધ્યાનથી સાંભળો અને તેમને ખાતરી આપો કે આપણે તેમની ચિંતાઓને દૂર કરવા માટે આપણા શ્રેષ્ઠ પ્રયાસો કરીશું,' ઓજસ્વીએ સલાહ આપી; તેનો સ્વર આશ્વાસન આપતો હતો.

ખેડૂતોના ટોળા વચ્ચે શ્રુતિ બેઠી. ભીડમાં મુખ્યત્વે પુરુષ ખેડૂતો અને કેટલીક મહિલાઓ પણ સામેલ હતી. શ્રુતિના આગમનથી આખું ટોળું ઉત્સાહિત થઈ ગયું. તેમની પાછળ ટ્રેક્ટર અને ટ્રોલીઓની કતાર હતી, જેમાં ખેડૂતો વિરોધસ્થળ પર પહોંચ્યા હતા. પોલીસે વ્યવસ્થા જાળવવા માટે સંઘર્ષ કર્યો; પોલીસે વારંવાર ભીડને શાંત થવા અને સૂત્રોચ્ચાર ન કરવા વિનંતી કરી.

તહસીલદારે શ્રુતિનો પરિચય આપતાં કહ્યું કે, તે તેમની ફરિયાદો સાંભળશે અને નિરાકરણ માટે ઉચ્ચ અધિકારીઓને મોકલશે. ભીડમાં હોબાળો થયો જ્યારે, એક નિર્ણાયક ક્ષણમાં, શ્રુતિએ સ્વીકાર્યું કે આ મુદ્દો એનએચએઆઈના અધિકારક્ષેત્રમાં છે અને જિલ્લા વહીવટીતંત્ર પાસે મર્યાદિત વિકલ્પો છે.

જો કે, તેણે તરત જ પરિસ્થિતિ પર કાબૂ મેળવ્યો અને તેમને ખાતરી આપી કે તેઓ તેમની વાસ્તવિક માંગની ગંભીરતાને સંપૂર્ણપણે સમજી ગયા છે. તેણે વચન આપ્યું હતું કે તે આ મામલાને રાજ્ય સરકાર અને એનએચએઆઈ સત્તાવાળાઓના ઉચ્ચ સ્તરે ઝડપી નિરાકરણ માટે તરત જ પહોંચાડશે.

'અમે આવું ક્યારે થવાની અપેક્ષા રાખી શકીએ?' એક ખેડૂત આગેવાને દબાણ કરતાં પૂછ્યું.

'અમે તરત જ પ્રક્રિયા શરૂ કરીશું, પરંતુ તેના માટે લખનૌ અને દિલ્હીના વરિષ્ઠ અધિકારીઓ સાથે સંકલનની જરૂર પડશે. મહેરબાની કરીને અમને ઓછામાં ઓછો બે મહિનાનો સમય આપો,' તેણે શાંતિથી જવાબ આપ્યો.

લાંબી વાતચીત અને સમયમર્યાદા અંગે ચર્ચા કર્યા પછી, શ્રુતિએ રાહતનો શ્વાસ લીધો, કારણ કે ખેડૂતો તેમની હડતાળ સમાપ્ત કરવા માટે સંમત થયા હતા. શ્રુતિએ આ ઘટનામાંથી અમૂલ્ય સમજ મેળવી, જેણે તેને IAS અધિકારીઓને તેમની ફરજો નિભાવવામાં દરરોજ જેનો સામનો કરતા તેવા મુશ્કેલ પડકારોની ઝલક આપી.

શ્રુતિના જીવનસંઘર્ષમાંથી મળતો મહત્ત્વનો બોધપાઠ

1. **સહપાઠી સાથે ચર્ચા અને સહયોગી શિક્ષણની શક્તિનો લાભ લો:** સમાન વિચારધારા ધરાવતા IAS ઉમેદવારોનું એક નાનું જૂથ બનાવવું અત્યંત ફાયદાકારક બની શકે છે. નોંધ લેવા માટે સહયોગ કરો, પ્રામાણિક સહાધ્યાયી સમીક્ષાઓમાં જોડાઓ અને રચનાત્મક પ્રતિસાદ આપો. જટિલ મુદ્દાઓની ચર્ચા કરો અને એકબીજાને પ્રોત્સાહિત કરતા રહો. આનાથી શક્તિમાં અનેકગણો વધારો થાય છે, જે વિશાળ અભ્યાસક્રમો કાર્યક્ષમ અને અસરકારક રીતે પૂર્ણ કરવામાં મદદ કરે છે.
2. **અરજી ફોર્મ ભરતી વખતે ખૂબ કાળજી રાખો:** પરીક્ષાનું અરજીપત્રક ખૂબ કાળજી સાથે ભરો. આપેલ માહિતીમાં સુધારો થઈ શકતો નથી અને તેમાં કરેલી ભૂલો ઉમેદવારો માટે મોંઘી સાબિત થઈ શકે છે. ખાતરી કરો કે દરેક વિગતો સાચી છે, ખાસ કરીને તમારી શ્રેણી, પરીક્ષાનું માધ્યમ, ગૃહ રાજ્ય અને સેવાની પસંદગીની માહિતી, જેથી બિનજરૂરી ગૂંચવણો ટાળી શકાય.
3. **તમારા પ્રારંભિક પરીક્ષાના પ્રદર્શનનું અકાળે સ્વ-મૂલ્યાંકન કરશો નહીં:** કોચિંગ સંસ્થાઓ દ્વારા પોસ્ટ કરવામાં આવેલી આન્સર કીનો ઉપયોગ કરીને તમારા પ્રદર્શનનું મૂલ્યાંકન કરવા માટે ઉતાવળ કરશો નહીં. જો અંદાજિત સ્કોર અપેક્ષા કરતાં ઓછા હોય તો નિરાશ થશો નહીં; કટ-ઑફ ગુણ દર વર્ષે બદલાય છે. યાદ રાખો, આન્સર કી પર આધારિત મૂલ્યાંકન ખોટું હોઈ શકે છે. મેઇન્સ માટે ખંતપૂર્વક તૈયારી કરતા રહો.
4. **ઇન્ટરવ્યૂના મૂલ્યાંકનની વિષયવસ્તુને સમજો:** ઓળખો કે વ્યક્તિત્વ પરીક્ષણો અથવા ઇન્ટરવ્યૂ મૂલ્યાંકન વ્યક્તિલક્ષી

છે. એવા પ્રશ્નોના જવાબ આપવાનો પ્રયાસ કરશો નહીં જેના વિશે તમે અચોક્કસ છો; બોર્ડ પ્રામાણિક 'ના'ને મહત્ત્વ આપે છે. જો તમારી પાસે કેટલાક પ્રશ્નો હોય અને તમે પ્રશ્નનો જવાબ આપવામાં નિષ્ફળ જાઓ અથવા ઇન્ટરવ્યૂ અપેક્ષા મુજબ ન જાય તો પણ નિરાશ થશો નહીં.

5. **સફળતા પછી મીડિયા અને સોશિયલ મીડિયાથી સાવચેત રહો:** સફળતા પછી મીડિયા ઇન્ટરવ્યૂમાં ખૂબ કાળજી રાખો, કારણ કે હકીકતોને વિકૃત કરી શકાય છે અને મનસ્વી રીતે નિવેદનો આપી શકાય છે. તમારી સાથે સંબંધિત સોશિયલ મીડિયા પોસ્ટ્સ પર નજર રાખો અને તમારા નામે બનાવેલા કોઈ પણ નકલી એકાઉન્ટથી સાવચેત રહો.

અધ્યાય 7

અમેરિકન સ્વપ્ન પર આઈએએસનો વિજય

તોફાનથી મનમાં તોફાન જાગ્યું

28 ઑગસ્ટ, 2017ના રોજ હ્યુસ્ટન, યુએસએમાં ભારે વરસાદ પડ્યો હતો; હાર્વે નામનું તોફાન ફેલાઈ ગયું હતું. હ્યુસ્ટન મહાનગરીય વિસ્તાર ટેક્સાસ રાજ્યનો એક ભાગ હતો. અહીં 200 કિ.મી. પ્રતિ કલાકની ઝડપે પવન ફૂંકાયો. અભૂતપૂર્વ વરસાદે જનજીવન અસ્તવ્યસ્ત કરી નાખ્યું હતું. વિનાશક પૂરે શહેરને ઘૂંટણિયે લાવી દીધું, જેના કારણે ઘરો, વ્યવસાયો, ઇન્ફ્રાસ્ટ્રક્ચર અને પર્યાવરણને ભારે નુકસાન થયું હતું. લગભગ વીસ દિવસ સુધી જનજીવન થંભી ગયું હતું. હજારો લોકો વિસ્થાપિત થયા હતા અને ઘણાએ જીવ ગુમાવ્યો હતો.

આ અરાજકતા વચ્ચે એક ચોવીસ વર્ષનો ભારતીય યુવક પોતાના બે બેડરૂમના એપાર્ટમેન્ટની બારી પાસે બેઠો હતો. તેની નજર બહારના વિનાશ પર ખોડાયેલી હોવા છતાં તેનું મન ઊંડા વિચારમાં ડૂબી ગયું હતું. છેલ્લા ચાર દિવસથી, અન્ય ઘણા લોકોની જેમ, તે પણ તેના ઘરમાં પુરાયેલો હતો અને સ્ટોરમાં સ્ટોક સમાપ્ત થાય તે પહેલાં તેણે ખરીદેલાં કરિયાણાના સહારે જીવતો હતો. આ પ્રકૃતિ-પ્રેરિત કેદે તેને પોતાના જીવન અને ભવિષ્ય વિશે ચિંતન કરવા માટે પૂરતો સમય અને તક આપી હતી. છેલ્લા કેટલાક મહિનાઓથી તેના મનમાં જે તોફાન

ચાલી રહ્યું હતું તે કુદરતના વાવાઝોડાના સમન્વયને કારણે વધુ તીવ્ર બન્યું હતું.

આ યુવકનું નામ લવીશ હતું. તે ભારતીય પ્રૌદ્યોગિકી સંસ્થા (IIT) બૉમ્બેનો સ્નાતક હતો. બે વર્ષ પહેલાં તે શેલ કંપનીની ટેક્સાસ ઑફિસમાં નોકરી કરવા આવ્યો હતો. શેલે તેને સંપૂર્ણ રીતે સજ્જ એપાર્ટમેન્ટ પૂરું પાડ્યું હતું, જે તેના માટે એક પ્રકારનું આશ્રયસ્થાન હતું. શેલ, વિશ્વ વિખ્યાત ફોર્ચ્યુન 500 તેલ અને ગૅસ કંપનીએ તેને લક્ઝરી સેડાન સહિત ઉત્તમ પગાર પૅકેજ આપ્યું હતું.

લવીશ હ્યુસ્ટનમાં ઊતર્યો તે દિવસને પ્રેમથી યાદ કરતો હતો. તેની કંપનીના માઇગ્રેશન સલાહકારે તેનું ઉષ્માભર્યું સ્વાગત કર્યું હતું, તેને શહેરનો પ્રવાસ કરાવ્યો હતો અને સ્થાયી થવામાં અમૂલ્ય મદદ પૂરી પાડી હતી. તેઓએ તેને બેંક ખાતું ખોલવામાં, સોશિયલ સિક્યુરિટી નંબર મેળવવા, ડ્રાઇવિંગ લાઇસન્સ મેળવવા અને તેના એપાર્ટમેન્ટમાં જવા માટે મદદ કરી હતી. ત્યાં પહોંચ્યાના પંદર દિવસની અંદર, જ્યારે સ્થાનાંતરણ સલાહકારે તેને એકદમ નવી લક્ઝરી સેડાનની ચાવી આપી ત્યારે લવીશને ખૂબ જ આશ્ચર્ય થયું.

ઑફિસનું વાતાવરણ હૂંફથી ભરેલું હતું. લવીશ ટેક્સાસના વતની બ્રેડ રોજર્સની આગેવાની હેઠળની સાંસ્કૃતિક રીતે વૈવિધ્યસભર ટીમનો ભાગ હતો. તેના ટીમના ખેલાડીઓ કઝાકિસ્તાન, નાઇજીરિયા, સ્પેન અને મલેશિયાના હતા. ક્રિસમસ અને નવા વર્ષ દરમિયાન તેઓ લવીશને તેમના ઘરે બોલાવતા હતા. આમાંથી તેના વ્યવસાયિક સંબંધોમાં સુમેળતા આવવાની સાથે, તેના અંગત સંબંધો પણ રચાયા. આઈઆઈટી ગુવાહાટીના ભૂતપૂર્વ વિદ્યાર્થી મનીષ શ્રીવાસ્તવ સાથે ગાઢ સબંધ બન્યો, જે તેના મિત્ર, દાર્શનિક અને માર્ગદર્શક બની ગયા. આ ઉપરાંત, તેને ડેની સાથે પણ ઊંડો સંબંધ બંધાયો, જે તેના મલેશિયન સહકર્મી હતા.

પરંતુ તેની વ્યાવસાયિક સફળતા અને શાંતિપૂર્ણ જીવન હોવા છતાં, લવીશ ખુશ ન હતો. આ યુવાનને શું તકલીફ હતી?

અમેરિકન સ્વપ્ન સાકાર કરવું

લવીશ એક સાધારણ પૃષ્ઠભૂમિમાંથી આવ્યો હતો. આઈઆઈટી બૉમ્બેના સ્નાતક તરીકે, તેનું મુખ્ય ધ્યાન પૈસા કમાવવા પર હતું. તે પોતાની એજ્યુકેશન લોન ચૂકવવા અને પોતાના પરિવાર માટે નવું મકાન ખરીદવા માંગતો હતો. તેથી પોતાના બી.ટેક.ના જ્યારે ચોથા વર્ષે પ્લેસમેન્ટની સિઝન શરૂ થઈ ત્યારે તેણે કામના ચોક્કસ ક્ષેત્ર અથવા પ્રકૃતિને પ્રાધાન્ય આપવાને બદલે, સૌથી મોટા પગાર પૅકેજ ઑફર કરતી કંપનીઓ પર ધ્યાન કેન્દ્રિત કર્યું. સ્પર્ધા અઘરી હતી, પરંતુ તેણે છેલ્લાં બે વર્ષમાં સતત પોતાના શૈક્ષણિક પ્રદર્શનમાં સુધારો કર્યો હતો અને સંશોધનમાં શ્રેષ્ઠ દેખાવ કર્યો હતો.

પ્લેસમેન્ટના પ્રથમ દિવસે ફોર્ચ્યુન 500 કંપની શેલ આવવાની હતી, જે તેના વિશાળ પૅકેજો અને ઉચ્ચ કર્મચારીઓની સુવિધાઓ માટે જાણીતી હતી. લેવીશે આ સુપ્રસિદ્ધ કંપનીમાં પસંદગી પામવા માટે દિલથી પ્રાર્થના કરી. શેલમાં કામ કરતા વરિષ્ઠ લોકો પાસેથી માર્ગદર્શન લઈને તેણે કાળજીપૂર્વક તૈયારી કરી.

ક્વૉલિફાઇંગ પરીક્ષાનો પ્રારંભિક અવરોધ સરળ સાબિત થયો. આ પછી નિર્ણય લેવાની ક્ષમતા, સંઘર્ષના નિરાકરણ અને વિચાર પ્રક્રિયાઓમાં સુસંગતતાનું મૂલ્યાંકન કરવા માટે સાયકોમેટ્રિક પરીક્ષણ કરવામાં આવ્યું. ઘણા ઉમેદવારો આમાં નિષ્ફળ ગયા, પરંતુ લવીશે સફળતાપૂર્વક આ અવરોધ પાર કર્યો.

અંતિમ પડકાર ઈ-ટ્રે ટેસ્ટ હતો; તે એક ઑનલાઇન મૂલ્યાંકન હતું, જે ચોક્કસ ભૂમિકા માટે ઉમેદવારોની કુશળતા અને ક્ષમતાઓનું મૂલ્યાંકન કરતું હતું અને વાસ્તવિક-વિશ્વના કાર્ય વાતાવરણનું અનુકરણ કરતું હતું. આ તબક્કામાં ઉમેદવારોને કંપનીની નીતિઓ, નિયમો અને અન્ય દસ્તાવેજોથી ભરેલું કોમ્પ્યુટર આપવામાં આવ્યું હતું, જે કંપનીના સર્વર સાથે જોડાયેલ હતું. તેણે પ્રોજેક્ટ મૅનેજરની ભૂમિકા ભજવી અને કંપનીના સિમ્યુલેટેડ જીવંત વાતાવરણમાં વાસ્તવિક જીવનની પરિસ્થિતિઓનો સામનો કર્યો. ઉમેદવારોએ પરિસ્થિતિઓનું મૂલ્યાંકન કરવું, વર્ચ્યુઅલ ટીમો સાથે વાતચીત કરવી અને વિવિધ વ્યવસાયિક નિર્ણયો લેવાના હતા. પસંદગીના માપદંડ

નિર્ણયોની ઝડપ અને સચોટતા તેમજ ઉમેદવારની તેને ન્યાયી ઠેરવવાની ક્ષમતાની આસપાસ ફરે છે. આ મુશ્કેલ તબક્કા પછી ઇન્ટરવ્યૂના બે રાઉન્ડ હતા.

તે સાંજ લવીશ માટે ઉત્સાહની ક્ષણ લાવી જ્યારે તેણે જાણ્યું કે શેલે તેને પસંદ કર્યો છે અને આકર્ષક પગાર પૅકેજ ઑફર કર્યું છે.

ઑગસ્ટ 2015માં, લવીશ બેંગલુરુમાં શેલની વૈભવી ઑફિસમાં કામ કરવા માટે પહોંચ્યો હતો. અહીંનું ઇન્ફ્રાસ્ટ્રક્ચર અને કામનું વાતાવરણ ઉત્તમ હતું. કર્મચારીઓનું સન્માન કરવામાં આવતું હતું અને તેઓને કામ કરવામાં પણ ઘણી છૂટછાટ આપવામાં આવતી હતી. કર્મચારીઓ વિવિધ હતા, કારણ કે ઘણા દેશોના કર્મચારીઓ હતા. તેને ઘણા દેશોની મુસાફરી કરવાની તક પણ મળી હતી, જ્યાં તેમણે બિઝનેસ-ક્લાસની મુસાફરી અને ફાઇવ અથવા સેવન-સ્ટાર હોટલોમાં વૈભવી રોકાણનો આનંદ માણ્યો હતો. વ્યવસાયિક જરૂરિયાતો માટે પૈસા ખર્ચવાની બાબતમાં સંપૂર્ણ સ્વતંત્રતા હતી.

તેના સમર્પણ, તકનીકી કુશળતા અને પ્રતિભાએ તરત જ તેમના ઉપરી અધિકારીઓનું ધ્યાન આકર્ષિત કર્યું. કંપનીમાં જોડાયાના દસ મહિના પછી જ તેને તેમના બૉસ મુથુ સુબ્રમણ્યમે તેને બોલાવ્યો.

‘શું તમે શેલની કોઈ પણ ટેક્નોલૉજીમાં નિષ્ણાત બનવા માંગો છો?’ લવીશના રૂમમાં પ્રવેશતાં જ મુથુએ પૂછ્યું. તેની બાજુમાં જનરલ મૅનેજર સેન્ડી લુન્ડી બેઠા હતા.

‘શેલ પાસે ઉત્સર્જન ઘટાડવા માટેની પેટન્ટ ટેક્નોલૉજી છે. આપણી પાસે આ ક્ષેત્રમાં ઘણા પ્રોજેક્ટ છે, પરંતુ એશિયા-પેસિફિકમાં કુશળતાનો અભાવ છે. તમારી મજબૂત સંશોધન પૃષ્ઠભૂમિ અને સિમ્યુલેશન કુશળતાને જોતાં, અમે તમને શીખવા અને પછી ભારતમાં ટીમ બનાવવા માટે હ્યુસ્ટન, યુએસએ મોકલવાનું વિચારી રહ્યા છીએ’, સેન્ડીએ સમજાવ્યું.

આ તકથી ખુશ થઈને, લવીશ તરત જ અમેરિકા જવા અને રહેવા માટે સંમત થયો. 30 ઑક્ટોબર, 2016ની સાંજે, ડ્રાઇવર સાથેની મર્સિડીઝ બેંગલુરુમાં તેના એપાર્ટમેન્ટની બહાર તેને ઍરપોર્ટ પર લઈ જવા માટે રાહ જોઈ રહી હતી. હ્યુસ્ટન માટે એમિરેટ્સ ફ્લાઇટ દ્વારા

બિઝનેસ ક્લાસમાં ભાવભર્યું સ્વાગત જોઈને લવીશે સિદ્ધિની લાગણી અનુભવી.

લક્ષ્ય UPSCએ અમેરિકાનું આકર્ષણ ઓછું કરી નાખ્યું

હ્યુસ્ટનમાં એક વર્ષ રહ્યા પછી, લવીશના મગજમાં આંતરિક તોફાન શરૂ થયું. આકર્ષક 'અમેરિકન સ્વપ્ન' હાંસલ કરવા છતાં, લવીશને ઘરની યાદ આવવા લાગી અને તે ખાલીપણાની ઊંડી લાગણીથી ઘેરાઈ ગયો.

છેલ્લા વર્ષમાં તેણે ઉત્સાહપૂર્વક સમગ્ર અમેરિકાનો પ્રવાસ કર્યો હતો. આ સમય દરમિયાન તેઓ આઈઆઈટી બૉમ્બેના ઘણા વરિષ્ઠોને મળ્યા અને તેની સાથે રહ્યા હતા. તેઓ એ જાણીને નિરાશ થયા કે તેઓ બધા પ્રખ્યાત કંપનીઓમાં કામ કરતા હોવા છતાં, તેઓ માત્ર સાધારણ એપાર્ટમેન્ટ્સ જ ખરીદી શકે છે. અને ઘરનું કામ જાતે જ કરવાનું હતું. તેનાથી પણ વધુ નિરાશાજનક બાબત એ હતી કે તેની જૉબ પ્રોફાઈલ અને સેલરી પૅકેજ તેના કરતાં બહુ અલગ નહોતા. વ્યવસાયિક વૃદ્ધિ અને આવકમાં શ્રેષ્ઠ વૃદ્ધિનો ઓછો અવકાશ હોવાનું જણાતું હતું, અને કાર્ય અત્યંત એકધારું હતું. જીવન પણ કંટાળાજનક હતું.

તદ્દુપરાંત, નોકરીની કોઈ સુરક્ષા નહોતી. લવીશ અમેરિકા જવાની તૈયારી કરી રહ્યો હતો, ત્યારે તેલના ઘટતા ભાવને કારણે શેલને મોટાપાયે છટણી કરવાની ફરજ પડી હતી. તેના ઘણા મિત્રોએ તેની નોકરી ગુમાવી દીધી અને કેટલાક મિત્રોને તેને ગમતી ન હોય તેવી ભૂમિકામાં મોકલવામાં આવ્યા. લવીશના અમેરિકા પહોંચ્યા પછી, છટણીનો બીજો રાઉન્ડ આવ્યો.

અમેરિકામાં વીકએન્ડમાં ઘણો ફ્રી સમય મળવાને કારણે લવીશના મનનું મંથન વધુ તીવ્ર બન્યું. તેને પોતાનું જીવન ખાલી અને ખોખલું લાગવા લાગ્યું. તેણે તેની એજ્યુકેશન લોન ચૂકવી દીધી હતી અને તેના માતાપિતા અને ભાઈની પ્રાથમિક જરૂરિયાતો પૂરી કરી દીધી હતી. માસિક પગાર તેમના બેંક ખાતામાં માત્ર એક સંખ્યા જેવો લાગવા લાગ્યો, જેનાથી તેમના જીવનમાં કોઈ ખાસ ફરક પડતો ન હતો. ધીરે ધીરે, તેણે પ્રતિષ્ઠિત આઈએસએસમાં કારકિર્દી બનાવવા વિચારવાનું શરૂ કર્યું.

બાળપણમાં લવીશને સિવિલ સર્વિસ વિશે કોઈ જાણકારી નહોતી અને તેના પરિવારમાં કોઈને સરકારી નોકરી પણ નહોતી. જો કે તે ક્યારેક ક્યારેક તેના મિત્રો પાસેથી ટોણો સાંભળતો: 'તું કલેક્ટર છે?' આ વાક્ય જ્યારે પણ કોઈ સત્તા પર ભાર મૂકે અથવા ઉપદેશાત્મક પ્રવચન આપતા હોય ત્યારે વારંવાર કહેવામાં આવતું હતું. આ વાક્યએ તેના કિશોરવયના મન પર કાયમી અસર છોડી. આનાથી તેનામાં એવી માન્યતા જન્મી કે કલેક્ટર એટલે કે IAS અધિકારી પાસે મહત્ત્વની સત્તાઓ હોય છે.

આ પછી લવીશની આઈઆઈટી બૉમ્બેમાંના તેના ક્લાસમેટ રિંકુ મીના અને હનુમાન પ્રસાદ મીના સાથે મિત્રતા થઈ. બંને રાજસ્થાનના હતા. બંનેનું ધ્યેય શરૂઆતથી જ સ્પષ્ટ હતું - IAS અધિકારી બનવાનું. તેણે લવીશને IAS અધિકારીઓના સન્માન, શક્તિ અને સુવિધાઓની ભવ્ય વાર્તાઓ કહી. લવીશે પણ ધ્યાન આપવાનું શરૂ કર્યું કે આરબીઆઈ ગવર્નર, એર ઇન્ડિયાના એમડી, ઉદયપુરના કલેક્ટર જેવા શક્તિશાળી હોદ્દા ધરાવતા લોકો IAS અધિકારીઓ હતા. આ સિવાય આઈઆઈટી બૉમ્બેમાં વિવિધ ઇમારતોના ઉદ્‌ઘાટન બોર્ડ પર ઘણા IAS અધિકારીઓનાં નામ પણ લખવામાં આવ્યાં હતાં. IAS બનવું એ વ્યાવસાયિક અને સામાજિક સફળતા હાંસલ કરવાનો એક નિશ્ચિત માર્ગ છે. તેથી જ્યારે રિંકુએ કેમ્પસ પ્લેસમેન્ટનો ઇનકાર કર્યો અને સીએસઈની તૈયારી કરવા બી.ટેક. પૂર્ણ કર્યા પછી સીધો દિલ્હી ગયો ત્યારે તેને કોઈ નવાઈ ન લાગી.

લવીશ IAS અધિકારીઓના આદર અને શક્તિ વિશે રિંકુ અને હનુમાનની વાર્તાઓ યાદ કરતો હતો. સાથે જ તેણે બેંગલુરુમાં રહેતી વખતે થયેલી ઘણી અવ્યવસ્થિત ઘટનાઓને પણ યાદ કરી: પોલીસ, સરકારી કચેરીઓ, સ્થાનિક વિક્રેતાઓ અને તેના એપાર્ટમેન્ટ બિલ્ડિંગના સુરક્ષા રક્ષકો દ્વારા સતામણી.

'મેં ટોચની સંસ્થામાં અભ્યાસ કર્યો છે, આંતરરાષ્ટ્રીય સ્તરે સંશોધન પત્રો પ્રકાશિત કર્યા છે અને સારી કમાણી કરી છે. તેમ છતાં, મને અસંદિગ્ધ ગાર્ડ અને પોલીસ કૉન્સ્ટેબલ દ્વારા હેરાનગતિનો સામનો કરવો પડે છે. જો હું ઘણા પૈસા કમાઈશ તો પણ શું તે મને સમાજમાં

સન્માનની ખાતરી અપાવશે અને મને આવી હેરાનગતિથી બચાવશે?' લવીશે લાચારીથી વિચાર્યું.

વધુમાં, પોતાના વિદેશપ્રવાસ દરમિયાન લવીશે ઍરપોર્ટ ઇમિગ્રેશન પર નોંધ્યું હતું કે રાજદ્વારી કાઉન્ટરો પરની પ્રક્રિયા બિઝનેસ ક્લાસ કરતાં વધુ ઝડપી હતી. રાજદ્વારીઓ સાથેની તેની વાતચીતથી તેઓ આશ્ચર્યચકિત થઈ ગયા જ્યારે તેને ખબર પડી કે તેઓ વૈશ્વિક મંચ પર દેશનું પ્રતિનિધિત્વ કરી રહ્યા છે.

છેલ્લા બે વર્ષમાં, જ્યારે લવીશ યુએસએમાં હતો, ત્યારે તેના ઘણા વરિષ્ઠ IAS અને IPS સંપર્કો બન્યા હતા. તેના કેટલાક નજીકના મિત્રો અને સહઅભ્યાસીઓ પણ પરીક્ષાની તૈયારી કરી રહ્યા હતા. તેની સિદ્ધિઓથી પ્રેરિત થઈને લવીશ સિવિલ સર્વિસ એક્ઝામિનેશન (CSE) વિશે જાણકારી એકત્ર કરવા માંડ્યો અને બસવાન કમિટીના રિપોર્ટ પર નજર નાખી. તેણે સિવિલ સર્વિસના ઉમેદવારો માટે વયમર્યાદા અને પ્રયાસોની સંખ્યા ઘટાડવાની ભલામણ કરી હતી. આનાથી લવીશમાં તાકીદની ભાવના જાગી અને તેણે વિચાર્યું, 'હું પહેલેથી જ ચોવીસ વર્ષનો થઈ ગયો છું. જો મારે સીએસઈની પરીક્ષા આપવી હોય તો આ યોગ્ય સમય છે; નહીંતર મારે જીવનભર પછતાવું પડે એવું બને.'

લવીશ તેની કારકિર્દીના વિકલ્પો પર વિચાર કરી રહ્યો હતો. તે જ સમયે, આઈઆઈટીમાંથી તેમના નજીકના મિત્ર, શ્રેયાંસ કુમતે, સીએસઈની પૂર્ણ-સમયની તૈયારી કરવા માટે તેની નોકરી છોડી દીધી, જેની સાથે તેઓ સીએસઈની તૈયારી વિશે વારંવાર ચર્ચા કરતા હતા. વધુમાં, બેંગલુરુમાં શેલ ખાતે લવીશના વરિષ્ઠ પીયૂષ પ્રસાદે પણ તેને પોતાના IAS સ્વપ્નને આગળ વધારવા માટે પ્રોત્સાહિત કર્યો. લક્ષ્ય UPSC માટે લવીશનું આકર્ષણ વધુ વધ્યું.

જેમ જેમ વરસાદ બારીઓ પર ધબકતો રહ્યો અને તોફાન હાર્વેએ હ્યુસ્ટનમાં તબાહી મચાવી દીધી તેમ, લવીશનું માનસિક તોફાન પણ ચરમસીમાએ પહોંચ્યું જેણે અમેરિકન ભ્રમને તોડી નાખ્યો. તેણે યુ.એસ.માં તેના કરારમાં વિસ્તરણ માટે અરજી ન કરવાનું નક્કી કર્યું અને ભારત પરત ફર્યા.

અલવિદા શેલ

1 મે, 2018ના રોજ, લવીશ શેલની બેંગલુરુ ઑફિસમાં તેના કામમાં ઊંડો મગ્ન હતો. તેણે પોતાના એક મહિનાના નોટિસ પિરિયડની શરૂઆત તરીકે, આગલા દિવસે રાજીનામું સુપરત કર્યું હતું. સાંજે લગભગ 6 વાગ્યે તેને તેના બૉસ બ્રેડનો ફોન આવ્યો.

'તમારા રાજીનામાનો ઇ-મેઈલ જોઈને મને આશ્ચર્ય થયું. તમે તમારી નોકરી કેમ છોડી રહ્યા છો, લવિશ? શું તમને આનાથી વધુ સારી નોકરીની ઑફર મળી છે?' તેમના અવાજમાં નિરાશા અને અવિશ્વાસ સ્પષ્ટ દેખાતો હતો.

લવીશના આ ઘટસ્ફોટથી બ્રેડ સ્તબ્ધ થઈ ગયો.

'શું મેં તારી વાત બરાબર સાંભળી? શું તમે શેલમાં ઊંચા પગારની નોકરી છોડીને ઘરે બેસીને બે વર્ષ માટે અભ્યાસ કરવા માંગો છો જેમાં તમારી સફળતાની શક્યતા લગભગ શૂન્ય છે?' બ્રેડે પ્રશ્ન કર્યો, કારણ કે તે આ અતાર્કિક વાત સ્વીકારી શકતા ન હતા.

'હા, બ્રેડ. તેથી જ મારે નોકરી છોડી દેવી છે અને મારા અભ્યાસમાં સફળ થવા માટે મારી જાતને સંપૂર્ણ રીતે સમર્પિત કરવાની જરૂર છે,' સિવિલ સર્વિસીસ ક્ષેત્રે સમજ આપતાં લવીશે જણાવ્યું હતું. તેમણે IAS અધિકારીઓની સમૃદ્ધ પ્રોફાઇલ, તેની સાથે સંકળાયેલા પગાર, આદર અને સત્તા અને તેઓને અનુભવેલા નોકરીના અપાર સંતોષ વિશે વિગતો આપી.

બ્રેડે ધ્યાનથી સાંભળ્યું, પણ વિશ્વાસ ન થયો. શરૂઆતમાં તેણે સૂચવ્યું કે લવીશ શેલની અંદર કેટલાક હળવા અસાઇમેન્ટ પર કામ કરે અને પરીક્ષાની તૈયારી પણ કરે. અવિચલિત લવીશે આગ્રહ કર્યો કે તે સફળતા માટે બધું જોખમ લેવા તૈયાર છે. લવીશના નિશ્ચયને ઓળખીને, બ્રેડે વિશ્રામનો પ્રસ્તાવ મૂક્યો. આનો અર્થ એ થયો કે જો તેનું UPSCનું સપનું આયોજન પ્રમાણે પૂરું ન થાય, તો તે બે વર્ષ પછી કંપનીમાં પરત ફરી શકે છે.

એમ્મા, નેધરલૅન્ડ સ્થિત અન્ય જનરલ મૅનેજર, સમાન લાગણીઓ વ્યક્ત કરે છે અને શેલની અંદર સામાજિક ક્ષેત્રની ભૂમિકાઓનું અન્વેષણ

કરવા લવીશને પ્રોત્સાહિત કરે છે. લવીશ તાર્કિક રીતે વિચારી રહ્યો ન હતો તે ઓળખીને, એમ્માએ તેને તર્કસંગત નિર્ણયો લેવાની સલાહ આપી. તેણે લવીશને થિંકિંગ ફાસ્ટ ઍન્ડ સ્લો નામનું પુસ્તક પણ આપ્યું. તેમનો આગ્રહ એવો હતો કે લવીશ ધીમે ધીમે વિચારે એટલે કે ભાવનાત્મક રીતે વિચારવાને બદલે તર્કસંગત રીતે વિચારે.

પરંતુ, લવીશના તત્કાલીન જનરલ મૅનેજરે, વિશ્રામ પ્રસ્તાવના વિચારને નકારી કાઢ્યો. કંપની સાથે ઊંડે સુધી જોડાયેલ સેન્ડીએ નિરાશા સાથે કહ્યું, 'શેલ બીજો વિકલ્પ હોઈ શકે નહીં.' લવીશને પણ લાગ્યું કે જો તે લક્ષ્ય UPSCમાં નાપાસ થાય તો તે જ કંપનીમાં પાછા ફરવું એ તળિયે પહોંચવા જેવું હશે, તેથી તેણે રાજીનામું સ્વીકારવા આગ્રહ કર્યો.

તેના માટે પોતાના પરિવારને પણ સમજાવવું મુશ્કેલ હતું. શરૂઆતમાં તેના પરિવારે તેના નિર્ણયનો વિરોધ કર્યો હતો. તેઓ કહેવા લાગ્યા કે લવીશ કામની સાથે અભ્યાસ પણ કરી શકે છે. તેની આર્થિક સ્થિતિ પહેલાં કરતાં વધુ સ્થિર થઈ ગઈ હતી, તેથી તેનો પરિવાર એક સારા વિસ્તારમાં નવું ઘર ખરીદવા અને લવીશના લગ્ન કરવાનું વિચારી રહ્યો હતો. લવીશે તેને ખાતરી આપી હતી કે જો તે UPSCમાં સફળ નહીં થાય તો પણ બીજી નોકરી મેળવવામાં કોઈ મુશ્કેલી નહીં આવે.

મંચ તૈયાર હતું. લક્ષ્ય UPSC મેળવવા માટે લવીશની કપરી યાત્રા શરૂ થવાની હતી.

યુદ્ધભૂમિ કોટામાં વિજય

લવીશે શેલ ખાતે અત્યંત પ્રતિષ્ઠિત અને સારા પગારવાળી નોકરી છોડીને એક અપવાદરૂપ રીતે સાહસિક નિર્ણય લીધો હતો. ઘણા IAS ઉમેદવારો આવી મહત્ત્વપૂર્ણ પસંદગી કરવા માટે મૂંઝવણમાં રહે છે અને ઘણીવાર બે નાવને સંતુલિત કરવાનો પ્રયાસ કરે છે, જેના કારણે તેમનાં સપનાં ઘણીવાર ચકનાચૂર થઈ જાય છે.

પણ એ રાત્રે લવીશને ઊંઘ ન આવી. બ્રેડ, એમ્મા અને સેન્ડીના શબ્દોએ તેને નારાજ કર્યો. સિવિલ સર્વિસ પરીક્ષામાં સફળતાની અનિશ્ચિતતાએ

પણ તેને ઘેરી લીધો. તેને અપરાધભાવ અનુભવાયો કે તેના નિર્ણયથી તેનાં માતાપિતાનું નવું ઘર ખરીદવાનું સપનું સ્થગિત થઈ જશે. આંખોમાં આંસુ સાથે, તેણે યાદ કર્યું કે કેવી રીતે તેની માતાએ ધોરણ-10મા પછી તેના કોચિંગ માટે જરૂરી પૈસા કમાવવા બેંકમાં નોકરી કર્યા પછી ઘણા કલાકો સુધી કપડાં સીવવાનું કામ કર્યું.

જો કે, આ પહેલીવાર નથી જ્યારે લવીશને સખત સ્પર્ધા અને લાંબા કલાકો સુધી સખત અભ્યાસ કાર્યક્રમનો સામનો કરવો પડ્યો હતો. તેણે અગાઉ બે વાર સમાન પડકારોનો સામનો કર્યો હતો: એક દાયકા પહેલાં જ્યારે તે ધોરણ-10 પછી બે વર્ષ માટે આઈઆઈટી-જેઈ કોચિંગ માટે કોટા ગયો હતો અને પછીથી આઈઆઈટી બૉમ્બે ખાતે તેના બી.ટેક. અભ્યાસનાં ત્રણ વર્ષ દરમિયાન.

લવીશને 19મી એપ્રિલ, 2009નો એ દિવસ સારી રીતે યાદ હતો, જ્યારે તે તેની માતા સાથે ઉદયપુરથી કોટા જવા માટે નીકળ્યો હતો, ધોરણ-10ની પરીક્ષા પૂરી થયાના માત્ર 20 દિવસ બાદ. તેણે પોતાના દાદા પ્રત્યે કૃતજ્ઞતાની લાગણી અનુભવી, જેમણે રૂ. 1.3 લાખની ભારે કોચિંગ ફી ચૂકવી હતી, કારણ કે લવીશનો પરિવાર ગંભીર આર્થિક મુશ્કેલીઓનો સામનો કરી રહ્યો હતો.

પછીનાં બે વર્ષ સુધી, લવીશ એક નાનકડા પીજી રૂમમાં રહેતો હતો, જેમાં ઍરકંડિશનર, કુલર, હીટર કે ગીઝર જેવી પ્રાથમિક સુવિધાઓ ન હતી. કોટાના આત્યંતિક વાતાવરણને જોતાં આ અત્યંત અયોગ્ય હતું - ઉનાળામાં તાપમાન 48 ડિગ્રી સેલ્સિયસ અને શિયાળામાં 1 ડિગ્રી સેલ્સિયસ તાપમાન સાથે હાડકાને ઠંડક આપતી ઠંડી. પૈસા બચાવવા માટે, તે દિવસમાં બે વખત અડધી અધૂરી ટિફિન સર્વિસ પર ટકી રહ્યો હતો.

આઈઆઈટીમાં સફળતાના ઝળહળતા સ્વપ્ન સાથે પ્રથમ દિવસે જ્યારે લવીશ તેની કોચિંગ સંસ્થામાં પહોંચ્યો ત્યારે તેને ખૂબ જ આશ્ચર્ય થયું હતું. સંસ્થાના ગેટ સુધી સાઇકલોનો વિશાળ દરિયો ફેલાયેલો હતો, જે ચાર ફૂટબોલ મેદાન જેટલો વિસ્તાર હતો. સાઇકલના આ દરિયાની પાછળ એક વિશાળ સાત માળનું મકાન હતું. કેમ્પસ લગભગ 10,000 વિદ્યાર્થીઓથી ભરેલું હતું, જે તેઓના શૈક્ષણિક પ્રયત્નોની તીવ્રતા દર્શાવતું હતું.

કેટલાક સહાધ્યાયીઓ સાથે વાત કરતી વખતે, લવીશને આશ્ચર્યજનક માહિતી મળી કે તેઓ લગભગ તમામ પોતપોતાની શાળામાં ટોચના વિદ્યાર્થીઓ હતા. ઘણા વિદ્યાર્થીઓએ જાણ કરી હતી કે તેઓએ આખો અભ્યાસક્રમ પહેલેથી જ સારી રીતે વાંચી લીધો છે. 'જો એક સંસ્થામાં આટલા બધા અપવાદરૂપે પ્રતિભાશાળી છાત્ર હોય તો શું મારી પાસે આઈઆઈટીમાં પ્રવેશવાની કોઈ તક છે, જ્યાં સીટો મર્યાદિત છે?' તેણે વિચાર્યું અને તેનું હૃદય ડૂબી ગયું.

જો કે, તેણે ટૂંક સમયમાં હિંમત એકઠી કરી, તેના સંકલ્પને મજબૂત કર્યો અને નિશ્ચય સાથે તેની તૈયારીઓ શરૂ કરી. તે દરરોજ ચૌદથી સોળ કલાક આશ્ચર્યજનક રીતે અભ્યાસ કરવા લાગ્યો. તે ક્રિકેટનો શોખીન હોવા છતાં તેણે પોતાના અભ્યાસને પ્રાથમિકતા આપી અને તે વર્ષે ક્રિકેટ વર્લ્ડ કપની એક પણ મેચ જોઈ ન હતી.

આઈઆઈટી-જેઈ પરીક્ષાનો નિર્ણાયક દિવસ 11 એપ્રિલ, 2012ના રોજ આવ્યો. લવીશને ચિંતા થતી હતી, કારણ કે આ એક દિવસ તેના ભાગ્યને બદલવાની શક્તિ ધરાવે છે. તેનું પ્રદર્શન સારું હતું, જે બીજા દિવસે પ્રસિદ્ધ થયેલી આન્સર કી દ્વારા જાણવા મળ્યું.

24 મે, 2012ની રાત્રે, જ્યારે તેને ખબર પડી કે તેણે આઈઆઈટી-જેઈમાં 254મો નોંધપાત્ર રેન્ક મેળવ્યો છે ત્યારે ચારે બાજુ આનંદ છવાઈ ગયો. મશીનોની જટિલ કામગીરીથી આકર્ષિત, લવીશે ખૂબ જ પ્રખ્યાત કમ્પ્યુટર વિજ્ઞાન અને ઇલેક્ટ્રિકલ એન્જિનિયરિંગ કરતાં મિકેનિકલ એન્જિનિયરિંગ પસંદ કર્યું. આઈઆઈટી બૉમ્બે તેની સ્પષ્ટ પસંદગી હતી, કારણ કે તેના માસા-માસી ત્યાં રહેતાં હતાં. તેના પિતરાઈ ભાઈઓએ શહેરની ભવ્યતા - ગગનચુંબી ઇમારતો, ધમધમતી લોકલ ટ્રેનો, શાંત દરિયાકિનારા અને બોલિવૂડ કલાકારોની ચમકદાર આભા વિશે ખૂબ જ વખાણ કર્યાં હતાં.

20 જુલાઈ, 2012ના રોજ, લવીશ તેનાં માતાપિતા અને ભાઈ સાથે તેના જીવનનો નવો અધ્યાય શરૂ કરવા માટે તૈયાર થયો અને ઉદયપુરથી મુંબઈની ટ્રેનમાં ચડ્યો.

ભ્રમ તૂટી ગયો

આઈઆઈટી બૉમ્બેનું કેમ્પસ અદ્ભુત કુદરતી સૌંદર્યથી ઘેરાયેલું હતું - એક તરફ પર્વતો અને સંજય ગાંધી રાષ્ટ્રીય ઉદ્યાન અને બીજી તરફ તળાવો. સંકુલમાં એવી સુવિધાઓ હતી, જે લવીશે પહેલાં ક્યારેય જોઈ ન હતી: સ્વિમિંગ પુલ, જીમ, બેડમિન્ટન અને ટેનિસ કોર્ટ, સ્વાદિષ્ટ ભોજન પીરસતું મેસ અને વિશાળ હરિયાળી જગ્યાઓ.

અભિભૂત લવીશે રાહત અને મુક્તિની ઊંડી લાગણી અનુભવી. 'મહેનત અને સંઘર્ષનો યુગ પૂરો થયો છે. હવે હું મારું જીવન જીવીશ. મોટી બહુરાષ્ટ્રીય કંપનીઓ ટૂંક સમયમાં મને આકર્ષક નોકરી ઑફર કરશે અને મને નોકરી પર રાખવા માટે સ્પર્ધા કરશે,' પોતાની જાત સાથે ગપસપ કરી, જેમાં કોટામાં થયેલી વાતચીતનો પડઘો હતો. આ ખુશામતના કારણે તેણે ફિલ્મો, ગેમ્સ અને સોશિયલ મીડિયામાં ઘણો સમય બગાડ્યો. પોતાની દુનિયામાં ખોવાયેલાં રહીને તેણે અનેક વર્ગોમાં ગુટલી પણ મારી.

જો કે, એક વર્ષ પછી, તેના સિનિયર્સની પ્લેસમેન્ટ સીઝને તેનો ભ્રમ તોડી નાખ્યો. જ્યારે તેણે ઘણા વરિષ્ઠોને નોકરી મેળવવા માટે સંઘર્ષ કરતા જોયા ત્યારે તે ખૂબ જ આશ્ચર્યચકિત થઈ ગયો, જેઓ 'કૂલ' બનીને ફરતા હતા. ચિંતિત અને પરેશાન, લવીશે પ્લેસમેન્ટ સિઝનમાં પોતાની નોકરીની શોધમાં સફળ વરિષ્ઠ લોકોની સલાહ માંગી. કૉર્પોરેટ જગત સંભવિત કર્મચારીઓ માટે શું જુએ છે તે અંગેના કડવા સત્યને આંતરિક સ્વરૂપ આપતાં તે ઊંઘ ગુમાવી રહ્યો હતો - શિક્ષણજગતમાં નવથી ઉપરનો સંચિત પ્રદર્શન સૂચકાંક (સીપીઆઈ) અને સીવીમાં ચોક્કસ 'સ્પાઇક'.

સીવીમાં સ્પાઇકના પ્રપંચી ખ્યાલ પર વિચાર કરતા, લવીશે તેને કેવી રીતે પ્રાપ્ત કરવું તે વિચાર્યું. તેમના ઉપરી અધિકારીઓએ સમજાવ્યું કે અભ્યાસેતર પ્રવૃત્તિઓ, સંશોધન પ્રયાસો અથવા નેતૃત્વની સ્થિતિઓમાં અસાધારણ સિદ્ધિઓ દ્વારા આને વધારી શકાય છે.

લવીશે તેના અભ્યાસમાં ધ્યાન કેન્દ્રિત કરવાનું અને સખત મહેનત કરવાનું નક્કી કર્યું. તેણે સંશોધનની તક શોધવાનું પણ નક્કી કર્યું, જે

તેને તરત જ મળી જ્યારે પ્રોફેસર એસ. વી. પ્રભુ, પ્રવાહી મિકેનિક્સના નિષ્ણાત, તેની મુલાકાતે આવ્યા. પ્રભુ વોર્ટેક્સ શેડિંગ પર સંશોધન પ્રોજેક્ટ માટે સહાયકોની શોધમાં હતા.

લવીશે પોતાની જાતને પ્રોફેસર પ્રભુના સંશોધન પ્રોજેક્ટમાં સંપૂર્ણપણે સમર્પિત કરી દીધી. તેણે ક્લાસ પછી, સપ્તાહના અંતે, રજાઓ અને સેમેસ્ટરની રજાઓમાં ઘણા કલાકો તેના માટે ફાળવ્યા. તેઓએ પ્રાયોગિક સેટઅપ બનાવવા, સંશોધન હાથ ધરવા, દસ્તાવેજના તારણો અને પરિણામો રજૂ કરવાની કુશળતા શીખી. આ પ્રક્રિયામાં તેણે સોફ્ટવેર ડેવલપમેન્ટ, ડિઝાઇનિંગ અને ઇમેજ પ્રોસેસિંગમાં કૌશલ્યો પણ શીખ્યાં.

તેમના અથાક પ્રયત્નોને ફળ મળ્યું જ્યારે આઈઆઈટી બૉમ્બેએ તેને અપવાદરૂપ સ્નાતક સંશોધન માટેના પુરસ્કારથી સન્માનિત કર્યા. વધુમાં, તેના સંશોધન પેપરથી પેરિસમાં ફ્લુઇડ મિકેનિક્સ પરની આંતરરાષ્ટ્રીય પરિષદમાં પ્રસ્તુતિ માટે તેને પ્રતિષ્ઠિત સ્થાન મળ્યું.

તેના સંશોધન અનુભવનો લાભ લઈને, લવીશને તેનું ત્રીજું વર્ષ પૂર્ણ કર્યા પછી પેડરબોર્ન, જર્મનીમાં પ્રતિષ્ઠિત આંતરરાષ્ટ્રીય પેઇડ ફેલોશિપમાં ઇન્ટર્નશિપ મળી. આ સાથે, લવીશ પણ તેના અભ્યાસમાં સમર્પિત રહ્યો જેના કારણે તેણે છેલ્લા ચાર સેમેસ્ટરમાં 9.67, 9.93, 9.7 અને સંપૂર્ણ 10ના નોંધપાત્ર સીપીઆઈ સ્કોર્સ હાંસલ કર્યા. તેને સંસ્થાનો પ્રતિષ્ઠિત એકેડેમિક એક્સેલન્સ એવૉર્ડ પણ મળ્યો હતો.

તેમના સાવચેતીભર્યા આયોજન અને વર્ષોની મહેનતના પરિણામે તેને 1 ડિસેમ્બર, 2014ના રોજ શેલ ખાતે પ્રતિષ્ઠિત અને ઉચ્ચ પગારવાળી નોકરી મળી.

1 મે, 2018 પર પાછા આવીને, લવીશ UPSC પર વિજય મેળવવાના ઉદ્દેશ્ય સાથે તેના જીવનમાં બીજા કઠિન પડકારના ઉંબરે આવી ગયો. કોટા અને મુંબઈમાં પોતાના ભૂતકાળના સંઘર્ષો અને વિજયોની સ્મૃતિએ તેમના સંકલ્પને મજબૂત કર્યો, તેને આ મુશ્કેલ પડકારનો સામનો કરવા અને વિજયી બનવા માટે જરૂરી આત્મવિશ્વાસ મળ્યો.

શું સંઘર્ષ ખરેખર તેને યોગ્ય છે?

5 જૂન, 2018ના રોજ, લવીશે દિલ્હીમાં IAS ઉમેદવારોની હલચલભરી દુનિયામાં પ્રવેશ કર્યો. લવીશ દિલ્હીમાં અજાણ્યો હતો અને તેણે કરોલ બાગમાં એક સમુદાયના છાત્રવાસમાં આશરો લીધો હતો. ત્યાં 10,000 રૂપિયાના માસિક ભાડા પર સાદા, વહેંચાયેલા રૂમ ઉપલબ્ધ હતા, જેમાં બે સમયના સાદા ભોજનનો સમાવેશ થતો હતો. દૃઢ નિશ્ચયી લવીશે અસુવિધાને અવગણવાનું અને ફક્ત તેના લક્ષ્ય પર ધ્યાન કેન્દ્રિત કરવાનું નક્કી કર્યું. મેઇન્સ માટે વૈકલ્પિક વિષય પસંદ કરવો પડકારજનક હતું. શ્રેયાંશ સહિતના મિત્રોની ચેતવણીઓ છતાં, લવીશ મિકેનિકલ એન્જિનિયરિંગના અભ્યાસક્રમમાં પરિચિત વિષય તરફ આકર્ષાયો હતો અને તે વિષયમાં કેટલાક ઉમેદવારોએ મેળવેલા ઉચ્ચ ગુણથી પ્રેરિત થયો હતો. 'હું વધારે ગુણ કેમ ન મેળવી શકું?' લવીશે તેનું બી.ટેક. પૂર્ણ કર્યું તે દરમિયાન મિકેનિકલ એન્જિનિયરિંગમાં તેમના મજબૂત પ્રદર્શનને જોતાં દલીલ કરી. બીજા દિવસે લવીશ ભલામણ કરેલ પુસ્તકો જૂનામાં ખરીદવા સીધો દરિયાગંજ માર્કેટ ગયો. તેણે જીએસ માટે કોચિંગ સંસ્થામાં પણ પ્રવેશ લીધો.

ઊંડી એકાગ્રતાની માંગ કરતું નવું વાતાવરણ કૉર્પોરેટ વર્ક કલ્ચરથી ઘણું અલગ હતું. આ પરિવર્તને તેની સામે એક પ્રચંડ પડકાર ઊભો કર્યો હતો. લવીશ સતત મિટિંગો અને ચર્ચાઓ કરવા માટે ટેવાયેલો હતો, જ્યાં લાંબા સમય સુધી ધ્યાન આપવાની જરૂર ન હતી. તેની દિનચર્યા દર પંદર મિનિટે ઇ-મેઈલ ચેક કરવાની અને દર કલાકે બ્રેક લેવાની આસપાસ ફરતી હતી.

જ્યારે લવીશે જીએસના અભ્યાસક્રમનો ઊંડાણપૂર્વક અભ્યાસ કર્યો, ત્યારે અભ્યાસક્રમની વિશાળતા જોઈને તે હિંમત હારવા લાગ્યો. 'પ્રિલિમ્સમાં એક વર્ષથી ઓછો સમય બાકી છે. શું હું અભ્યાસક્રમ પૂરો કરી શકીશ? જો હું પ્રિલિમ પાસ કરું તો પણ મુખ્ય પરીક્ષા માટે વૈકલ્પિક વિષયો, નિબંધો અને જીએસની તૈયારી કરવા માટે બહુ ઓછો સમય છે. શું હું હ્યુમાનિટીઝના વિષયોમાં સારો દેખાવ કરી શકીશ, જેનો મેં

હાઈસ્કૂલ પછી અભ્યાસ કર્યો જ નથી?' ભવિષ્યની અનિશ્ચિતતાઓના ચક્રવ્યૂહ સાથે ઝઝૂમતી વખતે તેણે વિચાર્યું.

લવીશના મિકેનિકલ એન્જિનિયરિંગમાં પગ મૂકતાં જ તેને બીજું કડવું સત્ય જાણવા મળ્યું. બી.ટેક.માં તેણે જે વાંચ્યું હતું તે સીએસઈ અભ્યાસક્રમના માત્ર 40 ટકાને આવરી લેતું હતું અને તેનો નોંધપાત્ર ભાગ તેની યાદશક્તિમાંથી ઝાંખો પડી ગયો હતો. એટલું જ નહીં, આઈઆઈટી પ્રોફેસરો વિદેશી લેખકોના પુસ્તકોની ભલામણ કરતા હતા, જ્યારે સીએસઈ માટે, ભારતીય લેખકોના પુસ્તકોની ભલામણ કરવામાં આવતી હતી.

આ ભાવનાત્મક ઊથલપાથલ વચ્ચે લવીશને વધુ એક આંચકો લાગ્યો. તેને પ્રથમ જીએસ મૉક ટેસ્ટમાં માત્ર ત્રીસ માર્ક્સ મળ્યા હતા. પરીક્ષકે ધ્યાન દોર્યું, પ્રતિક્રિયા આપી, જેના કારણે લવીશ ઉદાસ થઈ ગયો. એક ક્ષણ માટે તેણે પોતાની ક્ષમતા પર શંકા કરવાનું શરૂ કર્યું અને ડિપ્રેશનમાં જતો રહ્યો, કારણ કે તેને લાગ્યું કે તેનામાં સીએસઈમાં સફળ થવાની ક્ષમતા નથી.

ભારતીય વડા પ્રધાનના હ્યુસ્ટન યાત્રાના સમાચારે તેની નિરાશામાં વધુ વધારો કર્યો. લવીશે 'હાઉડી મોદી' ઇવેન્ટના વીડિયો અને ચિત્રો જોયાં અને હ્યુસ્ટનમાં પોતાના આરામદાયક જીવનને યાદ કર્યું.

'જો મેં સીએસઈ પાસ કરવાનું નક્કી ન કર્યું હોત તો હું હ્યુસ્ટનમાં હોત અને આ કાર્યક્રમમાં ભાગ લેતો હોત. હું સારું જીવન જીવતો હતો. દુનિયાભરમાં ફરતો હતો અને સારી કમાણી કરતો હતો. હું અહીં છું, એક જૂની, જર્જરિત હોસ્ટેલના એક વહેંચાયેલા રૂમમાં, દિવસમાં અઢાર કલાક મહેનત કરું છું. મારા પૈસા અને આરામ જતાં રહ્યાં છે. મારી કારકિર્દીમાં પણ હું પાછળ રહી ગયો છું. શું આ સંઘર્ષ સાર્થક છે? ભલે મને ઉચ્ચ હોદ્દો મળે, જો હું ખરાબ કેડરમાં જતો રહ્યો તો?' આવા અનેક પ્રશ્નો તેના મનને સતાવવા લાગ્યા.

દરેક IAS ઉમેદવાર તેની તૈયારી દરમિયાન હતાશાના તબક્કાઓનો સામનો કરે છે. જેટલી જલદી તમે આના પર કાબૂ મેળવશો, તેટલી જલદી તમે સફળતાનો સ્વાદ ચાખી શકશો.

સદ્નસીબે, લવીશે તેની ઉદાસીનતા લાંબા સમય સુધી ચાલવા દીધી નહીં અને ટૂંક સમયમાં પોતાનો મૂડ સારો કરી દીધો. 'હું આજ સુધી ક્યારેય કોઈ સ્પર્ધાત્મક પરીક્ષામાં નાપાસ થયો નથી. મારે આ પરીક્ષામાં માત્ર મારા પોતાના માટે જ નહીં, પણ મારા પરિવારના હિત માટે પણ સફળ થવું જોઈએ. તદુપરાંત, જ્યારે મારા સહાધ્યાયીઓ અને અન્ય આઈઆઈટીના ભૂતપૂર્વ વિદ્યાર્થીઓ આમ કરી શકે ત્યારે હું પરીક્ષા કેમ ન આપી શકું?' તેણે પોતાની જાતને કહ્યું.

થોડા દિવસો પછી, સમાચાર આવ્યા કે કોટા અને આઈઆઈટી બૉમ્બેના તેના શ્રેષ્ઠ મિત્ર શ્રેયાંસ કુમતે મેઇન્સની પરીક્ષા પાસ કરી છે, જેણે લવીશને નવી તાકાત આપી. તેણે કોટામાં આઈઆઈટી-જેઈના દિવસો દરમિયાન અને બાદમાં આઈઆઈટી બૉમ્બેમાં બીજા અને ત્રીજા વર્ષ દરમિયાન જે ઉત્સાહ હતો તે જ ઉત્સાહથી તેનામાં અનુભવ્યો.

જીતવા માટે ફોર્મ્યુલા તૈયાર કરવી

લવીશે અગાઉના વર્ષની પરીક્ષાના પ્રશ્નોની બારીકાઈથી તપાસ કરી. આનાથી તેને ખબર પડી કે કોચિંગ ક્લાસમાં ભણાવવામાં આવતા સિલેબસ અને UPSC દ્વારા પૂછવામાં આવતા પ્રશ્નો વચ્ચે ઘણો તફાવત છે. પરિણામે, તેણે સ્વ-અભ્યાસને પ્રાધાન્ય આપવાનું પસંદ કર્યું અને માત્ર રાજકારણ અને અર્થશાસ્ત્ર પરના પસંદગીના કોચિંગ સત્રોમાં હાજરી આપી. વધુમાં, તેણે ઑનલાઇન ઉપલબ્ધ ભૂગોળ અને અર્થશાસ્ત્ર પરના માહિતીપ્રદ પ્રવચનો શોધવાનું શરૂ કર્યું.

લવીશે ધીમે ધીમે પોતાના ધ્યાનનો વ્યાપ વધાર્યો. તેણે પોતાની દિનચર્યામાં પણ ધરખમ ફેરફારો કર્યા અને રાતના શાંત વાતાવરણમાં ભણવાનું શરૂ કર્યું. જેમ જેમ ડિસેમ્બર શરૂ થયો તેમ, લવીશે તેની પ્રગતિ, પ્રિલિમ માટે બાકી રહેલો સમય અને વિવિધ વિષયોની તૈયારી માટે જરૂરી સમયગાળાનો હિસાબ કાળજીપૂર્વક રાખવા માંડ્યો. આ વિશ્લેષણ પછી, તેણે દૈનિક, સાપ્તાહિક-માસિક લક્ષ્યો નક્કી કરીને એક કાર્યક્રમ તૈયાર કર્યો, જેમાં પરીક્ષણ અને પુનરાવર્તન માટે સમય પણ રાખવામાં આવ્યો. તેના રોજિંદા ધ્યેયો હાંસલ કરવા માટે પ્રતિબદ્ધ, લવીશ

પોતાની ઊંઘનું બલિદાન આપતો હતો અને ક્યારેક આખા દિવસમાં માત્ર ત્રણ-ચાર કલાક જ સૂતો હતો.

જાન્યુઆરી 2019માં લવીશ હોસ્ટેલમાં અન્ય ત્રણ સમાન વિચારધારા ધરાવતા ઉમેદવારોના જૂથનો ભાગ બન્યો હતો: મનીષ ધારીવાલ, મુકુલ અને દીક્ષિત જૈન. એકબીજાને મદદ કરવા ઉપરાંત, તેઓની વચ્ચે તંદુરસ્ત સ્પર્ધા પણ હતી. અગ્રણી કોચિંગ સંસ્થા તરફથી દૈનિક પાંચ-પ્રશ્નોનો પડકાર તેના માટે મુખ્ય અભ્યાસ બની ગયો. તેઓએ દરેક સમસ્યાની બારીકાઈને સમજવા અને પ્રશ્નોને અસરકારક રીતે ઉકેલવા માટે સ્માર્ટ વ્યૂહરચના શોધવા માટે સંયુક્ત ચર્ચાઓ પણ કરી હતી.

પરીક્ષાના દિવસની પરિસ્થિતિઓનું અનુકરણ કરીને, ત્રણેયએ પોતાની છાત્રાલયમાં પૂર્વ-નિર્ધારિત તારીખો અને સમય પર ટેસ્ટ શ્રેણીના લગભગ 40 પ્રશ્નપત્રો ઉકેલ્યા. આ સહયોગી પ્રયાસોએ માત્ર શિસ્તને જ પ્રોત્સાહન આપ્યું ન હતું, પરંતુ નિમ્ન મનોબળની ક્ષણોમાં પરસ્પર પ્રેરણા પણ પ્રદાન કરી હતી. લવીશે તેના 'ચાય મિત્ર' ગૌરવ શર્મા સાથે પણ પરીક્ષાની વ્યૂહરચના અંગે ચર્ચા કરી, જેઓ આઈઆઈટી બૉમ્બેમાં વરિષ્ઠ હતા. લવીશને તેની સ્પષ્ટ રીતે ફૉર્મેટ કરેલી નોંધો, યાદ રાખવાની તકનીકો, પ્રશ્નપત્રનું વિશ્લેષણ અને પરીક્ષાસામગ્રીના વિઝ્યુલાઇઝેશનથી ઘણો ફાયદો થયો.

ફેબ્રુઆરી 2019થી, તેણે પોતાની જાતને પ્રિલિમ્સની તૈયારી માટે સંપૂર્ણપણે સમર્પિત કરી દીધી. દરેક કસોટી પછી તેણે કાળજીપૂર્વક તેના પ્રદર્શનનું વિશ્લેષણ કર્યું, દરેક ભૂલનું વિશ્લેષણ કરીને તે નક્કી કર્યું કે તેનું કારણ શું છે: અપૂરતી તૈયારી, જ્ઞાનનો અભાવ અથવા પ્રશ્નોનું ઉતાવળમાં વાંચન.

સીએસઈ અરજી ફૉર્મ ભરતી વખતે, લવીશે અનાયાસ જ ભારતીય વન સેવા (આઈએફએસ)નો વિકલ્પ પણ પસંદ કર્યો હતો, જેની પણ પ્રારંભિક પરીક્ષા સીએસઈ પ્રિલિમ્સ હતી.

પ્રિલિમ્સ પરીક્ષા 3 જૂન, 2019ના રોજ યોજાઈ હતી. પરીક્ષા પછી આન્સર કી સાથે મેળ કરતી વખતે, લવીશે અનુમાન લગાવ્યું હતું કે તેને 140થી વધુ માર્ક્સ મળશે. જ્યારે પરિણામો જાહેર થયા, ત્યારે

તેણે અપેક્ષા મુજબ સીએસઈ અને આઈએફએસ બંનેની પરીક્ષા પાસ કરી, જેનાથી તે અત્યંત ખુશ થયો.

મેઇન્સની પરીક્ષા 19 સપ્ટેમ્બર, 2019ના રોજ શરૂ થવાની હતી. તેને માત્ર 100 દિવસ જ બાકી હતા, જેના કારણે લવીશ ચિંતિત હતો. તે સમયે, શ્રેયાંસે પોતાના પ્રથમ પ્રયાસમાં સીએસઈ-2018માં પ્રભાવશાળી ચોથો ક્રમ મેળવ્યો હોવાના સમાચારે લવીશના તૂટેલા ઉત્સાહને ખૂબ જ વેગ આપ્યો હતો.

મેઇન્સની તૈયારીના ચક્રવ્યૂહ વચ્ચે, લવીશને એવી મૂંઝવણનો સામનો કરવો પડ્યો હતો કે જે ઘણા ઉમેદવારો કરે છે - શું ઉત્તર લેખન અભ્યાસ અને મૉક ટેસ્ટમાં ડૂબકી મારતા પહેલા અભ્યાસક્રમ પૂરો કરવો કે એકસાથે અભ્યાસ અને લેખન-પરીક્ષણો પણ કરવા. લવીશે પછીનો વિકલ્પ પસંદ કર્યો, જેણે તેને ખૂબ જ જરૂરી લેખન અભ્યાસ તેમજ તેની નબળાઈઓ વિશે મૂલ્યવાન માહિતી આપી. તેણે નિયમિતપણે પૂર્ણ-લંબાઈના ટેસ્ટ પેપર આપ્યા, તેના જવાબોનું સ્વ-મૂલ્યાંકન કર્યું અને સુધારણા માટેના ક્ષેત્રોની નોંધ લીધી. અગાઉનાં વર્ષોના ટોપર્સની ઉત્તરવહીઓ એ શીખવાનું બીજું શક્તિશાળી સાધન હતું.

મુખ્ય પરીક્ષાના થોડા દિવસો પહેલાં, લવીશ અને તેના મિત્રોએ 'પરીક્ષા સિમ્યુલેટર'માં મૉક પરીક્ષામાં ભાગ લીધો હતો. અગ્રણી કોચિંગ કેન્દ્રો દ્વારા સ્થાપિત, આ સિમ્યુલેટર એક વિશિષ્ટ પરીક્ષા વાતાવરણ બનાવે છે, જે UPSC પરીક્ષા હૉલને પ્રતિબિંબિત કરે છે. આમાં, વાસ્તવિક સિવિલ સર્વિસીસ મુખ્ય પરીક્ષાની જેમ જ ક્રમ, અવધિ અને વિરામ સાથે મૉક ટેસ્ટ શેડ્યૂલ પ્રકાશિત કરવામાં આવે છે. મેઇન્સના થોડા દિવસો પહેલાં આયોજિત, આ મૉક ટેસ્ટ ઉમેદવારોને મહત્ત્વની પ્રેક્ટિસ પૂરી પાડે છે અને તેને પરીક્ષાની પરિસ્થિતિઓ સાથે અનુકૂલન કરવામાં મદદ કરે છે.

27 સપ્ટેમ્બર, 2019ના રોજ સીએસઈની મુખ્ય પરીક્ષામાં હાજરી આપ્યા પછી લવીશ ઢીલો પડી ગયો હતો; તેની ઊર્જા સાવ જતી રહી. આથી તે તરત જ ઉદયપુર જતો રહ્યો. પચીસ દિવસના અંતરાલ પછી, તે દિલ્હી પાછો ફર્યો અને 1 ડિસેમ્બર, 2019 થી નિર્ધારિત આઈએફએસ મેઇન્સ માટેની તૈયારી શરૂ કરી.

ડીએએફને ચતુરાઈથી ભરો

15 જાન્યુઆરી, 2020ના રોજ મધ્યરાત્રિએ આતુરતાથી રાહ જોવાઈ રહેલા સારા સમાચાર મળ્યા. લવીશ અને મુકુલે સીએસઈ મેઇન્સ પાસ કરી દીધી હતી. બીજા જ દિવસે આઈએફએસ મેઇન્સનું પરિણામ પણ જાહેર થયું અને તેમાં પણ બંનેનો વિજય થયો.

તે તેના ધ્યેયથી માત્ર એક ડગલું દૂર છે તેમ સમજીને, લવીશની નસોમાં નવી ઊર્જા ભરાઈ ગઈ. જો કે, બીજી જ ક્ષણે તે ચિંતામાં આવી ગયો હતો, કારણ કે તેણે કઠોર વાસ્તવિકતા પર વિચાર કર્યો કે જો તેનું નામ અંતિમ સૂચિમાં ન આવે તો ઇન્ટરવ્યૂમાં સફળતાનો કોઈ અર્થ નથી. તેણે તેના પરિવારના ઉત્સાહને શાંત કરવાનો પ્રયાસ કર્યો અને તેને સમજાવ્યું કે સીએસઈ એ સાપ અને સીડીની રમત જેવી છે. જો તમને છેલ્લા તબક્કામાં પણ સાપ કરડ્યો હોય, તો તમે શૂન્ય પર પહોંચી શકો છો અને નવેસરથી યાત્રા શરૂ કરવી પડશે.

આઈએફએસ ઇન્ટરવ્યૂ 11 ફેબ્રુઆરી, 2020ના રોજ યોજાવાનો હતો, જ્યારે સીએસઈ ઇન્ટરવ્યૂ 25 માર્ચ, 2020ના રોજ યોજાવાનો હતો. ઇન્ટરવ્યૂના ઘણા પ્રશ્નો ઉમેદવારો દ્વારા વિગતવાર અરજી ફોર્મ (DAF)માં આપવામાં આવેલી વિગતોના આધારે પૂછવામાં આવતા હોવાથી, લવીશે એ ફોર્મ કાળજીપૂર્વક ભર્યું. તેણે બિનજરૂરી વિગતો ટાળી હતી, પરંતુ તેની શિષ્યવૃત્તિ, પુરસ્કારો અને સંશોધન વિશેની માહિતીનો સમાવેશ કર્યો હતો. તેમના કામનો અનુભવ તેને અન્ય ઉમેદવારોથી અલગ પાડે છે તે ઓળખીને, તેણે ઇન્ટરવ્યૂ દરમિયાન આ વિશે પ્રશ્નો પૂછવા માટે આગ્રહ કરવા પર ભાર દીધો. ડીએએફ જમા કરતા પહેલા, તેણે તેના વરિષ્ઠ લોકો પાસેથી ફીડબેક માંગ્યો જેમણે પરીક્ષા પાસ કરી હતી.

સેવાઓની પ્રાથમિકતાઓ પસંદ કરવી મુશ્કેલ કાર્ય હતું. શરૂઆતમાં વિદેશમાં રહેવાની પ્રતિષ્ઠા અને તકોથી આકર્ષાઈને, લવીશને તેની પ્રથમ પસંદગી તરીકે ભારતીય વિદેશસેવા પસંદ કરવા માટે મનમાં લાલચ જાગી. પરંતુ તેઓ વિદેશ સેવાના કામમાં એકવિધતા અનુભવતા હતા, જ્યારે આઈએએસમાં પડકારો મોટા હતા, તેથી તેણે આઈએએસને પોતાની પ્રથમ પ્રાથમિકતા બનાવી હતી. તેઓ ગણવેશધારી સેવાઓ તરફ ઝુકાવ

ધરાવતા ન હોવાથી, તેમણે ભારતીય પોલીસ સેવાને ઘણી નીચી રાખી.

ડીએએફ પૂર્ણ કરવામાં અન્ય એક પડકાર કેડરને પ્રાથમિકતા આપવાનો હતો. સ્વાભાવિક રીતે રાજસ્થાન અને મધ્યપ્રદેશ તેની પ્રથમ અને બીજી પસંદગી હતા; મધ્યપ્રદેશનું ભાવનાત્મક મહત્ત્વ હતું, કારણ કે તે ઉદયપુરની નજીક હતું. ત્રીજી પસંદગીનો નિર્ણય પડકારજનક સાબિત થયો, જેના કારણે ઉત્તર પ્રદેશ અને કર્ણાટક વચ્ચે લવીશ મુંઝાઈ ગયો. પોતાના સાથીદાર શ્રેયાંશનું માર્ગદર્શન લીધા બાદ તેને મૂલ્યવાન સલાહ મળી.

'લવીશ, તમારે એ જ કેડરમાં તમારું જીવન પસાર કરવાનું છે, તેથી તમારે સારી રીતે અને લાંબા ગાળાનું વિચારવું જોઈએ. તમારાં માતાપિતા, પત્ની અને બાળકોની જરૂરિયાતોને ધ્યાનમાં લો. કર્ણાટક પાસે સારી કનેક્ટિવિટી ધરાવતાં મોટાં શહેરો છે, જેમાં બેંગલુરુનો સમાવેશ થાય છે, જેમાં સારી આરોગ્ય અને શિક્ષણ સુવિધાઓ અને રોજગારીની પૂરતી તકો છે. શરૂઆતમાં ભાષાનો પડકાર હોઈ શકે છે, પરંતુ તેને પાર કરવો મુશ્કેલ નથી', શ્રેયાંસે સલાહ આપી અને લવીશે સંમતિમાં માથું ધુણાવ્યું.

જ્યારે લવીશે ઉમેદવારો દ્વારા ઇન્ટરનેટ પર પોસ્ટ કરવામાં આવેલા ઇન્ટરવ્યૂના પ્રશ્નોને જોયા, ત્યારે તેને જાણવા મળ્યું કે ઇન્ટરવ્યૂ બોર્ડ વારંવાર ઉમેદવારના નામના અર્થ વિશે પૂછે છે. નવાઈની વાત એ હતી કે તે પોતાના નામનો અર્થ પણ સંપૂર્ણપણે જાણતો ન હતો. શાળા અને કૉલેજમાં, લવીશને તેના સહઅભ્યાસીઓની મશ્કરી સહન કરવી પડી હતી, જેમણે તેનું નામ કામદેવ સાથે જોડ્યું હતું, જે કામુક પ્રેમ, ઇચ્છા અને આનંદના હિંદુ દેવતા હતા, પરંતુ લવીશ તેનાથી ચિડાઈ જતો હતો અને તેને નાપસંદ કરતો હતો. તેથી લવીશે પોતાનો ખુલાસો ઘડી કાઢ્યો. અંગ્રેજી શબ્દ 'લવ' ને 'ઈશ' સાથે જોડીને, જેનો હિન્દીમાં અર્થ થાય છે ભગવાન, તેણે લવીશને એવી વ્યક્તિ તરીકે વ્યાખ્યાયિત કરી કે જેને ભગવાન પ્રેમ કરે છે.

તેના ડીએએફના અન્ય પાસાઓમાં જોતાં, લવીશે તેની અટક ઓર્ડિયાની ઉત્પત્તિ શોધી કાઢી. વધુમાં, ઉદયપુરના હોવાથી તેણે

શહેર, તેના પ્રવાસન આકર્ષણો અને પ્રવાસન ઉદ્યોગ પર સંશોધન કર્યું. વધુમાં, તેણે તેની માતાના ગામ દેલવાડાનું પણ સંશોધન કર્યું અને નામોમાં સમાનતાને કારણે માઉન્ટ આબુના દિલવાડાનાં જૈન મંદિરો સાથે જોડાણ સ્થાપિત કર્યું.

ઇન્ટરવ્યૂના દૃશ્યને સમજવા માટે, લવીશે વિવિધ પ્લૅટફૉર્મ પરથી છેલ્લાં છ વર્ષની ઇન્ટરવ્યૂ ટ્રાન્સક્રિપ્ટ ડાઉનલોડ કરી. 'પર્યટન,' 'ઉદયપુર,' 'રાજસ્થાન,' 'મિકેનિકલ એન્જિનિયરિંગ' અને 'ઓઇલ ઍન્ડ ગૅસ' જેવા કીવર્ડ્સનો ઉપયોગ કરીને, તેણે આ વિષય સંબંધિત પ્રશ્નોની તપાસ કરી. ઇન્ટરવ્યૂ રૂમમાં થતી વર્તમાન ચર્ચાઓ પર અદ્યતન રહેવા માટે તેઓએ સમકાલીન ઇન્ટરવ્યૂ ટ્રાન્સક્રિપ્ટ્સનું પણ વિશ્લેષણ કર્યું.

લવીશ ઘણા મૉક ઇન્ટરવ્યૂ માટે પણ ગયો હતો. કેટલાક પ્રતિસાદ રચનાત્મક હોવા છતાં, કેટલાક ઇન્ટરવ્યૂ લેનારાઓએ સખત ટીકા કરી, તેની મજાક પણ ઉડાવી, જેણે તેના આત્મવિશ્વાસને અસર કરી.

વન્ય જીવનનું નિયંત્રણ

11મી ફેબ્રુઆરી 2020ની સવારે, લવીશ ધૌલપુર હાઉસ ખાતેની UPSC ઑફિસમાં આઈએફસી ઇન્ટરવ્યૂ માટે આતુર અને તૈયાર હતો. તેને ખબર નહોતી કે પહેલો જ પ્રશ્ન તેને આશ્ચર્યચકિત કરશે.

'છેલ્લાં પાંચ વર્ષથી ઘરે કેમ બેઠા છો?' બોર્ડના અધ્યક્ષે લવીશને ક્ષણિક મૂંઝવણમાં મૂકતાં પૂછ્યું.

નિર્ભયપણે તેણે શેલ ખાતેના તેના કામના અનુભવની વિગતો આપવાનું શરૂ કર્યું, પરંતુ જાણવા મળ્યું કે માત્ર તેમના ડીએએફ-1, જેમાં તેમના શોખની સૂચિ છે, તે બોર્ડને પ્રદાન કરવામાં આવી હતી. ડીએએફ-2, જેમાં તેની કારકિર્દીની અગ્નિપરીક્ષા વિશે મહત્ત્વની વિગતો હતી, તેને તેના ફોલ્ડરમાં રાખવામાં આવી ન હતી. આ અણધારી ભૂલને કારણે તેનો ઇન્ટરવ્યૂ અપેક્ષિત માર્ગથી ભટકી ગયો.

લવીશે પોતાના અનુભવને શેર કરવાના પ્રયત્નો કર્યા હોવા છતાં, બોર્ડે ડીએએફ-1માં પ્રસ્તુત મર્યાદિત માહિતી પર ધ્યાન કેન્દ્રિત કર્યું. તેણે અણધાર્યા પ્રશ્નો પૂછ્યા, જેમ કે તેને વોલ કેલેન્ડરમાંથી એક

અવતરણનું અર્થઘટન કરવા અને યુદ્ધ અને લડાઈ, સંઘર્ષ અને વિવાદ વચ્ચેની બારીકાઈ સમજાવવા માટે કહેવામાં આવ્યું હતું. નિરાશ થઈને ઇન્ટરવ્યૂ રૂમ છોડીને, લવીશ એ લાગણીમાંથી બહાર નીકળી શક્યો નહીં કે તેનું પ્રદર્શન તેની અપેક્ષાઓ કરતાં ઓછું રહ્યું હતું.

4 માર્ચ, 2020ના રોજ સાંજે 5 વાગ્યાની આસપાસનો સમય હતો. લવીશ એક પ્રમુખ કોચિંગ સંસ્થામાં સીએસઈ માટે મૉક ઇન્ટરવ્યૂની તૈયારી કરી રહ્યો હતો. અચાનક ઉત્સાહ ફેલાયો જ્યારે તેનો એક મિત્ર અને તે જ હોસ્ટેલમાં રહેતો આઈઆઈટી કાનપુરનો એક જુનિયર દોડી આવ્યો.

'અભિનંદન, લવીશ! તેં આઈએફએસ પરીક્ષા પાસ કરી છે!' મિત્રે લવીશને ગળે લગાડ્યો અને આનંદ સાથે સમાચાર આપ્યા.

'બહુ સારું! આ ખરેખર ખૂબ જ સારા સમાચાર છે. પણ મારો રેન્ક શું છે?' લવીશે આનંદ અને કુતૂહલથી પૂછ્યું.

જ્યારે લવીશને ખબર પડી કે તેણે આઈએફએસ પરીક્ષામાં બીજો રેન્ક મેળવ્યો છે, ત્યારે તે ખૂબ જ ખુશ થઈ ગયો. તે અભિનંદન સંદેશાઓથી છલકાઈ ગયો, જેણે તેને આનંદથી આશ્ચર્યચકિત કરી દીધો, કારણ કે તેણે આઈએફએસ મેઇન્સની તૈયારીમાં એટલા પ્રયત્નો કર્યા નહોતા જેટલા તેણે સીએસઈ માટે કર્યા હતા. તદુપરાંત, તેનો ઇન્ટરવ્યૂનો અનુભવ એટલો પ્રોત્સાહક નહોતો. આઈએફએસ અને સીએસઈની પરીક્ષાની પેટર્ન સમાન હોવાથી સીએસઈમાં સારા પરિણામની અપેક્ષાઓ પણ વધી ગઈ હતી.

અચાનક લવીશને કોચિંગ ઇન્સ્ટિટ્યૂટમાંથી ઘણા ફોન કોલ્સ આવ્યા જ્યાં તેણે એક મૉક ઇન્ટરવ્યૂ માટે હાજરી આપવાનું આયોજન કર્યું હતું. તેણે લવીશને કહ્યું કે, મૉક ઇન્ટરવ્યૂ ચૂકશો નહીં. ઉજવણીની લાલચનો પ્રતિકાર કરીને, લવીશે મૉક ઇન્ટરવ્યૂ માટે જવાનું નક્કી કર્યું.

લવીશ મૉક ઇન્ટરવ્યૂ માટે પહોંચ્યો ત્યાં જ તેનું ભવ્ય સ્વાગત કરવામાં આવ્યું હતું. સંસ્થાના કર્મચારીઓએ ઉષ્માભર્યું સ્વાગત કર્યું અને મૉક ઇન્ટરવ્યૂ બોર્ડના સભ્યો સામાન્ય પ્રશ્નોત્તરીને બદલે શુભેચ્છાઓના ઉન્માદમાં ઊતરી ગયા.

ઇન્ટરવ્યૂ રૂમમાંથી બહાર આવીને ઇન્સ્ટિટ્યૂટના કર્મચારીઓએ લવીશને ઇન્સ્ટિટ્યૂટના માલિકને મળવા જવાનો આગ્રહ કર્યો. સંસ્થાના માલિક એક્સક્લુઝિવ ઇન્ટરવ્યૂ માટે કાલુસરાય ઑફિસમાં લવીશની રાહ જોઈ રહ્યા હતા. શરૂઆતમાં ના પાડવા છતાં, લવીશ આખરે સંમત થયો. તેને કરોલ બાગથી કાલુસરાઈ લઈ જવામાં આવ્યા હતા, જ્યાં લવીશે સફળ આઈએફએસ ઉમેદવારોની સભામાં હાજરી આપી, જેને સંસ્થાના સ્ટાફ દ્વારા બોલાવવામાં આવી હતી.

સંસ્થાના માલિકે બહુવિધ કૅમેરાથી ભરેલા મોંઘા સ્ટુડિયોમાં લવીશનો ઇન્ટરવ્યૂ લીધો, તેની પૃષ્ઠભૂમિ, તૈયારીની વ્યૂહરચના અને ભાવિ ઉમેદવારો માટે તેની સલાહ વિષે જાણકારી લીધી. તે સ્પષ્ટ હતું કે ઇન્ટરવ્યૂનો હેતુ સંસ્થાનું માર્કેટિંગ કરવાનો હતો. સત્ર પછી તેઓને તેની હોસ્ટેલમાં વાહનવ્યવહાર પૂરો પાડવામાં આવશે તેવી ખાતરી આપવા છતાં, તેમ કરવામાં આવ્યું ન હતું.

બીજા દિવસે અખબારોમાં એક કોચિંગ ઇન્સ્ટિટ્યૂટ દ્વારા પ્રકાશિત જાહેરાત જોઈને લવીશ આશ્ચર્યચકિત થઈ ગયો, જેમાં તેનો ફોટોગ્રાફ હતો. દાવામાં સ્પષ્ટપણે કહેવામાં આવ્યું હતું કે લવીશ કોચિંગ ઇન્સ્ટિટ્યૂટનો વિદ્યાર્થી હતો, જ્યારે તેણે ત્યાં માત્ર એક મૉક ઇન્ટરવ્યૂ આપ્યો હતો. તે સમજી ગયો કે શા માટે ઉચ્ચ સિદ્ધિઓ મેળવનારાઓની તસવીરો મોટાભાગે તમામ અગ્રણી કોચિંગ સંસ્થાઓની જાહેરાતોને આકર્ષે છે.

જો કે, નવા જોશ સાથે લવીશે તેનું ધ્યાન 25મી માર્ચ, 2020ના રોજ યોજાનાર સીએસઈ ઇન્ટરવ્યૂ પર કેન્દ્રિત કર્યું.

ચકાસણીમાંથી પાર ઊતરવું

સીએસઈ ઇન્ટરવ્યૂની તૈયારી કરવા માટે, લવીશે તેના હોસ્ટેલના સાથી મુકુલ, પ્રખર અને પ્રતીક સાથે મળીને એક ઘનિષ્ઠ જૂથ બનાવ્યું હતું. આ તમામ પહેલીવાર UPSC ઇન્ટરવ્યૂમાં હાજર થવાના હતા. તેઓ વર્તમાન બાબતોની જોરશોરથી ચર્ચા કરતા હતા. ડીએએફ પ્રશ્નો અને વર્તમાન મુદ્દાઓ અને અગાઉના ઇન્ટરવ્યૂમાં પુછાયેલા પ્રશ્નો સાથે

એકબીજાને ચકાસતા હતા. એક અર્થમાં, તેઓએ ઔપચારિક ઇન્ટરવ્યૂ જેવું વાતાવરણ બનાવવાનું શરૂ કર્યું.

જેમ જેમ તેની તૈયારીઓ ચરમસીમાએ પહોંચી હતી, ત્યારે કોવિડ-19 ચેપના આક્રમણને કારણે ગતિ અચાનક અટકી ગઈ હતી. તોળાઈ રહેલા લૉકડાઉનની અનુભૂતિ કરીને, લવીશે ઝડપથી પોતાના આવશ્યક પુસ્તકો એકત્રિત કર્યાં અને ઉદયપુર જવા માટે ટ્રેનમાં ચડ્યા, વડા પ્રધાને દેશવ્યાપી લૉકડાઉનની જાહેરાત કરી તેના થોડા કલાકો પહેલાં.

પછીના ત્રણ મહિના અનિશ્ચિતતા, નિરાશા અને બેચેનીથી ભરેલા હતા. લવીશ લગભગ બે વર્ષથી બેરોજગાર હતો. તે ઘણીવાર વિચાર કરતો કે તેણે સીએસઈ માટે તૈયાર કરવામાં જે સમય વિતાવ્યો, તે દરમિયાન તેણે કેટલી તકો ગુમાવી છે.

UPSCએ ત્રણ મહિના પછી ઇન્ટરવ્યૂની નવી તારીખો જાહેર કરી ત્યારે લાંબું અંતર સમાપ્ત થયું. ઉદયપુરના મનોહર શહેરથી, જેને પૂર્વના વેનિસ તરીકે પણ ઓળખવામાં આવે છે, લવીશે ઑનલાઇન મૉક ઇન્ટરવ્યૂ આપીને અને વોટ્સએપ પર મિત્રો સાથે જીવંત ચર્ચાસત્રોમાં ભાગ લઈને તેની તૈયારીઓ ફરી શરૂ કરી.

પરિવારના સભ્યો લવીશની તૈયારીઓની સંપૂર્ણતાથી અજાણ હતા, તેથી તેઓ વારંવાર તેની એકાગ્રતામાં વિક્ષેપ પાડતા હતા. તેની દાદી ઘણી વાર મૉક ઇન્ટરવ્યૂ વચ્ચે પણ ચા-નાસ્તો લઈને તેના અધ્યયન રૂમમાં આવી જતી.

રોગચાળાના અનન્ય સંજોગોને ઓળખીને, જ્યાં ઇન્ટરવ્યૂમાં ફેસ શીલ્ડ અને માસ્ક ફરજિયાત હતાં, લવીશે વાસ્તવિક ઇન્ટરવ્યૂ દૃશ્યના પડકારોને સ્વીકારવાની પહેલ કરી. આ માટે તેણે સૂટ, ફેસ શિલ્ડ અને માસ્ક પહેરવાની પ્રેક્ટિસ કરી. ઇન્ટરવ્યૂના અંત સુધીમાં, તેનો રંગ નિસ્તેજ હતો અને તેના ચહેરા પર પરસેવાનાં ટીપાં દેખાતાં હતાં.

નિર્ણાયક તારીખના થોડા દિવસો પહેલા, લવીશ દિલ્હી ગયો. 28 જુલાઈ, 2020ની મહત્ત્વની સવારે, તેણે તેની હોસ્ટેલથી ધૌલપુર હાઉસ સુધી ઉબેર ટેક્સી બોલાવી. બધી તૈયારી હોવા છતાં, હૉલમાં તેના

વારાની રાહ જોતી વખતે તે સ્પષ્ટપણે ગભરાયેલો હતો. બોર્ડની સામે તેનો અવાજ ધ્રૂજવા ન માંડે તેની ખાતરી કરવા માટે, લવીશ બાથરૂમમાં ગયો અને અરીસાની સામે જવાબોની પ્રેક્ટિસ કરી.

જ્યારે સમય આવ્યો, ત્યારે લવીશને ઇન્ટરવ્યૂ રૂમમાં લઈ જવામાં આવ્યો. પ્રશ્નોની શરૂઆત પ્રવાસન ક્ષેત્ર પર કેન્દ્રિત પ્રશ્નોથી થઈ હતી. ઉદયપુરના મુખ્ય પર્યટનસ્થળમાં લવીશનું વતન છે તે જોતાં આ યોગ્ય પસંદગી હતી.

'શું આપણે કોવિડ-19 રોગચાળા વચ્ચે પ્રવાસન ઉદ્યોગને બંધ કરી દેવો જોઈએ કે પછી આરોગ્યની પ્રતિકૂળ અસરો વિના તેને ચાલુ રાખવા માટે તમારી પાસે કોઈ વ્યૂહરચના છે?' અધ્યક્ષે એક ચકાસણી કરતો પ્રશ્ન પૂછ્યો, જેણે માહોલ નક્કી કર્યો. પછીના પ્રશ્ને નમાજ માટે મસ્જિદોને ફરીથી ખોલવાની માંગ પર ધ્યાન કેન્દ્રિત કર્યું. એક સભ્યએ પૂછ્યું, 'શું આપણે સંમત થવું જોઈએ, અથવા તમને લાગે છે કે આ ખોટી માંગ છે?'

પ્રશ્નો સ્વાભાવિક રીતે શેલ ખાતે લવીશના વ્યાવસાયિક ભૂતકાળ તરફ વળ્યા. બોર્ડના સભ્ય તેની મિકેનિકલ એન્જિનિયરિંગ પૃષ્ઠભૂમિ અને ઊર્જાક્ષેત્રમાં ઊંડાણમાં ગયા. તેણે એવા પ્રશ્નો પૂછ્યા જેનાથી લવીશ એક ક્ષણ માટે સ્તબ્ધ થઈ ગયો. કંઈ પણ વિચાર્યા વિના, અધ્યક્ષે બીજો અઘરો પ્રશ્ન પૂછ્યો, 'જો તમને આઈએએસમાં પોસ્ટ ન મળે, પરંતુ ભારતીય ઑડિટ અને એકાઉન્ટ્સ સર્વિસના જેવી બીજી કોઈક પોસ્ટ મળે, તો શું તમને શેલ છોડવાનો પશ્ચાત્તાપ થશે?'

કૉર્પોરેટ રૂમથી કલેક્ટરની ખુરશી સુધી

4 ઑગસ્ટ, 2020ની ઠંડી સવારે, લવીશ તેના નિયમિત સમયે એટલે કે લગભગ સવારે 10 વાગ્યે જાગી ગયો. થોડી જ વારમાં, તેની દાદીએ તેને ગરમ આદુંવાળી ચાનો કપ આપ્યો. વિચારોમાં ખોવાયેલો, લવીશ તેની સુગંધિત ચાની મજા માણી રહ્યો હતો. પછી દિલ્હીની હોસ્ટેલમાં તેના તૈયારીના ભાગીદાર અને મિત્ર પ્રખરના એક અણધાર્યા ફોનથી શાંતિમાં ખલેલ પડી.

'અભિનંદન, લવિશ! તું સીએસઈમાં પાસ થઈ ગયો', મિત્રએ કહ્યું; તેનો અવાજ આનંદથી કંપી રહ્યો હતો.

'આભાર મિત્ર, પણ મારો રેન્ક શું છે?' લવીશ ખુશ હતો, પણ આ પ્રતિષ્ઠિત પરીક્ષામાં પોતાના રેન્ક વિશે જાણવા માટે ઉત્સુક હતો.

'તેં ખૂબ સારું પ્રદર્શન કર્યું છે. તું 20મા રેન્ક પર છે,' મિત્રએ જાહેરાત કરી. લવીશને વિશ્વાસ નહોતો આવતો.

લવીશે ઝડપથી તેનો ફોન અનલૉક કર્યો. તેમાં અભિનંદન સંદેશાઓનું પૂર ઊમટી રહ્યું હતું. પુષ્ટિની શોધમાં, તેણે ટેલિગ્રામ એપ્લિકેશન પર પરિણામ PDF ફાઇલ ખોલી અને પોતાનું નામ શોધવા માટે ખૂબ જ મહેનતથી સ્ક્રોલ કર્યું. તેણે ગર્વથી અઢારમું સ્થાન મેળવ્યું હતું. હજુ પણ અવિશ્વાસની ધાર પર છવાયેલા લવીશે UPSCની વેબસાઇટ પર પરિણામ ચકાસવાનું નક્કી કર્યું.

પુષ્ટિ કર્યા પછી લવીશ ફૂલ્યો નહોતો સમાતો. પોતાની અંદર ઊભરી રહેલી લાગણીઓને શાંત કરવા તે પોતાના ઘરની છત પર ચઢી ગયો. બંધ મુઠ્ઠીઓ આકાશ તરફ કરીને લવીશ આકાશ તરફ જોઈને બૂમો પાડવા લાગ્યો; સ્થિર હવામાં ઉત્સાહપૂર્ણ રાહતનો પડઘો હતો. તે ઉજવણી કરતાં વધુ હતું; આ મુક્તિની ક્ષણ હતી, વ્યક્તિગત 'મોક્ષ' જે સીએસઈના ચક્રમાંથી મુક્તિ અપાવે છે.

છત પરથી નીચે આવ્યા પછી, લવીશ ઝડપથી તેનાં દાદા-દાદીના રૂમમાં ગયો. તે તેના હૃદયમાં સળવળતા સમાચાર જણાવવા આતુર હતો. તેનાં દાદા-દાદીની આંખોમાં આનંદનાં આંસુ હતાં, કારણ કે તેણે જીવન બદલી નાખનારા સમાચાર શેર કર્યા હતા. તેણે તરત જ પોતાનાં માતાપિતા હેમા અને મૂકેશને ફોન કરીને આ ખુશખબર આપી. ટૂંક સમયમાં, આખું ઘર પ્રવૃત્તિઓમાં વ્યસ્ત થઈ ગયું, જે પરિવારના વિસ્તૃત સભ્યો અને આનંદિત સગાંઓથી ભરેલું હતું.

સતત ટેલિફોન કોલ્સ અને ઉત્સવમાં ખુલ્લા બૉક્સમાંથી આવતી મીઠી સુગંધની વચ્ચે, લવીશ એક અવાસ્તવિક અનુભવમાં ફસાઈ ગયો. ઉત્સવ પૂરજોશમાં ચાલી રહ્યો હતો, તેમ છતાં તે સ્તબ્ધ અવિશ્વાસની સ્થિતિમાં હતો, જાણે તે તેની આંખો સમક્ષ કોઈ પરીકથા પ્રગટ થતાં જોઈ રહ્યો હોય.

થોડા દિવસો પછી, લવીશે ખુશીથી તેના દાદાના ગામ, દેલવાડાની મુલાકાત લીધી, જ્યાં ઉત્સવની ભાવનાએ ઊભરતા કોવિડ -19 રોગચાળાને ઢાંકી દીધો. પડકારો હોવા છતાં, ગ્રામજનોએ તિલક અને હાર પહેરાવીને તેમનું સ્વાગત કર્યું, ત્યાર બાદ લવીશે સરઘસમાં ગામના દરેક ઘરની મુલાકાત લીધી. ગામલોકો પ્રેમથી લવીશના દાદાને 'કલેક્ટર સાહેબના દાદા' કહીને બોલાવવા લાગ્યા.

10 ઑક્ટોબર, 2020ના રોજ, લવીશે સુંદર હિમાલયમાં સ્થિત લાલ બહાદુર શાસ્ત્રી રાષ્ટ્રીય પ્રશાસન અકાદમી (LBSNAA)માં મહત્ત્વપૂર્ણ યાત્રા શરૂ કરી.

કોવિડ-19 હુમલો

મસૂરીમાં સાત મહિનાની સખત તાલીમ પછી લવીશ ખૂબ જ ઉત્સાહિત હતો. તે મૈસૂરમાં કર્ણાટકની રાજ્ય પ્રશાસનિક પ્રશિક્ષણ સંસ્થા (એટીઆઈ)માં આગામી તાલીમ લેવા આતુર હતો. તેને જરાય અંદાજ નહોતો કે આગળનો માર્ગ અણધાર્યા પડકારોથી ભરેલો હશે.

દેશ કોવિડ-19ની બીજી ઘાતક લહેર સામે લડી રહ્યો હતો. તેથી, લવીશ અને તેના સાથી કર્ણાટક કેડર IAS તાલીમાર્થીઓનું કોવિડ માટે પરીક્ષણ કરવામાં આવ્યું હતું. ભાગ્યના વળાંકમાં, લવીશનું પરિણામ પોઝિટિવ આવ્યું. તે આનાથી આશ્ચર્યચકિત થઈ ગયો, કારણ કે તેનામાં રોગનું એક પણ લક્ષણ દેખાતું ન હતું. એટીઆઈની મર્યાદામાં ક્વૉરેન્ટાઇન રહેવાના તેમના આગ્રહ છતાં, લવીશને જિલ્લા હૉસ્પિટલના વૉર્ડમાં દાખલ કરવામાં આવ્યો હતો.

અજાણ્યા સ્થળે અટકી ગયેલો લવીશ ડરી ગયો; તે હજુ પણ કન્નડ ભાષાની બારીકાઈ સમજવા માટે સંઘર્ષ કરી રહ્યો હતો. બીજે દિવસે સવારે એક કેટરિંગ એટેન્ડન્ટે રાગી બોલ્સ (રાગી મુદ્દે)નું ઓછું ભોજન અને સંભાર ધરાવતું એક નાની કોથળીનું પૅકેટ તેના પલંગ પર ફેંકી દીધું. લવીશ પાસે એક પણ વાસણ નહોતું અને તેની સામે સમસ્યા એ હતી કે આ ખોરાક કેવી રીતે ખાવો. બીજો કોઈ વિકલ્પ ન હતો, તેથી લવીશે સંભારની કોથળીમાં એક નાનું કાણું

પાડ્યું, જેનાથી તે ફેલાવાનું જોખમ વધી ગયું, પરંતુ કોઈક રીતે તે રાગીના દડા ગળી જવામાં સફળ રહ્યો. પોતાની લાચારીથી તેની આંખો ભીની થઈ ગઈ.

લવીશ પરાણે પથારીમાં પડ્યો રહેવા નહોતો માંગતો, તેથી તે ફોન પર મિત્ર સાથે વાત કરતાં વૉર્ડની બહાર નીકળી ગયો. ડૉક્ટરનો સખત ઠપકો તરત જ તેને તેના પલંગ પર પાછો લાવ્યો.

બીમાર લોકોથી ભરેલા હૉસ્પિટલના વૉર્ડમાં, જેમાંથી ઘણા ઑક્સિજન પર આશ્રિત હતા, તેમાં ચાર અનંત દિવસો પસાર થયા. શૌચાલયોમાંથી દુર્ગંધ આવી રહી હતી અને વાતાવરણમાં અસહાયતાની ઝલક હતી. જ્યારે તેણે ડૉક્ટર પાસેથી રજાની માંગણી કરી ત્યારે તેની નિરાશા વધી ગઈ.

લવીશની આંસુભરી વિનંતીથી પ્રભાવિત ડૉક્ટરે સ્કેન દ્વારા ચકાસણી કરી કે લવીશ ખરેખર સંપૂર્ણ સ્વસ્થ હતો. એટીઆઈ પર પાછા ફરતાં, લવીશને ભાગ્યના બીજા ક્રૂર વળાંકનો સામનો કરવો પડ્યો - તેના દાદાને કોવિડ-19 પોઝિટિવ હતો અને તેમને હૉસ્પિટલમાં દાખલ કરવામાં આવ્યા હતા. તેમની હાલત ગંભીર હોવાનું જણાવાયું હતું. લવીશ તેના દાદા પાસે પહોંચવા માટે તલપાપડ હતો, પરંતુ એટીઆઈએ રજા આપવાની ના પાડી દીધી, જેનાથી તેનું હૃદય તૂટી ગયું. 30મી મે, 2021ના રોજ ભાગ્યએ લવીશને તેના દાદાના મૃત્યુના સમાચાર આપીને વ્યક્તિગત ફટકો આપ્યો.

શરૂઆતના કાર્યને કઠિન રીતે શીખવું

એટીઆઈમાં તાલીમ પૂર્ણ કર્યા પછી, લવીશ વધુ તાલીમ માટે માંડ્યા જિલ્લામાં જવા રવાના થયો. ત્યાં પણ મુશ્કેલ સમય તેની રાહ જોઈ રહ્યો હતો. પીડબ્લ્યુડી ગેસ્ટ હાઉસ નવીનીકરણ હેઠળ હોવાથી પ્રથમ અઘરું કામ સારી રહેવાની વ્યવસ્થા કરવાનું હતું. રાંધવાના પડકારો એ પછીની કઠિન કસોટી સાબિત થઈ, કારણ કે લવીશને સ્થાનિક ખોરાકની આદત ન હતી. ફળ, દહીં અને ભાત ખાઈને અને પોતાનું કામ ચલાવી રાખવાથી બે મહિનામાં તેનું 8 કિલો વજન ઘટી ગયું.

સંપૂર્ણ કન્નડમાં આયોજિત સભાઓમાં હાજરી આપતી વખતે લવીશ કંટાળતો અને હતાશ થઈ જતો. યોગ્ય ખોરાક, યોગ્ય આશ્રય અને મિત્રોની અછત તેમજ ભાષાના અવરોધે તેની આંતરિક અશાંતિને વધુ વધારી. એલબીએસએનએએ ખાતે તેમના માર્ગદર્શકને ફરજિયાત માસિક અર્ધ-સરકારી પત્રોમાં લખવામાં આવેલી તેની હતાશા, એક કરુણ સંઘર્ષ વ્યક્ત કરે છે. એક વખત તેણે ખુલ્લેઆમ લખ્યું પણ હતું કે, 'કન્નડ સાંભળતી વખતે મને એવું લાગે છે કે જાણે કોઈએ વાસણમાં કાંકરા મૂકીને હલાવી દીધા હોય.'

જેમ-જેમ માંડ્યામાં મહિનાઓ વીતતા ગયા તેમ તેમ, લવીશને સદ્નસીબે મનોજ અને અન્ય મારવાડી પરિચિતોના રૂપમાં આશાનું કિરણ મળ્યું, જેઓ ટૂંક સમયમાં જ મૂલ્યવાન મિત્રો બની ગયા. આ નવી મિત્રતાએ તેની એકલતા ઓછી કરી એટલું જ નહીં, ખોરાકની બાબતમાં પણ રાહત આપી.

હારી ગયેલા અને નિરાશ થયાના એક મહિના પછી, લવીશે પોતાના પ્રશિક્ષણનું નિયંત્રણ પોતાના હાથમાં લેવાનું નક્કી કર્યું. તેણે વિવિધ સરકારી કચેરીઓ સાથે જોડાણો ગોઠવ્યાં અને તેની કામગીરીની ગૂંચવણોને સમજ્યો. તેની સત્તાવાર પ્રવૃત્તિઓ ઉપરાંત, તેમણે માંડ્યાના ઇતિહાસ અને સંસ્કૃતિના સમૃદ્ધ વારસામાં પ્રવેશ કર્યો અને 1902માં બાંધવામાં આવેલ કેઆરએસ ડેમ જેવા મૂલ્યવાન હેરિટેજ સ્થળોની શોધ કરી, જે એશિયાનો પ્રથમ જળ-વિદ્યુત પ્લાન્ટ હતો.

રેશમના કીડાના ઉછેરથી માંડીને વણાટ સુધીની સમગ્ર રેશમ ઉત્પાદન પ્રક્રિયા જોઈને, લવીશની જિલ્લાની સમજ સમૃદ્ધ થઈ. માંડ્યામાં ધીમે ધીમે પરંતુ ચોક્કસ જીવન વધુ સુખદ અનુભવમાં ફેરવાઈ ગયું.

તેની જિલ્લા તાલીમ દરમિયાન, લવીશને તેના સાથી IAS અધિકારીઓ સાથે બે મહિનાની ભારત મુલાકાત માટે બોલાવવામાં આવ્યો હતો. પાછળથી કર્ણાટક દર્શને રાજ્ય સાથે તેમનું જોડાણ વધુ ગાઢ બનાવ્યું, જેનાથી તે તેની સહજ સુંદરતાથી પરિચિત થયો. કર્ણાટક કેડરના અન્ય સહાધ્યાયીઓ સાથે જોડાણ કર્યા પછી, લવીશને સમજાયું કે માંડ્યામાં તેની પ્રારંભિક મુશ્કેલીઓ સામાન્ય નથી, પરંતુ અપવાદ હતી.

મદદનીશ સચિવનાં ક્રાંતિકારી સાહસો

પોતાના જિલ્લા અભિયાનમાંથી પાછા ફરતાં, લવીશની બેચ બીજા તબક્કાની તાલીમનાં આઠ અઠવાડિયાં માટે એલબીએસએનએએમાં પાછી આવી. ભારત સરકારના વિવિધ મંત્રાલયોમાં સહાયક સચિવો તરીકે બહુપ્રતીક્ષિત ત્રણ મહિનાના કાર્યકાળ પહેલાં આ એક નાનો વિરામ હતો. કેન્દ્રીય સચિવાલયની ભવ્યતામાં સ્થિત સત્તાના કોરિડોરમાંથી ફરવાના વિચારે લવીશમાં ઉત્તેજના પેદા કરી.

જો કે તેની શરૂઆતની ખુશીમાં ઘટાડો થયો જ્યારે લવીશને કૃષિભવનમાં ગ્રાહક બાબતોના મંત્રાલયનો હવાલો આપવામાં આવ્યો. ચમકદાર નૉર્થ બ્લોક અથવા સાઉથ બ્લોકમાં ગ્લેમરસ સહાયક સચિવના પદની તેની આશાઓ ધૂંધળી થઈ ગઈ. વધુમાં, ઉપભોક્તા બાબતોમાં ન્યૂનતમ પ્રવૃત્તિ સામેલ હોવાની પ્રવર્તમાન ધારણાએ તેના ઉત્સાહને વધુ મંદ કર્યો.

પરંતુ ટૂંક સમયમાં જ લવીશને આ કલ્પના ખોટી લાગવા લાગી. વિભાગ ક્રિપ્ટોકરન્સી, સરોગેટ એડ્વર્ટાઇઝિંગ અને ઑનલાઇન કોમર્સ સહિતનાં નવા અને ગતિશીલ ક્ષેત્રોમાં કામ કરી રહ્યો હતો. તેના ઉત્સાહી સેક્રેટરીએ વિભાગીય પ્રવૃત્તિઓમાં લવીશની ભાગીદારી સુનિશ્ચિત કરવામાં કોઈ કસર છોડી ન હતી અને ઘણી વખત રાત્રે 8 વાગ્યા સુધી કામ કરતા રહેતા હતા.

લવીશને વિભાગના વરિષ્ઠ અધિકારીઓ સાથે કામ કરવાની મજા આવી. તેઓએ કન્ઝ્યુમર હેલ્પલાઇન, ચેટબોટ્સ, વેબસાઇટ, ઇ-મેઈલ અને સોશિયલ લોન્ચ, મીડિયા ટૅગ્સ સહિત વિવિધ સ્રોતોમાંથી ઉપભોક્તાની ફરિયાદો નોંધવા માટે ઓમ્ની-ચૅનલનો પ્રસ્તાવ મૂક્યો. લવીશે આ ડિજિટલ તંત્રમાં બીજું સ્તર ઉમેરવાની કલ્પના કરી - 'જાગૃતિ', જે ગ્રાહકલક્ષી ચેટબોટ હતું. માતૃભાષાના પ્રસંસ્કરણ દ્વારા સશક્ત બનેલી જાગૃતિ ગ્રાહકોના પ્રશ્નોનું નિરાકરણ કરશે અને કોલ સેન્ટરને માનવ હસ્તક્ષેપ વિના સતત 24×7 સેવામાં પરિવર્તિત કરશે.

તેમ છતાં, લવીશને સમજાયું કે તેનો મુખ્ય પ્રતિકાર એ સહાયતા પ્રાપ્ત નિર્ણય લેખનપ્રણાલી છે, જેણે ક્રાંતિ લાવવાનું વચન આપ્યું હતું. પાંચ લાખથી વધુ પેન્ડિંગ ઉપભોક્તા કેસોના આશ્ચર્યજનક બેકલોગનો

સામનો કરીને, સિસ્ટમનો હેતુ એક વ્યાપક ડેટાબેઝ બનાવવાનો છે, જેનો ઉદ્દેશ્ય કેસોને સેક્ટર-વાર, ઉત્પાદન-વાર અને વિભાગ-વાર કાળજીપૂર્વક અનુક્રમિત અને વર્ગીકૃત કરવાનો છે. મશીન લર્નિંગ અને ભૂતકાળના નિર્ણયોમાંથી શીખવાની શક્તિનો ઉપયોગ કરીને, સિસ્ટમ નિર્ણયોના સંપાદનયોગ્ય ડ્રાફ્ટ્સ બનાવવાની કલ્પના કરે છે. લવીશે અવધારણાના પ્રમાણનું પરીક્ષણ કર્યું અને ગ્રાહક બાબતોના સચિવને અમલીકરણની જવાબદારી સોંપી.

બીદરમાં એક નવી શરૂઆત

પોતાની તાલીમ પૂર્ણ કર્યા પછી, લવીશે કર્ણાટક, મહારાષ્ટ્ર અને તેલંગાણાના ત્રિ-વિભાગમાં સ્થિત બીદરમાં ઉપ-વિભાગીય મેજિસ્ટ્રેટ (એસડીએમ)ની ભૂમિકા નિભાવી. માંડ્યામાં પોતાના અગાઉના અનુભવોને જોતાં, લવીશે મર્યાદિત અપેક્ષાઓ સાથે તેની નવી સોંપણી હાથ ધરી.

તેને આશ્ચર્ય તો ત્યારે થયું જ્યારે બીદરે ખુલ્લા હાથે તેનું સ્વાગત કર્યું. સ્ટાફ અને સ્થાનિકોએ નોંધપાત્ર હૂંફ અને આતિથ્ય પ્રદર્શિત કર્યું. ત્યાં કોઈ ભાષા અવરોધ ન હતો, કારણ કે મોટાભાગના લોકો હિન્દી અને ઉર્દૂમાં વાતચીત કરી શકતા હતા. લવીશને સ્વાદિષ્ટ અને વૈવિધ્યસભર વાનગીઓથી રાહત મળી. આહ્લાદક હવામાન, સ્વચ્છ હવા અને પાણી અને સકારાત્મક ઊર્જાએ બીદરનું આકર્ષણ વધાર્યું હતું. હૈદરાબાદની નિકટતા, માર્ગ દ્વારા માત્ર બે કલાકનું અંતર અને ત્યાંથી ઉદયપુરની સીધી ફ્લાઇટ પણ તેના ઘર માટે અનુકૂળ જોડાણ પૂરું પાડતી હતી.

લવીશનું માત્ર સ્વાગત થયું એટલું જ નહીં, પરંતુ તેને ખરેખર આનંદ પણ થયો. બીદરની પ્રાચીન શેરીઓની છાયામાં એક નવા અધ્યાયનાં બીજ અંકુરિત થવા લાગ્યાં.

લવીશના જીવનસંઘર્ષમાંથી મળતો મહત્ત્વનો બોધપાઠ

1. **બલિદાન આપો અને સાહસિક નિર્ણય લો:** યુપીએસીની ઊંચાઈઓ સુધી પહોંચવા માટે, માત્ર એક સ્વપ્નની જ જરૂર નથી હોતી, તે માટે બલિદાન અને સાહસિક નિર્ણયોની જરૂર છે. બહુવિધ પ્રાથમિકતાઓને સંતુલિત કરવાનો પ્રયાસ કરતાં તમારું ધ્યાન નબળું પડી જાય છે. તમારા પ્રયત્નો ત્યારે જ સફળ થશે જ્યારે તમે અતૂટ નિશ્ચય અને પૂરા હૃદયથી તૈયારી કરશો.
2. **તમારા વૈકલ્પિક વિષયને વ્યૂહાત્મક ચોકસાઈ સાથે પસંદ કરો:** તમારા વૈકલ્પિક વિષયની પસંદગી તમારી તૈયારીને બનાવી અથવા બગાડી શકે છે. તમામ વિકલ્પોનો કાળજીપૂર્વક વિચાર કરો અને ઉતાવળે નિર્ણય ન લો. તમારી શક્તિ અને રુચિઓને અનુરૂપ વ્યૂહાત્મક વિષય પસંદ કરો, જેથી તમે સ્પર્ધામાં અન્ય કરતા આગળ રહી શકો.
3. **માનસિક પડકારો પર વિજય પ્રાપ્ત કરો:** દરેક IAS ઉમેદવાર શંકા અને હતાશાની ક્ષણોનો સામનો કરે છે. જેટલી જલદી તમે આ માનસિક અવરોધોને દૂર કરશો, તેટલી જલદી તમે સફળ થશો. તમારી શક્તિઓ અને સફળતાઓ અને તમારા સાથીઓ અને સમાન પૃષ્ઠભૂમિ ધરાવતા લોકોની સિદ્ધિઓથી પ્રેરિત બનો. સીએસઈમાં ઉત્તીર્ણ થવા માટે ઉચ્ચ મનોબળ અને સારું માનસિક સ્વાસ્થ્ય મહત્ત્વપૂર્ણ છે.
4. **મૉક ટેસ્ટ અને સિમ્યુલેશનનો લાભ લો:** મૉક ટેસ્ટ, જવાબ-લેખન પ્રેક્ટિસ અને પરીક્ષા સિમ્યુલેશન સીએઈમાં શ્રેષ્ઠ બનવા માટે મહત્ત્વપૂર્ણ છે. પ્રિલિમ્સ માટે લગભગ ચાલીસ મૉક ટેસ્ટ આપવાનું લક્ષ્ય રાખો, મેઇન્સ માટે પૂરતી જવાબ-લેખન પ્રેક્ટિસ કરો અને જો શક્ય હોય તો પરીક્ષા સિમ્યુલેટરમાં ભાગ લો.

5. **તમારા ફાયદા માટે ડીએએફનો ઉપયોગ કરો:** તમારા ડીએએફને કાળજીપૂર્વક ભરવું અત્યંત મહત્ત્વપૂર્ણ છે. બોર્ડ વારંવાર તમારા દ્વારા આપવામાં આવેલી માહિતીના આધારે પ્રશ્નો પૂછે છે. તમારા મજબૂત મુદ્દાઓ અને અનન્ય લાક્ષણિકતાઓને પ્રકાશિત કરો. ઇન્ટરવ્યૂ દરમિયાન તમે વિશ્વાસ સાથે ચર્ચા ન કરી શકો તેવી વિગતોનો સમાવેશ કરશો નહીં.
6. **જૂથચર્ચાઓ અને મૉક ઇન્ટરવ્યૂની શક્તિનો ઉપયોગ કરો:** મિત્રો સાથે જૂથચર્ચા અને મૉક ઇન્ટરવ્યૂ તૈયારી માટે અમૂલ્ય સાધનો છે. વાસ્તવિક દિવસનો અનુભવ મેળવવા માટે UPSCના ઇન્ટરવ્યૂના વાતાવરણને અનુકૂળ બનો.

અધ્યાય 8

IAS અધિકારી બનવું છે ? તો આ રહ્યા સફળતાના મંત્ર

પ્રથમ સાત પ્રકરણોમાં, આપણે સાત યુવા નાયકોની પ્રેરણાદાયી જીવનકથાઓ પર પ્રકાશ પાડ્યો છે જેમણે તાજેતરનાં વર્ષોમાં સફળતાપૂર્વક લક્ષ્ય UPSCમાં વિજય પ્રાપ્ત કર્યો છે. આ પુસ્તક વાંચનારા લાખો સિવિલ સર્વિસીસ ઇચ્છુકો નિઃશંકપણે વિજયી વ્યૂહરચના અપનાવવા અને આ રોલ મૉડલ પાસેથી સફળતાના મંત્રો શીખવા આતુર હશે. આ પ્રકરણમાં આપણે આપણા નાયકો અને અન્ય IAS ટોપર્સ દ્વારા પ્રતિષ્ઠિત સીએસસીની પરીક્ષા પાસ કરવા માટે અપનાવવામાં આવેલી અસરકારક વ્યૂહરચના વિશે વાત કરીશું. આને નીચેના વિભાગોમાં વહેંચવામાં આવેલ છે:

1. વિજય પ્રાપ્ત કરવાની વ્યૂહરચના
2. સફળતાના મુખ્ય મંત્ર
3. પ્રારંભિક પરીક્ષા પાસ કરવી
4. મેઇન્સમાં પાસ થવા માટે
5. ઇન્ટરવ્યૂ બોર્ડને પ્રભાવિત કરવું

ચાલો, આ દરેકની વિગતવાર ચર્ચા કરીએ.

વિજય પ્રાપ્ત કરવાની વ્યૂહરચના

ચાલો, પહેલા લક્ષ્ય UPSCમાં વિજય પ્રાપ્ત કરવા માટેની વ્યૂહરચનાઓની ચર્ચા કરીએ:

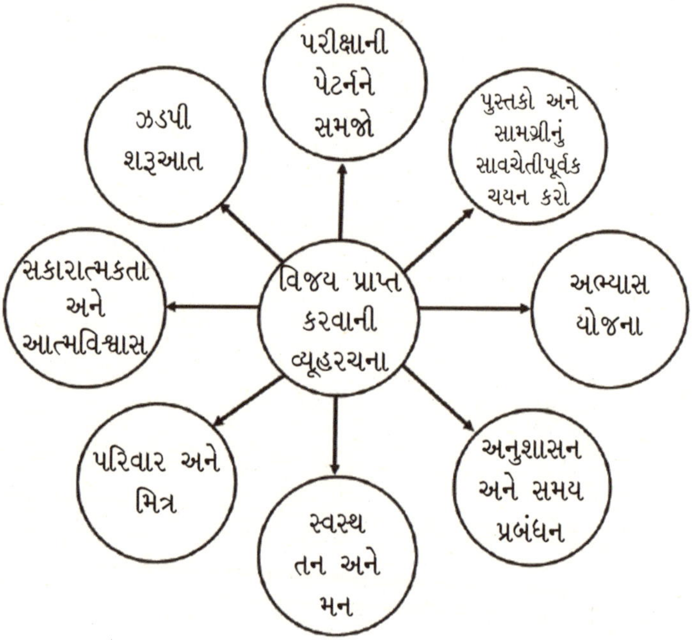

ઝડપથી આગળ વધો, રમતના નિયમો સમજો

IAS અધિકારી બનવાની યાત્રા શરૂ કરવા માટે વ્યૂહાત્મક આયોજન અને પ્રક્રિયાની સંપૂર્ણ સમજ જરૂરી છે. સ્નાતકના અભ્યાસ દરમિયાન અથવા તેના પછી તરત જ તમારી તૈયારી શરૂ કરવાથી સ્પષ્ટ ફાયદો મળે છે. શૈક્ષણિક વિશ્વ સાથેનું તમારું જોડાણ તમને જૂના સ્પર્ધકોથી આગળ ચાલવાની એક તક આપે છે, જેનાથી તમે મજબૂત પાયો બનાવી શકો છો અને તમારી જાતને પુનરાવર્તન અને મૉક ટેસ્ટ માટે પૂરતો સમય આપી શકો છો. ઉપરાંત, જો તમે હજી પણ કૉલેજ

અથવા વિશ્વવિદ્યાલયમાં ભણતા હોવ, તો તમને પુસ્તકાલયો, હોસ્ટેલ અને શૈક્ષણિક સહાય જેવા મૂલ્યવાન સંસાધનો સુલભ હોય છે. ઉંમર તમારા પક્ષમાં છે. તેમજ વહેલાં લગ્ન કરવા માટે કોઈ દબાણ નથી હોતું. જો કે, વહેલા શરૂ કરવાથી તમે કૉલેજના અનુભવનાં કેટલાંક પાસાંઓને ચૂકી જશો.

આપણા સાત નાયકોની વાર્તાઓ ધ્યાનમાં લો. સત્યમે સ્નાતકના અંતિમ વર્ષમાં પ્રવેશતાંની સાથે જ તૈયારીઓ શરૂ કરી દીધી હતી. અંજલિ અને વસીમ સ્નાતક થયા પછી તરત જ શરૂઆત કરી દીધેલી, જ્યારે શ્રુતિએ અનુસ્નાતક પૂરું કર્યા પછી થોડા સમય બાદ તૈયારી શરૂ કરી હતી. શ્રુતિને કૉલેજના અભ્યાસ અને UPSCની તૈયારીને સંતુલિત કરવાનું પડકારજનક લાગ્યું; તેનું માનવું હતું કે UPSCની યાત્રા શરૂ કરતાં પહેલાં પોતે સ્નાતક પૂર્ણ કરી લે તે વધુ સારું રહેશે.

સમુદ્રમાંથી મોતી શોધો

પરીક્ષા માટે ભલામણ કરેલ વાચનસામગ્રીના દરિયામાં તરતી વખતે ઉમેદવારો ચિંતા અનુભવી શકે છે. આ પુસ્તકના સાત નાયકોએ તૈયારીમાં સાદગીને મહત્ત્વ આપ્યું છે. તેમણે જથ્થાને બદલે ગુણવત્તા પર ભાર મૂક્યો અને પસંદગીયુક્ત વાંચનના મહત્ત્વને રેખાંકિત કર્યું.

યાદ રાખો, UPSC નિષ્ણાતોની નહીં, પરંતુ વિવિધ ક્ષેત્રોમાં બહોળી સમજ ધરાવતા પૂર્ણ વ્યક્તિઓની શોધ કરે છે. પોતાની જાત પર વધુ પડતી સામગ્રીનો ભાર નાખવાથી મૂંઝવણ, ભય અને આત્મવિશ્વાસની ખોટ થઈ શકે છે. વ્યવસ્થિત તૈયારી ધ્યાન વધારે છે, મનોબળ વધારે છે, તમારી તૈયારીને સુવ્યવસ્થિત કરે છે અને તમારાં બૌદ્ધિક કૌશલ્યોને વધુ તીવ્ર બનાવે છે.

સિવિલ સેવાઓની તૈયારી માટે એનસીઈઆરટી પુસ્તકો આધારરૂપ છે. તેઓ મૂળભૂત ખ્યાલો અને સિદ્ધાંતોને સ્પષ્ટ કરે છે, એક નક્કર પાયો બનાવે છે અને વિવિધ વિષયોની વ્યાપક સમજ પૂરી પાડે છે. 1993માં, જ્યારે મેં UPSC ધ્યેય પાર કરવાની કઠિન યાત્રા શરૂ કરી, ત્યારે મને ધોરણ 9 થી ધોરણ 12 સુધીના એનસીઈઆરટી પુસ્તકોથી

શરૂ કરવાની સલાહ આપવામાં આવી. આજે પણ આ પુસ્તકોની વિશ્વસનીયતા, સુસંગતતા, ચોકસાઈ અને સુલભ ભાષા માટે ભલામણ કરવામાં આવે છે. તમારા વિષયના જ્ઞાનના આધારે તમે ધોરણ-9 અને ધોરણ-10 અથવા ધોરણ-11 અને ધોરણ-12 એનસીઈઆરટી પુસ્તકોથી શરૂઆત કરી શકો છો.

એકવાર તમે એનસીઈઆરટી પુસ્તકોની મદદથી તમારો પાયો બનાવી લો, પછી તમારી સમજને વધુ ઊંડી બનાવવા માટે પ્રમાણભૂત પુસ્તકો અને સંદર્ભ સામગ્રીને કાળજીપૂર્વક પસંદ કરો. ઘણાં બધાં પુસ્તકો એકત્રિત કરવાની લાલચ ટાળો; તેના બદલે, દરેક વિષય માટે એક કે બે અધિકૃત સ્રોતો પસંદ કરો. તમારી અભ્યાસસામગ્રી તૈયાર કરવા માટે ગુરુઓ અથવા સફળ ઉમેદવારોનું માર્ગદર્શન લો. ઉપરાંત, માત્ર અભ્યાસક્રમના વિષયો પર ધ્યાન કેન્દ્રિત કરો અને મોટી સંખ્યામાં પુસ્તકોને બદલે ઊંડી સમજણ અને અનેકાધિક વખત પુનરાવર્તનને પ્રાધાન્ય આપો.

વિશ્વસનીય ઓનલાઇન સંસાધનોની સલાહ લો. સરકારી સંસ્થાઓ અને પ્રતિષ્ઠિત સંશોધન સંસ્થાઓની વેબસાઇટ વિપુલ પ્રમાણમાં નવીનતમ માહિતી અને ડેટા પ્રદાન કરે છે. યોજના અને કુરુક્ષેત્ર જેવાં સામયિકો શાસન, કૃષિ અને અર્થશાસ્ત્ર જેવાં મહત્ત્વનાં ક્ષેત્રોમાં મૂલ્યવાન માહિતી પ્રદાન કરે છે.

ખ્યાલોને ઊંડાણથી સમજો. યાદ રાખવાને બદલે, વિવેચનાત્મક વિચાર અને વિશ્લેષણાત્મક કુશળતા વિકસાવો. UPSC તથ્યો યાદ રાખવાની તમારી ક્ષમતાને એટલું મહત્ત્વ આપતું નથી જેટલું તે તમારી તર્ક અને સમસ્યાઓ ઉકેલવાની ક્ષમતાને આપે છે. પોતાની સમજને વધુ તીવ્ર બનાવવા અને નવા પરિપ્રેક્ષ્ય મેળવવા માટે સાથી ઉમેદવારો સાથે ચર્ચા કરો.

વિશ્વસનીય સંસાધનોના આધારે કેન્દ્રિત અને સંગઠિત અભિગમ બનાવો. આ તમને માહિતીના વિશાળ સમુદ્રમાં આત્મવિશ્વાસ સાથે તરવાની મંજૂરી આપે છે. યાદ રાખો, તમારે દરેક મોતી એકત્રિત કરવાની જરૂર નથી; જ્ઞાનની શ્રેષ્ઠ કૃતિ બનાવવા માટે તમારે સૌથી કીમતી મોતી ભેગાં કરવાનાં છે.

અસરકારક અભ્યાસ યોજના બનાવવી

પ્રસિદ્ધ ફ્રેન્ચ કવિ અને લેખક એંટોની ડી સેંટ-એક્ઝુપરી(Antoine de Saint-Exupery)એ એકવાર કહ્યું હતું કે, 'યોજના વિનાનું લક્ષ્ય એ માત્ર એક ઇચ્છા છે.' IAS ઉમેદવાર માટે, પરિમાણ રચાયેલ યોજના એ સપનાને વાસ્તવિકતામાં ફેરવવાની ચાવી છે. અસરકારક આયોજન અભ્યાસક્રમના વ્યાપક કવરેજને સુનિશ્ચિત કરે છે. આ મૉક ટેસ્ટ, રિવિઝન, જવાબ લેખનની પ્રેક્ટિસ માટે સમય આપે છે અને આખરે તમને સફળતા માટે તૈયાર કરે છે.

સીએસસીના વિશાળ અભ્યાસક્રમને ધ્યાનમાં લેતાં, તેને નાના ભાગોમાં વિભાજિત કરવું મહત્ત્વપૂર્ણ છે. માસિક, સાપ્તાહિક અને દૈનિક લક્ષ્યો સેટ કરો. આ દરેક વિષય માટે પૂરતો સમય ફાળવે છે અને સમગ્ર અભ્યાસક્રમને વ્યવસ્થિત રીતે પૂર્ણ કરવામાં મદદ કરે છે. નબળા વિષયો કરતાં પડકારરૂપ વિષયોને પ્રાધાન્ય આપો અને પુનરાવર્તન, મૉક ટેસ્ટ અને જવાબ-લેખનની પ્રેક્ટિસ માટે પૂરતો સમય આપો. જો કે તમારા ધ્યેયો પ્રેરક હોવા જોઈએ, તે વાસ્તવિક પણ હોવા જોઈએ, જેથી થાક ન લાગે અને ઉત્સાહ પણ ઓછો ન થવો જોઈએ.

સામાન્ય જંજાળથી બચો, જેમ કે વિશ્વ ઇતિહાસ અથવા સ્વતંત્રતા પછીના ઇતિહાસ જેવા ઓછા ઊપજવાળા વિષયો પર વધુ પડતો સમય ન લગાવવો, જેમાં સામાન્ય રીતે ઓછા પ્રશ્નો હોય. આપણા સાત નાયકોમાંના એક ભરતે ભૂલથી આ વિષયો પર પચીસ દિવસ વિતાવ્યા હતા, જેનો તેને પાછળથી પશ્ચાત્તાપ થયો હતો. અગાઉનાં વર્ષોના પ્રશ્નોનું કાળજીપૂર્વક વિશ્લેષણ કરીને ઉચ્ચ લાભના વિષયો પસંદ કરો. આ તમને રોકાણ કરેલ સમય અને મહેનત માટે વધુ વળતર આપશે.

શ્રુતિ સમય-આધારિત લક્ષ્યોને બદલે સામગ્રી-આધારિત લક્ષ્યો બનાવવાની ભલામણ કરે છે. ઉપરાંત, વધુ સફળતા અપાવતા અભ્યાસક્રમના વિષયોને પ્રાધાન્ય આપો. સત્યમે અભ્યાસ માટે જરૂરી કુલ પૃષ્ઠો અને જરૂરી પુનરાવર્તનોની સંખ્યાનું વિશ્લેષણ કર્યા પછી દૈનિક

લક્ષ્યો નક્કી કર્યાં. આ સીમાચિહ્નો તરફ વ્યવસ્થિત રીતે કામ કરતી વખતે તેઓએ ત્રણ અને છ મહિનામાં પોતાની પ્રગતિની કલ્પના કરી.

એ પણ નોંધો કે 'એક યોજના બધા માટે સુયોગ્ય જ હોય' એ અભિગમ કામ કરતો નથી. દરેક વ્યક્તિની શીખવાની શૈલી અને પસંદગીનો અભ્યાસ સમય અલગ અલગ હોય છે. કોઈ બીજાની વ્યૂહરચના અથવા ઑનલાઇન હેકને આંધળા બનીને અનુસરવાથી તમે ગેરમાર્ગે દોરાઈ શકો છો. મહત્તમ કાર્યક્ષમતા માટે તમારી વ્યૂહરચના તમારી શૈલી, શીખવાની ક્ષમતાઓ, સમયપત્રક, પસંદગીઓ, શક્તિઓ અને નબળાઈઓને અનુરૂપ બનાવો.

સમય સમય પર તમારી પ્રગતિનું વિશ્લેષણ કરવું મહત્ત્વપૂર્ણ છે. તમારી પ્રગતિ વિશે તમારી જાત સાથે પ્રમાણિક બનો. જ્યારે જરૂર પડે ત્યારે તમારી વ્યૂહરચનાને બદલવામાં અચકાશો નહીં. લવચીકતા એ નબળાઈની નિશાની નથી, પરંતુ તાકાતની નિશાની છે. પ્રિલિમ્સ અને મેઇન્સ માટે તૈયાર કરવા માટે સંકલિત અભિગમ અપનાવવો અત્યંત ફાયદાકારક છે. બંને તબક્કાઓને સમાન પરીક્ષાના ભાગ તરીકે વહેંચાયેલા અભ્યાસક્રમની રીતે જુઓ. આ વધુ સુસંગત અને કાર્યક્ષમ અભ્યાસ વ્યૂહરચના તરફ દોરી જાય છે. પ્રાથમિક પરીક્ષા દરમિયાન મેળવેલ જ્ઞાન મુખ્ય પરીક્ષાના જીએસ પેપર માટે અત્યંત સુસંગત છે. એક આવશ્યક વ્યૂહરચના એ છે કે પ્રિલિમ્સ પહેલાં મેઇન્સની તૈયારીનો એક સંપૂર્ણ રાઉન્ડ પૂર્ણ કરવો. આ પ્રારંભિક પરીક્ષા પછી પુનરાવર્તન અને મુખ્ય પરીક્ષા માટે મહત્ત્વપૂર્ણ જવાબ-લેખન કૌશલ્યોને સુધારવા માટે પૂરતો સમય પૂરો પાડે છે.

ટેક્નોલૉજીનો લાભ લેવાથી તમારી તૈયારીમાં ઘણો વધારો થઈ શકે છે. તમારા શિક્ષણને વધારવા માટે જૂથ ચર્ચાઓ અને સહયોગી નોંધ બનાવવા માટે ઇન્ટરેક્ટિવ પ્લૅટફૉર્મ્સ અને એપ્લિકેશન્સનો ઉપયોગ કરો. પોડકાસ્ટ અને યુ-ટ્યૂબ ચૅનલો તમને વર્તમાન બાબતો પર અપડેટ રહેવામાં મદદ કરી શકે છે.

શિસ્ત અને સમય પ્રબંધન : સફળતાના બે આધારસ્તંભ

IAS ઉમેદવારો માટે વ્યવસ્થિત અને શિસ્તબદ્ધ દિનચર્યા જાળવવી અત્યંત મહત્ત્વપૂર્ણ છે. સાપ્તાહિક અને માસિક લક્ષ્યોને સતત પૂરા કરવા મહત્ત્વપૂર્ણ છે, કારણ કે દરેક ચૂકી ગયેલી સમયમર્યાદા દબાણ અને કામના ભારમાં વધારો કરે છે. આ માટે તમારે પોતાના આરામના તબક્કામાંથી બહાર નીકળવાની, તમારી મર્યાદાઓને નિયમિતપણે વિસ્તારવાની અને સતત તમારી જાતને પડકારવાની જરૂર છે.

વિવેકપૂર્ણ સમય સંચાલન એ સફળતાનો બીજો મહત્ત્વનો ભાગ છે. અભ્યાસ માટે કલાકોની કોઈ ચોક્કસ સંખ્યા નથી; તે પ્રમાણ નથી, પરંતુ અભ્યાસની ગુણવત્તા મહત્ત્વપૂર્ણ છે. યાદ રાખો, અભ્યાસ પૂર્ણ એકાગ્રતા સાથે કરવો જોઈએ. વધુમાં, તમારા સમયપત્રકમાં તમારા મૂડ અને પસંદગીઓના આધારે વિષયો બદલવાની સુગમતા પણ હોવી જોઈએ, જેથી તમારું મન તાજું અને વ્યસ્ત રહે.

દૈનિક અભ્યાસ યોજના બનાવવી અને વિવિધ પ્રવૃત્તિઓમાં વિતાવેલા સમયનો રેકોર્ડ રાખવાથી સમયનું અસરકારક સંચાલન કરવામાં અને તેનો બગાડ અટકાવવામાં મદદ મળે છે. ઉદાહરણ તરીકે, સત્યમે રાત્રે સૂતાં પહેલાં તેના દૈનિક સમયના ખર્ચનું કાગળ પર વિશ્લેષણ કર્યું. આત્મચિંતનના આ અભ્યાસ દ્વારા, તે શિસ્તબદ્ધ બન્યો, સમયમર્યાદાને ઓળખી શક્યો અને સમયનો બગાડ અટકાવી શક્યો.

યાદ રાખો, UPSCની યાત્રાનો માર્ગ 100 મીટરની દોડ નથી, પરંતુ મેરેથોન છે. લાંબા ગાળે, આ તૈયારી કંટાળાજનક અને મુશ્કેલ બની શકે છે. તેથી તમારા સમયપત્રકમાં નિયમિત વિરામ અને મનોરંજનની ક્ષણોનો સમાવેશ કરો.

સ્વસ્થ મન માત્ર સ્વસ્થ શરીરમાં વસે છે

UPSC પરીક્ષા લાંબી, અઘરી અને શારીરિક અને માનસિક રીતે કઠિન હોય છે. આ મુશ્કેલ અભિયાનમાં તમારી બુદ્ધિમત્તાની સાથે તમારું સ્વાસ્થ્ય પણ મૂલ્યવાન છે. ઉમેદવારો ઘણીવાર મહિનાઓ સુધી દરરોજ

બાર કલાકથી વધુ અભ્યાસ કરે છે. ઘણા લોકો આ સમય દરમિયાન ખરાબ પરિસ્થિતિમાં જીવે છે અને હોસ્ટેલ અને ટિફિન સેવાઓ દ્વારા આપવામાં આવતા સ્વાદવિહીન ખોરાક પર આધાર રાખે છે.

બેઠાડું જીવનશૈલી, તીવ્ર શૈક્ષણિક માંગ, સતત સ્પર્ધા, ચુસ્ત સમયમર્યાદા અને સતત વિસ્તરતો અભ્યાસક્રમ શરીર અને મન બંને પર અસર કરી શકે છે. આમાં મૉક ટેસ્ટમાં નિષ્ફળતા, જવાબ લખવાની પ્રેક્ટિસનો તણાવ અને નિષ્ફળતાના ડરનો ઉમેરો. આ પડકારજનક વાતાવરણમાં, આરોગ્ય સર્વોચ્ચ મહત્ત્વની બાબત બની જાય છે.

નિયમિત શારીરિક પ્રવૃત્તિ, થોડું ચાલવું અથવા સાદી કસરત પણ તમારા મગજને ફરીથી ઑક્સિજન પ્રદાન કરી શકે છે. વધુમાં, તે સંજ્ઞાનાત્મક કામગીરી અને યાદશક્તિમાં પણ વધારો કરી શકે છે. ધ્યાન, યોગ અને સચેત અભ્યાસ જેમ કે ઊંડા શ્વાસ લેવાની કસરતો એકાગ્રતામાં વધારો કરે છે અને તણાવ ઘટાડે છે. વધુમાં, સારી ઊંઘ મેળવવી એ મૂળભૂત બાબત છે, જે મહત્ત્વપૂર્ણ અવયવોને આરામ અને તાજગીનો સમય આપે છે, જેથી તમારી કાર્યક્ષમતા શ્રેષ્ઠ રહે.

સકારાત્મકતા અને આત્મવિશ્વાસનું નિર્માણ

IAS અધિકારી બનવાનો માર્ગ પડકારોથી ભરેલો છે. ઉમેદવારોને કઠિન માનસિક કસોટીઓ અને ભાવનાત્મક પડકારોનો સામનો કરવો પડે છે. મિન્નૂને જ જોઈ લો, જે તેના ત્રીજા પ્રયાસમાં ઇન્ટરવ્યૂના તબક્કામાં પહોંચી હોવા છતાં, તેના ચોથા અને પાંચમા પ્રયાસમાં પ્રિલિમ્સ ક્લિયર કરવામાં નિષ્ફળ રહી, જેના પગલે તે ડિપ્રેશનમાં સરી પડી. સત્યમ મેઇન્સના થોડા દિવસો પહેલા જ એ ડરથી તૂટી ગયો કે તે સંપૂર્ણ રીતે તૈયાર ન હતો. શ્રુતિ પ્રિલિમ્સ પછી અને તેના બીજા પ્રયાસમાં ઇન્ટરવ્યૂ પછી ફરીથી રડવા લાગી. વસીમને નકારાત્મક તબક્કાનો સામનો કરવો પડ્યો હતો જ્યારે તે તેના પ્રથમ પ્રયાસમાં 225મો રેન્ક મેળવવા છતાં તેના બીજા પ્રયાસમાં પ્રિલિમ્સમાં ક્વોલિફાય કરી શક્યો ન હતો.

બાહ્ય દબાણ ઘણીવાર આંતરિક સંઘર્ષોને વધારે છે. શિક્ષકો અને સંબંધીઓનો ઉપહાસ અને સામાજિક શંકા આત્મવિશ્વાસ ઘટાડી શકે છે.

તેમ છતાં આ ક્ષણોમાં જ ભાવિ વિજયના બીજ રોપાય છે. સત્યમને શિક્ષકોના આવા આક્ષેપોનો સામનો કરવો પડ્યો હતો, 'જુઓ, કલેક્ટર સાહેબ આજે ક્લાસમાં આવ્યા છે,' અને 'તમે મૂળભૂત ખ્યાલો પણ જાણતા નથી; તું IAS અધિકારી બનવાનું સ્વપ્ન કેવી રીતે જોઈ શકે છે?' મિન્નૂના અસફળ પ્રયાસો પછી, તેના સાથીદારોએ તેની મજાક ઉડાવી. ભરત તેના પિતરાઈ ભાઈ તરફથી ઉપહાસનો સામનો કરે છે, જેણે તેની માતાને પૂછ્યું, 'તે ઘરે કેમ બેઠો છે? તેને કહો કે, તે મારાં બાળકોના ટ્યુશન લે અને થોડા પૈસા કમાય.'

પ્રેરિત રહેવા માટે પુસ્તકો, વિડિયો અને સફળતાની વાર્તાઓ જેવા ઘણાં હકારાત્મક સમર્થન અને પ્રેરક સંસાધનો વાંચો અને જુઓ. ઉદાહરણ તરીકે, મિન્નૂ જ્યારે પણ હતાશા અનુભવતી, ત્યારે તે એક સમર્પિત અને મહેનતુ જિલ્લા કલેક્ટરની વાર્તા દર્શાવતી ફિલ્મ જોઈને પ્રેરિત થતી. ભરતની માતાએ સૂચન કર્યું કે ધ્યાન અને સકારાત્મકતા જાળવવા માટે તે દરરોજ થોડો સમય દીવો પ્રગટાવે અને પ્રાર્થના કરે.

ત્રણ વસ્તુઓને અપનાવો: સ્થિરતા, આત્મવિશ્વાસ અને શાંતિ. તમારા પ્રયત્નોમાં સાતત્ય, તમારી ક્ષમતાઓમાં વિશ્વાસ અને પડકારો વચ્ચે શાંતિ. જ્યારે વસ્તુઓ તમારી ઇચ્છા મુજબ ન થાય, તો પણ શાંત રહો અને તમારા શ્રેષ્ઠ પ્રયાસ કરતા રહો. કેટલીક વાર, અભ્યાસનો લય શોધવામાં સમય લાગે છે. ઈંટ પર ઈંટ રાખીને મકાનની જેમ તમારા જ્ઞાનનું નિર્માણ કરો, તમારી અભ્યાસની દિનચર્યાને અનુસરો અને ગતિ ગુમાવશો નહીં, ભલે તમારે અડચણો અથવા અવરોધોનો સામનો કરવો પડે. તમારી તૈયારીમાં વિશ્વાસ રાખો અને તમારાં લક્ષ્યો માટે પ્રતિબદ્ધ રહો.

સમર્પિત અભ્યાસનો દરેક દિવસ અને દરેક અવરોધને દૂર કરવો અને વિજય મેળવવો એ તમારી સફળતાના નિર્માણમાં એક ઈંટ સમાન છે.

કુટુંબ અને મિત્રોની મહત્ત્વપૂર્ણ ભૂમિકા

UPSC પરીક્ષા પાસ કરવાનું કામ અઘરું છે, જેમાં સતત સમર્પણ અને ખંતની જરૂર પડે છે. આ મુશ્કેલ પ્રક્રિયામાં કુટુંબીજનો, નજીકના મિત્રો

અને ટીમના સાથીઓનો ટેકો મળવાથી યાત્રા સરળ બને છે અને વિજય વધુ મધુર બને છે.

કુટુંબ અને નજીકના મિત્રો તરફથી ભાવનાત્મક અને નાણાકીય સહાયતા તૈયારીના દબાણને ઘટાડી શકે છે, જેનાથી ઉમેદવારો પોતાના અભ્યાસ પર સંપૂર્ણ ધ્યાન કેન્દ્રિત કરી શકે છે. પ્રિયજનોનું પ્રોત્સાહન અને સમજણ મજબૂત ભાવનાત્મક પાયો પૂરો પાડે છે, ઉમેદવારોને યાત્રાના ઉતાર-ચઢાવમાં સકારાત્મક અને સતત ટકી રહેવામાં મદદ કરે છે.

આપણે આપણા સાત નાયકોની વાર્તાઓમાં વારંવાર જોયું છે કે ઉમેદવારો કોઈ પણ વિક્ષેપ વિના અભ્યાસ કરી શકે તે માટે પરિવારના સભ્યો નોંધપાત્ર બલિદાન આપે છે. આ ભાવનાત્મક ટેકો મહત્ત્વપૂર્ણ છે, ખાસ કરીને આત્મ-શંકા અને થાકની ક્ષણો દરમિયાન. તમારો પરિવાર તમારા પર વિશ્વાસ કરે છે તે જાણવું એ આગળ વધવા માટે એક શક્તિશાળી પ્રેરણા બની શકે છે.

સહાયક સહાધ્યાયીઓનું જૂથ પણ મહત્ત્વપૂર્ણ છે. તે સૌહાર્દની લાગણીને વધારી શકે છે, તૈયારીના તબક્કાની એકલતા ઘટાડે અને વધુ આકર્ષક બનાવે છે. સહાધ્યાયી ચર્ચાઓના જટિલ મુદ્દાઓની સમજ વધારી શકે છે, શંકાઓને દૂર કરી શકે છે, જ્ઞાનને એકીકૃત કરી શકે છે અને તમારા મગજના ખ્યાલોને મજબૂત કરી શકે છે. સાથી ઉમેદવારો સાથેની વાતચીત નવા પરિપ્રેક્ષ્ય અને સમજણ પ્રદાન કરી શકે છે જે તમે કદાચ ધ્યાનમાં ન લીધી હોય.

શ્રુતિ જામિયા ખાતે ઉમેદવારોના નાના જૂથમાં જોડાઈ જેઓ સાથે મળીને જવાબ-લેખનની પ્રેક્ટિસ કરતાં હતાં અને એકબીજાના જવાબોનું મૂલ્યાંકન કરતાં હતાં. આ સહયોગી અભિગમે તેમને એકબીજા પાસેથી શીખવામાં અને સામૂહિક રીતે તેમની કુશળતા સુધારવામાં મદદ કરી. તેણે નોંધો એકત્રિત કરવા અને શેર કરવા માટે ગૂગલ ડૉક્સનો પણ ઉપયોગ કર્યો. શ્રુતિ કહે છે, 'સારું ગ્રુપ રાખવાથી ઘણી મદદ મળે છે; અમે એકબીજાના જ્ઞાનમાં વધારો કર્યો.'

તેવી જ રીતે, લવીશે ચર્ચા માટે એક નાનું સહાધ્યાયી જૂથ બનાવ્યું.

સારી તૈયારી કરવા માટે, તેઓ પરીક્ષા જેવી પરિસ્થિતિઓનું અનુકરણ કરતા હતા; તેઓ મૉક ટેસ્ટ માટે ચોક્કસ તારીખ અને સમય નક્કી કરતા હતા. લવીશે કહ્યું, 'કેટલીકવાર, જ્યારે તમે નિરાશા અનુભવો છો અને હાર માનવાનું વિચારો છો, ત્યારે આના જેવું સહાધ્યાયી ગ્રુપ તમને પ્રેરિત રાખે છે. તમે એકબીજા પાસેથી શીખો છો અને એકબીજાને આગળ ધપાવતા રહો છો.'

કોચિંગ અથવા સ્વ-અભ્યાસ

કોચિંગ ઇન્સ્ટિટ્યૂટમાં જોડાવું કે નહીં તે પ્રશ્ન ખૂબ જ મહત્ત્વપૂર્ણ છે, જે ઘણા IAS ઉમેદવારોને મુશ્કેલીમાં મૂકે છે. સત્યમ શરૂઆતમાં એક કોચિંગ ઇન્સ્ટિટ્યૂટમાં ગયો, પરંતુ ટૂંક સમયમાં જ સમજાયું કે તે પોતાનો ખાસ્સો એવો સમય જ બગાડી રહ્યો છે. તેણે કોચિંગ અભ્યાસક્રમોથી આગળ રહેવાનું નક્કી કર્યું અને માત્ર તે જ વર્ગોમાં હાજરી આપી જેમાં એ વિષયો શીખવવામાં આવતા હતા, જે તેને સ્વ-અભ્યાસમાં પડકારરૂપ જણાયા હતા. સત્યમે જોયું કે ઘણા કોચિંગ શિક્ષકો વાર્તાઓ, ટુચકાઓ અને ઘટનાઓ કહેવામાં ઘણો સમય બગાડે છે, જે તેને નકામું લાગ્યું.

એ જ રીતે, લવીશને કેટલાક વર્ગોમાં હાજરી આપ્યા પછી અને પાછલાં વર્ષોના પ્રશ્નોનું વિશ્લેષણ કર્યા પછી UPSC દ્વારા પૂછવામાં આવેલા પ્રશ્નો અને કોચિંગ અભ્યાસક્રમ વચ્ચે તફાવત જોવા મળ્યો. તેણે કોચિંગ ક્લાસમાં પોતાની હાજરી ઓછી કરી અને સંબંધિત ઑનલાઇન લેક્ચર્સ પર વધુ આધાર રાખ્યો.

અંજલિએ સંપૂર્ણ સ્વ-અભ્યાસ કરીને જીત મેળવી. શ્રુતિને કોચિંગ ક્લાસ પણ તેના મોટા કદ અને અપ્રસ્તુત ચર્ચાઓને કારણે બિનસહાયક જણાયા. તેણે કહ્યું, 'એક સામાન્ય માન્યતા છે કે જો તમે સીએસઈ માટે પરીક્ષા આપવા માંગતા હો, તો તમારે કોચિંગ સંસ્થામાં જવું પડશે. પરંતુ આ સાચું નથી. તમે અન્ય સ્રોતોમાંથી પણ માર્ગદર્શન મેળવી શકો છો.'

બીજી તરફ, વસીમને તેની કોચિંગ સંસ્થાના કોચિંગ ક્લાસ અને મેન્ટરશિપ પ્રોગ્રામ્સથી ઘણો ફાયદો થયો. ભરત અને મિન્નૂ ખાસ કરીને પોતાના વૈકલ્પિક વિષયો માટે કોચિંગ ક્લાસમાં જતા હતા.

સફળ ઉમેદવારો સાથેની ચર્ચાઓ અને વ્યાપક સંશોધનો દર્શાવે છે કે સીએસઈમાં સફળતા માટે કોચિંગ સેન્ટરમાં અભ્યાસ કરવો જરૂરી નથી. કોચિંગ ક્લાસમાં ગયા વિના પણ UPSC પાસ કરવાનું લક્ષ્ય હાંસલ કરવું શક્ય છે. ઉમેદવારો સફળ ઉમેદવારોના બ્લોગ્સ, ઑનલાઇન વિડિયો અને પરીક્ષાના વિવિધ તબક્કામાં લાયકાત ધરાવતા લોકો સાથેની ચર્ચાઓમાંથી માર્ગદર્શન લઈ શકે છે. તદુપરાંત, જેઓ કોચિંગમાં જોડાવા માંગે છે, પરંતુ તેનો ખર્ચો ઉઠાવી શકતા નથી તેઓ સરકાર પ્રાયોજિત કોચિંગ વર્ગોનો લાભ લઈ શકે છે. કેટલીક રાજ્ય સરકારો ખાનગી એકેડેમીમાં અભ્યાસ કરવા માટે લાયકાત ધરાવતા વિદ્યાર્થીઓને શિષ્યવૃત્તિ પણ આપે છે.

જો કે ઉમેદવારોએ સાવધ રહેવું જોઈએ અને ટોપર્સ અથવા વ્યક્તિઓ કે જેઓ વિડિયો અને સામગ્રી ઑનલાઇન પોસ્ટ કરે છે તે પ્રત્યે આંખ આડા કાન ન કરવા જોઈએ. સ્વયં-ઘોષિત UPSCના 'નિષ્ણાતો', જેઓ ઘણીવાર કોચિંગ સેન્ટરોમાં, ચાની દુકાનોમાં, યુ-ટ્યૂબ પર, પુસ્તકાલયોમાં અને અન્ય સ્થળોએ જોવા મળે છે, તેઓ કહેવાતી સાચી વ્યૂહરચના કહીને ઉમેદવારોને ગેરમાર્ગે દોરી શકે છે. તમારા પોતાના વિશ્લેષણ, રુચિઓ, શક્તિઓ અને નબળાઈઓના આધારે વ્યક્તિગત વ્યૂહરચના ઘડવી મહત્ત્વપૂર્ણ છે.

પરીક્ષાના દિવસ માટે ટિપ્સ

તમે ગમે તેટલી મહેનતથી તૈયારી કરી હોય, તમારી અંતિમ સફળતા પરીક્ષાના દિવસે તમારા પ્રદર્શન પર નિર્ભર કરે છે. દબાણ વધવું સ્વાભાવિક છે અને ઘણા ઉમેદવારો ચિંતામાં ડૂબેલા હોય છે અને રાત પહેલા ઊંઘી શકતા નથી, જે મહિનાના સખત અભ્યાસને નબળો પાડી શકે છે. આ દબાણનો સામનો કરવો અને ચિંતા ઓછી કરવી મહત્ત્વપૂર્ણ છે. તમારી જાતને યાદ કરાવો કે તમે આ સંઘર્ષમાં એકલા નથી - દરેક ઉમેદવાર પરીક્ષાના ડરનો સામનો કરે છે. તમારી જાતને આશ્વાસન આપતા રહો કે તમે સખત મહેનત કરી છે અને તમે સફળ

થવાને લાયક છો. તમે સારી શારીરિક સ્થિતિમાં અને માનસિક રીતે કેન્દ્રિત છો તેની ખાતરી કરવા માટે પરીક્ષાની આગલી રાત્રે સારી ઊંઘ લેવાનું લક્ષ્ય રાખો.

પરીક્ષાના પહેલાના દિવસોમાં તમારી દિનચર્યાને વ્યવસ્થિત કરવી જરૂરી છે. સત્યમ અને લવીશ જેવા કેટલાક ઉમેદવારો આખી રાત અભ્યાસ કરતા હતા અને દિવસે સૂઈ જતા હતા. અલબત્ત, જો તમે રાત્રે અભ્યાસ કરો છો, તો તમારે પરીક્ષાના થોડા દિવસો પહેલાં તમારા શરીરની ઘડિયાળને વ્યવસ્થિત કરવાની જરૂર પડશે જેથી તમે પરીક્ષા દરમિયાન જાગ્રત અને સતર્ક રહો.

પરીક્ષાના એક દિવસ પહેલાં તમારું એડમિટ કાર્ડ અને આઈડી તૈયાર રાખો, જેથી છેલ્લી ક્ષણે કોઈ ઉતાવળ કે ગભરામણ ન થાય. સત્યમને તેના મેઇન્સના પેપરની સવારે જ્યારે પોતાનું એડમિટ કાર્ડ અને આધાર કાર્ડ ન મળ્યું ત્યારે તે તણાવમાં હતો. આનાથી સમયનો પણ બગાડ થયો અને તેનું બ્લડ પ્રેશર વધી ગયું, તેની એકાગ્રતા પર અસર પડી. ગભરામણમાં તે તે દિવસના પેપર માટે યાદ કરેલાં અવતરણો, ઉદાહરણો અને આંકડાઓ ભૂલી ગયો.

જો તમે એવી જગ્યાએ રહેતા હો કે જ્યાં સિવિલ સર્વિસના ઉમેદવારોની સંખ્યા ઘણી હોય, તો પરીક્ષા કેન્દ્ર સુધી વાહનવ્યવહારની વ્યવસ્થા અગાઉથી કરો. અન્ય ઉમેદવારો ઉપલબ્ધ ઓટો અને ટેક્સીઓ અગાઉથી બુક કરાવી શકે છે. જેનાથી છેલ્લી ઘડીએ વાહનવ્યવહારનાં સાધનો શોધવામાં મુશ્કેલી આવી શકે છે. આ તે પડકાર હતો જેનો વસીમે સામનો કર્યો હતો અને પરિવહનના સાધનોના અભાવને કારણે, તે તેની પ્રારંભિક પરીક્ષા લગભગ ચૂકી ગયો હતો.

પરીક્ષાના દિવસે, પૂરતું પાણી પીઓ, ઊંડો શ્વાસ લો, ધ્યાન કરો અને પ્રાર્થના કરવાથી મદદ મળતી હોય તો તે કરો. લખતી વખતે તણાવમુક્ત રહો અને સંપૂર્ણ એકાગ્રતા જાળવી રાખો. દબાણ હેઠળ સારું પ્રદર્શન કરવા માટે શાંત અને કેન્દ્રિત મન રાખવું મહત્ત્વપૂર્ણ છે.

યાદ રાખો, તમે સખત મહેનત કરીને તમારી જાતને આ ક્ષણ માટે તૈયાર કરી છે. આત્મવિશ્વાસ રાખો, પોતાની તૈયારી પર વિશ્વાસ રાખો

અને સકારાત્મક માનસિકતા સાથે પરીક્ષા આપો. તમારું સમર્પણ અને દૃઢતા ફળ આપશે.

સફળતાના મુખ્ય મંત્રો

મહત્ત્વની તૈયારીની વ્યૂહરચનાઓની ચર્ચા કર્યા પછી, ચાલો હવે નીચેની આકૃતિમાં બતાવ્યા પ્રમાણે કેટલાક મુખ્ય સફળતાના મંત્રો જોઈએ:

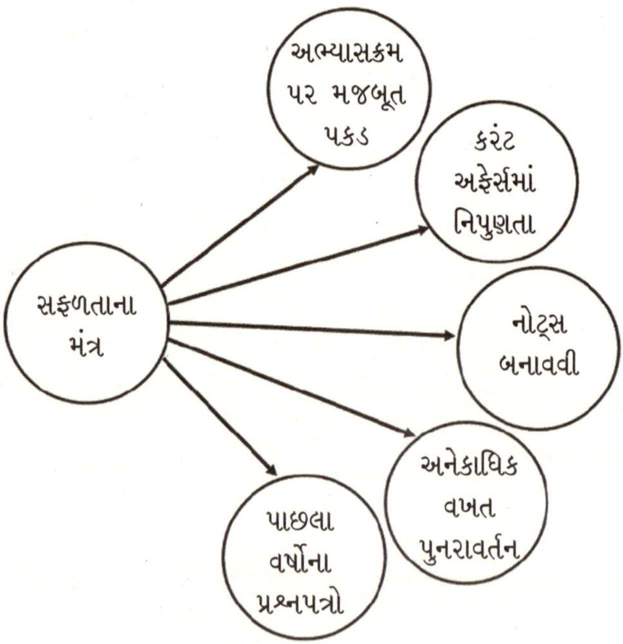

અભ્યાસક્રમ પર પકડ

સીએસઈમાં નિપુણતા મેળવવા માટે તેના વ્યાપક અભ્યાસક્રમની સમજ જરૂરી છે. UPSC પ્રિલિમ્સ માટે વિષયોની વ્યાપક સૂચિ પ્રદાન કરે છે, જ્યારે મુખ્ય પરીક્ષા માટે વિષયોની વિશાળ શ્રેણીને આવરી લેતો વિગતવાર અભ્યાસક્રમ આપે છે. તમારું પ્રથમ મહત્ત્વનું પગલું એ છે કે

દરેક વિષય અને પેટા વિષય પર ધ્યાન આપીને અભ્યાસક્રમને ધ્યાનપૂર્વક વાંચો અને ફરીથી વાંચો. આ સંપૂર્ણ પરિચય અસરકારક અને લક્ષિત અભ્યાસનો આધાર બનાવે છે.

પરીક્ષાના તમામ પ્રશ્નો અભ્યાસક્રમ પર આધારિત છે, તેથી વ્યૂહાત્મક રીતે અભ્યાસ કરવો એ પરીક્ષામાં સફળ થવાની ચાવી છે. અસંખ્ય સ્રોતોને ધ્યેય વિના વાંચવું જોખમી છે. IAS ટોપર્સ માત્ર અભ્યાસક્રમનો અભ્યાસ કરતા નથી; તેઓ તેને જીવે છે. આ સતત પુનરાવર્તન, પ્રેરણા અને માર્ગદર્શક બંને તરીકે કામ કરે છે.

પ્રથમ નજરમાં અભ્યાસક્રમનો સંપૂર્ણ વ્યાપ જબરજસ્ત લાગે છે, પરંતુ તેના કદથી ડરશો નહીં. માઉન્ટ ઍવરેસ્ટ પર ચઢવાની જેમ જ સફળતા પણ એક પછી એક પડાવ પાર કરવાથી મળે છે. દરેક પુનરાવર્તન પડકારને સરળ બનાવે છે. અભ્યાસક્રમને જ્ઞાનનો ખજાનો ગણો જે એક-એક પરત ઊઘડતાં ખૂલે છે, નવાં પરિપ્રેક્ષ્યો અને સમજણ પ્રગટ કરે છે.

દરેક પેપરના અભ્યાસક્રમને સારી રીતે વાંચીને, વિશ્લેષણ કરીને, આત્મસાત્ કરીને અને યાદ રાખીને, તમે તૈયારી માટે સ્પષ્ટ નકશો બનાવી શકો છો અને તમારા સમયનો કાર્યક્ષમ ઉપયોગ સુનિશ્ચિત કરી શકો છો. આ તમને સમજવામાં મદદ કરે છે કે શું વાંચવું મહત્ત્વપૂર્ણ છે અને શું છોડી શકાય છે. અભ્યાસક્રમની મજબૂત પકડ તમને અપ્રસ્તુત અને સંબંધિત માહિતી વચ્ચે તફાવત કરવાનું શીખવે છે. તે તમને એ સમજવામાં પણ મદદ કરે છે કે તમે વાંચો છો તે સામગ્રી - સમાચારપત્ર, સામયિકો, લેખો અથવા પુસ્તકો - અભ્યાસક્રમના સંબંધિત ભાગો સાથે કેવી રીતે જોડવી. અસરકારક નોંધ લેવા અને પુનરાવર્તન માટે આ સમજ અમૂલ્ય છે.

તમારા અભ્યાસની જગ્યામાં સ્પષ્ટપણે અભ્યાસક્રમ લગાવી દો; દરરોજ સવારે સૌપ્રથમ તેને જુઓ. તેને સતત જોવાથી તમારું ધ્યાન કેન્દ્રિત રહે છે. આ તમને વિષયો યાદ રાખવામાં અને તેને વર્તમાન ઘટનાઓ સાથે જોડવામાં મદદ કરે છે. પડકારરૂપ વિષયોને વહેલા ઓળખો અને તેનો સામનો કરવા માટે વ્યૂહરચના તૈયાર કરો.

કરંટ અફેર્સમાં નિપુણતા મેળવવી

કરંટ અફેર્સ એ અભ્યાસક્રમનો એક મહત્ત્વપૂર્ણ અને પ્રગતિશીલ વિભાગ છે. તમામ સીએસઈ પેપર્સમાં તેની વ્યાપક હાજરીને કારણે, તે પર્યાપ્ત ધ્યાન અને સમયને પાત્ર છે. તમારા જવાબો અને નિબંધોમાં વર્તમાન બાબતોની સમજણનો સમાવેશ કરો. આ તેની ઊંડાઈ અને સુસંગતતામાં વધારો કરે છે, સમયસર અભિગમને પ્રોત્સાહન આપે છે, વાસ્તવિક-વિશ્વની અસરોની ઊંડી સમજણ દર્શાવે છે અને તમારા શબ્દભંડોળ અને અભિવ્યક્તિમાં સુધારો કરે છે. દરેક IAS ટોપર આપણને નવીનતમ રાષ્ટ્રીય અને આંતરરાષ્ટ્રીય વિકાસથી વાકેફ રહેવાનું મહત્ત્વ જણાવે છે.

વિવિધ કોચિંગ સંસ્થાઓ સમયાંતરે સમકાલીન વિષયો પર સંકલન પ્રકાશિત કરે છે. જો કે, આ સંકલન ઉપલબ્ધ હોવા છતાં, આ પુસ્તકના સાતેય નાયકો અને નાયિકાઓએ પ્રારંભિક અને મુખ્ય પરીક્ષાની તૈયારી દરમિયાન દરરોજ ઓછામાં ઓછું એક અખબાર અને ઇન્ટરવ્યૂ માટે બે અખબારો વાંચવાની સલાહ આપી હતી. તેમણે ભારપૂર્વક જણાવ્યું હતું કે અખબારો વાંચવાનો કોઈ વિકલ્પ નથી.

વર્તમાન બાબતો પર માસિક મૅગેઝિન વાંચવાની પણ સલાહ આપવામાં આવે છે. કેટલાક ઉમેદવારો સમાચાર વિશ્લેષણ પોડકાસ્ટ જોઈને અથવા દૈનિક અપડેટ્સ માટે પ્રતિષ્ઠિત ઑનલાઇન પ્લૅટફૉર્મ બ્રાઉઝ કરીને પોતાના વર્તમાન બાબતોના જ્ઞાનમાં વધારો કરે છે. જો કે ઉમેદવારોએ પ્રારંભિક અને મુખ્ય પરીક્ષાની તૈયારી દરમિયાન દૈનિક અખબાર વાંચવામાં એક કલાકથી વધુ સમય ફાળવવો જોઈએ નહીં. માત્ર સમાચાર પર નહીં, મુદ્દાઓ પર ધ્યાન કેન્દ્રિત કરવું જોઈએ. સમાચારમાં કોઈ મુદ્દો શા માટે છે તે સમજો, તેની પૃષ્ઠભૂમિ, તેની વર્તમાન સ્થિતિ, મુદ્દાની વિવિધ બાજુઓ, સંબંધિત તકો અને પડકારો અને આગળના માર્ગ વિશે સૂચનો અથવા અભિપ્રાયો ધ્યાનમાં લો. વધુમાં, સંબંધિત આંકડાઓ પણ નોંધો.

નોટ્સ દ્વારા સફળતાની પટકથાનું આલેખન

અસરકારક નોટ્સ બનાવવી એ IAS ઉમેદવારો માટે સફળતાનો આધાર છે. નોંધો માત્ર માહિતીનો ભંડાર જ નથી, પરંતુ વિચારોને વ્યવસ્થિત કરવા, સમજને એકીકૃત કરવા અને કાર્યક્ષમ મેમરી અને પુનરાવર્તનની ખાતરી કરવા માટે એક શક્તિશાળી સાધન તરીકે પણ કામ કરે છે. સંશોધન દર્શાવે છે કે ટાઇપ કરવાને બદલે હાથ વડે લખવાથી યાદશક્તિમાં નોંધપાત્ર સુધારો થાય છે, કારણ કે તેમાં સંજ્ઞાનાત્મક પ્રક્રિયા સામેલ છે.

વિવિધ સ્રોતોમાંથી મુખ્ય મુદ્દાઓ, ખ્યાલો, હકીકતો, વધુમાં વધુ ઉદાહરણો સાથે ભેગા કરો; તેને સંક્ષિપ્ત અને હેતુપૂર્ણ રાખો. IAS ટોપર્સને વિવિધ સ્રોતોમાંથી માહિતી એકત્રિત કરીને UPSC અભ્યાસક્રમના કીવર્ડના આધારે નોંધો બનાવવાની સલાહ આપવામાં આવે છે. આ રીતે, તમામ સંબંધિત માહિતી ઘણી જગ્યાએ વિખરાયેલી નથી રહેતી, પરંતુ એક જ જગ્યાએ કેન્દ્રિત રહે છે.

જટિલ મુદ્દાઓને સરળ બનાવવા, મેમરીમાં મદદ કરવા અને તમારા જવાબોની ગુણવત્તા વધારવા માટે બુલેટ પોઇન્ટ, ડ્રોઇંગ, નકશા, ફ્લો ચાર્ટ અને માઇન્ડ મેપ્સનો ઉપયોગ કરો. નોંધોમાં મુખ્ય મુદ્દાઓ, મહત્ત્વપૂર્ણ તથ્યો, સૂત્રો અને સંબંધિત ઉદાહરણોનો પણ સમાવેશ કરો. ઘણા ઉમેદવારો નોટબુકને બદલે ફાઈલો અથવા ફોલ્ડર્સ પસંદ કરે છે, કારણ કે આનાથી જેમ જેમ તૈયારી આગળ વધે તેમ વિષયમાં માહિતી ઉમેરવાનું સરળ બને છે.

આપણા સાત નાયકોમાંના એક મિન્નૂએ દરેક પેપર માટે વ્યાપક નોંધો તૈયાર કરી હતી. સત્યમે એકસાથે બે અથવા વધુ સ્રોતોમાંથી વાંચીને વિષય પર સમૃદ્ધ, વિગતવાર નોંધો બનાવી. તેણે રજિસ્ટરને બદલે છૂટક કાગળોનો ઉપયોગ કર્યો હતો. વસીમે કોચિંગ ક્લાસ દરમિયાન કાળજીપૂર્વક નોંધો તૈયાર કરી અને પછીથી તેને ઘરે વધુ સમૃદ્ધ બનાવવા માટે બાજુમાં જગ્યા છોડી દીધી.

શ્રુતિની સલાહ છે કે દરેક પુસ્તકમાંથી નોંધ ન બનાવો. તેના મતે, લક્ષ્મીકાંત અને સ્પેક્ટ્રમ જેવાં કેટલાંક પુસ્તકો સંક્ષિપ્ત અને નોંધો જેવા હતા. તેથી, પોતાની નોંધો બનાવવી નકામું કાર્ય હતું. તેના બદલે, તેણે

તેમના સ્રોતોમાંથી સીધું વાંચ્યું. તેણે પ્રથમ પાના પર અભ્યાસક્રમ સાથે પેપર મુજબની નોટબુક બનાવી. જ્યારે પણ તેને સંબંધિત લેખો, ડેટા અથવા માહિતી મળે ત્યારે તે તેને સંબંધિત કોર્સ શીર્ષક હેઠળ ચોંટાડી દેતી. આનાથી તેને દરેક વિષય પર માહિતી અને ડેટાનું સંકલન કરવામાં મદદ મળી.

વસીમે સ્વાતંત્ર્યસેનાનીઓ, દાર્શનિકો અને પ્રશાસકોની વ્યાખ્યાઓ, ઉદાહરણો અને અવતરણોનું ક્રમાનુસાર સંકલન કર્યું હતું. આનાથી પરીક્ષા દરમિયાન અવતરણો અને ઉદાહરણો ઝડપથી યાદ કરવાનું સરળ બન્યું.

પુનરાવર્તન (રિવિઝન) કરવાની શક્તિ

આટલા બધા વિષયો સાથેનો વિશાળ અને વૈવિધ્યસભર અભ્યાસક્રમ જોતાં ઉમેદવારો સમય જતાં અભ્યાસ કરેલી સામગ્રી ભૂલી જાય તે સ્વાભાવિક છે. વારંવાર અને સંપૂર્ણ પુનરાવર્તન માત્ર તમારી સમજને જ મજબૂત બનાવતું નથી, પણ તમને સફળ થવા માટે જરૂરી આત્મવિશ્વાસ પણ આપે છે. પુનરાવર્તન યાદ રાખવામાં મદદ કરે છે, સમજણને વધારે છે, વિભાવનાઓને મજબૂત બનાવે છે અને નબળા વિસ્તારોને ઓળખવામાં મદદ કરે છે. પુનરાવર્તન વિના, જ્ઞાન અસ્પષ્ટ થવાનું જોખમ વધે છે, જે મહિનાઓની સમર્પિત તૈયારીને નબળી પાડી શકે છે. તેથી ઉમેદવારો માટે સફળતાનો મહત્ત્વપૂર્ણ મંત્ર એ છે કે અનેકવાર પુનરાવર્તન કરવું.

IAS ટોપર્સની વ્યૂહરચનામાં રિવિઝન કેન્દ્રીય સ્થાન ધરાવે છે. તેના મહત્ત્વ પર ભાર મૂકતાં શ્રુતિએ કહ્યું, 'ફક્ત ઊંડા મૂળભૂત મુદ્દાઓ જ તમને પરીક્ષાના પડકારમાં મદદ કરે છે. તેથી જ એક કરતાં વધુ વખત પુનરાવર્તન અનિવાર્ય છે. કેટલી વાર પુનરાવર્તન કરવું તે વ્યક્તિની યાદશક્તિ અને ઉપલબ્ધ સમય પર આધાર રાખે છે.'

ઘણા ઉમેદવારો દરરોજ પુનરાવર્તનની પદ્ધતિ અપનાવે છે. તેઓ દરરોજ દિવસના અંતે જે વાંચે છે તેની સમીક્ષા કરે છે. આ શિક્ષણને મજબૂત બનાવે છે અને મહત્ત્વપૂર્ણ ખ્યાલો તાજા રહે તેની ખાતરી કરે છે. એનસીઈઆરટી પુસ્તકોનું એક વિષય પર સારી રીતે પકડ બેઠા પછી મૂળભૂત ખ્યાલોને મજબૂત કરવા ફરીથી વાચન એ એક સારી

વ્યૂહરચના છે. તે વિષયોના પુનરાવર્તનને પ્રાધાન્ય આપવાનું પણ મૂલ્યવાન છે જેમાં તમે ઓછો આત્મવિશ્વાસ અનુભવો છો.

ઉમેદવારો માટે મહત્ત્વપૂર્ણ શબ્દો, વ્યાખ્યાઓ, ઉદાહરણો અને સૂત્રો કાગળ પર લખવા તે એકદમ સામાન્ય છે, કારણ કે તેઓ વારંવાર સમીક્ષા અને યાદ રાખવા માટે આ પેપર્સને પોતાના અભ્યાસક્ષેત્રમાં ચોંટાડી દે છે. કેટલાક ઉમેદવારો ઝડપી એકાધિક વખત રિવિઝન કરવા અને સારી મેમરી માટે વિવિધ વિષયોમાં મહત્ત્વપૂર્ણ મુદ્દાઓ અને ડેટા પર ધ્યાન કેન્દ્રિત કરવા માટે સૂક્ષ્મ નોંધોના ટૂંકા સારાંશ પણ લખે છે.

પુનરાવર્તન કરતી વખતે નવીનતમ માહિતીનો સમાવેશ કરવાથી સ્પર્ધાત્મક પરીક્ષાઓમાં એક ધાર મળે છે. આ તમારા જવાબોને સુધારે છે, જેનાથી તમારી તૈયારી વધુ મજબૂત અને વ્યાપક બની જશે.

પાછલાં વર્ષોના પ્રશ્નો થકી UPSCની માનસિકતાને સમજવી

પાછલાં વર્ષોના પ્રશ્નોનો ભંડાર IAS ઉમેદવારો માટે કોઈ ખજાનાથી ઓછો નથી. આ પ્રશ્નોનું કાળજીપૂર્વક વિશ્લેષણ પરીક્ષાની પેટર્ન, પ્રારૂપ અને પુનરાવર્તિત વિષયો વિશે મહત્ત્વપૂર્ણ માહિતી આપી શકે છે. તે મુશ્કેલીના સ્તરને સમજવામાં, સૌથી ઉપયોગી અભ્યાસ સામગ્રીને ઓળખવામાં અને તમારી તૈયારીને પરીક્ષકોની અપેક્ષાઓ સાથે સંરેખિત કરવામાં પણ મદદ કરે છે. વધુમાં, તે તાજેતરના વલણોને સમજવામાં અને ઉચ્ચ મહત્ત્વના વિષયોને નિર્દેશિત કરવામાં મદદ કરે છે જેને પ્રાથમિકતા આપવાની જરૂર છે. પાછલાં વર્ષોમાં વારંવાર પુછાતા પ્રશ્નોનો સામનો કરવાની સંભાવના આ અભ્યાસને વધુ મહત્ત્વપૂર્ણ બનાવે છે.

અગાઉનાં વર્ષોના પ્રશ્નો પ્રિન્ટ અને ઑનલાઇન બંનેમાં સરળતાથી ઉપલબ્ધ છે, જે ઘણી વખત સગવડતા માટે વિષય પ્રમાણે વર્ગીકૃત કરવામાં આવે છે. મહત્ત્વાકાંક્ષી IAS ઉમેદવારોને છેલ્લાં પચીસ વર્ષના પ્રશ્નપત્રો તપાસવાની સલાહ આપવામાં આવે છે. વિષય પૂરો કર્યા પછી તરત જ આ પ્રશ્નોનો ઉકેલ લાવવાની એક સ્માર્ટ વ્યૂહરચના છે. આ અભિગમ માત્ર શીખવાની જ નહીં, પરંતુ વ્યક્તિની સજ્જતાનું વાસ્તવિક માપ આપીને આત્મવિશ્વાસ પણ વધારે છે.

અગ્રણી કોચિંગ સંસ્થાઓની વેબસાઇટ્સ પર દરરોજ પોસ્ટ કરવામાં આવતા પ્રશ્નોની પ્રેક્ટિસ કરવાથી પણ ઘણા ઉમેદવારો લાભ મેળવે છે.

પ્રારંભિક પરીક્ષા પાસ કરવી

મૉક ટેસ્ટ: પ્રારંભિક પરીક્ષા પાસ કરવાની ચાવી છે.

UPSC પ્રિલિમ પરીક્ષામાં સફળતા એક મહત્ત્વની પ્રેક્ટિસ પર આધારિત છે: મૉક ટેસ્ટ આપવી. તૈયારીના મહત્ત્વના ઘટક તરીકે મૉક ટેસ્ટ દરેક ઉમેદવાર માટે ફરજિયાત છે. તેથી ઉમેદવારોએ પૂરતી સંખ્યામાં મૉક ટેસ્ટ આપવા માટે પોતાના સમયપત્રકમાં પૂરતો સમય ફાળવવો જોઈએ. ઘણા ઉમેદવારો કોચિંગ સંસ્થાઓ દ્વારા ઑફર કરવામાં આવતી મૉક ટેસ્ટ શ્રેણી માટે નોંધણી કરાવે છે, આ મૉક ટેસ્ટ નિયમિતપણે આપે છે, પોતાના પ્રદર્શનનું મૂલ્યાંકન કરે છે, નબળા વિસ્તારોને સુધારે છે અને તે મુજબ તેમની અભ્યાસ યોજનાઓમાં જરૂરી ગોઠવણો કરે છે. ટેસ્ટ શ્રેણીમાં ભાગ લેવાથી ઉમેદવારોને પોતાના સાથીદારો સામે તેમની તૈયારીનું મૂલ્યાંકન કરવાની તક પણ મળે છે.

મૉક ટેસ્ટના જવાબોનું સ્વ-મૂલ્યાંકન કરતી વખતે, ખોટા જવાબો, પડકારજનક વિષયો અને અપૂરતી વિગતોને કારણે ચૂકી ગયેલા મુશ્કેલ પ્રશ્નોનું કાળજીપૂર્વક વિશ્લેષણ કરવું જરૂરી છે. ઉદાહરણ તરીકે, લવીશે ઘણી મૉક ટેસ્ટ આપી અને પોતાની ભૂલોનું કાળજીપૂર્વક વિશ્લેષણ કર્યું. તેણે ભૂલોનાં કારણો જોયાં: જ્ઞાનનો અભાવ, પ્રશ્નોને ખોટી રીતે વાંચવા અથવા અન્ય કારણો. એ જ રીતે, વસીમે શરૂઆતમાં દરેક વિષય પૂરો કર્યા પછી વિષયવાર મૉક ટેસ્ટ આપી, પોતાની ભૂલોનું વિશ્લેષણ કર્યું અને પોતાની સમજને મજબૂત કરવા માટે સામગ્રીની પુનઃવિચારણા કરી. કેટલાક ઉમેદવારો 'ભૂલોનું પુસ્તક' પણ રાખે છે, જેમાં ટેસ્ટ શ્રેણીમાં થયેલી ભૂલો કાળજીપૂર્વક નોંધવામાં આવે છે, જેથી તે ફરીથી ન થાય.

મૉક ટેસ્ટના ઘણા મહત્ત્વના ફાયદા છે. તે ઉમેદવારોને પરીક્ષાના ફૉર્મેટથી માહિતગાર કરે છે, પરીક્ષાની આદતો વિકસાવે છે, ઝડપ અને સચોટતામાં સુધારો કરે છે, સમય પ્રબંધનમાં વધારો કરે છે અને સુધારણા માટે જ્ઞાન અને ક્ષેત્રોમાં અંતરને પ્રકાશિત કરે છે. વસીમ

સહિત ઘણા IAS ટોપર્સે ચાલીસ-પિસ્તાલીસ ફૂલ-લેન્થ ટેસ્ટ આપી હતી. સિમ્યુલેટેડ, સમયસર વાતાવરણમાં આ કસોટીઓ લેવાથી સમય પ્રબંધન કૌશલ્યમાં વધારો થાય છે અને ઉમેદવારોને પરીક્ષાના તણાવનો સામનો કરવામાં મદદ મળે છે.

ભરતે મૉક ટેસ્ટનું મહત્ત્વ પણ રેખાંકિત કર્યું: 'મૉક ટેસ્ટ આપવાથી તમને તમારી તૈયારીની સ્થિતિનો ખ્યાલ આવે છે.' ધ્યાનમાં રાખો, ઉમેદવારોએ પોતાની તૈયારી પૂર્ણ થાય તે પહેલાં મૉક ટેસ્ટ આપવાનું ટાળવું જોઈએ, કારણ કે ઓછા માર્ક્સ આત્મવિશ્વાસ અને પ્રેરણાને અસર કરી શકે છે. સત્યમના કહેવા પ્રમાણે, 'પહેલા સખત અભ્યાસ કરો અને પુનરાવર્તન કરો, પછી મૉક ટેસ્ટ આપો. જે વિષયોમાં તમને ઓછા માર્ક્સ મળે છે તેના પર ફોકસ કરો અને તેમાં સુધારો કરો.'

સીએસએટીની ઉપેક્ષા કરવી ખતરનાક છે

UPSC પ્રિલિમ્સને પાસ કરવાની ઇચ્છમાં, ઘણા ઉમેદવારો એક મહત્ત્વપૂર્ણ ઘટકને અવગણે છે: જીએસ પેપર-2, જે સીએસએટી તરીકે વધુ જાણીતું છે. આ પેપર ક્વૉલિફાઇંગ છે, તેથી ઉમેદવારો ઘણીવાર તેને અવગણે છે. તેઓ ભૂલથી માની લે છે કે આ એક એવો નાનો અવરોધ છે કે જેના માટે ખાસ તૈયારીની જરૂર નથી. આ ભૂલ ન કરો, કારણ કે તે વિનાશક બની શકે છે. સીએસએટી પાસ કરવા માટે 200માંથી માત્ર 66 માર્ક્સ જરૂરી છે, પરંતુ તેના મહત્ત્વને ઓછું આંકવાથી ઘણા ઉમેદવારોના સપનાઓ પાટા પરથી ઊતરી ગયા છે. કેટલાક ઉમેદવારો કે જેમણે પરીક્ષાના ત્રણેય તબક્કાઓ પાસ કર્યા હતા તેઓ જ્યારે ફરીથી પોતાનો રેન્ક સુધારવા ગયા ત્યારે તેઓ સીએસએટીમાં નિષ્ફળ ગયા હતા. ઉદાહરણ તરીકે, મિન્નૂ જીએસ પેપર-1માં સારું પ્રદર્શન કરવા છતાં બે વાર પ્રિલિમ્સમાં પાસ કરવામાં નિષ્ફળ રહી, કારણ કે તેને સીએસએટીમાં ક્વૉલિફાઇંગ સ્કોર મળ્યો ન હતો.

તમારી તૈયારી દરમિયાન સીએસએટીને અવગણવા ઉપરાંત, પ્રિલિમ્સના દિવસે એકાગ્રતાનો અભાવ પણ તમને સીએસએટીમાં નિષ્ફળ બનાવી શકે છે. તે દિવસે જીએસ પેપર-1 અને સીએસએટી વચ્ચે

ત્રણ કલાકનો વિરામ હોય છે. આ સમય દરમિયાન, ઘણા ઉમેદવારો જીએસ-1માં પોતાના પ્રદર્શનનું વિશ્લેષણ કરતા રહે છે. આનાથી તેમની પ્રેરણા ઘટી શકે છે, જે પાછળથી તેમના સીએસએટી પ્રદર્શનને અસર કરી શકે છે.

મિન્નૂએ આનો અનુભવ જાતે જ કર્યો. તેણે પોતાના જીએસ-1 જવાબોનું મૂલ્યાંકન કરવા અને વિરામ દરમિયાન ઇન્ટરનેટ શોધવા પર એટલું ધ્યાન કેન્દ્રિત કર્યું કે તેનો મૂડ ખરાબ થઈ ગયો જેના કારણે તેણે સીએસએટીમાં બે વાર ખરાબ પ્રદર્શન કર્યું. વસીમે એ પણ અવલોકન કર્યું કે ઘણા ઉમેદવારોએ સીએસએટી પર ધ્યાન કેન્દ્રિત કરવાને બદલે જીએસ-1 પરીક્ષા પછી પોતાના પ્રદર્શનનું વિશ્લેષણ કરવામાં તેમનો કીમતી સમય વેડફ્યો હતો. કેટલીક કોચિંગ સંસ્થાઓ વિરામ દરમિયાન જીએસ-1 જવાબોની ચર્ચા કરતા વિડિયો પોસ્ટ કરીને આ વલણને આગળ ધપાવે છે.

સીએસએટીનું મુશ્કેલી સ્તર વધી રહ્યું છે, તેથી ઉમેદવારોએ આ પેપર પર યોગ્ય ધ્યાન આપવું જોઈએ. સત્યમ ચેતવણી આપે છે, 'સીએસએટી હવે આઈઆઈએમ દ્વારા લેવામાં આવતી કોમન એડ્મિશન ટેસ્ટ (સીએટી) જેવી બની રહી છે, જેમાં ઘણીબધી વિશ્લેષણાત્મક કુશળતા અને ગણિતની જરૂર પડે છે.' તેમની સલાહ સરળ છે: 'પ્રિલિમિનરી પરીક્ષાના ત્રણ મહિના પહેલાં અગાઉના વર્ષના સીએસએટી પેપરો પરીક્ષા જેવી સ્થિતિમાં ઉકેલો. જો તમે 100થી ઓછા માર્ક્સ મેળવો છો તો તમારે સીએસએટીની તૈયારી માટે થોડો વધુ સમય આપવો જોઈએ.'

સીએસએટીની તૈયારીમાં, પ્રારૂપને આરામદાયક બનાવવા માટે વ્યક્તિએ પાછલા વર્ષના પ્રશ્નપત્રો ઉકેલવા જોઈએ. જો મુશ્કેલીઓ ચાલુ રહે તો યુક્તિઓ અને શોર્ટકટ્સ શીખવા માટે મદદ લેવાની સલાહ આપવામાં આવે છે. વસીમ સૂચવે છે કે ઉમેદવારોએ અગાઉથી જ પ્રશ્નોના પ્રકારો ઓળખવા જોઈએ કે જે તેઓ અસરકારક રીતે ઉકેલી શકે. તે કહે છે કે ઉમેદવારોએ મુશ્કેલ પ્રશ્નો પર સમય બગાડવાને બદલે તે વિભાગો પર ધ્યાન કેન્દ્રિત કરવું જોઈએ જે તેઓ સરળતાથી

ઉકેલી શકે. મિન્નૂએ શક્તિઓ અને નબળાઈઓનું વિશ્લેષણ કર્યા પછી, સમજણ, તર્ક અને સરળ ગણિત પર ધ્યાન કેન્દ્રિત કર્યું, જ્યાં તેણે શ્રેષ્ઠતા મેળવી.

આમ, સીએસએટી માટે પર્યાપ્ત તૈયારી તેમજ તમારી શક્તિઓ પર વ્યૂહાત્મક ધ્યાન કેન્દ્રિત કરવું આવશ્યક છે, જેથી આ પેપર તમારા IAS બનવાના સપનાને તોડી ન શકે.

મેઇન્સમાં પાસ થવા માટે

યોગ્ય વૈકલ્પિક વિષય પસંદ કરો

IAS અધિકારી બનવાની તમારી શોધમાં યોગ્ય વૈકલ્પિક વિષય પસંદ કરવો એ એક મહત્ત્વપૂર્ણ પગલું છે. આ માટે કાળજીપૂર્વક વિચારણા અને વ્યૂહાત્મક આયોજનની જરૂર છે. 500 માર્ક્સ ધરાવતો વૈકલ્પિક વિષય ઉમેદવારના એકંદર સ્કોર અને IAS અધિકારી બનવાની તેની તકોને ઘણી અસર કરી શકે છે. તેનાથી વિપરિત, વિચાર્યા વિના લેવામાં આવેલ વૈકલ્પિક વિષય અયોગ્ય તણાવનું કારણ બની શકે છે અને ઉમેદવારોને એક અથવા વધુ પ્રયત્નો પછી વિષય બદલવા માટે દબાણ કરી શકે છે.

ભરતને યાદ કરો, જેણે શરૂઆતમાં જાતે જ ગૂગલ રિસર્ચના આધારે ભૂગોળ વિષય પસંદ કર્યો હતો. પછી તેને આ નિર્ણય પર પશ્ચાત્તાપ થયો અને તેના છેલ્લા પ્રયાસમાં તેણે પોતાનો વૈકલ્પિક વિષય બદલી નાખ્યો, ત્યારે જ તે સફળ થયો. લવીશને આવી જ સમસ્યાનો સામનો કરવો પડ્યો જ્યારે તેણે મિકેનિકલ એન્જિનિયરિંગનો અભ્યાસક્રમ તેના સ્નાતકના અભ્યાસ સાથે કેટલો મેળ ખાય છે તેની સંપૂર્ણ તપાસ કર્યા વિના પસંદ કર્યો.

બીજી તરફ, મિન્નૂએ ધોરણ-10થી અભ્યાસ કર્યો ન હોવા છતાં, તેના પ્રત્યેના સાચા પ્રેમને કારણે ભૂગોળ પસંદ કર્યું. અંજલિએ રાજ્યશાસ્ત્ર અને આંતરરાષ્ટ્રીય સંબંધો પસંદ કર્યા, જેનો અભ્યાસ કરવામાં તેણે આનંદ આવતો હતો અને કૉલેજમાં ગૌણ વિષય તરીકે તેનો અભ્યાસ

પણ કર્યો હતો. શ્રુતિ માટે ઇતિહાસ પસંદ કરવો સ્વાભાવિક હતો કારણ કે તે તેનો પ્રિય વિષય હતો અને કૉલેજમાં તેનો મુખ્ય વિષય પણ હતો. વસીમે તેની શક્તિ અને વિષયમાં રસનું કાળજીપૂર્વક મૂલ્યાંકન કર્યા પછી માનવશાસ્ત્ર પસંદ કર્યું.

વૈકલ્પિક વિષયની પસંદગી માટે ઘણાં પરિબળોની કાળજીપૂર્વક વિચારણા કરવાની જરૂર છે. ઉમેદવારોએ દરેક સંભવિત વિષય, અભ્યાસક્રમના હકારાત્મક અને નકારાત્મક પાસાંઓનું સંપૂર્ણ વિશ્લેષણ કરવું જોઈએ. વ્યક્તિએ પરીક્ષામાં વધુ ઊંડાણપૂર્વક જવું જોઈએ, પાછલા વર્ષના પ્રશ્નપત્રોની સમીક્ષા કરવી જોઈએ અને અભ્યાસસામગ્રીની ઉપલબ્ધતાનું મૂલ્યાંકન કરવું જોઈએ. ધ્યાનમાં લેવા જેવી બાબતો છે: વિષયમાં રસ, શૈક્ષણિક પૃષ્ઠભૂમિ, જીએસ પેપર સાથેના અભ્યાસક્રમની સમાનતા, પોતાની શક્તિઓ અને આરામ.

તમારો વૈકલ્પિક વિષય એવો હોવો જોઈએ કે જેનો તમને અભ્યાસ કરવામાં આનંદ આવે, ખાસ કરીને જ્યારે તમને જીએસ પેપરમાંથી વિરામની જરૂર હોય. એ વિષય પ્રત્યેનો જુસ્સાને વધારી શકે છે અને અભ્યાસપ્રક્રિયાને વધુ આનંદપ્રદ બનાવી શકે છે. વિષયમાં અગાઉનું જ્ઞાન અથવા શૈક્ષણિક અનુભવ સમય બચાવી શકે છે અને વધુ સારા સ્કોર્સ તરફ દોરી શકે છે. જીએસ પેપર સાથે વૈકલ્પિક વિષયના અભ્યાસક્રમની વધુ સમાનતા ફાયદાકારક બની શકે છે. આત્મવિશ્વાસ વધારવા અને પરીક્ષામાં સારું પ્રદર્શન કરવા વિષય સાથે તમારી શક્તિઓ અને સહજતાનું મૂલ્યાંકન કરવું મહત્ત્વપૂર્ણ છે.

IAS ટોપર્સ પ્રારંભિક પરીક્ષા પહેલા ઓછામાં ઓછા એક વખત વૈકલ્પિક વિષયનો અભ્યાસક્રમ પૂર્ણ કરવાની ભલામણ કરે છે. આ વ્યૂહરચના મહત્ત્વપૂર્ણ છે કારણ કે પ્રિલિમ્સ અને મેઇન્સ વચ્ચેનો સમયગાળો ખૂબ જ ટૂંકો છે, જેનો ઉપયોગ શરૂઆતથી સંપૂર્ણ અભ્યાસ કરવાને બદલે તેના પુનરાવર્તન અને ગહન અભ્યાસ માટે થવો જોઈએ.

પોતાના લેખનકૌશલ્યને મઠારો

મુખ્ય પરીક્ષામાં સફળતા ફક્ત તમે જે જાણો છો તેના પર જ નહીં પરંતુ મર્યાદિત સમયમર્યાદામાં તમે તે જ્ઞાનને કેટલી અસરકારક રીતે વ્યક્ત શકો છો તેના પર પણ આધાર રાખે છે. દરેક પેપરને સમયસર પૂર્ણ કરવું એ એક મુશ્કેલ પડકાર છે, જેમાં માત્ર ઝડપ જ નહીં, પણ વિચારોને સુસંગત રીતે વ્યક્ત કરવાની ક્ષમતા પણ જરૂરી છે. તેથી, મુખ્ય પરીક્ષામાં સફળતા માટે ઉત્તમ લેખનકૌશલ્ય મહત્ત્વપૂર્ણ છે.

શ્રુતિ કહે છે, 'એકવાર તમારી પાસે મૂળભૂત અભ્યાસસામગ્રી હોય, તો જવાબ લખવો એ તૈયારી કરવાનો એકમાત્ર રસ્તો છે. ભલે તમારી પાસે ગમે તેટલું જ્ઞાન હશે, પણ જો તમે જવાબો બરાબર લખી ન શકો તો તેનો કોઈ ફાયદો નથી.'

લેખનકૌશલ્ય રાતોરાત વિકસિત થતું નથી. આ માટે લાંબા સમય સુધી સતત અભ્યાસની જરૂર છે. નિયમિત જવાબ લેખન સત્રો ઉમેદવારોને તેમની વિશ્લેષણાત્મક વિચારસરણી સુધારવામાં, વિચારોને સ્પષ્ટ રીતે વ્યક્ત કરવામાં, દલીલોને તાર્કિક રીતે રજૂ કરવામાં અને વિષયના જ્ઞાનને એકીકૃત કરવામાં મદદ કરે છે. જેનાથી તમે દરેક પ્રશ્નના મુખ્ય પાસાઓ પર ધ્યાન કેન્દ્રિત કરી શકો છો અને નિર્ધારિત સમયની અંદર અસરકારક રીતે તમારા જવાબો રજૂ કરી શકો છો.

જવાબ લખવાની પ્રેક્ટિસ અને જવાબોનું સ્વ-મૂલ્યાંકન પણ સામગ્રીની સારી યાદશક્તિને પ્રોત્સાહન આપે છે, વિષયની સમજણમાં સુધારો કરે છે, સમય વ્યવસ્થાપન કૌશલ્યને વધારે છે અને આત્મવિશ્વાસ વધારતી વખતે શબ્દમર્યાદાનું પાલન કરવામાં મદદ કરે છે. શ્રુતિની પુનરાવર્તન વ્યૂહરચના લેખનની આસપાસ કેન્દ્રિત હતી. 'જવાબો લખ્યા પછી હું મારી નોંધો સાથે બેસીને સ્વ-મૂલ્યાંકન કરતી હતી અને જોતી કે હું બીજું શું ઉમેરી શકું અથવા મારા જવાબો કેવી રીતે વધુ સારી રીતે લખી શકું.' તેણે પાછલા વર્ષના ટોપર્સની ઉત્તરવહીઓનો પણ અભ્યાસ કર્યો અને તેમના જવાબોમાંથી સારી બાબતો નોંધી હતી.

ઉમેદવારોને સલાહ આપવામાં આવે છે કે તૈયારીની શરૂઆતમાં જ જવાબ લખવાની પ્રેક્ટિસ શરૂ કરો. એનસીઈઆરટી પુસ્તકોમાં આપેલા

પ્રશ્નોના જવાબો લખીને શરૂઆત કરો. જેમ જેમ તમારી તૈયારી આગળ વધે, પાછલા વર્ષોના પ્રશ્નોનો અભ્યાસ કરો. કેટલાક ઉમેદવારો દરરોજ દસ પ્રશ્નોના જવાબ લખવાની ટેવ પાડે છે. કોચિંગ સેન્ટરો દ્વારા તેમને આપવામાં આવેલા મોડલ જવાબોમાંથી પણ શીખવું જોઈએ અને પોતાની વિશ્લેષણાત્મક અને વિવેચનાત્મક ક્ષમતાઓને વધારવામાં ધ્યાન આપવું જોઈએ.

જો તમને તે પરવડી શકે, તો પ્રતિષ્ઠિત કોચિંગ ઇન્સ્ટિટ્યૂટની મેઇન્સ ટેસ્ટ સિરીઝમાં જોડાઓ અને તમને મળેલા પ્રતિસાદ પર કામ કરો. વાસ્તવિક પરીક્ષાની સમાન સમયમર્યાદામાં ફૂલ-લેન્થના પેપરોની પ્રેક્ટિસ કરીને તમારું પ્રદર્શન નોંધપાત્ર રીતે સુધરી શકે છે. પરીક્ષણ પૂર્ણ કર્યા પછી, પોતાના જવાબોની મૉડેલ જવાબો સાથે તુલના કરો, તમારી ખામીઓને ઓળખો અને તે મુજબ તમારી નોંધોમાં સુધારો કરો.

કેટલાક IAS ટોપર્સ સંપૂર્ણ તૈયારી કરવા માટે વાસ્તવિક પરીક્ષાના સતત બે દિવસ પહેલાં ચાર જીએસ પેપર આપવાનું સૂચન કરે છે. લવીશ અને તેના મિત્રોએ મુખ્ય પરીક્ષાના એક અઠવાડિયા પહેલા કોચિંગ સેન્ટરમાં સિમ્યુલેટરમાં ભાગ લીધો હતો. આ સિમ્યુલેટર પરીક્ષાના વાતાવરણ અને સમયપત્રકની નકલ કરે છે, જે વાસ્તવિક પરિસ્થિતિઓ જેવો જ અમૂલ્ય પ્રેક્ટિસ અનુભવ પ્રદાન કરે છે.

માળખું અને પ્રસ્તુતિની શક્તિ

લેખનની ઝડપ ઉપરાંત, તમારા જવાબોની સામગ્રી, માળખું અને પ્રસ્તુતિ તમારા નામને સફળ ઉમેદવારોની અંતિમ યાદીમાં ટોચ પર લઈ જઈ શકે છે. પ્રશ્નના દરેક ભાગની માંગણીઓને સમજવી મહત્ત્વપૂર્ણ છે. જો કે તમારા જવાબો અખબારોના સંપાદકીય ધોરણોને પૂર્ણ કરવા માટે જરૂરી નથી, તે સરળ, સુવ્યવસ્થિત, સુસંગત, સ્પષ્ટ અને સંક્ષિપ્ત હોવા જોઈએ, જેથી વૈચારિક સ્પષ્ટતા દર્શાવી શકાય. સ્પષ્ટ વાક્યો સાથે બુલેટ પોઇન્ટમાં લખવું વધુ સારું છે. ઓછી સ્પષ્ટતા સાથે વધુ મુદ્દાઓને આવરી લેવાને બદલે ઓછા મુદ્દાઓને સ્પષ્ટ અને અસરકારક રીતે રજૂ કરવું વધુ સારું છે.

સારો જવાબ સ્પષ્ટ પરિચયથી શરૂ થાય છે, જે સંદર્ભ પૂરો પાડે છે. આ વિષય પર સંક્ષિપ્ત પૃષ્ઠભૂમિ, સંબંધિત અવતરણ અથવા મુખ્ય શબ્દની વ્યાખ્યા હોઈ શકે છે. પરિચય તમારા બાકીના જવાબ માટે સ્ટેજ સેટ કરે છે અને તેમાં પ્રશ્નનો ભાવાર્થ સામેલ હોવો જોઈએ.

મુખ્ય ભાગમાં, ચોક્કસ પ્રશ્નને સીધો સંબોધિત કરો અને પ્રશ્નનાં તમામ પાસાંઓને આવરી લેતો વ્યાપક પ્રતિભાવ પ્રદાન કરો. આ પ્રશ્નને નવીન પેટા-શીર્ષકો સાથે વિભાગોમાં વિભાજિત કરીને લખી શકાય છે જેમાં પ્રશ્નના કીવર્ડ્સનો સમાવેશ થાય છે. સામાજિક, રાજકીય, આર્થિક અને પર્યાવરણીય જેવા વિવિધ ખૂણાઓથી મુદ્દાઓનું વિશ્લેષણ કરીને બહુપરિમાણીય પરિપ્રેક્ષ્ય વિકસાવો. પોતાના જવાબોમાં કેસ સ્ટડી અને ઉદાહરણો સામેલ કરો. વસીમ જેવા કેટલાક ઉમેદવારોએ પોતાના જવાબો સાથે બૉક્સમાં કેસ સ્ટડી પણ લખ્યો હતો. અંતે, આશાવાદી, ભવિષ્યોન્મુખી નિવેદન સાથે પોતાની વાત સમાપ્ત કરો.

જવાબોની યોગ્ય રજૂઆત મહત્ત્વપૂર્ણ છે, કારણ કે તે પરીક્ષકનું કામ સરળ બનાવે છે. આકર્ષક, વાંચી શકાય તેવા અને સમજી શકાય તેવા જવાબો બાકીના કરતાં અલગ દેખાય છે. ખાતરી કરો કે તમારા જવાબો સ્પષ્ટ શીર્ષક, બુલેટ પોઇન્ટ અને પર્યાપ્ત અંતર સાથે આકર્ષક લાગતા હોય. સંબંધિત પરિભાષા સામેલ કરો અને રેખાંકિત કરો. ઉદાહરણ તરીકે, નેતૃત્વ પરના કેસ સ્ટડીમાં 'પ્રેરણા' અને 'સહાનુભૂતિ' જેવા શબ્દોનો ઉપયોગ કરો અને સરળ ઓળખ માટે તેને રેખાંકિત કરો. મહત્ત્વપૂર્ણ મુદ્દાઓને રેખાંકિત કરવા માટે પણ તે ફાયદાકારક હોઈ શકે છે.

વર્તમાન ઘટનાઓ સાથે તમારા જવાબના મુખ્ય ભાગને જોડવાથી વ્યાપક ચિત્ર રજૂ કરવામાં મદદ મળે છે. અહેવાલો, સૂચકાંકો અને ડેટાનાં અવતરણો તમારા જવાબોને સમર્થન આપી શકે છે અને વિષયની સંપૂર્ણ સમજણ દર્શાવી શકે છે. આલેખ, રેખાંકનો, ફ્લૂ ચાર્ટ, નકશા અને કોષ્ટકોનો ઉદારતાપૂર્વક ઉપયોગ કરો. આ વસ્તુઓ માત્ર સમય બચાવતી નથી, પણ ડેટાને સ્પષ્ટ અને સંક્ષિપ્તમાં રજૂ કરે છે. કોષ્ટકો ડેટાને અસરકારક રીતે ગોઠવવામાં મદદ કરી શકે છે, જે પરીક્ષક

માટે માહિતી શોધવાનું સરળ બનાવે છે. નકશા આના આધારે પ્રશ્નોના જવાબ આપવા અને ડેટા અને તથ્યો રજૂ કરવા માટે ઉપયોગી છે. તમે રેખાંકનો અને ફ્લોચાર્ટમાં જે રજૂ કર્યું છે તેનું પુનરાવર્તન કરવાનું ટાળો; પૂરક માહિતી આપવા માટે ટેક્સ્ટ બૉક્સનો ઉપયોગ કરો.

નીતિશાસ્ત્ર (એથિક્સ)ના પડકારો પર કાબૂ મેળવવો

જીએસ પેપર-4 એટલે કે એથિક્સ પેપર એ મુખ્ય પરીક્ષાનો અનોખો ભાગ છે. તે માનવીય મૂલ્યો, જાહેર વહીવટમાં નીતિશાસ્ત્ર, વહીવટમાં જવાબદારી અને અખંડિતતા સહિતના વિષયોની વિશાળ શ્રેણીને આવરી લે છે. આ પેપર સફળતા માટે નૈતિક ખ્યાલોની ઝીણવટભરી સમજ પ્રદાન કરશે અને આ ખ્યાલોને વાસ્તવિક જીવનમાં લાગુ કરશે. વિવિધ પરિસ્થિતિઓમાં અરજી કરવાની ક્ષમતા અને સ્પષ્ટતા અને ઊંડાણ સાથે જવાબો રજૂ કરવાની કુશળતા જરૂરી છે.

કેસ સ્ટડીઝ એ એથિક્સ પેપરનો મહત્ત્વનો ભાગ છે. ઉમેદવારોને કેસ સ્ટડીઝ એવા આપવામાં આવશે જેમાં તેઓ વિષયની તેમની વ્યવહારિક સમજ દર્શાવતા, સમસ્યાઓ ઉકેલવા માટે નૈતિક સિદ્ધાંતો લાગુ કરી શકે છે. ઉત્કૃષ્ટ પ્રદર્શન કરવા માટે, ઉમેદવારોએ કેસ સ્ટડીઝનું વિશ્લેષણ કરવાની પ્રેક્ટિસ કરવી જોઈએ, તેમાં સામેલ નૈતિક દુવિધાઓને ઓળખવી જોઈએ, વિવિધ હિસ્સેદારોના પરિપ્રેક્ષ્યને ધ્યાનમાં લેવો જોઈએ અને સંતુલિત અને યોગ્ય ઉકેલો પ્રસ્તાવિત કરવા જોઈએ. વ્યક્તિગત આત્મનિરીક્ષણ અનન્ય સમજણ પ્રદાન કરી શકે છે અને જવાબોમાં ઊંડાણ ઉમેરી શકે છે.

વર્તમાન બાબતો, ખાસ કરીને શાસન, લોક-પ્રશાસન અને સામાજિક ન્યાય સંબંધિત મુદ્દાઓ સાથે અદ્યતન રહેવું મહત્ત્વપૂર્ણ છે. વાસ્તવિક જીવન, વર્તમાન ઘટનાઓ અને ઐતિહાસિક ઉદાહરણોનો સમાવેશ તમારા જવાબોને સમૃદ્ધ બનાવી શકે છે, જે પરીક્ષક માટે વધુ આકર્ષક અને પ્રભાવશાળી બને છે.

એથિક્સ પેપર માટે તમારી તૈયારીમાં સુધારો કરવા માટે વ્યવહારુ વ્યૂહરચના નોંધપાત્ર સુધારો કરી શકે છે. વાસ્તવિક જીવનનાં ઉદાહરણો અને અધિકૃત વ્યક્તિત્વોના સંદર્ભો તેમજ તમામ સંબંધિત કીવર્ડ્સ અને

મુખ્ય શબ્દસમૂહોની વ્યાખ્યાઓનું સંકલન બનાવવું અત્યંત મદદરૂપ થઈ શકે છે. ઉદાહરણ તરીકે, મિન્નૂએ દૈનિક સમાચારોમાં નૈતિક દૃષ્ટિકોણને ઓળખવાનું શરૂ કર્યું અને વિચાર્યું કે તે IAS તરીકે આ મુદ્દાઓ વિશે શું કરશે. તેણે રામાયણ અને મહાભારત જેવા સાંસ્કૃતિક મહાકાવ્યોના ઉદાહરણો અને વાર્તાઓ તેમજ બાઇબલ અને બુદ્ધના જીવન જેવા ધાર્મિક ગ્રંથો પણ યાદ રાખ્યા હતા.

સત્યમ અને ભરતે પોતાના અંગત જીવનમાંથી ઉદાહરણો એકત્રિત કર્યા અને વિવિધ મૂલ્યો માટે રોલ મૉડલની ઓળખ કરી. બીજી તરફ, શ્રુતિએ એક અલગ નોટબુક બનાવી રાખી હતી જેમાં તેણે તેની તૈયારી દરમિયાન સરળ સંદર્ભ માટે સંબંધિત શીર્ષકો હેઠળ પુસ્તકો, સામયિકો અથવા અખબારોના ઉદાહરણોને પ્રાસંગિક શીર્ષકમાં વ્યવસ્થિત કરતી હતી.

આકર્ષક નિબંધ તૈયાર કરવો

1993માં મેં સીએસઈમાં મારો પ્રથમ પ્રયાસ આપ્યો. આમાં મને નિબંધના પેપરની શરૂઆત સ્પષ્ટ રીતે યાદ છે. આ પેપર માત્ર સર્જનાત્મક લેખનકૌશલ્યનું પરીક્ષણ કરતું નથી. તે ઉમેદવારની વિવેચનાત્મક રીતે વિચારવાની, વિચારોને સ્પષ્ટ રીતે વ્યક્ત કરવાની અને વિવિધ મુદ્દાઓ પર સંતુલિત દૃષ્ટિકોણ રજૂ કરવાની ક્ષમતાનું મૂલ્યાંકન કરે છે. આકર્ષક નિબંધ તૈયાર કરવા માટે વ્યૂહાત્મક અભિગમની જરૂર છે, અભિવ્યક્તિની સ્પષ્ટતા સાથે સામગ્રીની ઊંડાઈને સંતુલિત કરવી.

ઉમેદવારોએ બે નિબંધો લખવાના રહેશે. ઉચ્ચ ગુણ મેળવવા માટે, આ નિબંધોમાં વ્યવસ્થિત વિચારસરણી, સુસંગત પ્રસ્તુતિ અને પસંદ કરેલા વિષયોની ઊંડી સમજણનો સારો સમન્વય હોવો જોઈએ. વિચારોને ઝડપથી ગોઠવવા અને ટૂંકા ગાળામાં અસરકારક રીતે લખવા માટે જરૂરી કૌશલ્યો વિકસાવવા માટે દાર્શનિક વિચારસરણીથી લઈને વર્તમાન મુદ્દાઓ સુધીના વિષયોની શ્રેણી પર નિયમિત અભ્યાસ કરવો જરૂરી છે.

સંબંધિત અને માહિતીપ્રદ નિબંધો લખવા માટે વૈશ્વિક અને રાષ્ટ્રીય બાબતોથી જાણકાર હોવું જરૂરી છે. આબોહવા પરિવર્તન, આતંકવાદ

અને મહિલા સશક્તિકરણ જેવા સદાબહાર વિષયો પર નોંધો તૈયાર કરવી અર્થપૂર્ણ છે. જૂથ સમીક્ષામાં જોડાવું અને માર્ગદર્શકો અથવા કોચિંગ સંસ્થાઓ પાસેથી પ્રતિસાદ મેળવવો પણ અમૂલ્ય હોઈ શકે છે. અગાઉના ટોપર્સના નિબંધોનું તેના બંધારણ, સામગ્રી અને પ્રસ્તુતિના આધારે વિશ્લેષણ કરો. આનાથી તમને જ્ઞાન મળી શકે છે અને તમારા પોતાના લેખન માટેનાં ધોરણો તરીકે કામ કરી શકે છે.

પરીક્ષાના દિવસે, એક મુદ્દો પસંદ કરો જેમાં તમે સારી રીતે પારંગત હો, જેથી તમે તેની વ્યાપક ચર્ચા કરી શકો અને બહુમુખી સમજણ દર્શાવી શકો. 'તમે લખવાનું શરૂ કરો તે પહેલાં રફ શીટ પર રૂપરેખા બનાવો', ભરત સલાહ આપે છે. આ એક સુવ્યવસ્થિત નિબંધ માટે મંચ તૈયાર કરે છે.

એક મજબૂત પરિચય સાથે પ્રારંભ કરો જે તમારી મુખ્ય દલીલને સ્પષ્ટપણે જણાવે છે. તમે મૂલ્યાંકનકર્તાનું ધ્યાન આકર્ષિત કરવા માટે સંબંધિત અવતરણ, આશ્ચર્યજનક હકીકત, પ્રશ્ન અથવા સંક્ષિપ્ત ટુચકાઓ સાથે પ્રારંભ કરી શકો છો. નિબંધનો મુખ્ય ભાગ ફકરાઓમાં વિભાજિત થવો જોઈએ; દરેક ફકરાએ ઉદાહરણો સાથે ચોક્કસ મુદ્દો અથવા દલીલ રજૂ કરવી જોઈએ. તાર્કિક પ્રવાહ જાળવવો મહત્ત્વપૂર્ણ છે, કારણ કે દરેક ફકરો આગલા ફકરા તરફ દોરી જાય છે. ઉપશીર્ષકનો ઉપયોગ જટિલ દલીલોને સરળ ભાગોમાં વર્ગીકૃત કરવા માટે થઈ શકે છે.

બનાવેલા મુખ્ય મુદ્દાઓનો સારાંશ આપીને અને વ્યાપક અસરો અથવા ભાવિ પરિપ્રેક્ષ્યો પર ભાર મૂકીને તમારી પૂર્વધારણાને નવા પ્રકાશમાં પુનરાવર્તિત કરીને નિષ્કર્ષ પ્રસ્તુત કરો. નિષ્કર્ષ નિબંધની મુખ્ય દલીલોને સુસંગત રીતે જોડીને કાયમી છાપ છોડતો હોય એવો હોવો જોઈએ.

સારા નિબંધને સાધારણ નિબંધથી જે અલગ કરે છે તે સામગ્રીની ઊંડાઈ અને વિશ્લેષણની ગુણવત્તા છે. એક મુદ્દા પર એક કરતાં વધુ પરિપ્રેક્ષ્ય રજૂ કરવું એ સર્વગ્રાહી સમજણ અને વિવેચનાત્મક વિચારસરણી દર્શાવે છે. સંબંધિત ઉદાહરણો, કેસ સ્ટડીઝ, ઐતિહાસિક સંદર્ભો અથવા વર્તમાન ઘટનાઓ ટાંકીને તમારી દલીલોને વધારો. શાસન, વિદેશનીતિ, કાયદો, રાજકારણ, અર્થતંત્ર અને સામાજિક સમાનતા જેવાં UPSCનાં

રસનાં ક્ષેત્રો સાથે આ વિષયોને જોડવાથી ઊંડાણ અને સુસંગતતા વધે છે.

તમારો અભિપ્રાય અધિકૃત સંશોધન અને તથ્યો પર આધારિત છે તે બતાવવા માટે વિશ્વસનીય સ્રોતોમાંથી ડેટા, આંકડા, અવતરણ અને અહેવાલોનો ઉપયોગ કરો. ઉદાહરણ તરીકે, સત્યમે શિક્ષણ, લૈંગિક સશક્તીકરણ અને આબોહવા પરિવર્તન જેવા વિવિધ મુદ્દાઓ પર સામાન્ય અવતરણો એકત્રિત કર્યા અને તેમના નિબંધોમાં તેનો યોગ્ય ઉપયોગ કર્યો.

અસરકારક સંચાર એ બીજું મહત્ત્વનું પાસું છે. સ્પષ્ટ, સંક્ષિપ્ત ભાષામાં લખો, વધારે પડતા શબ્દો અને વધુ પડતાં જટિલ વાક્યોને ટાળો. સમગ્ર નિબંધ દરમિયાન સુસંગત સ્વર જાળવો. ઔપચારિક અને અનૌપચારિક ભાષાને મિશ્રિત કરશો નહીં. સ્પષ્ટ રીતે લખો અને અન્ડરલાઇન અથવા મોટા અક્ષરોનો વધુ પડતો ઉપયોગ કરશો નહીં. બુલેટ પોઇન્ટનો ઉપયોગ હળવાશથી અને જ્યારે જરૂરી હોય ત્યારે જ કરો.

ભાષાના પેપર પર પણ ધ્યાન આપવું જોઈએ

મુખ્ય પરીક્ષામાં ભાષાના પ્રશ્નપત્રોનું મહત્ત્વ ઘણીવાર ઓછું આંકવામાં આવે છે. અંગ્રેજી અને નિર્ધારિત ભાષાનું પેપર ક્વૉલિફાઇંગ હોય છે, જેના કારણે ઘણા ઉમેદવારો સરળતાથી પાસ થઈ જશે એવું માનીને તૈયારી કરતા નથી. જો કે, આંકડા દર્શાવે છે કે લગભગ 10 ટકા ઉમેદવારો આ ભાષાકીય પેપરોમાં પાસ થતા નથી, જેના કારણે પ્રિલિમ્સ અને અન્ય મુખ્ય પેપર માટે તેમની બધી મહેનત વ્યર્થ જાય છે. જ્યારે તમે આ પેપર્સમાં નાપાસ થાઓ છો, ત્યારે તમારા અન્ય પેપરનું મૂલ્યાંકન કરવામાં આવતું નથી, જેનાથી સમગ્ર પ્રયત્નો વ્યર્થ જાય છે.

તેથી ઉમેદવારોએ ભાષાના પેપરોને ગંભીરતાથી લેવાની જરૂર છે, ખાસ કરીને જો તેઓએ ધોરણ-10 પછી ભાષાનો અભ્યાસ કર્યો ન હોય અથવા પોતાની યોગ્યતામાં વિશ્વાસ ન હોય. આપણા સાત નાયકો પૈકી, મિન્નૂએ તેની બીજી ભાષા તરીકે મલયાલમ પસંદ કરી. પોતાના નબળા ભાષાકૌશલ્યને ઓળખીને, તેણે તેની માતા અને તેની મિત્ર ઐશ્વર્યા

પાસેથી મદદ માંગી અને પુનઃ પકડ મેળવવા માટે અગાઉના વર્ષોના પ્રશ્નોનો ખંતપૂર્વક અભ્યાસ કર્યો. તેવી જ રીતે, વસીમ માત્ર ધોરણ-10 સુધી ઉર્દૂ ભણ્યો હતો, તેથી તેણે પોતાની કુશળતાને નિખારવા માટે તેની બહેન આરજૂ પાસેથી વ્યાકરણના પાઠ શીખ્યા હતા.

ઇન્ટરવ્યૂ બોર્ડને પ્રભાવિત કરવું

મુખ્ય પરીક્ષા પાસ કરવી એ એક મહત્ત્વપૂર્ણ સીમાચિહ્નરૂપ છે, પરંતુ પછી અંતિમ મુશ્કેલ અવરોધ આવે છેઃ વ્યક્તિત્વ કસોટી, જે સામાન્ય રીતે ઇન્ટરવ્યૂ તરીકે ઓળખાય છે. ઇન્ટરવ્યૂ વીસથી ત્રીસ મિનિટ સુધી ચાલે છે અને તે 275 માર્ક્સનું છે. IASમાં તમારો રેન્ક, સેવા ફાળવણી અને કેડર નક્કી કરવામાં તે મહત્ત્વપૂર્ણ ભૂમિકા ભજવે છે.

પ્રિલિમ્સ અને મેઇન્સથી વિપરીત, ઇન્ટરવ્યૂ એ જ્ઞાનની કસોટી નથી, પરંતુ તમારા વ્યક્તિત્વનું વ્યાપક મૂલ્યાંકન છે. ઇન્ટરવ્યૂ બોર્ડ સ્પષ્ટ અને વિવેચનાત્મક વિચારસરણી, વિશ્લેષણાત્મક ક્ષમતા, તાર્કિક રજૂઆત, સંતુલિત નિર્ણય, માનસિક હાજરી, રાજદ્વારી કૌશલ્ય, નેતૃત્વ, બૌદ્ધિક અને નૈતિક અખંડિતતા, આત્મવિશ્વાસ અને નાગરિક સેવાઓમાં કારકિર્દી માટે સમયની અનુકૂળતા જેવા ગુણોનું મૂલ્યાંકન કરે છે.

તમારે પોતાની રુચિઓ, શોખ, શિક્ષણ, કાર્ય અનુભવ, વૈકલ્પિક વિષયો અને અભ્યાસના ક્ષેત્રને લગતા પ્રશ્નોના જવાબ આપવા માટે તૈયાર રહેવું જોઈએ. વધુમાં, તમારા રાજ્ય અને વર્તમાન શહેર વિશે સામાન્ય રીતે પ્રશ્નો પૂછવામાં આવે છે. બોર્ડનો ઉદ્દેશ્ય તમારા વ્યક્તિત્વની ઊંડાઈ અને વિસ્તારનું મૂલ્યાંકન કરવાનો છે, તેની ખાતરી કરવા માટે કે તમારી પાસે સફળ વહીવટી કારકિર્દી માટે જરૂરી ગુણો છે કે કેમ.

ઇન્ટરવ્યૂને અસર કરતાં ઘણાં પરિબળો તમારા નિયંત્રણની બહાર હોય છે, જેમ કે તમારા ઇન્ટરવ્યૂનો સમય, પેનલની રચના, અધ્યક્ષનો મૂડ અને તે દિવસે ઇન્ટરવ્યૂના ક્રમમાં તમારી સ્થિતિ. આ તમામ ઉમેદવારોને સમાનરૂપે લાગુ પડતું હોવાથી, તેમના પર ધ્યાન ન આપવું શ્રેષ્ઠ છે. તેના બદલે તમારા નિયંત્રણમાં રહેલા પાસાઓ પર ધ્યાન કેન્દ્રિત કરો અને ખંતપૂર્વક તૈયારી કરો.

ચાલો, આ મુશ્કેલ પડકાર માટે કેવી રીતે તૈયારી કરવી તેની ટૂંકમાં ચર્ચા કરીએ.

ડીએએફ સોનાની ખાણ છે

પ્રારંભિક પરીક્ષામાં લાયકાત ધરાવતા ઉમેદવારોએ વિગતવાર અરજી ફોર્મ-1 (ડીએ એફ-1) સબમિટ કરવાનું હોય છે. જેઓ મુખ્ય પરીક્ષામાં લાયક ઠરે છે અને ઇન્ટરવ્યૂ માટે બોલાવવામાં આવે છે તેઓએ ડીએએફ-2 નામના અન્ય ફોર્મમાં વધારાની વિગતો પ્રદાન કરવાની હોય છે. આ ફોર્મ ઇન્ટરવ્યૂ બોર્ડને ઉમેદવાર વિશે વ્યાપક માહિતી પૂરી પાડે છે, જેમાં શૈક્ષણિક પૃષ્ઠભૂમિ, રહેઠાણનું સ્થળ, શોખ, કામનો અનુભવ, રસના ક્ષેત્રો, સિદ્ધિઓ, સેવા પસંદગીઓ, કેડર વિકલ્પો અને અન્ય વ્યક્તિગત વિગતોનો સમાવેશ થાય છે. ઇન્ટરવ્યૂ બોર્ડ ઘણીવાર ડીએએફ-1 અને ડીએએફ-2માં આપવામાં આવેલી માહિતીના આધારે પ્રશ્નો પૂછે છે. તેથી આ ફોર્મ પ્રામાણિકપણે અને અત્યંત કાળજી સાથે ભરવું જરૂરી છે.

એકવાર ડીએએફ ભરાઈ જાય, ઉમેદવારોએ પોતાના ડીએએફની કાળજીપૂર્વક સમીક્ષા કરવી જોઈએ અને ઉલ્લેખિત વિગતોથી ઉદ્ભવતા સંભવિત પ્રશ્નો માટે તૈયારી કરવી જોઈએ. આગળ, તમારા જવાબોમાંથી ઉદ્ભવતા સંભવિત પ્રશ્નોનો વિચાર કરો. આ પ્રશ્નોના સારી રીતે વિચારેલા જવાબો તૈયાર કરવા મહત્ત્વપૂર્ણ છે. શિક્ષણ અથવા રોજગાર વિગતોમાં કોઈ પણ અંતર માટે બુદ્ધિગમ્ય સમજૂતી તૈયાર હોવી પણ મહત્ત્વપૂર્ણ છે.

ઉદાહરણ તરીકે, સંરક્ષણ પૃષ્ઠભૂમિ ધરાવતા ઉમેદવારે સંરક્ષણ ક્ષેત્રમાં જરૂરી સુધારાઓ, વર્તમાન મુદ્દાઓ અને અન્ય સંબંધિત વિષયો પર ચર્ચા કરવા માટે તૈયાર રહેવું જોઈએ. તેવી જ રીતે, જો કોઈ ઉમેદવાર ક્રિકેટને તેના શોખ તરીકે વર્ણવે છે તો તેને રમતના નિયમો, ભારતીય ટીમના તાજેતરના પ્રદર્શન, રમતને લગતા વિવાદો અને ભારતીય ક્રિકેટ કંટ્રોલ બોર્ડ (BCCI)ની કામગીરીની સંપૂર્ણ સમજ હોવી જોઈએ.

કરંટ અફેર્સમાં નિપુણતા મેળવવી

સમકાલીન ઘટનાઓથી જાણકાર રહેવું એ ઇન્ટરવ્યૂની તૈયારીનો એક મહત્ત્વપૂર્ણ ઘટક છે. રાષ્ટ્રીય અને આંતરરાષ્ટ્રીય ઇવેન્ટ્સની વ્યાપક સમજ માત્ર તમારી જાગૃતિ જ નહીં, પણ સમકાલીન મુદ્દાઓ સાથે ગંભીરતાથી જોડાવા માટેની તમારી ક્ષમતા પણ દર્શાવે છે. તે નાગરિક સેવાઓમાં કારકિર્દીના બહુપક્ષીય પડકારો માટે તમારી સજ્જતાને પણ પ્રતિબિંબિત કરે છે.

ઉમેદવારોએ નવીનતમ માહિતી માટે દૈનિક અખબારો અને વર્તમાન બાબતોના સામયિકો વાંચવાની ટેવ વિકસાવવી જોઈએ. વર્તમાન સમાચાર વિશ્લેષણના પોડકાસ્ટ સાથે તમારા અભ્યાસને જોડો. આ ઉપરાંત ટેલિવિઝન ચૅનલો પર ચર્ચાઓ અને સમાચાર જોવાથી પણ સર્વાંગી પરિપ્રેક્ષ્ય મળશે. રાષ્ટ્રીય અને આંતરરાષ્ટ્રીય મુદ્દાઓ ઉપરાંત, તમારા ગૃહરાજ્ય, તમારા વૈકલ્પિક વિષય અને તમારા સ્નાતક વિષય સંબંધિત માહિતી હોવી મહત્ત્વપૂર્ણ છે.

વિવિધ મુદ્દાઓ, ખાસ કરીને વિવાદાસ્પદ મુદ્દાઓ પર અગાઉથી જાણકાર અભિપ્રાયો વિકસાવવાથી ઘણી મદદ મળશે. ઉમેદવારે આપેલ વિષયના અને અન્ય સંબંધિત મુદ્દાઓ વચ્ચે કનેક્શન બનાવવામાં સક્ષમ બનવું જોઈએ. જે ઇન્ટરવ્યૂ દરમિયાન ક્રૉસ-ક્વેશ્ચનિંગ સાથે વ્યવહાર કરવા માટે એક મહત્ત્વપૂર્ણ કૌશલ્ય છે. ઉદાહરણ તરીકે, જો અખબારના લેખમાં જાહેર હિસાબ સમિતિના અહેવાલની ચર્ચા કરવામાં આવે તો ઉમેદવારે તરત જ સમિતિની ભૂમિકા અને કાર્યો વિશે વાંચવું જોઈએ. વર્તમાન બાબતો અને સામાન્ય જ્ઞાન વચ્ચેનું આ પ્રકારનું જોડાણ ઇન્ટરવ્યૂ દરમિયાન યાદશક્તિ અને સમજણ બંનેને વધારે છે.

સંપ્રેષણની કળાનો આદર

ઇન્ટરવ્યૂ દરમિયાન અસરકારક સંચારકૌશલ્ય સર્વોપરી છે. જો કે તમારે વ્યાપક શબ્દભંડોળ અથવા અલંકૃત ભાષાની જરૂર નથી, તમારા વિચારો સ્પષ્ટતા અને સરળતા સાથે વ્યક્ત કરવા જરૂરી છે. તમારા

વિચારો સ્પષ્ટ રીતે વ્યક્ત કરવાની તમારી ક્ષમતા નોંધપાત્ર તફાવત લાવી શકે છે કે ઇન્ટરવ્યૂ બોર્ડ તમને સિવિલ સર્વિસમાં કારકિર્દી માટે કેટલું યોગ્ય માને છે.

પોતાના સંપ્રેષણ કૌશલ્યને વધારવા માટે સ્પષ્ટતા અને આત્મવિશ્વાસનો અભ્યાસ કરો. વ્યવસ્થિત રીતે પ્રશ્નોના જવાબ આપો. ખાતરી કરો કે તમારા જવાબો સુસંગત અને તાર્કિક છે. સામાન્ય અને સંભવિત પ્રશ્નોના જવાબ આપવાની પ્રેક્ટિસ કરવી મહત્ત્વપૂર્ણ છે. ઇન્ટરવ્યૂના વાતાવરણનું અનુકરણ કરવા માટે પરિવારના સભ્યો અને મિત્રોની સામે નિયમિતપણે પ્રેક્ટિસ કરો. વાસ્તવિક ઇન્ટરવ્યૂ જેવું વાતાવરણ બનાવવા માટે આ મૉક સત્રો દરમિયાન ઔપચારિક પોશાક પહેરો. ઘરે ઇન્ટરવ્યૂના વાતાવરણનું અનુકરણ કરવાથી માત્ર આત્મવિશ્વાસ જ નહીં, પરંતુ તમારા સંપ્રેષણમાં પણ સુધારો થાય છે અને સુધારણા માટેના ક્ષેત્રોની ઓળખ થાય છે.

ઇન્ટરવ્યૂ દરમિયાન વારંવાર પૂછવામાં આવતા કેટલાક પ્રશ્નો છે, 'મને તમારા વિશે કહો,' 'તમે સિવિલ સેવાઓમાં કેમ જોડાવા માંગો છો?', 'તમારી શક્તિ અને નબળાઈઓ શું છે?', 'તમારા નામનો અર્થ શું છે?' અને 'તમારી સિદ્ધિઓ અને નિષ્ફળતાઓ શું છે?' આ પ્રશ્નો અગાઉથી તૈયાર કરો, જેથી તમે સમજી વિચારીને અને ધીરજ સાથે જવાબ આપી શકો.

તમારા વૈકલ્પિક વિષય, તમારા સ્નાતકના વિષયો અને આ ક્ષેત્રોમાં તાજેતરના વિકાસને લગતા તમારા જ્ઞાન પર ફરી ધ્યાન આપવું પણ મહત્ત્વપૂર્ણ છે. ઘણા ઉમેદવારો વિવિધ ફોરમ અને અભ્યાસ જૂથો પર શેર કરે છે કે ઇન્ટરવ્યૂ બોર્ડે કયા પ્રશ્નો પૂછ્યા હતા. તેમના PDF કલેક્શન ઑનલાઇન પણ ઉપલબ્ધ છે. તેઓ તમને જણાવે છે કે તમારે કયા પ્રકારના પ્રશ્નોનો સામનો કરવો પડી શકે છે. આવા વર્તમાન અને ભૂતકાળના સંકલનમાંથી પ્રોફાઇલ-વિશિષ્ટ પ્રશ્નોના જવાબ આપવાની પ્રેક્ટિસ કરો. વધુમાં, આગામી પ્રેક્ટિસ માટે કોચિંગ સંસ્થાઓ દ્વારા ઑનલાઇન પોસ્ટ કરવામાં આવેલા પ્રશ્નોનો ઉપયોગ કરો.

મૉક ઇન્ટરવ્યૂનું મહત્ત્વ

જેમ પ્રિલિમ અને મેઇન્સની તૈયારી માટે ટેસ્ટ સિરીઝ મહત્ત્વપૂર્ણ છે, તેવી જ રીતે ઇન્ટરવ્યૂ માટે મૉક ઇન્ટરવ્યૂ મહત્ત્વપૂર્ણ છે. તેઓ વાસ્તવિક ઇન્ટરવ્યૂના વાતાવરણનું વાસ્તવિક અનુકરણ પ્રદાન કરે છે, જેથી ઉમેદવારો તે પૃષ્ઠભૂમિ સાથે સહજ થઈ શકે. વધુ મહત્ત્વની વાત એ છે કે, મૉક ઇન્ટરવ્યૂ પ્રદર્શન બાબતે અમૂલ્ય પ્રતિસાદ આપે છે, જે ઉમેદવારોને પોતાની શારીરિક ભાષા, વાતચીત કૌશલ્ય અને એકંદર આત્મવિશ્વાસ સુધારવામાં મદદ કરે છે.

ઘણા બધા મૉક ઇન્ટરવ્યૂમાં હાજરી આપવાથી તમને મળતા લાભો ઘટી શકે છે. તેથી, પ્રતિષ્ઠિત કોચિંગ સંસ્થાઓમાં ત્રણ-ચાર મૉક ઇન્ટરવ્યૂમાં હાજરી આપવાની સલાહ આપવામાં આવે છે. તમને મળેલા પ્રતિસાદને ધ્યાનમાં લો અને જે ક્ષેત્રોમાં સુધારાની જરૂર છે તેના પર ખંતપૂર્વક કામ કરો. ટીકાને અંગત રીતે ન લેવી જોઈએ; તેના બદલે તમારા પ્રદર્શનને સુધારવા માટે રચનાત્મક રીતે તેનો ઉપયોગ કરો.

સત્યમે અન્ય લોકો પાસેથી શીખવાના મહત્ત્વ પર ભાર મૂક્યો. તેણે અગાઉના વર્ષના 200થી વધુ સ્કોર મેળવનારા ઉમેદવારોના મૉક ઇન્ટરવ્યૂ જોયા હતા. 'જો તમને મૉક ઇન્ટરવ્યૂમાં નકારાત્મક પ્રતિસાદ મળે તો નિરાશ થશો નહીં,' તેણે સલાહ આપી.

ઇન્ટરવ્યૂ પ્રક્રિયા દરમિયાન ઉમેદવારો ઘણીવાર કેટલીક સામાન્ય ભૂલો કરે છે, જેમ કે ખૂબ ઝડપથી બોલવું, અતિશય આત્મવિશ્વાસ અથવા ઘમંડ દર્શાવવો, અસ્પષ્ટ અથવા અપ્રમાણિત જવાબો આપવા, પક્ષપાતી દૃષ્ટિકોણ રજૂ કરવો, નજર ન મેળવવી અને પોતાના ડીએએફ વિશે સંપૂર્ણ માહિતીનો અભાવ. ગહન અધ્યયન અને અભ્યાસથી આ ભૂલો ટાળી શકાય છે.

તણાવનું મૅનેજમેન્ટ કરવું અને શાંત રહેવું મહત્ત્વપૂર્ણ છે. ઊંડા શ્વાસ લેવાની કસરત અથવા ધ્યાન જેવી તકનીકો શાંતિપૂર્ણ વર્તનમાં મદદ કરી શકે છે, જે તમને તમારા વિચારો સ્પષ્ટતા અને આત્મવિશ્વાસ સાથે વ્યક્ત કરવામાં સક્ષમ બનાવે છે. તમે દરેક વિગત સારી રીતે વાંચી છે તેની ખાતરી કરવા માટે ઇન્ટરવ્યૂના આગલા દિવસે તમારા

ડીએએફની અંતિમ સમીક્ષા કરો. ઇન્ટરવ્યૂની આગલી રાત્રે સારી ઊંઘ લો, કારણ કે આ ઇન્ટરવ્યૂના દિવસે તમને આરામદાયક અને સજાગ રાખશે.

અંતિમ પ્રહાર માટે રણનીતિ

ઇન્ટરવ્યૂનો દિવસ સાવચેતીપૂર્વક તૈયારી અને ધીરજની માંગ કરે છે. આ તે ક્ષણ છે જ્યાં તમારી બધી મહેનત રંગ લાવે છે અને તેમાં તમારું પ્રદર્શન તમારું ભવિષ્ય નક્કી કરી શકે છે. પ્રથમ છાપ મહત્ત્વપૂર્ણ હોવાથી, ઔપચારિક અને આરામદાયક પોશાક પહેરો. ખાતરી કરો કે તમારો દેખાવ સુઘડ અને સ્વચ્છ છે. કોઈ પણ છેલ્લી ઘડીની દોડાદોડને ટાળવા માટે ઇન્ટરવ્યૂમાં વહેલા પહોંચો. કોલ લેટરમાં દર્શાવેલ તમામ જરૂરી દસ્તાવેજો સાથે રાખો. ગભરામણ સ્વાભાવિક હોવા છતાં, શાંત અને સંયમિત રહેવાનો પ્રયાસ કરો.

તમે કયા ક્રમમાં ઇન્ટરવ્યૂ આપશો તે તમે નિયંત્રિત કરી શકતા નથી, જો કે આ તમારા પ્રદર્શનને અસર કરી શકે છે. ઉદાહરણ તરીકે, મિન્નૂ, જ્યારે પ્રથમ વખત ઇન્ટરવ્યૂ આપી રહી હતી, ત્યારે લંચ પહેલા ઇન્ટરવ્યૂ આપનાર છેલ્લી ઉમેદવાર હતી અને લંચ ટાઇમ વિશે અધ્યક્ષની ટિપ્પણીએ તેને વિહ્વળ કરી દીધી હતી. તેનાથી વિપરીત, શ્રુતિનો સવારે સૌપ્રથમ ઇન્ટરવ્યૂ લેવામાં આવ્યો, જેના કારણે તેને તૈયાર થવામાં ઘણો ઓછો સમય મળ્યો અને તેની એકાગ્રતા પર અસર પડી. આવા સંજોગો માટે માનસિક રીતે તૈયાર રહેવું મહત્ત્વપૂર્ણ છે જેથી તમારી લયમાં ખલેલ ન પડે.

વાસ્તવિક ઇન્ટરવ્યૂ રૂમનું સેટિંગ મૉક ઇન્ટરવ્યૂ કરતાં તદ્દન અલગ હોઈ શકે છે. UPSCના રૂમ નાના છે અને બોર્ડના સભ્યો એકબીજાની નજીક બેસે છે. આ તફાવતથી આશ્ચર્ય પામશો નહીં.

જ્યારે તમે ઇન્ટરવ્યૂ રૂમમાં પ્રવેશો છો, ત્યારે પેનલને નમ્રતાથી નમસ્કાર કરો અને બેસવા માટેના આમંત્રણની રાહ જુઓ. આત્મવિશ્વાસ, સ્વસ્થતા, સંયમ અને સકારાત્મક વલણ દર્શાવો. તમારી બોડી લેંગ્વેજમાં આત્મવિશ્વાસ, સચેતતા અને આદર દર્શાવવો જોઈએ. સારી મુદ્રા રાખો,

સીધા બેસો અને વધુ પડતા હાવભાવ ટાળો, જોકે કુદરતી હાવભાવ સ્વીકાર્ય છે. પેનલના પ્રશ્નો ધ્યાનથી સાંભળો.

ઇન્ટરવ્યૂ બોર્ડને આદરપૂર્વક સંબોધો અને સમગ્ર સમય દરમિયાન નમ્ર અને નૈતિક વર્તન જાળવો. સતત જોયા વિના આંખનો સંપર્ક જાળવો, અસ્વસ્થતા ટાળો અને કોઈ પણ ગભરામણની આદતોને નિયંત્રિત કરો. જો તમને વધુ પડતું લાગે છે, તો ઊંડા શ્વાસ લો. તમારે સાબિત કરવાની જરૂર છે કે તમે નોકરી માટે શ્રેષ્ઠ ઉમેદવાર છો.

અણધાર્યા પ્રશ્નો વારંવાર ઉમેદવારોને અસ્વસ્થ કરી શકે છે. ઉદાહરણ તરીકે, મિન્નૂને પૂછવામાં આવ્યું કે, 'તમારા વિશે કંઈક એવું કહો જેનો તમે તમારા ડીએએફમાં ઉલ્લેખ કર્યો નથી?'

જો કોઈ બહારનો અવાજ તમને પરેશાન કરી રહ્યો હોય અથવા તમે ઇચ્છો છો કે તેઓ વધુ મોટેથી બોલે, તો બોર્ડને જાણ કરવી તે બુદ્ધિમાનની નિશાની છે. ઉદાહરણ તરીકે, વસીમના ઇન્ટરવ્યૂ દરમિયાન ભારે વરસાદનો અવાજ આવતો હતો. તેમણે અધ્યક્ષને આ કહેવાની હિંમત કરી, જો કે ઘણા ઉમેદવારો આમ કરવામાં નિષ્ફળ જાય છે, જેના કારણે પ્રશ્નોમાં ગેરસમજ ઊભી થાય અને ખોટા જવાબો થાય છે.

યાદ રાખો, ઇન્ટરવ્યૂ એ ચર્ચા નથી, વાતચીત છે. બોર્ડનો ઉદ્દેશ્ય તમને એક વ્યક્તિ તરીકે સમજવા અને સિવિલ સર્વિસમાં કારકિર્દી માટે તમારી યોગ્યતાનું મૂલ્યાંકન કરવાનો છે. પોતાનું સ્વત્વ જાળવી રાખો, પ્રમાણિક બનો અને પોતાના વ્યક્તિત્વને ચમકવા દો. જો તમને કોઈ પ્રશ્નનો જવાબ ખબર ન હોય, તો નમ્રતાપૂર્વક તમારા જ્ઞાનના અભાવને સ્વીકારો અને વિષય વિશે વધુ જાણવાની તમારી ઇચ્છા વ્યક્ત કરો. આ પ્રમાણિકતા પાત્રને પ્રતિબિંબિત કરે છે અને ઇન્ટરવ્યૂ બોર્ડ દ્વારા તેની પ્રશંસા કરવામાં આવે છે.

ઉપસંહાર

તમે આ પુસ્તકમાં સાત નાયકોની જીવનકથાઓ દ્વારા જોયું હશે તે મુજબ, IAS અધિકારી બનવાની યાત્રા ખરેખર કઠિન છે. તે માટે બુદ્ધિ, સમર્પણ અને વ્યૂહાત્મક આયોજન અને શક્તિશાળી સંયોજન જરૂરી છે. UPSCના સીએસઈમાં સફળ થવું અઘરું છે, પરંતુ યોગ્ય અભિગમ, અતૂટ સમર્પણ અને સુવ્યવસ્થિત અભ્યાસ યોજના સાથે, લગભગ 180 ઉમેદવારો દર વર્ષે IASમાં જોડાવાનું પોતાનું સ્વપ્ન સાકાર કરે છે. નોંધપાત્ર બાબત એ છે કે કેટલાક લોકો પોતાના પ્રથમ પ્રયાસમાં આ મુશ્કેલ કાર્યને પૂર્ણ કરે છે.

યાત્રાની લંબાઈ અથવા દેખાતી અડચણોથી નિરાશ થશો નહીં. આ પડકારો તમારી ક્ષમતાને ઉજાગર કરી રહ્યા છે, જુસ્સો બનાવી રહ્યા છે અને શિસ્તને મજબૂત કરી રહ્યા છે. તમારામાં વિશ્વાસ રાખો, મક્કમ રહો અને સમજો કે કઠોર પરિશ્રમનો કોઈ વિકલ્પ નથી. યાદ રાખો, હજાર માઈલની સફર પણ એક પગલાથી શરૂ થાય છે. દરરોજ તમે પોતાની અભ્યાસ યોજનાને અનુસરો છો અને તમારા સમયનો કાર્યક્ષમ ઉપયોગ કરો છો, તો તમે પોતાના ધ્યેયની નજીક જશો. સંઘર્ષની દરેક ક્ષણ જે તમે દૂર કરો છો તે તમને ભાવિ નેતામાં પરિવર્તિત કરી રહી છે.

IAS અધિકારી તરીકે દેશની સેવા કરવાના મારા ત્રીસ વર્ષના અનુભવ પરથી હું નિશ્ચિતપણે કહી શકું છું કે IAS દ્વારા આપવામાં આવતી વિવિધતા, સંતોષ, પડકારો અને લોકોની સેવા કરવાની તક

UPSCમાં ચઢવાની મુશ્કેલ યાત્રાને ખરેખર યોગ્ય બનાવે છે. તેથી આજે જ UPSC સીએસઈ પરીક્ષા પાસ કરવા માટે તમારી યાત્રા શરૂ કરો! આ કસોટી કઠિન નથી; તેને તમારા જેવા સમર્પિત ઉમેદવારો દ્વારા હાંસલ કરવા માટે જ બનાવવામાં આવી છે.

આભાર

સૌ પ્રથમ, હું કેન્દ્રીય નાણામંત્રી સુશ્રી નિર્મલા સીતારામનનો પ્રતિષ્ઠિત, પ્રેરણાદાયી અને તાણમુક્ત વાતાવરણને ઉત્તેજન આપવા અને અતૂટ સમર્થન અને પ્રોત્સાહન આપવા બદલ ઊંડો આભાર વ્યક્ત કરવા માગું છું.

હું મારા માર્ગદર્શક, એક અદ્ભુત વ્યક્તિ અને કુશળ વ્યાવસાયિક, ભારત સરકારના કેબિનેટ સચિવ ડૉ. ટી. વી. સોમનાથનનો ખૂબ આભારી છું. તેમનું સતત પ્રોત્સાહન અને માર્ગદર્શન અમૂલ્ય રહ્યું છે અને તેમના સહયોગ વિના આ પુસ્તક તેનું સ્વરૂપ ધારણ કરી શક્યું ન હોત.

હું આ પુસ્તકના સાત નાયકોનો આભારી છું, જેમણે અત્યંત ધીરજ સાથે મારી સાથે કલાકો વિતાવ્યા, પોતાના જીવનસંઘર્ષનું વર્ણન કર્યું અને ‘લક્ષ્ય UPSC’ને પાર કરવાની પોતાની વ્યૂહરચના સમજાવી. શ્રુતિ શર્મા, વસીમ અહેમદ ભટ, અંજલિ શર્મા, લવીશ ઓર્ડીયા, ભરત સિંહ, સત્યમ ગાંધી અને મિન્નૂ પી. એમ.ની વાર્તાઓ આ પુસ્તકનું હૃદય છે.

આ પુસ્તક લખવાના ઉતાર-ચઢાવ દરમિયાન મારી ઊર્જાનો સ્તંભ બનેલા મારા તમામ પ્રિય મિત્રોનો હું હૃદયપૂર્વક આભાર વ્યક્ત કરું છું. તમારા પ્રતિસાદ અને સમર્થનથી ઘણા સુધારાઓ થઈ શક્યા છે અને તમે મારામાં જે દૃઢ વિશ્વાસ દર્શાવ્યો છે તેના માટે હું ખૂબ જ આભારી છું.

હું મનીષ ખુરાના, બિઝનેસ અને નોન-ફિક્શન એડિટર, પેંગ્વિન રેન્ડમ હાઉસ ઇન્ડિયાનો પણ અત્યંત આભારી છું, જેમણે આ પુસ્તકની કલ્પના કરી અને શરૂઆતથી અંત સુધી સતત માર્ગદર્શન આપ્યું. આ

પુસ્તકને આકાર આપવામાં તેમની દૃષ્ટિ અને સૂઝ મહત્ત્વની રહી છે. હું વિકાસ રખેજા, સુશાંત ઝા અને મંજુલ પબ્લિશિંગ હાઉસનો પણ હૃદયપૂર્વક આભાર માનું છું. તમારા અથાક પ્રયત્નોને લીધે જ માઉંટ UPSCનું હિન્દી સંસ્કરણ લક્ષ્ય UPSC વાસ્તવિક બની શક્યું.

વ્યય વિભાગના મારા સાથીદારો સંજય પ્રસાદ, પરમા સેન, અમિત નેગી, મનોજ સહાય, આશિષ વચ્છાની, સંજય અગ્રવાલ, રવીન્દ્ર કુમાર અને પૂનમ છાબરાનો વિશેષ આભાર. આ સમય દરમિયાન તમારો સહકાર અને મિત્રતા અમૂલ્ય રહી છે.

અંતે, હું મારી પત્ની સુનીતા, પુત્રી સિયા અને પુત્ર કરણનો હૃદયપૂર્વક આભાર વ્યક્ત કરવા માગું છું, જેમને આ પુસ્તક સમર્પિત છે. તેમણે ફરિયાદ વિના આ પુસ્તકમાં ગયેલા તમામ અસુવિધાજનક સમય અને પ્રયત્નો સહન કર્યા અને મારા માટે શક્તિનો સાચો આધારસ્તંભ બન્યા. તમારા પ્રેમ અને સહયોગથી આ યાત્રા શક્ય બની છે. હું હંમેશાં આભારી છું.

પરિશિષ્ટ

આપણા સાત નાયકોની અધ્યયન સામગ્રી અને રણનીતિ

<table>
<tr><th colspan="4">મિન્નૂ પી. એમ.</th></tr>
<tr><td>IASમાં પસંદગી થયાનું વર્ષ</td><td>2021</td><td>વૈકલ્પિક વિષય</td><td>ભૂગોળ</td></tr>
<tr><td>પ્રિલિમ્સ માટેની મુખ્ય રણનીતિ</td><td colspan="3">યોગ્ય યોજના બનાવો, ટાઇમટેબલ બનાવો અને તેનું પાલન કરો, વર્તમાનપત્ર નિયમિત વાંચો અને પાછલા વર્ષોના પ્રશ્નપત્રો અને ટેસ્ટ સિરીઝનો અભ્યાસ કરો.</td></tr>
<tr><td>મેઇન્સ માટેની મુખ્ય રણનીતિ</td><td colspan="3">ગહન અધ્યયનમાં વ્યસ્ત રહો, ટેસ્ટ સિરીઝ સોલ્વ કરો, જવાબ-લેખનનો દરરોજ અભ્યાસ કરો, પાછલાં વર્ષોના પ્રશ્નપત્રોને સોલ્વ કરો અને પોતાના વૈકલ્પિક વિષયના અભ્યાસને પ્રાથમિકતા આપો.</td></tr>
</table>

મેઇન્સના દરેક પ્રશ્નપત્ર માટે વાંચવા જેવાં પુસ્તકો/સામગ્રી	
સામાન્ય અધ્યયન - 1	**ભારતીય વિરાસત અને સંસ્કૃતિ** : નીતિન સિંઘાનિયા દ્વારા લિખિત આર્ટ ઍન્ડ કલ્ચર ધોરણ 6થી 12ના એનસીઈઆરટીના પુસ્તકો (જૂના અને નવાં બંને) **ઇતિહાસ :** - એ. એલ. બાશમ લિખિત ધ વંડર ધેટ વોઝ ઇન્ડિયા - બિપીનચંદ્ર લિખિત ઇન્ડિયા'ઝ સ્ટ્રગલ ફૉર ઇન્ડિપેન્ડન્સ : 1857-1947 - રાજીવ આહીર લિખિત અ બ્રીફ હિસ્ટ્રી ઑફ મૉડર્ન ઇન્ડિયા (સ્પેક્ટ્રમ) - એનસીઈઆરટીનાં પુસ્તકો **ભૂગોળ:** ધોરણ 6થી 12ના એનસીઈઆરટીનાં પુસ્તકો (જૂના અને નવા બંને); માજિદ હુસૈન લિખિત જ્યોગ્રાફી ઑફ ઇન્ડિયા; ઑક્સફર્ડ એટલાસ **સમાજશાસ્ત્ર:** એનસીઈઆરટીનાં પુસ્તકો
સામાન્ય અધ્યયન - 2	**શાસન, સંવિધાન, રાજનીતિ** : ધોરણ 6થી 12ના એનસીઈઆરટીનાં પુસ્તકો (નવા); એમ. લક્ષ્મીકાંત દ્વારા લિખિત ઇન્ડિયન પોલિટી **સામાજિક ન્યાય** : યોજના એવં કુરુક્ષેત્ર પત્રિકાએ **આંતરરાષ્ટ્રીય સંબંધ** : વર્તમાનપત્રો અને પત્રિકાઓના લેખ

સામાન્ય અધ્યયન - 3	**આર્થિક વિકાસ** : ધોરણ 6થી 12ના એનસીઈઆરટીનાં પુસ્તકો (નવા); શંકરગણેશ કરુપ્પૈયા દ્વારા લિખિત ઇન્ડિયન ઇકોનૉમીના કૉન્સેપ્ટ; રમેશ સિંહ દ્વારા લિખિત ઇન્ડિયન ઇકોનૉમી **પર્યાવરણ** : કોચિંગ અકાદમીનું પુસ્તક **પ્રૌદ્યોગિકી** : એનસીઈઆરટીનાં પુસ્તકો; વર્તમાનપત્રો અને કરંટ અફેર્સની પત્રિકાઓ **આપદા પ્રબંધન** : વર્તમાનપત્રો અને પત્રિકાઓ
સામાન્ય અધ્યયન - 4	ડી. કે. બાલાજી દ્વારા લિખિત અ પ્રેક્ટિકલ અપ્રોચ ટુ એથિક્સ, ઇન્ટિગ્રિટી ઍન્ડ એપ્ટિટ્યૂડ; કોચિંગ અકાદમીના કેસ સ્ટડી
નિબંધ	અનુદીપ દુરીશેટ્ટી દ્વારા લિખિત ફંડામેન્ટલ્સ ઑફ એસેસ ઍન્ડ આન્સર રાઇટિંગ
વૈકલ્પિક વિષય (પેપર-1)	- સવિંદ્ર સિંહ લિખિત ફિઝિકલ જ્યોગ્રાફી - માજિદ હુસૈન લિખિત હ્યુમન જ્યોગ્રાફી - આઈલર્ન IASના નિખિલની ક્લાસ નોટ્સ - હિમાંશુ શર્માના 500+ પ્રશ્નો - ધોરણ 6થી 12ના એનસીઈઆરટીના ભૂગોળનાં પુસ્તકો (જૂનાં અને નવાં બંને)

વૈકલ્પિક વિષય (પેપર - 2)	ડી. આર. ખુલ્લર લિખિત ઇન્ડિયાઃ અ કોમ્પ્રિહેન્સિવ જ્યોગ્રાફી - માજિદ હુસૈન લિખિત જ્યોગ્રાફી ઑફ ઇન્ડિયા - ઑક્સફર્ડ વર્લ્ડ એટલસ - ક્લાસ નોટ્સ - હિમાંશુ શર્માના 500+ પ્રશ્નો - ધોરણ 6થી 12ના એનસીઈઆરટીના - ભૂગોળનાં પુસ્તકો (જૂનાં અને નવાં બંને) - પત્રિકાઓ : ડાઉન ટૂ અર્થ, ટેલ મી વ્હાઈ, યોજના ઔર કુરુક્ષેત્ર - વર્તમાનપત્રોના લેખ - યુ-ટ્યૂબ ચૅનલ (વિષય-વિશિષ્ટ)
ઇન્ટરવ્યૂ માટેની મુખ્ય રણનીતિ	પાછલા ઇન્ટરવ્યૂની ટ્રાન્સ્ક્રીપ્ટ વાંચો, વર્તમાનપત્રો વાંચીને અદ્યતન માહિતીથી વાકેફ રહો, પોતાના ડીએએફને સારી રીતે સમજી લો, ચોક્કસ પસંદ કરેલા મૉક ઇન્ટરવ્યૂ આપો, ચર્ચાજૂથોમાં સામેલ થાઓ અને મિત્રો તથા પરિવારના સભ્યોની સામે બેસીને ઇન્ટરવ્યૂ આપીને અભ્યાસ કરો.
IAS ઉમેદવારો માટે સંદેશ	આ પરીક્ષા તથ્યોને યાદ રાખવા કરતા વધુ પડકારજનક છે. આ દરેક તબક્કામાં તમારા વ્યક્તિત્વની કસોટી કરે છે. સાહસ, જોખમ લેવાની ઇચ્છા અને અતૂટ પ્રતિબદ્ધતા સાથે આનો સામનો કરો. પોતાની જાત પ્રત્યે વફાદાર રહો અને પોતાનું સર્વશ્રેષ્ઠ પ્રદર્શન કરવાનો પ્રયાસ કરો.

<table>
<tr><th colspan="4">સત્યમ ગાંધી</th></tr>
<tr><td>IASમાં પસંદ થયાનું વર્ષ</td><td>2021</td><td>વૈકલ્પિક વિષય</td><td>રાજ્યશાસ્ત્ર અને આંતરરાષ્ટ્રીય સંબંધ</td></tr>
<tr><td>પ્રિલિમ્સ માટેની મુખ્ય રણનીતિ</td><td colspan="3" rowspan="2">એનસીઈઆરટીનાં પુસ્તકો અને સંદર્ભ પુસ્તકો વાંચો, અભ્યાસક્રમને વ્યવસ્થિત રીતે કવર કરો, મૂળભૂત ખ્યાલોને સ્પષ્ટતાપૂર્વક સમજો, વારંવાર પુનરાવર્તન કરો, કરંટ અફેર્સ પર ધ્યાન આપો, મૉક ટેસ્ટ આપો અને પાછળના વર્ષોના પ્રશ્નોનો અભ્યાસ કરો, વિશ્લેષણાત્મક કૌશલ્યને વિકસાવો, સમયનું કુશળતાપૂર્વક પ્રબંધન કરો, નેગેટિવ માર્કિંગ બાબતે સભાન રહો અને સારું સ્વાસ્થ્ય જાળવો. વિસ્તૃત નોંધો તૈયાર કરો, જવાબ-લેખનનો નિયમિત અભ્યાસ કરો અને વ્યવસ્થિત પુનરાવર્તન કરતા રહો.</td></tr>
<tr><td>મેઇન્સ માટેની મુખ્ય રણનીતિ</td></tr>
<tr><th colspan="4">મેઇન્સના દરેક પ્રશ્નપત્ર માટે વાંચવા જેવાં પુસ્તકો/સામગ્રી</th></tr>
<tr><td>સામાન્ય અધ્યયન-1</td><td colspan="3">એન ઇન્ટ્રોડક્શન ટૂ ઇન્ડિયન આર્ટ પાર્ટ-1 અને 2 (એનસીઈઆરટી); કોચિંગ ક્લાસ નોટ્સ
ઇતિહાસ: રાજીવ આહીર લિખિત અ બ્રીફ હિસ્ટ્રી ઑફ મૉડર્ન ઇન્ડિયા (સ્પેક્ટ્રમ); કોચિંગ ક્લાસ નોટ્સ; વિશ્વ ઇતિહાસ અને સ્વતંત્રતા પછીના ઇતિહાસ પર નીતિન સાંગવાનની નોટ્સ
ભૂગોળ : એનસીઈઆરટીનાં પુસ્તકો; કોચિંગ ક્લાસ નોટ્સ; જી. સી. લિઑંગ દ્વારા લિખિત સર્ટિફિકેટ ફિઝિકલ ઍન્ડ હ્યુમન જ્યોગ્રાફીનું ચયનાત્મક અધ્યયન.
સમાજ: કોચિંગ ક્લાસ નોટ્સ</td></tr>
</table>

સામાન્ય અધ્યયન - 2	**શાસન, સંવિધાન, રાજનીતિ :** એમ. લક્ષ્મીકાંત દ્વારા લિખિત ઇન્ડિયન પોલિટી; વિઝન IAS કરંટ અફેર્સ; વર્તમાનપત્રો; કોચિંગ ક્લાસ નોટ્સ; નીતિ આયોગના 3 વર્ષીય કાર્ય એજંડા; નીતિ આયોગ ભારત @ 75 કાર્ય યોજના **આંતરરાષ્ટ્રીય સંબંધ :** માસિક પત્રિકાઓ અને વર્તમાનપત્રોના લેખ; કોચિંગ ક્લાસ નોટ્સ
સામાન્ય અધ્યયન - 3	**આર્થિક વિકાસ :** કોચિંગ અકાદમીની મૂલ્યવર્ધિત સામગ્રી; નીતિ આયોગના 3 વર્ષીય કાર્ય એજંડા; નીતિ આયોગ ભારત @ 75 કાર્યયોજના; કરંટ અફેર્સની પત્રિકાઓ; કોચિંગ ક્લાસ નોટ્સ **ટેક્નોલૉજી:** ઇન્ટરનેટ; પત્રિકાઓ; કોચિંગ ક્લાસ નોટ્સ **આપદા પ્રબંધન:** કોચિંગ અકાદમીની મૂલ્યવર્ધિત સામગ્રી **પર્યાવરણ:** કોચિંગ અકાદમીનાં પુસ્તકો **સુરક્ષા:** કોચિંગ અકાદમીની કોચિંગ ક્લાસ નોટ્સ અને મૂલ્યવર્ધિત સામગ્રી; વર્તમાનપત્ર
સામાન્ય અધ્યયન - 4	કોચિંગ અકાદમીની મૂલ્યવર્ધિત સામગ્રી, ટેસ્ટ સીરીઝ
નિબંધ	અનુદીપ દુરીશેટ્ટી દ્વારા લિખિત ફંડામેન્ટલ્સ ઑફ એસેસ ઍન્ડ આંસર રાઇટિંગ; વર્તમાનપત્રો અને કરંટ અફેર્સની પત્રિકાઓ

વૈકલ્પિક વિષય (પેપર-1)	- ઓ. પી. ગૌબા લિખિત એન ઇન્ટ્રોડક્શન ટૂ પોલિટિકલ થિયરી - મુખર્જી અને રામાસ્વામી લિખિત એ હિસ્ટ્રી ઑફ પોલિટિકલ થોટ : પ્લેટો ટૂ માર્ક્સ - બિદ્યુત ચક્રવર્તી લિખિત મૉડર્ન ઇન્ડિયન પોલિટિકલ થોટ - વી. આર. મહેતા લિખિત ફાઉન્ડેશન ઑફ ઇન્ડિયન પોલિટિકલ થોટ - શુભ્રા રંજનના IAS ક્રેશ કોર્સ નોટ્સ અને મૉડલ જવાબો - તુષાર ગુપ્તાની નોટ્સ - એમ. લક્ષ્મીકાંત દ્વારા લિખિત ઇન્ડિયન પોલિટી - મૂલ્ય સંવર્ધન માટે વર્તમાનપત્ર
વૈકલ્પિક વિષય (પેપર-2)	- એન્ડ્ર્યુ હેવુડ અને બેન વિથમ લિખિત ગ્લોબલ પોલિટિક્સ - શુભ્રા રંજનની નોટ્સ અને મૉડલ જવાબો - બેલિસ, સ્મિથ અને ઓવેન્સ લિખિત ગ્લોબલાઇઝેશન ઑફ વર્લ્ડ પોલિટિક્સ
	- તુષાર ગુપ્તાની નોટ્સ - ફોરેન પૉલિસી પત્રિકા - 'ઇન્ડિયન એક્સપ્રેસ' અને 'ધ હિંદુ' વર્તમાનપત્ર - ઓબ્ઝર્વર રિસર્ચ ફાઉન્ડેશન (ઓઆરએફ)ની વેબસાઇટ પરના લેખ - પીએસઆઈઆર પર કોચિંગ અકાદમીની સામગ્રી - મેલોન, રાજા મોહન અને શ્રીનાથ રાઘવન લિખિત 'ધ ઑક્સફોર્ડ હેન્ડબુક ઑફ ઇન્ડિયન ફોરેન પૉલિસી'

ઇન્ટરવ્યૂ માટેની મુખ્ય રણનીતિ	વિસ્તૃત આવેદનપત્ર (ડીએએફ)ની સંપૂર્ણ તૈયારી અવશ્ય કરો, શૈક્ષણિક અને વૈકલ્પિક વિષયોની સમીક્ષા કરો, મૉક ઇન્ટરવ્યૂ આપો અને કરંટ અફેર્સની અદ્યતન માહિતી રાખો.
IAS ઉમેદવારો માટે સંદેશ	શરૂ કરતાં પહેલાં યોગ્ય અધ્યયન યોજના તૈયાર કરો અને પોતાની જાત પ્રત્યે વફાદાર રહો કે તમે પરીક્ષા આપવાનો નિર્ણય કેમ કર્યો. દરરોજ દસ-બાર કલાક વાંચો અને સોશિયલ મીડિયા, સગાસંબંધી, મિત્રો અને અન્ય લોકોની ધ્યાન ભટકાવનારી પ્રવૃત્તિઓથી બચો.

ભરતસિંહ			
IASમાં પસંદ થયાનું વર્ષ	**2021**	**વૈકલ્પિક વિષય**	**રાજ્યશાસ્ત્ર અને આંતરરાષ્ટ્રીય સંબંધો**
પ્રિલિમ્સ માટેની મુખ્ય રણનીતિ	પાછલા વર્ષોના પ્રશ્નપત્રો પર ધ્યાન આપો; ત્રીસથી પાંત્રીસ મૉક ટેસ્ટ આપવાનો પ્રયાસ કરો; પાંચ પ્રમુખ વિષયો પર ધ્યાન કેન્દ્રિત કરો; રાજ્યશાસ્ત્ર, અર્થશાસ્ત્ર, ઇતિહાસ, ભૂગોળ અને પર્યાવરણ.		
મેઇન્સ માટેની મુખ્ય રણનીતિ	જવાબલેખનનો અભ્યાસ કરો; કરંટ અફેર્સની સાથે સ્થિર ભાગને અદ્યતન રાખો; ટેસ્ટ સિરીઝ અને પાછળનાં વર્ષોના પ્રશ્નો પર કામ કરો; અને નિબંધ, જીએસ-4 તથા પોતાના વૈકલ્પિક વિષયો જેવા વધારે ગુણ મેળવી શકાય તેવા પેપરો પર ધ્યાન કેન્દ્રિત કરો.		

મેઇન્સના દરેક પ્રશ્નપત્ર માટે વાંચવા જેવાં પુસ્તકો/સામગ્રી	
સામાન્ય અધ્યયન - 1	**ભારતીય વિરાસત ઔર સંસ્કૃતિ :** નીતિન સિંઘાનિયા દ્વારા લિખિત આર્ટ ઍન્ડ કલ્ચર **ઈતિહાસ :** રાજીવ આહીર લિખિત અ બ્રીફ હિસ્ટ્રી ઑફ મૉડર્ન ઇન્ડિયા (સ્પેક્ટ્રમ) **ભૂગોળ :** એનસીઈઆરટી (ધોરણ 11 અને 12); જી. સી. લિઓંગ દ્વારા લિખિત સર્ટિફિકેટ ફિજિકલ ઍન્ડ હ્યુમન જ્યોગ્રાફી **સમાજ:** પોતાની નોટ્સ (અદ્યતન કરંટ અફેર્સ સાથેની)
સામાન્ય અધ્યયન - 2	**શાસન, સંવિધાન, રાજનીતિ:** એમ. લક્ષ્મીકાંત દ્વારા લિખિત ઇન્ડિયન પોલિટી; પોતાની નોટ્સ (અદ્યતન કરંટ અફેર્સ સાથેની) **આંતરરાષ્ટ્રીય સંબંધો:** પોતાની નોટ્સ (અદ્યતન કરંટ અફેર્સ સાથેની) **સામાજિક ન્યાય:** પોતાની નોટ્સ (અદ્યતન કરંટ અફેર્સ સાથેની)
સામાન્ય અધ્યયન - 3	**આર્થિક વિકાસ :** કોચિંગ અકાદમીની અર્થવ્યવસ્થાને લગતી નોટ્સ; આર્થિક સર્વેક્ષણ; કેન્દ્રીય બજેટ (અદ્યતન કરંટ અફેર્સ સાથે) **પર્યાવરણ:** કોચિંગ અકાદમીનું પુસ્તક (અદ્યતન કરંટ અફેર્સ સાથે) **પ્રૌદ્યોગિકી:** પોતાની નોટ્સ **સુરક્ષા :** પોતાની નોટ્સ (અદ્યતન કરંટ અફેર્સ સાથેની) **આપદા પ્રબંધન:** પોતાની નોટ્સ

સામાન્ય અધ્યયન - 4	નીરજ કુમાર લિખિત દ લેક્સિકન ફોર એથિક્સ, ઇન્ટિગ્રિટી એન્ડ એપ્ટિટ્યૂડ 2024, પોતાની નોટ્સ (અદ્યતન કરંટ અફેર્સ સાથેની); કેસ સ્ટડીઝ; ટેસ્ટ સીરીઝ અને પાછલાં વર્ષોના પ્રશ્નો
નિબંધ	અનુદીપ દુરીશેટ્ટીની નોટ્સ; પોતાની નોટ્સ (અદ્યતન કરંટ અફેર્સ સાથેની); ટેસ્ટ સીરીઝ અને પાછલા વર્ષોના પ્રશ્નો
વૈકલ્પિક વિષય	શુભ્રા રંજનની ક્લાસ નોટ્સ અને પૂરક અધ્યયન સામગ્રી; ટેસ્ટ સીરીઝ અને પાછલાં વર્ષોના પ્રશ્નો; કરંટ અફેર્સના મુખ્ય ભાગને અદ્યતન રાખવો
ઇન્ટરવ્યૂ માટેની મુખ્ય રણનીતિ	ડીએએફ અને કરંટ અફેર્સ પર ધ્યાન આપવું, વૈકલ્પિક અને સ્નાતક વિષયો પર ધ્યાન કેન્દ્રિત કરવું, પ્રમાણિક બનો; પોતાના વાસ્તવિક વ્યક્તિત્વને બહાર લાવો અને ત્રણ-ચાર મૉક ઇન્ટરવ્યૂ આપો.
IAS ઉમેદવારો માટે સંદેશ	આ દેશની સૌથી કઠિન પરીક્ષાઓમાંની એક છે, જે ઉમેદવારો પાસે યોગ્ય સમ્માન અને ધ્યાન કેન્દ્રિત કરવાની માંગ કરે છે. પૂરા દિલથી કરેલા પ્રયાસો સફળતા અપાવે છે.

અંજલિ શર્મા			
IAS માટે પસંદ થયેલ વર્ષ	**2023**	**વૈકલ્પિક વિષય**	**સમાજશાસ્ત્ર**
પ્રિલિમ્સ માટેની મુખ્ય રણનીતિ	પાછલા વર્ષોના પ્રશ્નપત્રો, સંદર્ભ પુસ્તકોનું એકાધિક વખત પુનરાવર્તન, એનસીઈઆરટીનાં પુસ્તકો		

મેઇન્સ માટેની મુખ્ય રણનીતિ	પાછળનાં વર્ષોના પ્રશ્નપત્ર; લેખનઅભ્યાસ; મૂલ્યવર્ધિત સામગ્રી અને વર્તમાનપત્રોનો ડેટા, તથ્ય અને આંકડા સંકલિત કરો.
મેઇન્સના દરેક પ્રશ્નપત્ર માટે વાંચવા જેવાં પુસ્તકો/સામગ્રી	
સામાન્ય અધ્યયન - 1	સ્થિર ભાગ માટે સંદર્ભ પુસ્તકો, એનસીઈઆરટીના પુસ્તકો, કરંટ અફેર્સ બુલેટીન, પાછલા વર્ષોના પ્રશ્નપત્રો, કોચિંગ અકાદમીની મૂલ્યવર્ધિત સામગ્રી
સામાન્ય અધ્યયન - 2	એમ. લક્ષ્મીકાંત દ્વારા લિખિત ઇન્ડિયન પોલિટી, વર્તમાનપત્રો
સામાન્ય અધ્યયન - 3	વર્તમાનપત્રો, આર્થિક સર્વેક્ષણ, કોચિંગ અકાદમીઓની વેબસાઈટ પરની મૂલ્યવર્ધિત સામગ્રી
સામાન્ય અધ્યયન - 4	અવધારણા માટે લેક્સીકોન પુસ્તકો, મૂલ્યવર્ધિત સામગ્રી
નિબંધ	વર્તમાનપત્રો, નિબંધલેખન અભ્યાસ, મૂલ્યવર્ધિત સામગ્રી
વૈકલ્પિક વિષય	મૂળભૂત ખ્યાલો સમજવા માટે ઇગ્નૂની સામગ્રી, નીતિન સાંગવાન, સીમા અને શ્રુતિ જાખડ દ્વારા લિખિત એસેન્શિયલ સોશિયોલૉજી; વર્તમાનપત્ર; પાછલાં વર્ષોના પ્રશ્નપત્ર
ઇન્ટરવ્યૂ માટેની મુખ્ય રણનીતિ	આત્મવિશ્વાસ વધારો, પોતાના ડીએએફની દરેક વિગતને ધ્યાનપૂર્વક તૈયાર કરો, મૉક ઇન્ટરવ્યૂ આપો અને સાથીદારો સાથે અભ્યાસ કરો.
IAS ઉમેદવારો માટે સંદેશ	ધૈર્ય અને તણાવ સૌથી વધુ મહત્ત્વપૂર્ણ છે; પ્લાન-બી હોય તો પણ તણાવ ઘટે છે.

વસીમ અહમદ ભટ			
IASમાં પસંદ થયેલ વર્ષ	2023	વૈકલ્પિક વિષય	માનવશાસ્ત્ર (એન્થ્રોપોલૉજી)
પ્રિલિમ્સ માટેની મુખ્ય રણનીતિ	કોચિંગ ક્લાસ દરમિયાન મહેનત કરીને નોટ્સ બનાવો અને પછી તેને સંદર્ભ પુસ્તકોની મદદથી વ્યવસ્થિત પૂર્ણ બનાવો. મૉક ટેસ્ટ પર ધ્યાન આપો, અનેકાધિક વખત પુનરાવર્તન કરો અને ઓછામાં ઓછા છેલ્લાં પંદર વર્ષોમાં પૂછેલા પ્રિલિમ્સના પ્રશ્નો સોલ્વ કરો.		
મેઇન્સ માટેની મુખ્ય રણનીતિ	કોચિંગ અકાદમીનાં છેલ્લાં ત્રણ વર્ષોના મૉડલ જવાબોનું અધ્યયન કરો, વર્તમાન બાબતોની અદ્યતન જાણકારી રાખો, પાછલા વર્ષોના પ્રશ્નો ફરીથી પૂછી શકે છે, આથી તેના જવાબો લખવાનો અભ્યાસ કરો, આત્મ-મૂલ્યાંકન કરો અને સતત શીખો, ટેસ્ટ સિરીઝ આપો અને સુધારા માટે ફીડબેક પર ધ્યાનપૂર્વક વિચાર કરો.		
મેઇન્સના દરેક પ્રશ્નપત્ર માટે વાંચવા જેવાં પુસ્તકો/સામગ્રી			
સામાન્ય અધ્યયન - 1	**ભારતીય વિરાસત ઔર સંસ્કૃતિ :** એનસીઈઆરટીના પુસ્તકો; બિપિનચંદ્ર લિખિત ઇન્ડિયા'ઝ સ્ટ્રગલ ફોર ઇન્ડિપેન્ડન્સ અને ઇન્ડિયા સીન્સ ઇન્ડિપેન્ડન્સ; કોચિંગ અકાદમીના મૉડલ જવાબો; પોતાની નોટ્સ **ભૂગોળ:** એનસીઈઆરટીનાં પુસ્તકો; પાછલાં ત્રણ વર્ષોના કોચિંગ અકાદમીના મૉડલ જવાબો; પોતાની નોટ્સ **સમાજ:** પાછલાં ત્રણ વર્ષોના કોચિંગ અકાદમીના મૉડલ જવાબો; પોતાની નોટ્સ		

સામાન્ય અધ્યયન - 2	**શાસન, સંવિધાન અને રાજનીતિ :** પાછલાં ત્રણ વર્ષોના કોચિંગ અકાદમીના મૉડલ જવાબો; પોતાની નોટ્સ **સામાજિક ન્યાય:** પાછલાં ત્રણ વર્ષોના કોચિંગ અકાદમીના મૉડલ જવાબો; પોતાની નોટ્સ **આંતરરાષ્ટ્રીય સંબંધો:** કોચિંગ અકાદમીના મેઇન્સના 365 પુસ્તક; પોતાની નોટ્સ
સામાન્ય અધ્યયન - 3	**આર્થિક વિકાસ:** પાછલાં ત્રણ વર્ષોના કોચિંગ અકાદમીના મૉડલ જવાબો; પોતાની નોટ્સ **પર્યાવરણ :** પાછલાં ત્રણ વર્ષોના કોચિંગ અકાદમીના મૉડલ જવાબો; કોચિંગ અકાદમીના મેઇન્સનાં 365 પુસ્તક; પોતાની નોટ્સ **ટેક્નોલૉજી:** કોચિંગ અકાદમીના મેઇન્સનાં 365 પુસ્તક; પોતાની નોટ્સ **સુરક્ષા:** પાછલાં ત્રણ વર્ષોના કોચિંગ અકાદમીના મૉડલ જવાબો; કોચિંગ અકાદમીના મેઇન્સનાં 365 પુસ્તક **આપદા પ્રબંધન:** પાછલાં ત્રણ વર્ષોના કોચિંગ અકાદમીના મૉડલ જવાબો; પોતાની નોટ્સ
સામાન્ય અધ્યયન - 4	પાછલાં ત્રણ વર્ષોના કોચિંગ અકાદમીના મૉડલ જવાબો; પોતાની નોટ્સ; ક્રમબદ્ધ સ્વરૂપમાં સંક્ષિપ્ત નોટ્સ, જેમાં અવતરણ અને ઉદાહરણો સામેલ હોય.
નિબંધ	નોન ફિક્શન/ફિક્શન પુસ્તકો, પાછલાં ત્રણ વર્ષોના ટોપર્સના નિબંધ.

વૈકલ્પિક વિષય	એમ્બર ઍન્ડ એમ્બર લિખિત એન્થ્રોપોલૉજી સૂસન સી. એન્ટોન લિખિત બાયોલૉજિકલ એન્થ્રોપોલૉજી પી. નાથ. લિખિત ફિઝિકલ એન્થ્રોપોલૉજી નદીમ હસનૈન લિખિત બુક્સ ઑન એન્થ્રોપોલૉજી જો તમારા પાસે સમય હોય તો જ્ઞાન વધારવા માટે આ પુસ્તકો પણ છે : બાયોલૉજિકલ એન્થ્રોપોલૉજી માટે જેરેડ ડાયમંડ, ક્રિસ સ્ટ્રીંગર, ડેવિડ રિચ અને અન્ય દ્વારા લિખિત પુસ્તકો; સામાન્ય સમજ માટે યુવલ નોઆ હરારી, ગૈયા વિન્સ અને અન્ય દ્વારા લિખિત પુસ્તકો; ઇન્ડિયન એન્થ્રોપોલૉજી માટે ડૉ. બી. આર. આંબેડકર, એમ. એન. શ્રીનિવાસ, જિન ડ્રેજ અને અન્ય દ્વારા લિખિત પુસ્તકો
ઇન્ટરવ્યૂ માટેની મુખ્ય રણનીતિ	પોતાના ડીએએફ માટે પૂરી તૈયારી કરો. કરંટ અફેર્સ વાંચતી વખતે સંદર્ભ સમજવા પર ધ્યાન આપો. ખાલી સમયનો સદુપયોગ કરવા નોનફિક્શન વાંચો. આત્મ-ચિંતન, સ્વોટ(એસડબ્લ્યૂઓટી) વિશ્લેષણ અને મિત્રો સાથે ચર્ચાના માધ્યમથી પોતાના વ્યક્તિત્વને વિકસાવો. સમ્માનિત વક્તાઓની ઑનલાઇન ચર્ચા અને વિમર્શ જુઓ. મૉક ઇન્ટરવ્યૂમાં ભાગ લો, પરંતુ સમીક્ષા પર સાવધાનીપૂર્વક ધ્યાન આપો.
IAS ઉમેદવારો માટે સંદેશ	પોતાના ડરનો સામનો કરો. આ પરીક્ષામાં સફળતા એ વાત પર નિર્ભર કરે છે કે તમે પોતાના ડર અને અસુરક્ષાનો સામનો કેવી રીતે કરો છો. મદદ માટે પોતાના પરિવાર અને મિત્રો સાથે જોડાવ અને જરૂર પડ્યે મદદ લેવામાં સંકોચ ન કરો. તમે જે વાંચો છો, તેને માત્ર યાદ રાખવાને બદલે સમજવા અને આત્મસાત્ કરવા પર ધ્યાન આપો. પોતાના પ્રયાસો પર ગર્વ કરો અને પોતાની સમગ્ર યાત્રા દરમિયાન આશાવાદી રહો.

શ્રુતિ શર્મા			
IASમાં પસંદ થયાનું વર્ષ	2022	વૈકલ્પિક વિષય	ઇતિહાસ
પ્રિલિમ્સ માટેની મુખ્ય રણનીતિ	પરેશાન થયા વિના કરંટ અફેર્સનો પ્રબંધ કરો, પાછલાં વર્ષોના પ્રશ્નોને સારી રીતે સોલ્વ કરો, આગલા વર્ષ સાથે જોડાયેલા સંભવિત પ્રશ્નો માટે ચારેય વિકલ્પોનું વિશ્લેષણ કરો. ઉન્મૂલન તકનીકનો અભ્યાસ કરો, પ્રભાવી પુનરાવર્તન માટે લઘુ અથવા સૂક્ષ્મ નોટ્સ બનાવો, મૉક ટેસ્ટ આપો, સીએસએટી માટે પૂરતી તૈયારી કરો, પરીક્ષા દરમિયાન શાંત અને આશ્વસ્ત રહો અને નેગેટિવ માર્કિંગ વિશે સચેત રહો.		
મેઇન્સ માટેની મુખ્ય રણનીતિ	મેઇન્સ પહેલાં અભ્યાસક્રમ પૂરો કરો, પોતાના જવાબોમાં ઉપયોગ કરી શકાય તે માટે ડેટા, અવતરણો, ગ્રાફ, આલેખ, માનચિત્ર તથા મુખ્ય બિંદુઓનો એક સંગ્રહ તૈયાર કરો. યાદ રાખવામાં સરળતા રહે તે માટે પોતાની નોટ્સ બનાવો અને તેને નિયમિતપણે અપડેટ કરતા રહો. પરીક્ષા નજીક હોય ત્યારે ઝડપી પુનરાવર્તન થઈ શકે એ માટે માઇક્રો નોટ્સ બનાવો. પર્યાપ્ત જવાબ લખવાનો અભ્યાસ કરો અને સુધારો કરવો પડે એમ હોય તે બાબતોને જાણવા માટે જવાબોનું વિશ્લેષણ કરો. પોતાના જવાબો કેવી રીતે હજુ શ્રેષ્ઠ બનાવી શકાય, એ જ્ઞાન મેળવવા માટે પાછલા ટોપર્સના જવાબોનું અધ્યયન કરો.		

મેઇન્સના દરેક પ્રશ્નપત્ર માટે વાંચવા જેવાં પુસ્તકો/સામગ્રી	
સામાન્ય અધ્યયન - 1	**ભારતીય વિરાસત અને સંસ્કૃતિ** : એન ઇન્ટ્રોડક્શન ટૂ ઇન્ડિયન આર્ટ પાર્ટ-1 અને 2 (એનસીઈઆરટી) **ઇતિહાસ:** રાજીવ આહીર લિખિત અ બ્રીફ હિસ્ટ્રી ઑફ મૉડર્ન ઇન્ડિયા (સ્પેક્ટ્રમ), પોતાની નોટ્સ **ભૂગોળ:** એનસીઈઆરટી ધોરણ-11 અને 12ના પુસ્તકો **સમાજ:** પોતાની નોટ્સ
સામાન્ય અધ્યયન - 2	**શાસન, સંવિધાન અને રાજનીતિ** : એમ. લક્ષ્મીકાંત દ્વારા લિખિત ઇન્ડિયન પોલિટી; પોતાની નોટ્સ; કોચિંગ અકાદમીની યેલો બુક; કોચિંગ અકાદમીની IAS પીટી ઍન્ડ મેઇન્સ 365; કરંટ અફેર્સ માટે કોચિંગ અકાદમીના 'સૌથી સંભવિત વિષયો', પ્રેસ સૂચના બ્યૂરો (પીઆઈબી) અને ન્યૂ ઇન્ડિયા સમાચાર દ્વારા પ્રેસ જાહેરાતોનું ચયનાત્મક અધ્યયન
સામાન્ય અધ્યયન - 3	**આર્થિક વિકાસ** : વર્તમાનપત્રોમાં સમસામયિક મુદ્દાઓ અને ઝુલ્ફિકારની નોટ્સ **પ્રૌદ્યોગિકી:** અયાજ ખાનની નોટ્સ, વિઝન IASની મેઇન્સ 365, મૂળભૂત ખ્યાલો સમજવા માટે ધોરણ-9 અને 10ના એનસીઈઆરટી પુસ્તકો, ખાસ કરીને વિજ્ઞાન ન ભણ્યા હોય તેમના માટે આપદા પ્રબંધન: પોતાની નોટ્સ **પર્યાવરણ:** કોચિંગ અકાદમીનું પુસ્તક **સુરક્ષા:** કોચિંગ અકાદમીની યેલો બુક
સામાન્ય અધ્યયન - 4	કોચિંગ અકાદમીની ક્લાસરૂમ નોટ્સ; વર્તમાનપત્રોના કેટલાક ટુકડાઓ, અવતરણો અને કેસ સ્ટડીનો સંગ્રહ, જેનો ઉપયોગ નિબંધના પેપર માટે પણ કરી શકાય.

વૈકલ્પિક વિષય	પોતાની નોટ્સ, સેલ્ફ સ્ટડી હિસ્ટ્રી દ્વારા માનચિત્રો અને પાછલા વર્ષોના સોલ્વ કરેલા પ્રશ્નપત્રોનું સંયુક્ત પેકેજ; મૂળભૂત પુસ્તકોની આગળ ઉદાહરણો, તર્ક અને પરિપ્રેક્ષ્યને જોડવા માટે ટેસ્ટ સિરીઝ, વર્તમાનપત્ર
ઇન્ટરવ્યૂ માટેની મુખ્ય રણનીતિ	મેઇન્સ પછી દરરોજ ઓછામાં ઓછું એક વર્તમાનપત્ર વાંચો. 'થ્રી થિંગ્સ' અને 'કટ ધ ક્લટર' જેવા પોડકાસ્ટ સાંભળો. પોતાના ડીએએફનું સાવચેતીપૂર્વક વિશ્લેષણ કરો અને પ્રશ્નો તૈયાર કરો. પોતાના ડીએએફ સંબંધિત કોચિંગ અકાદમીઓ દ્વારા તૈયાર કરવામાં આવેલ મોડલ પ્રશ્નોની સમીક્ષા કરો. આ પ્રશ્નોના જવાબ દેતા વિડિયો રેકોર્ડ કરો અને તેનું વિશ્લેષણ કરો. અરીસાની સામે જવાબ આપવાનો અભ્યાસ કરો.
IAS ઉમેદવારો માટે સંદેશ	પોતાના અધ્યયન સ્રોતોને સીમિત રાખો અને વૈચારિક સમજને પ્રાથમિકતા આપો.

લવિશ ઓર્ડિયા			
IASમાં પસંદ થયાનું વર્ષ	**2020**	**વૈકલ્પિક વિષય**	**મેકેનિકલ એન્જિનિયરિંગ**
પ્રિલિમ્સ માટેની મુખ્ય રણનીતિ	વિશાળ અભ્યાસક્રમને પૂરો કરવા માટે રણનીતિક સાધનોના સ્વરૂપમાં પાછલાં વર્ષોના પ્રશ્નોના વિશ્લેષણનો ઉપયોગ કરો; સમયબદ્ધ પરિસ્થિતિઓમાં સિમ્યુલેટેડ અભ્યાસ પરીક્ષણ આયોજિત કરો, તે પછી નબળા ક્ષેત્રો અને સામાન્ય ભૂલોનું સાવચેતીપૂર્વક વિશ્લેષણ કરો; અભ્યાસક્રમને પ્રબંધનીય લક્ષ્યોમાં વિભાજિત કરો અને સુસંગત અધ્યયન કાર્યક્રમ બનાવીને રાખો.		

મેઇન્સ માટેની મુખ્ય રણનીતિ	પોતાના અભ્યાસમાં ઊંડાણની જગ્યાએ વિસ્તાર પર ધ્યાન આપો. વિષય વિશેષજ્ઞ થવાની કોઈ જરૂર નથી; સંક્ષિપ્ત 200 શબ્દોમાં જવાબ લખવા જેટલું પર્યાપ્ત જ્ઞાન મેળવવાનું લક્ષ્ય રાખો. મહત્ત્વપૂર્ણ ક્ષેત્રો જાણવા માટે પાછલા વર્ષોના પ્રશ્નોનું વિશ્લેષણ કરો અને તે અનુસાર પોતાના પ્રયાસોને જોડો. પરીક્ષામાં પેપર સમયસર પૂરું થઈ જાય તે માટે જવાબ લેખનનો કઠિન અભ્યાસ કરો. સ્પષ્ટ અભિવ્યક્તિ અને વાંચનક્ષમતા પર ભાર મૂકીને પરીક્ષકના કાર્યને સરળ બનાવો.
મેઇન્સના દરેક પ્રશ્નપત્ર માટે વાંચવા જેવાં પુસ્તકો/સામગ્રી	
સામાન્ય અધ્યયન - 1	**ભારતીય વિરાસત ઔર સંસ્કૃતિ** : નિતિન સિંઘાનિયા દ્વારા લિખિત આર્ટ ઍન્ડ કલ્ચર **ઇતિહાસ:** તમિલનાડુ બોર્ડના ધોરણ-11ના પાઠ્યપુસ્તક; રાજીવ આહીર લિખિત અ બ્રીફ હિસ્ટ્રી ઑફ મૉડર્ન ઇન્ડિયા (સ્પેક્ટ્રમ) **ભૂગોળ:** એનસીઈઆરટી ધોરણ-11 અને 12નાં પુસ્તકો; યુ-ટ્યૂબ પર મૃણાલના ભૂગોળના વિડિયો
સામાન્ય અધ્યયન - 2	**શાસન, સંવિધાન અને રાજનીતિ** : એમ. લક્ષ્મીકાંત દ્વારા લિખિત ઇન્ડિયન પોલિટી; કોચિંગ અકાદમીની નોટ્સ **સામાજિક ન્યાય:** કોચિંગ સંસ્થાની નોટ્સ અને મેઇન્સ 365 પુસ્તક **આંતરરાષ્ટ્રીય સંબંધો:** કોચિંગ અકાદમીનું મેઇન્સ 365 પુસ્તક
સામાન્ય અધ્યયન - 3	**આર્થિક વિકાસ** : શ્રીરામ શ્રીરંગમ્ દ્વારા લિખિત ઇન્ડિયન ઇકોનોમી અને યુ-ટ્યૂબ પર મૃણાલના વિડિયો **પર્યાવરણ** : પર્યાવરણ પર કોચિંગ અકાદમીનું પુસ્તક **પ્રૌદ્યોગિકી:** કોચિંગ અકાદમીની નોટ્સ અને મેઇન્સ 365 પુસ્તક

સામાન્ય અધ્યયન - 4	મુદિત જૈન અને અમૃતા જૈન લિખિત ડિકોડ એથીક્સ
નિબંધ	અન્ય જીએસ વિષયો અને કરંટ અફેર્સના અભ્યાસ નિબંધો લખવા માટે પર્યાપ્ત સામગ્રી પ્રદાન કરે છે, પરંતુ આમાં દરેક બાબતને એકીકૃત કરી વ્યવસ્થિત અને વ્યાપક રીતે પ્રસ્તુત કરવા માટે અભ્યાસની જરૂર હોય છે.
વૈકલ્પિક વિષય	પાછલાં વર્ષોના પ્રશ્ન (સોલ્વ કરેલા) અને ટેસ્ટ પેપર્સ; કોચિંગ અકાદમીનાં પુસ્તકો; પ્રૌદ્યોગિકી સંવર્ધિત શિક્ષણ પર રાષ્ટ્રીય કાર્યક્રમ (એનપીટીઈએલ) વ્યાખ્યાન; અને સંદર્ભ પાઠ્યપુસ્તકો
ઇન્ટરવ્યૂ માટેની મુખ્ય રણનીતિ	પોતાના ડીએએફ સંબંધિત પ્રશ્નો ઓળખવા માટે ચાર-પાંચ વર્ષોના ઉમેદવારોના ઇન્ટરવ્યૂ ટ્રાન્સક્રિપ્શનનું વિશ્લેષણ કરો. મિત્રો સાથે દૈનિક મૉક ઇન્ટરવ્યૂ (ચાર-પાંચ પ્રશ્ન) અને કોચિંગ અકાદમીમાં ચયનાત્મક મૉક ઇન્ટરવ્યૂના માધ્યમથી સતત સુધારો કરતા રહો.
IAS ઉમેદવારો માટે સંદેશ	તૈયારી કરતી વખતે પોતાનો સર્વશ્રેષ્ઠ પ્રયાસ કરો.